திறந்தநிலை மார்க்சியம்

தொகுதி-I
இயக்கவியலும் வரலாறும்

தொகுப்பாசிரியர்கள்:
வெர்னர் போன்ஃபெல்ட்,
ரிச்சர்ட் குன்,
காஸ்மாஸ் சைக்கோபீடிஸ்

தமிழில்:
ப.கு.ராஜன், மா.சிவகுமார்

பதிப்பாசிரியர்:
ந.முத்துமோகன்

இணை பதிப்பாசிரியர்:
ப.கு.ராஜன்

நியூ செஞ்சுரி புக் ஹவுஸ் (பி) லிட்.,
41-பி, சிட்கோ இண்டஸ்டிரியல் எஸ்டேட்,
அம்பத்தூர், சென்னை - 600 050.
☎ : 044 - 26251968, 26258410, 48601884

Language: Tamil
Thiranthanilai Marxiyam
Volume-I
Iyakkaviyalum Varalaarum
Edited by: **Werner Bonefeld, Richard Gunn, Kosmas Psychopedis**
Translated into Tamil by: **P.K. Rajan, Ma.Sivakumar**
Editor: **N. Muthumohan**
Joint Editor: **P.K. Rajan**
First Edition: January, 2024

Copyright: Publisher

No.of Pages: 284
Publisher:
New Century Book House Pvt. Ltd.,
41-B, SIDCO Industrial Estate, Ambattur, Chennai - 600 050.
Tamilnadu State, India.
Email: info@ncbh.in | Online: www.ncbhpublisher.in

Originally Published as
Open Marxism | Volume I - DIALECTICS AND HISTORY
by **PlutoPress (1992)**

ISBN: 978 - 81 - 9530 - 046 - 4
Code No. A4928
₹ 470/-
Branches
Ambattur 044 - 26359906 **Spenzer Plaza (Chennai)** 044-28490027
Trichy 0431-2700885 **Pudukkottai** 04322- 227773 **Thanjavur** 04362-231371
Tirunelveli 0462-4210990, 2323990 **Madurai** 0452-2344106, 4374106
Dindigul 0451-2432172 **Coimbatore** 0422-2380554 **Erode** 0424-2256667
Salem 0427-2450817 **Hosur** 04344-245726 **Krishnagiri** 04343-234387
Ooty 0423-2441743 **Vellore** 0416-2234495 **Villupuram** 04146-227800
Pondicherry 0413-2280101 **Nagercoil** 04652-234990

திறந்தநிலை மார்க்சியம்
தொகுதி-I
இயக்கவியலும் வரலாறும்
தொகுப்பாசிரியர்கள்: **வெர்னர் போன்ஃபெல்ட், ரிச்சர்ட் குன், காஸ்மாஸ் சைக்கோபீடிஸ்**
தமிழில்: **ப.கு.ராஜன், மா.சிவகுமார்**
பதிப்பாசிரியர்: **ந.முத்துமோகன்**
இணை பதிப்பாசிரியர்: **ப.கு.ராஜன்**
முதல் பதிப்பு: ஜனவரி, 2024
அச்சிட்டோர்: **பாவை பிரிண்டர்ஸ் (பி) லிட்.,**
16 (142), ஜானி ஜான் கான் சாலை, இராயப்பேட்டை, சென்னை - 14
☎: 044-28482441

All rights reserved. No part of this book may be reprinted or reproduced or utilised in any form or by any electronic, mechanical, or other means, now known or hereafter invented, including photocopying and recording, or in any information storage or retrieval system, without permission in writing from the publishers.

பதிப்புரை

மேற்கிலிருந்து ஒரு புதியகுரல்

மானுட விடுதலைக்கான தத்துவமாக 19-ம் நூற்றாண்டில் உருவான மார்க்சியத்தின் இன்றைய நிலை என்ன? குறிப்பாக, 1990-களில் சோவியத் ஒன்றியத்திலும் கிழக்கு ஐரோப்பிய நாடுகளிலும் கம்யூனிஸ்ட் கட்சி ஆட்சிகள் வீழ்ந்த பிறகு, முதலாளித்துவத்துக்கு எதிரான கோட்பாடாக மார்க்சியம் காலாவதியாகிப் போனதா என்ற கேள்வி உலகமெங்கும் எழுந்தது. சோவியத் ஒன்றியம் இருந்தபோதே அதனுடன் முரண்பட்டு வேறு பாதை சமைத்த மாவோயிசம், யூரோ கம்யூனிசம் போன்ற மாற்றுகளும் வெற்றி பெறவில்லை என்பதால் இந்தக் கேள்வி மேலும் வலுப்பெற்றது. மறுபுறத்தில் சோசலிச மாற்று முகாம் என ஒன்று இல்லாத நிலையிலேயே முதலாளித்துவம் தன் உள்ளார்ந்த முரண்பாடுகளில் சிக்கித் தவிப்பது மேலும் தெளிவாகியது. மூன்றாம் பாதையென்றெல்லாம் பேசிய 'சமூக ஜனநாயக' வகைகளும் முனை மழுங்கி சில இடங்களில் ஃபாசிச சக்திகளுக்கும் சில இடங்களில் 'புதிய இடதுசாரி' வகைகளுக்கும் இடம் விட்டு காலாவதியாகின. இவை எல்லாம் சரியான மார்க்சிய மாற்றைக் கண்டறிவதை இன்றைய கால கட்டத்தின் அறிவார்ந்த தளத்தின் தலையாய பணியாக மாற்றியுள்ளன. மார்க்சிஸ்டுகள் தரப்பிலும் மார்க்சியத்தின் எதிரிகளிடமிருந்தும் இதற்கான எதிர்வினைகள் நாட்டுக்கு நாடு வேறுபட்டன, அரசியல் களத்திலும் கோட்பாட்டு விவாதங்களிலும் போராட்டங்கள் நடந்தன. தத்துவத்துறையில் பின்நவீனத்துவம் என்ற போக்கைக் குறிப்பாக சொல்லலாம்.

இவற்றுக்கான மார்க்சிய எதிர்வினையின் ஒரு பகுதியாக, ஸ்காட்லாந்தின் எடின்பர்க் பல்கலைக் கழகத்தில் பணியாற்றி வந்த வெர்னர் போன்ஃபெல்ட், ரிச்சர்ட் குன் ஆகியோரும், ஏதென்ஸ் பல்கலைக் கழகத்தைச் சேர்ந்த காஸ்மாஸ் சைக்கோபீடிசும் இணைந்து திறந்தநிலை மார்க்சியம் தொகுப்பின் முதல் இருதொகுதிகளை 1992-ம் ஆண்டு வெளியிட்டனர். 'இயங்கியலும் வரலாறும்' என்ற முதல் தொகுதியில் தொகுப்பாசிரியர்களின் அறிமுகமும் மார்க்சின் இயக்கவியலை கான்ட், ஹெகல் ஆகியோரில் தொடங்கி மீட்டமைப்பது, அரசு பற்றிய விவாதங்கள் ஆகியவை தொடர்பாக வெவ்வேறு ஆசிரியர்களால்

எழுதப்பட்ட ஐந்து கட்டுரைகள் இடம் பெற்றன. 'கோட்பாடும் செயல்பாடும்' என்ற இரண்டாவது தொகுதியில், தொகுப்பாசிரியர் களின் அறிமுகத்தோடு வரலாற்றுப் 'பொருள்முதல்வாதம்' என்ற பெயரில் வளர்த்தெடுக்கப்பட்ட மார்க்சின் 'வரலாறு குறித்த பொருள்முதல்வாத கருத்தாக்கம்' (materialist conception of history) மீதான விமர்சனமாக இரண்டு கட்டுரைகளும் வர்க்க நோக்குநிலையைப் பற்றிய மூன்று கட்டுரைகளும் இடம் பெற்றன.

திறந்தநிலை மார்க்சியம் என்ற சிந்தனைப் போக்கின் முதல் வெளிப்பாடான இந்த இரண்டு தொகுதிகளில் வரலாற்றுப் பொருள் முதல்வாதம் என்ற வரையறையை இதன் ஆசிரியர்கள் பகுப்பாய்விற்கு உள்ளாக்குகின்றனர். அரசு பற்றிய லெனினிய கோட்பாட்டையும் பகுப்பாய்வு செய்கின்றனர். மரபுரீதியான மார்க்சியத்தில் கேள்விக்கு அப்பாற்பட்ட வரையறைகளாக கருதப்பட்டவற்றை விமர்சனப் பார்வையுடன் மீளாய்விற்குத் திறப்பதைதான் திறந்தநிலை மார்க்சியத்தின் நோக்கமாகக் கொண்டுள்ளனர், அதன் ஆசிரியர்கள். தமது விமர்சன பகுப்பாய்வையும் விவாதத்துக்குட்படுத்தி சரி, தவறுகளை பரிசீலித்து மார்க்சியத்தை வளர்த்தெடுக்கும்படி அழைக்கின்றனர்.

இதைத் தொடர்ந்து 1995-ம் ஆண்டு திறந்தநிலை மார்க்சியத்தின் மூன்றாவது தொகுதியான 'மார்க்சின் விடுவிப்பு' என்பதைத் தொகுப்பதில் எடின்பர்க் பல்கலைக் கழகத்தைச் சேர்ந்த ஜான் ஹாலவேயும் இணைந்தார். இதில், தொகுப்பாசிரியர்களின் அறிமுகத்துடன், மார்க்சின் இயக்கவியல் முறைபாடு பற்றியும், உரிமைகள் பற்றிய தத்துவம் தொடர்பாகவும் ஆழமான கட்டுரைகளோடு, பின் நவீனத்துவம், வரலாற்றின் முடிவு, பின்-கீனீசியம், வேபரியனிசம் போன்ற சமூகவியல் கோட்பாடுகளை கூர்மையாக விமர்சிக்கும் கட்டுரைகளும் உழைப்பின் மையநிலையை நிறுவும் கட்டுரைகளும் இடம் பெற்றுள்ளன.

சுமார் 15 ஆண்டுகளுக்குப் பிறகு 2008-ம் ஆண்டு வெடித்த முதலாளித்துவ நெருக்கடி, அமெரிக்காவில் வால்வீதி ஆக்கிரமிப்பு தொடங்கி, ஆப்பிரிக்காவிலும் அரபு நாடுகளிலும் முன்னாள் சோவியத் குடியரசுகளிலும் 'வண்ணப் புரட்சிகளாக' மாற்றப்பட்ட மக்கள் எழுச்சிகளும் வெடித்தன. லத்தீன் அமெரிக்க நாடுகளில் ஏகாதிபத்திய எதிர்ப்பு சமூக ஜனநாயக அரசியல் வளர்ச்சியடைந்தது. நெருக்கடியையும் போராட்டங்களையும் பயன்படுத்திக் கொண்டு இந்தியா உள்ளிட்ட முக்கியமான நாடுகளில் பிற்போக்கு அரசியல் ஆட்சியை பிடித்தது.

இந்நிலையில், திறந்தநிலை மார்க்சியத்தின் முதல் மூன்று தொகுதிகள் வெளியான 25 ஆண்டுகளுக்குப் பிறகு இந்தத் தொடரின்

பதிப்புரை

நான்காவது தொகுதியை அனா சிசிலியா டீனர்ஸ்டெய்ன், அல்ஃபோன்சோ கார்சியா வேலா, எடித் கோன்சால்ஸ், ஜான் ஹாலவே ஆகியோர் தொகுத்து வெளியிட்டுள்ளனர். அந்தத் தொகுதியில் திறந்தநிலை மார்க்சியத்தை இத்தாலியிலும் லத்தீன் அமெரிக்காவிலும் நடந்த நடைமுறை போராட்டங்களுடன் இணைக்கின்றனர். இதற்கு வெர்னர் போன்ஃபெல்ட் முன்னுரை எழுதியுள்ளார். அந்தப் போராட்ட அனுபவங்கள் திறந்தநிலை மார்க்சியத்தின் கோட்பாட்டு சிந்தனையோடு எப்படி இணைகின்றன (திறந்தநிலை மார்க்சியமும் விமர்சனக் கோட்பாடும்), அரசு பற்றிய திறந்தநிலை மார்க்சியத்தின் விமர்சனத்தை மீள்பரிசீலனை செய்வது (அரசு, மூலதனம், நெருக்கடி), 21-ம் நூற்றாண்டில் நடக்கும் போராட்டங்களில் எழும் கேள்விகள் (ஜனநாயகமும் புரட்சியும் விடுவிப்பும்) என தொகுப்பாசிரியர்களின் அறிமுகத்துடன் மூன்று பிரிவுகளாக 11 கட்டுரைகள் வெளியிடப்பட்டுள்ளன.

மூலதனத்துக்கு எதிரான உயிர்த்துடிப்பான கோட்பாடாக மார்க்சியம் மட்டுமே தொடர்கிறது, மார்க்சியத்தை அதன் வறட்டுவாத, மூடுண்ட வடிவங்களில் இருந்து விடுவித்து அதன் விடுவிக்கும் உயிர்சக்தியை மீட்டெடுத்து அதை புரட்சிக்கான ஆயுதமாக கூர் தீட்டுவது இன்றைய புரட்சியாளர்களின் கடமையாக உள்ளது. திறந்த மனநிலையுடன் மார்க்சியத்தின் கருத்தினங்களை அணுகுவதைக் கோருவது இந்த நூல் தொகுதி மட்டும் இல்லை, கடந்த 100 ஆண்டுகால புரட்சிகர இயக்கத்தின் அனுபவங்களும் பின்னடைவுகளும் அதைக் கோருகின்றன. அந்த உணர்வில் மார்க்சியத்தை வறட்டுவாத மூடுபனியில் இருந்து விடுவிக்கும் பணிக்கு இந்த நான்கு தொகுதிகளின் 30 கட்டுரைகள் தமிழில் வெளியாவது பங்களிக்கும் என்று நம்புகிறோம்.

❋❋❋

பிரெஞ்சு மார்க்சியரான லூயி அல்தூசர், மார்க்சியம் ஒரு "நெருக்கடி"யினுள் சிக்கிக் கொண்டிருக்கிறது என்ற ஓர் எச்சரிக்கையை 1978-ல் அறிவித்தார். அடுத்துவந்த ஆண்டுகளில் அந்த எச்சரிக்கை கூடுதலான விளைவுகளைச் சந்தித்தது. மேற்கு நாடுகளில் பிரிட்டிஷ் பிரதமர் மார்கரெட் தாட்சர், அமெரிக்க அதிபர் ரொனால்ட் ரீகன் ஆகியோரின் ஆட்சிக் காலங்களில் வலதுசாரி சிந்தனையும் தாராளவாதச் சிந்தனையும் கூடுதலான அரசியல் ஆற்றல்களை ஈட்டின. நெருக்கடிகள் தீவிரமடைந்தன. வலதுசாரி சக்திகளின் நெருக்கடிகளை இடதுசாரி சக்திகள் சந்திக்க முன்வந்தன. "நெருக்கடி" என்ற சொல்லையும் நிகழ்வையும் மார்க்சியர்கள் எதிர்கொண்டனர்.

நெருக்கடி, விமர்சனம் (Crisis, Critique, Critical) போன்ற சொற்களை கான்டிய, ஹெகலிய பின்புலத்தைக் கொண்டு மார்க்சியர்கள் திறனுடன் அணுகினர். ஜெர்மானிய இயங்கியலுக்கு அணுக்கமான நிலைகளிலிருந்து விளக்கங்கள் முன்வைக்கப்பட்டன. நெருக்கடி, விமர்சனம் போன்ற சொற்களை நேர்க்காட்சிவாத நோக்கில் அணுகுவதைத்தாண்டி, இயங்கியல் பார்வையில் அணுகும் போது, மார்க்சிய வெளிச்சத்தில் கூடுதல்பொருள் காண முடியும் என்ற தெளிவு பிறந்தது. இந்தவிவாதங்களின் போது மார்க்சிய இயங்கியலும் அதன் கருத்தாக்கங்களும் விரிந்த பொருண்மைத்தளங்களை எட்டின என்பதையும் காணமுடிகிறது. இயக்கம், முரண்பாடுகள், வேறுபாடுகள், எதிர்வுகள், விமர்சனங்கள், மறுப்பு, இன்மை, போதாமை போன்ற பல சொல்லாடல்கள் விரிந்த எல்லைகளை எட்டி நடைபோட்டன.

ஜெர்மனியில் ஃபிராங்ஃபர்ட் மார்க்சியர்கள் போன்றோர் "விமர்சனக் கோட்பாடு" (Critical Theory) என்பது போன்ற புதிய சிந்தனைப் போக்குகளை நிறுவினர். விமர்சனம் என்ற கருத்தாக்கம் ஒரு விரிந்த கோட்பாடாகத் துலக்கம் பெற்றது. விமர்சனம் எனில் இயங்கியல் என்ற அளவிற்கு அச்சொல் புதிய விவாதங்களை உள்ளடக்கியிருந்தது, அவற்றில் சாதக பாதகமான பல போக்குகள் உள்ளடங்கி நின்றன என்பதையும் இங்கு குறிப்பிட்டுச் செல்வோம்.

மேற்குறித்த விவாதங்களில் இடதுசாரிகளுக்கு ஆதாயமான ஒரு நிகழ்வுப்போக்காக "இயங்கியலை தீவிரப்படுத்தல்" (Radicalising Dialectics) எனும் சம்பவத்தைக் குறிப்பிட வேண்டும். இயங்கியலைத் தீவிரப்படுத்தல் என்பது விரைவில் மார்க்சியத்தை தீவிரப்படுத்தல், மார்க்சியத்தை விடுவித்தல் (Emancipating Marxism) என்ற புள்ளிகளை நோக்கி நகர்ந்துள்ளது என்பதைக் குறிப்பிட்டுச் செல்வோமாக. அதாவது இயங்கியலைத் தீவிரப்படுத்தலின் மூலமாக மார்க்சியம் தீவிரப்படுத்தப்பட்டது என்ற நிகழ்வைச் சந்திக்கிறோம்.

மார்க்சியத்தைத் தீவிரப்படுத்தல் கீழிருந்து மேலாக நிகழுகிறது என்பது முக்கியமானது. அடித்தள மக்களிலிருந்து மேற்தளங்களை நெருங்கலாம். வரலாற்று நாயகர்கள் மார்க்சியத்தைப் பொறுத்தமட்டில் வெகுமக்கள் என்பதே மார்க்சியத்தின் கணிப்பு. வெகுமக்கள்திரட்சி என்பதே வர்க்கப் போராட்டங்களின் முகப்பு. வர்க்கப் போராட்டங் களைப் பரவலாக்குதலும் தீவிரப்படுத்தலும் வலியுறுத்தப்படுகின்றன. ரோசா லக்சம்பர்க், லெனின் போன்றோரின் புரட்சிக்கான வெகுமக்கள் திரட்சி இங்கு வலியுறுத்தப்படுகிறது. வரலாற்று முக்கியத்துவம் வாய்ந்த இந்த தத்துவ நிகழ்வே இக்கட்டுரையில் Open Marxism என்று குறிக்கப்படுகிறது.

பதிப்புரை

"திறந்தநிலை மார்க்சியம்" என்பது சமீப காலங்களில் பேசப்பட்டு வந்த "பின்னை மார்க்சியம்" என்பதற்கு மாற்றாகவும் முன்வைக்கப் பட்டது. சில முன்னெடுப்புகளுக்குப்பிறகு, பின்னை மார்க்சியம் பின்வாங்கிக் கொண்டது. அரபுவசந்தம், லத்தீன் அமெரிக்க அசைவுகள், கீழை நாடுகளின் "சிறு" எழுச்சிகள், "நாங்கள் 99 சதவீதத்தினர்" போன்ற போராட்டக்குரல்கள் திறந்த மார்க்சியத்துடன் துணை சேர்த்துக் கொண்டன. இடதுசாரி வெகுமக்களியம் (Left Populism) பரவலான மக்கள் போராட்டங்களின் அறியப்பட்ட வடிவங்களாக மாற்றம் பெற்றுவருகின்றன.

திறந்தநிலை மார்க்சியம் என்ற சொல்லுக்கு இணைச் சொல்லாக "இயக்கவியலும் வரலாறும்" என்ற சொற்கள் இக்கட்டுரையில் சேர்க்கப்பட்டுள்ளன. இயக்கவியலும் வரலாறும் என்ற சொற்கள் மார்க்சியத்தைப் பொறுத்தமட்டில் மிகவும் விரிவானவை, வலுவானவை. மார்க்சிய சொல்லாடல்களில் எங்கு நோக்கினும் மார்க்சியத்தைத் தெளிவுபடுத்துவதற்கு இச்சொற்கள் பயன்பட்டு வந்திருக்கின்றன. வரலாறு என்பதை எதார்த்த ஆதாரமாகக் கொண்டே வரலாற்றுப் பொருள்முதல்வாதம் என்ற கருத்தாக்கம் விளக்கப் படுகிறது. வரலாற்றுப் பொருள்முதல்வாதம் என்ற கோட்பாட்டுப் பிரத்தியட்சத்தை ஆதாரமாகக் கொண்டே மனிதகுல வரலாறு தெளிவுபடுத்தப்படுகிறது. வரலாறு, வரலாற்றுப் பொருள்முதல்வாதம் ஆகியன இயக்கவியல் எனும் மற்றொரு தத்துவக் கோட்பாட்டை மையமாகக் கொண்டே மார்க்சியத்தைக் காத்து நிற்கின்றன.

கான்டியமும் ஹெகலியமும் மார்க்சியத்திற்கு மெய்யியல் அடர்த்தி கொண்ட பின்புலத்தை வழங்கின. அவை ஜெர்மானிய மரபில் விளைந்தவை. இன்னொருபுறம் அவை மார்க்சியத்திற்குப் பலமான சவாலாகவும் விளங்கின. இப்போதைய திறந்தநிலை மார்க்சியத்திற்கும் அதேபோன்ற சூழல்கள் உருவாகியுள்ளன. ஜெர்மனியைப் பொறுத்தமட்டில், கான்டியம் இளமையும் ஆற்றலும் கொண்டது. ஹெகலியம் முதிர்ச்சியும் விரிவும் கொண்டது. கான்டியம் அறிவையும் அறிவொளி இயக்கத்தையும் ஆதரித்தது. கொண்டாடியது. இருப்பினும் அறம், விழுமியங்கள், நேர்க்காட்சிவாதம், கடந்த நிலை மெய்யியல் ஆகியவற்றைத் தூய நிலையில் பாராட்டியது. கான்டின் அறம் பகுத்தறிவு, மனிதநேயம் ஆகியவற்றை அரவணைக்கிறது. இயற்கை விதிகளை ஆதரிக்கிறது.

ஹெகலின் இயங்கியலையும் தர்க்கவியலையும் மார்க்சியம் உள்வாங்கிக் கொண்டது. இயங்கியலின் இன்னொரு வடிவமாக வரலாற்றை அது ஏற்றுக் கொண்டது. இயற்கை, இயற்கையின் வரலாறு, இயற்கையின் இயல்பான செழுமையின் தொடர்ச்சியாகவும்

மார்க்சியம் மனிதகுல முன்வரலாற்றைக் கொள்கிறது. இயற்கையின் இயங்கியலாக புவியியல், வானவியல், இயற்பியல், உயிரியல், அதன்பின்னர் மனிதவியல் ஆகியவற்றை வரிசைப்படுத்துகிறது. இயற்கையின் இயங்கியலின் தொடர்ச்சியாக மனிதகுல வரலாறு தோற்றமெடுக்கிறது. இயற்கையின் வரலாறாக மனிதகுலவரலாறு தோற்றம் பெறுகிறது. பகுத்தறிவு, இயற்பியல், இயங்கியல், வரலாறு ஆகியவற்றின் சிக்கலான கட்டமைப்பாக மார்க்சிய கருத்தாக்கமான "இயங்கியலும் வரலாறும்" என்ற கருத்தாக்கம் ஒரு மாபெரும் பிரச்சினையாக உருப்பெறுகிறது.

இந்த நூலில் மார்க்சியத்தின் மீள்வருகை வரலாறு, அரசியல் பொருளாதாரம், வர்க்கப் போராட்டம், புரட்சியின் வியூகங்கள் ஆகியன தேர்வு செய்யப்பட்ட இயங்கியல் தளத்தில் சந்தித்துக் கொள்கின்றன. இந்நூலின் ஆகப்பெரிய வலிமையாக இது அமைந்திருக்கலாம். சமூக நெருக்கடிகளைத் தாண்டி, இயற்கைச் சூழல், மானுடவியல் சார்ந்த அறவியல், பேரிடர் அழிவுகள் போன்றவையும் நெருக்கடியான இயங்கியலினுள் இடம் பெறுகின்றன.

திறந்தநிலை மார்க்சியம் என்ற சொல் மார்க்சியத்தைச் செழுமையடைந்த ஒரு சூழல்களுக்குள் இட்டுச் செல்கிறது. உலக அளவில் மார்க்சியம் தனது முகாம்களைப் புதுப்பித்துக் கொள்வதைச் சுட்டிக் காட்டுகிறது. *திறந்தநிலை மார்க்சியம்: இயங்கியலும் வரலாறும்* எனும் இந்நூல் சோசலிச மற்றும் ஜனநாயகப் புரட்சிகளின் பரப்புகளை விரிவாக்கிக் காட்டுகின்றது.

◉◉◉

இன்றைய இந்தியாவின் உழைப்பாளி மக்களும் மார்க்சியத்தின் மாணவர்களும் ஜனநாயக சக்திகளும், மத, இன, மொழி, தேசிய இனச் சிறுபான்மையினரும் தங்கள் பிரச்சினைகளையும் அவற்றின் ஒன்றுக்கொன்று தொடர்பான விசைகளையும் கசடறக் கற்பதற்கு உதவும் ஒரு நூல் தொகுதியை மிகுந்த காலப் பொருத்தத்துடன் என்.சி.பி.எச் நிறுவனம், தமிழுக்குக் கொண்டு வருகின்றது. இரண்டாவது தவணையாக அது தமிழில் கொண்டு வரும், நவீன சமகால மார்க்சிய அரசியல் நூல் வரிசையின் ஒரு பகுதியாக இவை அமைகின்றன. தமிழகத்தின் மார்க்சிய சிந்தனையை வளப்படுத்தும் புதிய காற்றாய் இவை வந்துள்ளன.

இந்த நூலின் மூன்று கட்டுரைகளை மொழிபெயர்த்த தோழர் ப.கு. ராஜன் அவர்களின் அனுபவம் நிறைந்த எழுத்தாற்றலும் மொழித்திறனும் இயங்கியல், வரலாறு ஆகிய அடிப்படையான மார்க்சியத்தளங்களில் சமகாலச்சூழல்களை இயல்பாக எடுத்துரைக்

கின்றன. அத்துடன் இந்த நூல் வரிசைக்கு இணை - பதிப்பாசிரியராக எனக்கு பிரதிச் செம்மையாக்கத்திற்கு அவர் உதவி புரிந்துள்ளார். இந்த நூலின் ஒரு பகுதியையும் இது அடங்கிய நான்கு நூல் தொகுதியின் ஏனைய நூல்களில் இரண்டாவது மூன்றாவது தொகுதிகளை முழுமையாகவும் நான்காவது நூலின் பெரும்பகுதியையும் தோழர். மா. சிவகுமார் தமிழில் மொழிபெயர்த்துள்ளார். எந்தவொரு மொழியிலும் வெளிப்படுத்தக் கடினமான ஆழமானதும் சிக்கலானதும் மிகப் புதியவையுமான சிந்தனைகளை கடும் உழைப்பு, மார்க்சியப் புரிதல், மொழித்திறன் ஆகியவை கொண்டு மொழிபெயர்த்த தோழர்கள் தமிழில் தந்துள்ளனர். குறுகிய காலத்தில் இந்தப் பணியை முடித்த அவர்களுக்கு என்.சி.பி.எச் நிறுவனம் சார்பாகவும், நூல் வரிசையின் பதிப்பாசிரியர் என்ற முறையில் என் சார்பாகவும் பாராட்டுதல்கள்.

என்.சி.பி.எச் நிறுவனத்தின் மேலாண்மை இயக்குநர் தோழர் க.சந்தானம் அவர்களுக்கு நன்றியை தெரிவித்துக்கொள்கிறோம்.

என்.சி.பி.எச் நிறுவனத்தின் பதிப்புத்துறை பொது மேலாளர் தோழர் சண்முகம் சரவணன் நூல்களின் தேர்வு முதற்கொண்டு அதன் ஒவ்வொரு நிலையிலும் சிறப்பு கவனத்துடன் இதனை வெற்றிகரமாக்க பெரும் உந்துதலை அளித்துள்ளார்.

நிறுவனத்தின் விற்பனை மேலாளர் தோழர் தி.இரெத்தினசபாபதி, பதிப்பு மேலாளர் திருமதி ப.ரேவதி, பாவை பிரிண்டர்ஸ் பொது மேலாளர் திரு.ஆ.சிவக்குமார் மற்றும் ஏனைய என்.சி.பி.எச் ஊழியர்கள் எனப் பெரிய அணி ஒன்றின் அக்கறை கொண்ட பணி இந்த நூல் வரிசையையும் அதில் இந்த நூலையும் உங்களிடம் கொண்டு வந்து சேர்த்துள்ளது.

நூலை நேர்த்தியாகவும் அழகாகவும் வடிவமைத்துத் தந்துள்ள பொ.கமலீஸ்வரிக்கும் அட்டை வடிவமைப்பு செய்த தோழர் கா.குணசேகரனுக்கும் எமது இனிய நன்றிகளைத் தெரிவித்துக் கொள்வோம்.

சமகாலச் சமூகத்தைப் புரிந்து கொள்வது, அதன் அடிப்படையில் மேம்பட்ட செயல்பாட்டிற்கு செல்வது என்பதற்கு உதவும் இந்த நூல் வரிசையையும் இந்த நூலையும் தமிழ்கூறும் நல்லுலகின் வாசகர்கள், அறிஞர் பெருமக்கள், செயல்பாட்டாளர்கள் வரவேற்று ஆதரவு அளிப்பார்கள் என்று நாங்கள் உறுதியாக நம்புகின்றோம்.

ந.முத்துமோகன்
பதிப்பாசிரியர்

பொருளடக்கம்

பங்களிப்பாளர்கள் 13

நன்றியறிவிப்பு 16

அறிமுகம் 17
வெர்னர் போன்ஃபெல்ட், ரிச்சர்ட் குன்,
காஸ்மாஸ் சைக்கோபீடிஸ்

1. இயக்கவியல் கோட்பாடு:மீள்கட்டமைப்பின் பிரச்சினைகள் 37
காஸ்மாஸ் சைக்கோபீடிஸ்

2. தத்துவத்திற்கும் அறிவியலுக்கும் இடையே:விமர்சனக் கோட்பாடாக மார்க்சிய சமூகப் பொருளாதாரம் 114
ஹன்ஸ்-ஜார்ஜ் பக்ஹவுஸ்

3. சமூகக் கட்டுவிப்பும் முதலாளித்துவ அரசின் வடிவமும் 170
வெர்னர் போன்ஃபெல்ட்

4. உலகளாவிய மூலதனத் திரட்டலும் முதலாளித்துவ அரசு வடிவத்தை காலவரிசைப்படுத்துவதும் 226
சைமன் கிளார்க்

5. முதலாளித்துவ அரசு வடிவம் பற்றிய மீளாய்வு 250
ஹெய்டெ கெர்ஸ்டன்பெர்கர்

பங்களிப்பாளர்கள்

ஹன்ஸ்-ஜார்ஜ் பக்ஹவுஸ் ஃபிராங்க்ஃபர்ட்டில் வேலை செய்கிறார்; அவர் *'சூர் டயலக்டிக் டெர் வெர்ட்ஃபார்ம்'*, ஏ. ஷ்மிட் *(தொகுத்தது), பெய்ட்ரேக சூர் மார்க்சென் எர்கென்ட்னிஸ்தியோரீஸ், ஃபிராங்க்ஃபர்ட்* (Zur dialektic der Wertform in A. Schmidt (ed.) Beiträge zuer Marxschen Erkentnistheories, Frankfurt), *1969; 'மெட்டீரியலியன் சூர் ரீகன்ஸ்ட்ருக்ஷியோன் டெர் மார்க்ஸ்சென் வெர்ட்தியோரி', கெசல்ஷாஃப்ட்: பெய்த்ரேக சூர் மார்க்ஸ்சென் தியோரீ, தொகுதி 1, ஃபிராங்க்ஃபர்ட்* (Materialien zur Rekonstruktion der Marxschen Werttheorie, Gesellschaft: Beitrage zur Marxschen Theorie, vol. 1, Frankfurt), *1974; 'ஜூம் ப்ரோப்ளேம் டெஸ் கெல்டஸ் அல்ஸ் கோன்ஸ்டிடுயன்ட்ஸ் ஓடர் அப்ரியாரி டெர் யோகனோமிஷன் கேகன்ஸ்டேண்ட்ளிஷ்கைட்', புரோக்லா எண் 63,* பெர்லின் ('Zum Problem des Gelds also Konstituents oder Apriori der ökonomischen Gegenständlichkeit', Prokla no.63, Berlin), *1986* ஆகியவற்றின் ஆசிரியர். *ஹன்ஸ்-ஜார்ஜ் பக்ஹவுஸ் கெசல்ஷாஃப்ட்: பெய்ட்ரேக சூர் மார்க்ஸ்சென் தியோரீ* (Gesellschaft I Beiträge zur Marxschen Theorie) -ன் இணை ஆசிரியர்.

வெர்னர் போன்ஃபெல்ட் எடின்பர்க் பல்கலைக் கழகத்தில் அரசியல் துறை விரிவுரையாளர். *'தி ரீஃபார்முலேஷன் ஆஃப் ஸ்டேட் தியரி',* கேபிடல் & கிளாஸ், *எண்.33* ('The Reformulation of State Theory', 'Capital & Class, no.33), *1987; 'ஓப்பன் மார்க்சிசம்', காமன் சென்ஸ்,* எண் *1* ('Open Marxism', Common Sense, no. 1), *1987* ஆகிய நூல்களின் ஆசிரியர்; *(ஜான் ஹாலவேயுடன்)* சேர்ந்து போஸ்ட்-ஃபோர்டிசம் அண்ட் சோசியல் ஃபார்ம், லண்டன் (Post-Fordism and Social Form, London), *1991* என்ற நூலை தொகுத்தவர். *வெர்னர் போன்ஃபெல்ட் கான்ஃபரன்ஸ் ஆஃப் சோசியலிஸ்ட் எகனாமிஸ்ட்* (Conference of Socialist Economists) -ல் *முனைப்பாக செயல்படுபவர். கேபிடல் & கிளாஸ்* (Capital & Class) ஆசிரியர் குழுவின் உறுப்பினர். *காமன் சென்ஸ்* (Common Sense) ஆசிரியர் கூட்டமைப்பின் உறுப்பினர்.

சைமன் கிளார்க் கான்ஃபரன்ஸ் ஆஃப் சோசியலிஸ்ட் எகனாமிஸ்ட் (Conference of Socialist Economists) -ன் ஒரு நிறுவிய உறுப்பினரும் நீண்டகால செயல்பாட்டாளரும் ஆவார். மார்க்சியக் கோட்பாடு *துறையில் அவர் நிறைய எழுதியுள்ளார். அவர் த ஃபவுண்டேஷன்ஸ் ஆஃப் ஸ்ட்ரக்சரலிசம்* (The Foundations of Structuralism); *மார்க்ஸ், மார்ஜினலிசம் அண்ட் மாடர்ன் சோசியாலஜி* (Marx, Marginalism and Modern

Sociology); *கீனீசியனிசம், மானிடரிசம் அண்ட் த கிரைசிஸ் ஆஃப் ஸ்டேட்* (Keynesianism, Monetarism and the Crisis of the State) ஆகியவற்றின் ஆசிரியர், *த ஸ்டேட் டிபேட்*, லண்டன் (The State Debate, London), *1991*ன் தொகுப்பாசிரியர். அவர் வார்விக் பல்கலைக்கழகத்தில் (Warwick University) கற்பிக்கிறார், தற்போது மார்க்சிய நெருக்கடி கோட்பாடு (Marxist crisis theory) பற்றிய ஒரு புத்தகத்தை எழுதிக் கொண்டிருக்கிறார்.

ஹெய்டெ கெர்ஸ்டன்பெர்கர் ப்ரெமன் பல்கலைக் கழகத்தில் (Bremen University) முதலாளி வர்க்க சமூகமும் அரசும் பற்றிய கோட்பாட்டு பேராசிரியர். அவர் மார்க்சிய அரசுக் கோட்பாடு, ஏழ்மையை கட்டுப்படுத்துவதும் நிர்வகிப்பதும் (policing and administration of poverty), ஃபாசிசம் ஆகியவை பற்றி நிறைய எழுதியுள்ளார். தற்போது கடல்பயணத்தின் சமூக வரலாறு தொடர்பாக ஆய்வு செய்கிறார். அவர் 'கிளாஸ் கான்ஃப்ளிக்ட், காம்பெடிஷன் அண்ட் ஸ்டேட் ஃபங்ஷன்ஸ்', ஜே ஹோலவே/எஸ். பிக்கியாட்டோ *(தொகுப்பாளர்கள்) ஸ்டேட் அண்ட் கேபிடல்: எ மார்க்சிஸ்ட் டிபேட்*, லண்டன், ('Class Conflict, Competition and State Functionssm, J. Holloway/S. Picciotto (eds.) State and Capital: A Marxist Debate, London), *1978;* 'ஹண்டெல்ன் உண்ட் வாண்டெல்ன்'*: அன்மெர்க்குங்கன் சூ அந்தோனி கிட்டன்ஸ் தியோரெடிஷர் கோன்ஸ்டிட்யூஷன் டெர் கெசல்ஷாஃப்ட்', ப்ரோக்லா எண் 71,* பெர்லின் ('Handeln und Wandeln: Anmerkungen zu Anthony Giddens theoretischer Konstitution der Gesellschaft', Prokla no. 71, Berlin), *1988;* 'ஸ்ட்ரூக்டூரன் யவ்ஷ்சென் நிஷ்ட்: யூபர் டீ பெவேகுங்ஸ் ஃபார்ம் டெர் ஃபிரான்ஸ்யோசிஷன் ரெவல்யூஷன்', *புரோக்லா 75,* பெர்லின், ('Strukturen jauchzen nicht: Uber die Bewegunsform der Franzâsischen Revolution', Prokla no. 75, Berlin), *1989* ஆகியவற்றின் ஆசிரியர். டி. ஷ்மிட்டுடன் (D. Schmidt) *நார்மலிடேட் ஓடர் நார்மலிசியருங்? கெஷிஷ்ட்வெர்க்ஸ் டேட்டன் உண்ட் ஃபாஷிஸ்முஸ்அனலைச, முன்ஸ்டர்,* (Normalität oder Normalisierung? Geschichtswerkstütten und Faschismusanalyse, Münster) *1988*-ன் இணையாசிரியர்; *டீ சுப்யெக்டிவ்லோஸ் கெவால்ட், முன்ஸ்டர்,* (Die Subjektivlose Gewalt, Münster), *1990*-ன் ஆசிரியர். எ.ஜி. தியெனுடன் *(பி.- G. Thien)* இணைந்து 'தியோரீ உண்ட் கெஷிஷ்ட டெர் ப்யுர்கர்லிஷன் கெசல்ஷாஃப்' ('Theorie und Geschichte der biirgerlichen Gesellschaft') என்ற தொடரின் தொகுப்பாசிரியர்.

ரிச்சர்ட் குன் (Richard Gunn) எடின்பர்க் பல்கலைக் கழகத்தில் அரசியல் துறையில் அரசியல் கோட்பாட்டு விரிவுரையாளராக உள்ளார். அவர் 'மார்க்சிசம் அண்ட் ஐடியாஸ் ஆஃப் பவர் அண்ட் பார்ட்டிசிபேஷன்', ஜே.புளூம்ஸ்ஃபீல்ட்-ல் *(தொகுப்பு)* ('Marxism and Ideas of Power and Participation', in J. Bloomfield (ed.)), *கிளாஸ் ஹெஜிமனி அண்ட் பார்ட்டி, லண்டன்* ('Class Hegemony and Party', London), *1977;* 'இஸ் நேச்சர் டயலெக்டிகல்', *மார்க்சிசம் டுடே, தொகுதி 21, எண் 2, லண்டன்* ('Is Nature Dialectical', Marxism Today, vol.21, no. 2, London), *1977;* 'பிராக்டிக்கல் ரிஃப்ளெக்சிவிட்டி இன் மார்க்ஸ்' மற்றும் 'மார்க்சிசம் அண்ட் மீடியேஷன்', *காமன் சென்ஸ், எண் 1, 2, எடின்பர்க்* ('Practical Reflexivity in Marx' and 'Marxism and Mediation', Common Sense, nos 1 and 2, Edinburgh), *1987;* 'மார்க்சிசம் அண்ட் ஃபிலாசஃபி: எ கிரிட்டிக் ஆஃப் கிரிட்டிக்கல் ரியலிசம்', *கேபிடல் & கிளாஸ், எண். 37, லண்டன்* ('Marxism and Philosophy: A Critique of Critical Realism', Capital & Class, no. 37, London), *1989;* 'மார்க்சிசம், மெட்டாதியரி அண்ட் கிரிட்டிக்', வெர்னர் போன்ஃபெல்ட்/ஜான் ஹாலவே-ல் *(தொகுப்பு)* ('Marxism, Metatheory and Critique', in W. Bonefeld/J. Holloway (eds)), *போஸ்ட் ஃபோர்டிசம் அண்ட் சோசியல் ஃபார்ம், லண்டன்* ('Post Fordism and Social Form', London), *1991;* 'ரீக்ளெய்மிங் எக்ஸ்பீரியன்ஸ்', *சயின்ஸ் அஸ் கல்ச்சர், எண் 11, லண்டன்* ('Reclaiming Experience', Science as Culture no 11, London), *1991* ஆகிய நூல்களை எழுதியுள்ளார். 'மார்க்சிசம் அண்ட் காமன் சென்ஸ்', *காமன் சென்ஸ், எண். 11, எடின்பர்க்* ('Marxism and common sense', Common Sense, no. 11, Edinburgh), *1991* என்ற நூல் அவரது மிகச் சமீபத்திய படைப்பு. ரிச்சர்ட் குன் கான்ஃபரன்ஸ் ஆஃப் சோசலிஸ்ட் எகனாமிஸ்ட்ஸ் (Conference of Socialist Economists) என்ற அமைப்பில் முனைப்பாக செயல்படுகிறார், *கேபிடல் & கிளாஸ்* (Capital & Class) -ன் ஆசிரியர் குழுவில் உறுப்பினராகவும், *காமன் சென்ஸ்* (Common Sense) -ன் ஆசிரியர் கூட்டமைப்பில் உறுப்பினராகவும் உள்ளார்.

காஸ்மாஸ் சைக்கோபீடிஸ் (Kosmas Psychopedis) ஏதென்ஸ் பல்கலைக் கழகத்திலும் ஃபிராங்க்ஃபர்ட் பல்கலைக் கழகத்திலும் படித்தவர். க்யோட்டிங்கன் பல்கலைக் கழகத்திலும் ஏதென்சில் உள்ள அரசியல் விஞ்ஞானத்துக்கான பான்டியோஸ் பள்ளியிலும் (Panteios School of Political Science) பேராசிரியராக இருந்தவர். அவர் இப்போது ஏதென்ஸ் பல்கலைக் கழகத்தின் பொருளியல் துறையில் பேராசிரியர் பதவியில் உள்ளார். அவரது வெளியீடுகளில் 'டி ம்யோக்ளிஷ்கைட் டெர் கெசல் ஷாஃப்ட்ஸ் ஃபிலாசஃபி பை ஹெகல்', *கெசல்ஷாஃப்ட்: பைட்ரேக ஜுர் மார்க்ஸ்ஷன் தியோரீ, தொகுதி 5, ஃபிராங்ஃபர்ட்* a.M ('Die Moeglichkeit der Gesellschaftsphilisophie bei Hegel', Gesesselschaft: Beitraege zur Marxschen Theorie, vol 5, Frankfurt a.M.), *1975;* 'நோட்ஸ் ஆன் மீடியேஷன் அனாலிசிஸ்', *காமன் சென்ஸ், எண் 5* ('Notes on Mediation-Analysis', Common Sense, no. 5), 1988; 'கிரைசிஸ் தியரி இன் த கன்டம்ப்ரரி சோசியல் சயன்சஸ்', வெர்னர் போன்ஃபெல்ட், ஜான் ஹாலவே-யில் *(தொகுப்பு), போஸ்ட்*

ஃபோர்டிசம் அண்ட் சோசியல் ஃபாரம், லண்டன் ('Crisis of Theory in the Contemporary Social Sciences', in W. Bonefeld and J. Holloway (eds), Post Fordism and Social Form, London), *1991; உன்டர்சூகுங்கன் ஜுர் பொலிட்டிஷன் தியோரி இ.கான்ட்ஸ், க்யோட்டிங்கன்* (Untersuchungen zur politischen Theorie I. Kants, Goettingen), *1980; கெஷிஷ்ட உண்ட் மெதோட, ஃபிராங்க்ஃபர்ட்* a.M/ *நியூயார்க்* (Geschichte unde Methode, Franfurt a.M/New York), *1984* ஆகியவை *அடங்கும்.*

நன்றியறிவிப்பு

கார்டன் ஃபின்லேசன், உல்ரிச் ஹாசெ (பக்ஹவுஸ்) இயோலி *படேலிஸ் (சைக்கோபீடிஸ்)* ஆகிய மொழிபெயர்ப்பாளர்களுக்கு எங்கள் நன்றிகளை தெரிவிக்க விரும்புகிறோம். எடின்பர்க் பல்கலைக்கழகம் வழங்கிய நிதிநல்கை எங்களது தொகுப்புப் பணியை ஒருங்கிணைப்பதை சாத்தியமாக்கியது.

அறிமுகம்

வெர்னர் போன்ஃபெல்ட், ரிச்சர்ட் குன், சைக்கோபீடிஸ்

மார்க்சியம் நெருக்கடியில் உள்ளது என அல்தூசர் 1978-ம் ஆண்டு அறிவித்தார்.[1] 1980-ம் ஆண்டுகளில் இந்த நெருக்கடி முற்றியதாகவே தெரிகின்றது: 'புதிய வலது' மற்றும் தாராளவாதத்தின் மீளெழுச்சி, 'எதார்த்த' நாணயவாதத்தில் சோசலிசக் கட்சிகளையும், சமூக ஜனநாயகக் கட்சிகளையும் உள்ளடக்கியது, அந்த பத்தாண்டுகளின் இறுதியில் கிழக்கு ஐரோப்பாவில் சோசலிச அரசுகள் நொறுங்கிச் சரிந்தது. அனுதாபம் கொண்டவர்களுக்கு 'சமகால மோஸ்தர் இல்லை' என்றும் மற்றவர்களுக்கு 'காலத்திற்குப் பொருந்தாதது' என்பதாகவும் மார்க்சியம் ஆகிப்போனது. 'புதிய காலம்' என்பதை அறிவிப்பதாக 'பிந்தைய-மார்க்சியம்' இருந்தது. ஆனால் பல சமயங்களில் அது 'மார்க்சிய வெறுப்பு' என்பதிலிருந்து பிரித்துக் காணும் வேறுபாடு அற்றதாக இருந்தது. ஆனால் இவை எல்லாவற்றிலும் இலக்காக இருந்தது, மார்க்சியக் கோட்பாடுகளும் - செயல்பாடுகளும்தான். இதற்கு பல்வேறு வகையில் 'இறுதி அஞ்சலி' வாசிக்கப்பட்டது. உண்மையில் 'நெருக்கடி'யில் இருப்பதாக அல்தூசரால் அறிவிக்கப்பட்ட மார்க்சியம் குறிப்பாக கட்டமைப்புவாத மார்க்சியத்தின் (Structuralist Marxism) அவரது தொடக்ககால பிரதிகள் தீர்க்கதரிசனம் வழங்கிய ஒரு தளுக்கான நிர்ணயவாதம்தான். முரண்நகையாக 1980-களில் 'ஒழுங்காற்றல் அணுகுமுறை' என அறியப்பட்டதால் போதிக்கப் பட்டதாக கட்டமைப்புவாத மார்க்சியத்தின் கிளைகள் செழித்து வளர்ந்தன. புதிய வலதுசாரிகளின் சமூகவியலை வெல்ல தனது சொந்த சமூகவியலை துருப்புச் சீட்டாக இறக்கி ஆடவேண்டும் என மார்க்சியம் கருதியது போலத் தோன்றுகிறது. பின்-ஃபோர்டிசம் எனச் சுட்டப்பட்ட காட்சிகளான கணினி, மைக்ரோ சில்லு புரட்சி போன்ற புதிய தொழில்நுட்பங்களை கொண்டாடுதல், புதிய வரலாற்றுக் காலம் நெருங்கிவிட்டது என ஆருடம் கூறுதல் ஆகியவற்றில் தொழில்நுட்ப நிர்ணயவாதமும் சமூக மாற்றம் பற்றிய இலக்குவாத கருத்தாக்கமும் தோன்றி வளர்ந்தது போல, 'அறிவியல்வாதம்' (Scientism) என்பதற்குள் சறுக்கி விடும் எல்லா சமூகவியல் திட்டங்களுக்கும் இருக்கும் அபாயத்திற்கு மார்க்சியமும் உள்ளாகி விழுந்தது. சில சமயங்களில் மார்க்சிய கோட்பாட்டு தளத்தையும் அரசியல் தளத்தையும் புதிய

வலது, தாராளவாதம் பீடிப்பது வெளிப்படையாக இருந்தது: 'கரணிய தேர்வு மார்க்சியம்' (Rational Choice Marxism) என்பது, மார்க்ஸ் காலமெல்லாம் கண்டனம் செய்த சுயநலமிக்க தனிநபர் எனும் தனித்தொங்குபவரை மையமாகக் கொண்டு சுழன்றது. அத்தோடு ஒப்பிட சமூகவியலின் அறிவியல்வாதம் கூட முற்போக்கானதாக தோற்றமளித்தது. அது நோக்கமற்ற விளைவுகள், சமன்நிலைகள் ஆகியவை முக்கிய அம்சமாக விளங்குவதாய் அல்தூசர், 'சமூக தாக்கம்' என அழைக்கும் நிலையை ஒட்டியதாக இருந்தது. இவை எல்லாவற்றிலும் மார்க்சியத்தின் 'இயக்கவியல்' எனும் பரிமாணம் முதன்மையான பலிகடா ஆகியது. 1980-களில் மிகவும் காத்திரமான மார்க்சிய முறைபாட்டுப் பள்ளிகளில், உதாரணமாக 'விமர்சனபூர்வ எதார்த்தவாதம்' என்பதில் உண்மையில் 1890-ம் ஆண்டுகளில் மார்க்சியத்தில் ஒலித்த பழைய கோஷமான 'மீண்டும் கான்டிடம் செல்வோம்' (Back to Kant) என்பதே உரத்து ஒலித்தது. உண்மையில் ஆங்கில உலகின் கான்டிய நோக்கான பகுப்பாய்வு ரீதியான தத்துவம் என்பதற்குச் செல்லக் கோரியது. சமூகவியல் கான்டிய அல்லது நவ-கான்டியத்தில் வேர்கொண்டதாக இருக்கும் அளவில் மீண்டும் சமூகவியலின் 'முடிவாக்கத்துக்கும்' (Closure) 'நேர்காட்சி வாதத்துக்கும்' (Positivism) கூட திரும்பிச் செல்லக் கோரியது.[2]

இதுபோன்ற முறைபாட்டு பிறழ்வுக்கு மார்க்சிய சமூகக் கோட்பாட்டில் ஒத்த நிகழ்வு உள்ளது. கவனத்தில் கொள்ள வேண்டிய முக்கியமான நிகழ்வு கீனிசியனிசத்தின் நெருக்கடியும் நாணயவாத பார்வைகளின் மீளெழுச்சியும் ஆகும். இந்த நெருக்கடி, அல்தூசர், புலண்ட்ஸஸ் ஆகியோர் முன்னிறுத்திய 'கட்டமைப்புகளின் மார்க்சியம்' என்பதிலும் நெருக்கடியைத் தோற்றுவித்தது. அது, இப்போது முடிவு நிச்சயமாகத் தெரிந்த கட்டமைப்புகளை தனது ஆய்வுப் பொருண்மையாக கொண்டிருந்ததால் நெருக்கடிக்கு உள்ளானது. சமூக உறவுகளை நெகிழ்வாக்கம் (Flexibilisation)[3] என்ற அடிப்படையில் மறுவார்ப்பு செய்யும் முயற்சியும், மிகவும் நுண்ணுணர்வு கொண்ட சந்தை உறவுகளும் (இந்தச் சமயத்தில், சர்வதேச நாணயச் சந்தைகள் மூலம் செலுத்தப்பட்டது) என்ற அடிப்படையில் சமூக உறவுகளை மறுவாசிப்பு செய்யும் முயற்சி மார்க்சிய சமூகக் கோட்பாடாக்கம் என்பதையே முழுமையாக முடிவுக்கு கொண்டு வந்துவிட்டதாக பிரகடனம் செய்யப்பட்டது. 1980-ம் ஆண்டின் பொருளாதார செழிப்பு இந்த முயற்சிக்கு வலுவூட்டியது. இப்படி கீனிசிய அரசின்[4] பொருத்தப்பாடு குறித்த நெருக்கடியும் 'மார்க்சியத்தின் நெருக்கடி'யையும் ஒன்றெனக் காட்டலாம். இந்த பகுப்பாய்வை ஏற்றுக்கொள்ளும் மார்க்சியம் நிராயுத பாணியாக ஆகிவிடுகின்றது. அறிவியல்வாதத்தை கைக்கொண்ட

மார்க்சியத்துக்குள் கட்டமைப்புகள் என்பவற்றை மீண்டும் பகுப்பாய்வின் அலகுகளாக மீள்வரையறுப்பும் மீள்திரட்டலும் செய்யும்போது, வரலாற்று சட்ட பிரிவுகள் (ஃபோர்டிச/பின்ஃபோர்டிச என்ற வகையில்),[5] இறுதியில் வேபரின் இலட்சியவாத சொல்லாடலையும் தனிநபர் முகமைகள் ஒரு சந்தை கட்டமைப்பிற்குள் கொண்டிருக்கும் வகிபாகம் ஆகியவற்றையும் தனித்து விளங்கும் சமூக அரசியல் நிலைகளையும் சார்ந்து இருக்க வேண்டியுள்ளது. ஒழுங்காற்றல் அணுகுமுறை, எடுத்துக்காட்டாக 1980-களில் சீர்திருத்தப்பட்ட வேறு மொழியில் கூறப்பட்ட கீனிசியனிசத்தை சார்ந்தது அதாவது புதிய காலத்திற்கு பொருத்தமான கீனிசியனிசம் என்று கூறப்படுவதையே சார்ந்திருக்க வேண்டியுள்ளது. 1980-களின் காலகட்டம் ஒரு தற்காலிக மாறிச் செல்லும் காலகட்டம் என எளிதாக புறந்தள்ளப்பட்டது. அந்தக் காலகட்டம் குறித்து வழக்கமான முன்கணித்துச் சொல்லி நியாயப்படுத்தல் (மார்க்சியத்தை புதுமைப்படுத்துவது என்பதாக இற்றைப்படுத்துவது என்பதாக) சாத்தியமாக இல்லை என்பதால் இப்படி புறமொதுக்கப்படுகின்றது. 1980-களின் மார்க்சியம் இப்படி சமகாலத்தின் எதார்த்த இருப்புநிலையை (அதன் சித்தாந்த முன்வைப்புகளையும்) அப்படியிருப்பதற்கான காரணத்தை நியாயப் படுத்துவதாக, அதனுடைய பணி முதலாளித்துவ நாயின் வாலைத் துரத்தி ஓடுவதாக இருந்தது. இரண்டு அவதானங்கள் இந்தக் கருத்துகளில் இருந்து ஏற்படுகின்றன. சமகாலத்து கட்டமைப்புகளின் நெருக்கடி என்பதோடு தன் ஆய்வுப் பரப்பைச் சுருக்கிக்கொள்ளும் மார்க்சியம் தன் கூரிய பார்வையை இழக்கிறது. இந்த வகையில் அது கட்டமைப் புகளின் நெருக்கடியை தன் நெருக்கடியாக ஆக்கிக் கொள்கின்றது. சமூக முரண்பாடுகளும் புரட்சிகர செயல்பாடும் அதன் பார்வைப் பரப்பில் இருந்து மறைந்துவிடுகின்றன. இரண்டாவது, 1980-களின் மார்க்சியம் வந்தடையும் முடிவு. உண்மையில் சமூக மாற்றங்களை அவற்றின் தோற்றங்களை மட்டும் வைத்து முடிவு செய்யும் மார்க்சியம் எதார்த்தத்தை விமர்சனமின்றி தவிர்க்க முடியாதது என ஏற்றுக் கொள்கிறது. அதன் மூலம் அதனை மாற்றுவதற்கான சாத்தியப்பாடுகளை தானே மறுத்துவிடுகின்றது. எதார்த்தத்தில் இல்லாத அனைத்தையும் சாத்தியமற்றதாகக் கருதுகின்றது. இப்படி 1980-களின் எல்லா மார்க்சிய போக்குகளையும் அறிவியல்வாதம், நேர்காட்சிவாதம் கொண்ட 'மூடுண்ட' மார்க்சியம் ('Closed' Marxism) என வகைப்படுத்தலாம். மார்க்சியம் காலத்தில் பின்தங்கிவிட்டது. எனவே தோற்கடிக்கப்பட்டு விட்டது என்பதை தாமே ஏற்றுக்கொண்டவையாக 1980-களின் மார்க்சியப் போக்குகள் வலுவில்லாதவையாக நமக்குக் காட்சியளிக்கின்றன.

மேலெழுந்தவாரியாகப் பார்த்தால் சரியானதாகத் தெரியும் இந்தத் தேற்றம், அந்தக் காலகட்டத்தின் சமூக கருத்து கட்டமைப்பின், அதன் நாணய மறுபுறமாக உழைக்கும் வர்க்கத்தின் மீதான அதன் மூர்க்கமான தாக்குதலின் மூலம் தனது மேலோட்டமான சாத்தியப்பாட்டைப் பெறுகிறது.

எனவே, சரியான காலத்தில் அளிக்கப்படும் ஒரு மாற்று நோக்கு: திறந்த மார்க்சியம். 'திறந்த நிலை' இங்கே ஒரு அனுபவரீதியான ஆய்வுத் திட்டம் என்பதை மட்டும் சுட்டவில்லை. அதுமட்டும் என்றால் அது வெறும் நேர்காட்சிவாதம் என்பதிலிருந்து பிரித்தறிய முடியாததாக இருக்கும். இங்கே திறந்த நிலை என்பது பல்வேறு மார்க்சிய கருத்தினங்களுக்கும் உரியது. அத்தகைய திறந்த நிலை - அகம்-புறம் முரணியக்கம், வடிவம்-உள்ளடக்கம் முரணியக்கம், கோட்பாடு-செயல்பாடு முரணியக்கம், எப்போதும் நெருக்கடி மீளும் சாத்தியம் கொண்ட சமூக உலகின் வளர்ச்சியின் உள்ளாகவும் அதன் ஊடாகவும் கருத்தினங்களை உருவாக்குவதும் மீளுருவாக்குவதும் என்ற முரணியக்கம் ஆகியவற்றில் இருப்பது. நெருக்கடி என்பது முரண்பாடுகளைக் குறிக்கின்றது; அவற்றின் தொடர் இயக்கத்தைக் குறிக்கின்றது. இந்த இயக்கம் கட்டமைப்புவாத மார்க்சியம், நிர்ணயவாத மார்க்சியம் இரண்டின் தேங்கிய நிலைக்கு அடிப்படையாக இருந்து அதனை பலவீனப்படுத்துகிறது. வெறுமனே ஆதிக்கம் குறித்த கோட்பாடாய் மட்டும் இல்லாது - ஏனெனில் 'ஆதிக்கம்' பற்றி மட்டும் பேசுவது, அது ஏதோ மாற்றங்களுக்கு உள்ளாகாதது போலவும் நிலையாய் நகர்வின்றி தனது எடையால் நிலைத்து நிற்பது போலவும் தோற்றத்தை உருவாக்குகின்றது - திறந்த மார்க்சியம் ஆதிக்கம் என்பதன் உட்கூறுகளாய் இருக்கின்ற முரண்பாடுகள் குறித்து கோட்பாடாக்கம் செய்கின்றது. நெருக்கடி என்பதை முரண்பாடு என்ற கருத்தினமாக புரிந்து கொள்ளும் போது அபாயத்தை மட்டுமல்லாது நல்வாய்ப்பையும் குறிக்கிறது. கோட்பாட்டிற்குள் நெருக்கடி ஒரு விமர்சனமாக தன்னை வெளிப்படுத்துகின்றது.

கோட்பாடு (அது செயல்பாட்டை கேள்விக்கு உள்ளாக்குகின்றது), செயல்பாடு (இது விமர்சனத்திற்கான சட்டகத்தை உருவாக்குகின்றது) ஆகிய கருத்தினங்களுக்கிடையே ஒன்றையொன்று பாதிக்கும் ஊடாடல்கள் கொண்டதாக இருக்கும் வகையில் விமர்சன பகுப்பாய்வு திறந்த நிலையானதாக உள்ளது. மார்க்சியத்தின் திறந்த நிலை (அல்லது மூடுண்ட நிலை) பற்றிய வினா கார்ல் பாப்பரின் 1940-ம் ஆண்டு சச்சரவு அளவிற்கு பழையதுதான்.[6] மேலும், மூடுண்ட வறட்டுவாதம்

எனும் பாப்பரின் குற்றச்சாட்டு நிர்ணயவாத மார்க்சியம் (இயக்கவியல் வகைபாடாக இருக்கலாம் அல்லது கட்டமைப்புவாத வகைபாடாக இருக்கலாம்) என்பதற்கு பொருந்தக்கூடியதே. மூடுண்ட நிலை என்பது இங்கே, தாம் கோட்பாடாக்கம் செய்யும் சமூகங்களுக்கு மட்டும் தம்மை வரம்பிட்டுக் கொள்வதாகும். அத்தோடு அந்த சமூகங்களின் இருப்பையும் இயக்கத்தையும் மேலெழுந்த வகையில் எடுத்துக் கொள்வதும் ஆகும். இந்த தொகுப்பின் தலைப்பு சுட்டும் திறந்த மார்க்சியம் என்பதன் திறந்த நிலை பாப்பர் வரையறுக்கும் 'திறந்த நிலை' அல்ல. பாப்பருக்கு 'திறந்த நிலை' என்பது தொடர்ச்சியான அனுபவ பூர்வ பரிசீலனைக்கு இடமளிக்கும் தன்மை ஆகும். எங்களைப் பொறுத்தவரையில், அவ்வாறு பரிசீலனைக்கு இடமளிக்கும் தன்மை இருப்பதும், கருத்தினங்கள், முறைபாடுகள், கருத்தாக்கங்கள் ஆகியவற்றில் மூடுண்ட நிலை இருப்பதும் ஒரே சமயத்தில் தொடரலாம், அதாவது, ஒரு மூடப்பட்ட சமூக உலகத்தைப் பிரதிபலிக்கும் (போற்றும்) 'அறிவியல்வாதம்' என்ற வகையிலான மூடுண்ட மார்க்சியம் அப்படி இருக்கவியலும். பரிசீலனைக்கு இடமளிப்பது மட்டுமே திறந்த மார்க்சியம் என்பதற்கு போதுமானதல்ல. திறந்த நிலை என்பது எங்களுக்கு முதலில் கருத்தினங்கள் குறித்தது, பரிசீலனைக்கு இடமளிப்பதாக இருப்பது இரண்டாம்பட்ச நிலைதான். முரண்பாடுகள் நிரம்பிய உலகினைப் பகுப்பாய்வு செய்து புரிந்துகொள்ள உதவுவதாக கோட்பாடுகள் தம்மை உருவாக்கிக் கொள்ளும் திறந்த நிலை ஆகும்.

நாங்கள் கூறும் திறந்த நிலை என்பதற்கு மாறாக 'மூடுண்ட நிலை' என்பது குறித்த எங்கள் புரிதல் என்ன என்பதை சற்றே விளக்குவது உதவியாக இருக்கும். 'மூடுண்ட' மார்க்சியம் என்பது பின்வரும் இரண்டு அம்சங்களில் ஒன்றை அல்லது இரண்டையுமே கொண்டிருக்கும். ஒன்று, தனது சமகால உலகின் பார்வை எல்லையை (அதாவது வரம்புகளை) தனது கோட்பாடுகளின் பார்வை எல்லையாக (அதாவது வரம்புகளாக) கொண்டிருக்கும். இரண்டாவது, அது மானுட முகமை என்பதற்கு வகிபாகமில்லாத வினைவிளைவு தொடராக அல்லது இலக்குவாதமாக [எல்லாமே முன்கூட்டி கூற முடியக்கூடியதாக வரலாறு ஒரு குறிப்பிட்ட முடிவை நோக்கி வேறு வழியே இல்லாது செல்லக் கூடியது என்பது போன்ற பார்வை-மொ.பெ.] உள்ள நிர்ணயவாதத்தை பிரகடனப் படுத்துகிறது. இந்த இரண்டில் ஒன்றை அல்லது இரண்டையுமே தனது பண்பாக கொண்டிருப்பது மூடுண்ட மார்க்சியம். (கார்ல் பாப்பரின் நோக்கில் 'மூடுண்ட நிலை' என்பது இந்த இரண்டாவது பண்பைக் கொண்டிருப்பது மட்டுமே). பார்வை எல்லையை ஒப்புக்கொள்ளும் கோட்பாடு அதன் தவிர்க்கவொண்ணாமையை ஏற்றுக்கொண்டாக

வேண்டும் என்பதாலும் நிர்ணயவாதம் சமகால உலகின் முரண்பாடுகளின் விளைவாக உருவாகும் வரம்புகளை முடிவானவை என்றே ஏற்றுக்கொள்வதாலும் மூடுண்ட தன்மையின் இந்த இரு பண்புகளும் ஒன்றோடொன்று தொடர்புடையவை.

இப்படியிருக்க திறந்த தன்மையிலான மார்க்சியம் தனது, தாக்குதல் இலக்காகக் கொள்ள வேண்டியது 'மாய்மாலம்' (Fetishism) என்பதைத் தான். சமூக உறவுகளை, 'பொருட்கள்-போன்றவையாக', உறவுகளை ஏதோ உற்பத்திச் சரக்கு போன்றதாக கருதல் (Commdified), அவற்றை வெறும் கட்டமைப்புகளாக கோட்பாடுகளில் கட்டியமைத்தலும், நடைமுறையில் கட்டுவிப்பதுமே இந்த மாய்மாலம். இவை எல்லாம் ஏதோ மானுட முகமைக்கு அப்பாற்பட்டவை என்பது போல கருதுவதே இந்த மாய்மாலம். மூடுண்ட மார்க்சியம், இப்படி மாய்மாலமாக்கப்பட்ட கோட்பாட்டை திறந்த மார்க்சியத்தின் 'மாய்மாலங்கள்' பற்றிய விமர்சனபூர்வமான கோட்பாட்டிற்கு மாற்றாக முன்வைக்கின்றது. மாறிவரும் முரண்பாடுகள் என்பதற்கு எதிராக மூடுண்ட மார்க்சியம் மாய்மாலத்தை உருவாக்கி மீஉற்பத்தி செய்து கொண்டே அதனை எதிர்ப்பதாக வாய்ச்சொல் கூறுகின்றது. கட்டமைப் புகளின் நெருக்கடிகள் மார்க்சியத்தின் நெருக்கடிகள் என்பதாகக் கூறுகின்றது. கட்டமைப்புகள் என்பதையே தனது பகுப்பாய்வுச் சட்டகமாகக் கொண்டிருப்பதால் 'நெகிழ்வுத்தன்மை' குறித்து பேசினாலும் அதன் கோட்பாடுகள் நெருக்கடிக்கு உள்ளாகின்றன. எனவே இந்த 'மாய்மாலம்' என்பதே நேரடியாகவோ, மறைமுக மாகவோ இந்தத் தொகுப்பின் கட்டுரையாளர்களின் பகுப்பாய்வின் தாக்குதல் இலக்காக இருக்கின்றது.

திறந்த மார்க்சியம் முழுக்க முழுக்க இதுவரை உலகறியாத புதிய அணுகுமுறை எனச் சொல்லத் துணியவில்லை. அதற்கு நேர்மாறானது. 20-ம் நூற்றாண்டின் தொடக்கத்தில் இருந்தே மையநீரோட்ட மார்க்சியம், கல்விப்புல மார்க்சியம் ஆகியவற்றுக்கு அக்கம்பக்கத்தி லேயே வெளியே அதிகம் அறியப்படாமலேயே திறந்த மார்க்சிய பாரம்பரியமும் இருந்து வந்துள்ளது. லக்சம்பர்க், தொடக்ககால லூகாக்ஸ், கோர்ஷ், ப்ளோஹ், அடோர்னோ, ரூபின், பஷூகானிஸ், ராஸ்டோல்ஸ்கி, ஜொஹான்னஸ் அக்னோலி போன்ற ஆளுமைகளை திறந்த மார்க்சிய பாரம்பரியத்தில் சேர்க்கலாம். ஜொஹான்னஸ் அக்னோலியிடமிருந்தே இந்நூலின் தலைப்பைப் பெற்றோம்.[7] இது போன்ற பட்டியல்கள் எப்போதும் பிரச்சினைக்கு உரியவைதான். இந்தத் தொகுப்பின் கட்டுரை ஆசிரியர்கள் அனைவரும் இந்தப்

அறிமுகம்

பட்டியலில் உள்ள அனைவரையும் குறித்து ஒரே மாதிரியான மதிப்பீடு கொண்டிருக்க மாட்டார்கள். எப்படியிருந்தாலும் இந்த பாரம்பரியம் ஒரு பொதுவான பின்புலத்தை வழங்குகின்றது. அது குறித்து கேள்விகள் எழுப்பப்பட்டுள்ளன. 1970-களில் இந்த பாரம்பரியத்தின் தோற்றுவாய்கள், மீண்டும் பதிப்பித்தல் மூலமும் மொழிபெயர்ப்பு மூலமும் புதுப்பிக்கப்பட்டன. முறைபாடுகள் குறித்த ஒரு நீண்ட தொடராக நடந்த விவாதங்களும் இந்த பாரம்பரியத்திற்கு புத்துயிர்ப்பு அளித்தன. அதே சமயம் பிரிட்டனில் CSE எனப்படும், (CSE: Conference of Socialist Economists), சோசலிச பொருளாதார நிபுணர்களின் மாநாட்டில் உருவான விவாதங்களில் மதிப்பு, உற்பத்தி நிகழ்முறை, அரசு, உலகச் சந்தை, சமூக வடிவம் போன்ற கருத்தினங்கள் குறித்த கருத்துப் பரிமாற்றங்கள் 'நெருக்கடியிலுள்ள கீனிசியனிசத்தின்' பின்னணியில் நடக்க ஆரம்பித்தன.⁸ அடிப்படையான மார்க்சிய கருத்தினங்களின் கருத்தாக்க நிலையையும் அரசியல் நிலையையும் இந்த பன்முக விவாதங்கள் தமது கருப்பொருளாய் கொண்டிருந்தன. சிறிது காலத்திற்கு, அதுவரையில் முக்கியமற்றதாய் விளிம்புகளில் பேசப்பட்டவை விவாதமேடையின் மையத்திற்கு வந்துவிட்டது போன்ற தோற்றத்தையும் தந்தது. இப்படி மையத்திற்கு வந்ததற்கான காரணம் (உலகப் போருக்கு பிந்தைய காலகட்டத்தில்) 1960-களின் பிற்பகுதியிலும் 1970-களின் முன்பகுதிகளிலும் நடந்த பின்பு ஒரு போதும் இல்லாத அளவில் கூர்மையான வர்க்கப் போராட்டங்கள் ஆகும். இந்த வர்க்கப் போராட்டங்கள் நீர்த்துப் போய். அவற்றுக்கான சமூக ஜனநாயக எதிர்வினை வலுவிழந்து போனபோது பக்க விளைவாக முந்தைய விளிம்புநிலை கோட்பாடு மீண்டும் விளிம்பிற்குத் தள்ளப்பட்டது. எதார்த்தவாத, அறிவியல்வாத நீரோட்டங்கள் 1970-களிலேயே இருந்தன (மூலதன-தர்க்கம், கட்டமைப்புவாதம், எதார்த்தவாதம் - எவ்வளவுதான் விமர்சனபூர்வமானது என்றாலும், கார்ப்பரேட்டிசத்தை உள்வாங்கிய மார்க்சியம்)⁹ அவை 1980-களின் நிலப்பரப்புகளின் ஏற்ற இறக்கங்களுக்கு ஏற்ப தம்மை தகவமைத்துக் கொண்டு மேலே வந்தன. இப்போது வரும் இந்தத் தொகுப்புகளின் ஒரு நோக்கம், ஒரு வெளியை மீண்டும் திறப்பதாகும். அது 1970-களில் ஓரளவு தொடங்கி வைக்கப்பட்டதுதான். கோட்பாடுரீதியானதும் நடைமுறை சார்ந்ததுமான விமர்சனங்களின் குரல் புதிய பலம் பெறக்கூடியதாக ஒரு வெளியை திறப்பதாகும்.

இந்தத் தொகுப்பு உருவாக்க முனையும் மரபார்ந்த மார்க்சியத்தின் கூறு, திறந்தநிலையின் மையமான கருத்தினம் அதன் விமர்சன பூர்வமான பார்வை ஆகும். திறந்தநிலை என்பதற்கும் விமர்சனப்

பண்பிற்குமான உறவு சிக்கலற்றது. சமூகம் திறந்தநிலை கொண்டதாக வளர்ச்சியும் மேம்பாடும் அடைந்தால் அதன் மூலம் அதன் முரண்பாடுகளும் முற்றினால் அதன் முரண்பாட்டை(களை) அடையாளங் காண்பது, அந்த முரண்பாடுகள் எடுக்கும் வடிவங்களின் நிலை யின்மையை விளக்குவதே. முரண்பாடுகள் நிரம்பிய உலகில் சமூகக் 'கட்டமைப்புகள்' என்பவைக்கு நிரந்தரமற்ற இருப்பே உண்டு. மார்க்ஸ் தனது மூலதனம் நூலிற்கு, 'அரசியல் பொருளாதாரம் மீதான ஒரு விமர்சன பகுப்பாய்வு' என உட்தலைப்பு அளித்தபோது 'விமர்சன பகுப்பாய்வு' என்ற பதத்தை இந்தப் புதிய காலத்தின் பொருளோடு வழக்கில் விட்டார். ஆனால் மார்க்சிஸ்டுகள் 'விமர்சன பகுப்பாய்வு' என்ற பதத்தின் 'பொருள்' மற்றும் 'விசை' குறித்து தமக்குள் விவாதித்து பூசல் கொண்டனர்.

மார்க்ஸ், முதலாளித்துவ அரசியல் பொருளாதாரத்தைக் குறித்து மட்டுமே விமர்சித்தார்; அதனை தனது 'புரட்சிகர அரசியல் பொருளாதாரம்' கொண்டு மாற்றிடக் கருதினார் எனலாம். இதுதான் பல மார்க்சிஸ்டுகளும் மார்க்சை விமர்சிப்பவர்களும் அந்த துணைத்தலைப்பு குறித்து கொண்டுள்ள கருத்து ஆகும். ஹில்ஃபெர்டிங், லெனின், அல்தூசர், ஜோன் ராபின்சன் ஆகியோருக்கு இதுவே கருத்து. சமூகக் கட்டமைப்புகள் உள்ளன; உண்மையாகவோ அல்லது இந்த உலகைப் புரிந்து கொள்வதற்கான மனச் சித்திரமாகவோ உள்ளன; நமது பிரச்சினை இந்த கட்டமைப்புகளை சிதைத்து ஒன்றாக்கும் பற்சக்கரம் எதுவெனக் கண்டறிவதே. அல்லது, மார்க்ஸ் முதலாளித்துவ அரசியல் பொருளாதாரத்தை மட்டும் விமர்சனம் செய்யவில்லை; 'அரசியல் பொருளாதாரம்' எனும் கருத்தையே விமர்சனம் செய்தார் எனலாம். இந்த இரண்டாவது பார்வைதான் இந்தத் தொகுப்பின் ஆசிரியர்கள் சரியென நினைப்பது ஆகும்.

இந்தத் தொகுதியிலும் இதனைத் தொடரும் ஏனைய தொகுதிகளிலும் உள்ள கட்டுரைகள் 'திறந்த நிலை' எனும் சட்டகத்திற்குள்ளாக, வேறுபட்ட கோணங்களில் செவ்வியல் மார்க்சியத்தின் விவாதப் பொருட்களாகிய பல்வேறு தலைப்புகள் குறித்து பேசுகின்றன. ஞானவியல், இயங்கியல், கோட்பாடும் செயல்பாடும், நெருக்கடி, மதிப்புக் கோட்பாடு, வர்க்கம், பரிந்துரைக்கும் விழுமியங்கள், அரசுக் கோட்பாடு, வரலாற்றுப் பொருள்முதல்வாதம், காலவரிசைப்படுத்தல் பற்றிய பிரச்சினை என பலவற்றைக் குறித்தும் விவாதிக்கின்றன. *உட்கிடையாகவும் வெளிப்படையாகவும் ஒவ்வொரு கட்டுரையாளரும் 1980-ம் ஆண்டுகளின் மார்க்சிய விவாதங்கள் குறித்த விமர்சனத்தையும்*

தங்களது மாற்றுப் பார்வையின் கோட்டுச் சித்திரத்தையும் வழங்கு கின்றனர். வேறு வேறு கட்டுரையாளர்களுக்கும் சில பொதுவான கருப்பொருட்கள் உள்ளன. முனைப்பு-பொருண்மை முரணியக்கம், சாரமானதற்கும் திட்டவட்டமான பகுப்பாய்வுக்கும் இடையேயான உறவு, கட்டமைப்பும் போராட்டமும், தர்க்கரீதியான/வரலாற்று ரீதியான இடையுறவுகள், வடிவ-பகுப்பாய்வு, ஒரு புரட்சிகரமான கோட்பாட்டிற்கான முன்நிபந்தனைகள் என பல்வேறு அம்சங்களைக் கூறலாம். இவற்றிலெல்லாம் விவாதம் வெளியில் புறத்தே நடப்பது மட்டுமல்ல; உள்ளே அகத்திலும் நடப்பதாகும். ஒன்றையொன்று ஊடறுக்கும் மாறுபட்ட பார்வைகளுடன் இந்த நூலின் கட்டுரையாளர்கள் தமக்குள்ளும் விவாதிக்கின்றனர். நாங்கள் இதனைத் தவிர்க்க எந்த முயற்சியும் செய்யவில்லை. விமர்சனபூர்வமாக புதிதாக பரிணாமம் காண இந்த வெளியைத் திறந்தே வைத்திருக்க விரும்புகின்றோம். 'திறந்தநிலை' என்ற கருத்தினமே கேள்விக்கும் பகுப்பாய்வுக்கும் உட்பட்ட ஒன்றுதான். எனவே எங்கள் இரு தொகுப்புகளின் வடிவம்- கட்டுரைகளின் தொகுப்பு - உள்ளார்ந்த திறந்தநிலை கொண்டதே. ஒரு ஒற்றை தர்க்கத்தின் அடிப்படையில் முன்வைக்கப்படும் விமர்சனமே திறந்தநிலை எனும் பதத்திற்கே முரண்பாடானதுதான்.

•••

இந்தத் தொகுதி இயக்கவியலும் வரலாறும் என்பதை மையக் கருத்தாய்க் கொண்டுள்ளது. அடுத்த தொகுப்பு கோட்பாட்டுக்கும் செயல்பாட்டுக்கும் இடையேயான ஐக்கியத்தின் மீது கவனம் கொள்கிறது. இயக்கவியல் என்ற பிரச்சினையும் கோட்பாட்டுக்கும் செயல்பாட்டுக்கும் இடையேயான ஒருமை என்ற பிரச்சினையும் ஒன்றுக்கொன்று தொடர்புடையவைதான். குறிப்பாக வரலாறு, அரசியல் ஆகியவற்றுக்குத் தரும் அழுத்தம் காரணமாக தொடர்புடை யவைதான். இன்றைக்கு நவீன மோஸ்தர் இல்லை என்று நிராகரிப்பிற்கு உள்ளாகும் பதமான 'இயக்கவியல்' என்பது பெறும் தொடர்ச்சியான அரசியல் மற்றும் கருத்தியல் முக்கியத்துவத்தை நூலின் போக்கில் தெளிவாக்குவோம் என நம்புகின்றோம்.

மார்க்சியத்தில் 'இயக்கவியல்' எனும் பதம் குறித்த புரிதல் கருத்து வேறுபாடுகளுக்கு உட்பட்டதே. எங்கெல்சின் பிற்கால எழுத்துகளிலும், லெனின் ஸ்டாலின் எழுத்துகளில் 'இயக்கவியல் பொருள்முதல் வாதம்' என்ற வகையிலும் இந்தப் பதம் இயற்கை உலகு மற்றும் சமூகம் ஆகியவற்றின் பொது விதிகளைக் குறிப்பதாகக் கொள்ளலாம். இவற்றில் மிகவும் புகழ் பெற்றது, 'அளவு மாற்றம் பண்பு மாற்றத்திற்கு

இட்டுச் செல்லும்' எனும் விதி. அதன்படி, அளவுரீதியாக ஏற்படும் மாற்றங்கள் ஒரு கட்டத்தில் பண்பு மாற்றமாக உருவெடுக்கும். (நீரின் வெப்பநிலை தொடர்ந்து அதிகரிக்கும் போது ஒரு புள்ளியில் நீர் எனும் திரவப் பண்பு கொண்ட பொருள் நீராவி என்ற வாயுப் பண்பு கொண்ட பொருளாக மாற்றம் அடையும்) மற்றபடி ஆங்கில மார்க்சியத்தில் 'இயக்கவியல்' என்பது வெறுமனே இரண்டு அல்லது அதற்கு மேற்பட்ட கூறுகளின் இடையாடலை அல்லது பரஸ்பர சார்பு நிலையைக் குறிக்கும். சமயத்தில் அது, மார்க்ஸ் தேவையில்லாமல் தூக்கிச் சுமந்த ஹெகலிய பொதி என்று கூட கூறப்பட்டது. பல தரப்பட்ட எழுத்தாளர்களான, டெல்லா வோல்பே, கொல்லேட்டி, அல்தூசர், ராய் பாஸ்கர் ஆகியோர் இத்தகைய நேர்காட்சிவாத நிலைபாட்டைக் கொண்டிருந்தனர். இதற்கு நேர்மாறான நிலைபாட்டை 'ஹெகலிய மார்க்சியம்' எனும் பாரம்பரியம் (உதாரணமாக, லூகாக்ஸ், கோர்ஷ், ப்ளோஹ் போன்றோர்) கொண்டிருந்தது. இவர்கள் எதிர்மறைகளின் ஒற்றுமை, முரண்பாடுகளின் ஒத்தியக்கம் ஆகியவையாக 'இயக்கவியல் என்பதற்கு அழுத்தம் அளித்து முன் வைத்தனர். இவர்கள் முரண்பாடு எனும் கருத்தாக்கத்திற்கு மார்க்சின் எழுத்துகளில் இருக்கும் மையமான இடத்தை வலியுறுத்தினர்.

1970-களில் 'மதிப்பு', 'அரசு' ஆகியவை குறித்த மார்க்சிய விவாதங்களில் 'இயக்கவியல்' குறித்த 'ஹெகலிய மார்க்சிய' புரிதல் மையத்திற்கு வந்தது. அரசு குறித்த விவாதத்தில் கருப்பொருள், முரண்பாடுகளின் ஒத்திசைவு என புரிந்துகொள்ளப்பட்ட 'இயக்கவியல்' ஆகும். அரசு குறித்த விவாதம் 'அரசின் வடிவம்' மற்றும் பூர்ஷ்வா அரசின் உருவாக்கத்தின் வரலாற்று காலவரிசைப்படுத்தல் என்ற வினாவை குவிமையமாகக் கொண்டிருந்தது. எனவே இந்தத் தொகுதியின் கட்டமைப்பு அதற்கேற்றவாறு அமைக்கப்பட்டுள்ளது. இரண்டு கட்டுரையாளர்கள் (சைக்கோபீடிஸ், பக்ஹவுஸ்) இயக்கவியல் கோட்பாட்டில் மிகவும் மரபார்ந்த கூறான கருத்தாக்கம் குறித்த வினாவை பகுப்பாய்வு செய்கின்றனர். மூன்று பேர் (போன்ஃபெல்ட், கிளார்க், கெர்ஸ்டன்பெர்கர்) இயக்கவியலுக்கும் அரசுக் கோட்பாட்டிற்கும் இடையிலான உறவு குறித்த வினாவிற்கு விடை காண முயல்கின்றனர். அரசு குறித்த கோட்பாடு அதன் வெளிப்படையான அரசியல் முக்கியத்துவம் என்பதைத் தாண்டி வேறு ஒரு வகையிலும் ஆர்வம் கொள்ளத்தக்கது. சில வாதங்களின்படி, கட்டமைப்புவாத மார்க்சியத்திற்கும், இயக்கவியல்/விமர்சனபூர்வ மார்க்சியம் அல்லது திறந்த மார்க்சியம் இரண்டிற்குமான வேறுபாடு தெளிவாகத் தெரியவரும் வெளி ஆகும். கட்டமைப்புவாத மார்க்சியம் (எடுத்துக்காட்டாக புலண்ட்ஸஸ்),

சூழலிணைவு பகுப்பாய்வு (எடுத்துக்காட்டாக ஜேசப்)[10] ஆகியவை, 'அரசு' என்பதை ஏனையவற்றோடு ஒரு 'பகுதி', ஒரு 'நேர்வு' என்ற வகையில் வெளிப்படையாகவே உட்கிடையாகவோ கட்டமைக்கின்றன, உருவகிக்கின்றன. இந்த வகையில் மரபார்ந்த இயக்கவியல் பொருள் முதல்வாதம் அல்லது பொருளாதார நிர்ணயவாதம் ஆகிய வகையான மார்க்சியங்களிலிருந்து தன்னை வேறுபடுத்திக் கொள்கிறது. அது அரசின் 'ஒப்பீட்டளவிலான சுயேச்சைத் தன்மைக்கு அழுத்தம் தருகின்றது. ஆனால் இயக்கவியல் மார்க்சியமும், விமர்சன மார்க்சியமும் அரசு, வர்க்கப் போராட்டம் எடுக்கும் ஒரு வடிவம் எனக் கருதுகின்றன. இந்த இரண்டாவது அணுகுமுறை 'பொருளாதாரக்' கூறும் 'அரசியல்' கூறும் பிரிவடைவதை கணக்கில் கொள்ள நம்மை அனுமதிக்கின்றது. இந்தப் பிரிவினை செயல்முனைப்பான ஒரு ஒருமையோடு கூடிய முரண்பாடுதான் என்பதைக் காண வைக்கின்றது. மறுபுறத்தில் கட்டமைப்புவாத அணுகுமுறை, முதலாளித்துவ சமூகத்தில் இருப்பதாகத் தெரியும் பொருளாதார - அரசியல் பிரிவினை என்பதன் அடிப்படையிலான முறைபாட்டுக் கோட்பாட்டை உருவாக்குகின்றது.

வடிவம் (form) என்ற பிரச்சினையும், காலவரிசைப்படுத்தல் (periodisation) என்ற பிரச்சினையும் சில விளக்கங்களைக் கோருகின்றன.

சாதாரணமாக ஆங்கில மார்க்சிய விவாதங்களில் 'வடிவம்' (form) என்பது ஒரு 'வகையினம்' (species) என்று புரிந்துகொள்ளப்படுகின்றது. ஒரு கூறின் வடிவங்கள் அது எடுக்கக்கூடிய பண்புகளைக் குறிப்பதாகக் கருதப்படுகின்றது. எடுத்துக்காட்டாக அரசு, குறிப்பாக 'ஃபாசிச', 'எதேச்சாதிகார', 'முதலாளித்துவ-தாராளவாத', 'ஃபோர்டிச', 'பின்-ஃபோர்டிச' வடிவங்களை எடுக்க முடியும் எனக் கருதுகிறது. அனேக வகையான மார்க்சியங்கள் (ஆங்கில மார்க்சியம் மட்டுமல்ல; பல நவீன மார்க்சிய வகைகளும்) 'வடிவம்' என்பதற்கு இந்தப் புரிதலையே கொண்டுள்ளன. மாறாக 'வடிவம்' என்பதை 'எதார்த்த இருத்தல் நிலை' (mode of existence) என்றும் புரிந்து கொள்ளலாம். இருப்பவை அனைத்தும் அவை எடுக்கும் ஏதோ ஒரு வடிவத்தின் வழியாகவே அல்லது வடிவமாகவே இருக்கின்றன. சரக்கு என்பது பணவடிவிலும் கடன் வடிவிலும் உலகச் சந்தை வடிவிலும்தான் இருக்கின்றது. 'வடிவம்' குறித்த இந்த இரு புரிதல்களின் அடிப்படையில் கோட்பாட்டளவிலானதும், நடைமுறை சார்ந்ததுமான பல முக்கியமான வேறுபாடுகள் தோன்றுகின்றன.

இயக்கவியல் பொருள்முதல்வாதம் அடிப்படையிலான மார்க்சிய வகைபாட்டின் கருத்தாக்கம் 'பொது விதிகள்.' இவை குறிப்பிட்ட

சமூக நிலைமைக்கு ஏற்ப அமலாகும்; நிலைமை மாற்று அணுகுமுறை, பொதுவானதும், குறிப்பானதுமான பகுப்பாய்வுகளுக்கு இடையான இடைவெளியை இணைக்க 'இடைநிலை கருத்தாக்கங்கள்' எனும் பாலங்கள் அவசியம் என்று கூறுகின்றது.[11] கோட்பாட்டுரீதியாக வடிவம் என்பது இன்னும் பொதுவான ஒன்றின் வகையினம் என்ற கருத்துரு மேலே கூறியுள்ள இரண்டு அணுகுமுறைகளுக்கும் அடிப் படையானது. இங்கு சாரமானது என்பதும் திட்டவட்டமானது என்பதும் அல்லது பொதுவானது என்பதும் குறிப்பானது என்பதும் முழுக்க முழுக்க இரு வேறானவை (அப்படியில்லையென்றால் அவற்றை இணைக்கும் 'பாலம்' என்பதற்கு அவசியம் இல்லையே!) அப்படியல்லாது 'வடிவம்' எனும் கருத்தை இருப்பின் நிலை எனக் கருதினால், பொதுவானதை குறிப்பானதிலும், சாரமானதை திட்டவட்டமானதிலும் உள்ளார்ந்து இருப்பதாகக் காணலாம். ஏனெனில் வடிவம் என்பது எதார்த்த இருப்பு என்றால் திட்டவமானது பொதுவானதை உருவாக்கும் (மறுதலையும் உண்மை) அதே போல குறிப்பிட்டதே, பொதுவானதை எழச் செய்யும், மறுதலையும் உண்மை.[12] இந்த விசயத்தை பட்டவர்த்தனமாகக் கூறினால் வடிவம் என்பதை வகையினமாகக் காண்பவர்கள், பல்வேறு சமூக வடிவங்களுக்கு பின்னே இருப்பதும், அடித்தளமாய் இருப்பதும் ஆன வேறொன்றைக் கண்டுபிடிக்க வேண்டும். 'வடிவம்' என்பதை இருப்பின் நிலையாகக் காண்பவர்கள், அந்த வடிவங்களை அவற்றின் அளவிலேயே விளக்கி அவற்றின் புதிர்களைக் களைய வேண்டும். முதல் வகைக் கோட்பாட்டாளர்கள் பெரும்பாலும் பொருளாதார குறுக்கல்வாதிகள். இரண்டாம்வகை கோட்பாட்டாளர்கள். வர்க்கப் போராட்டம் எடுக்கும் "வடிவங்களை" விளக்கும் வண்ணம், முரண்பாடுகளில் ஏற்படும் மாற்றங்களையும் விமர்சனங்களையும் கணக்கில் கொண்டு பதில் கூற வேண்டும். இதில் பழைய-பாணி இயக்கவியலும் புதிய-பாணி சமூகவியலும் இணக்கம் காண முடியாத எதிர்நிலைகளில் உள்ளன.

1980-களில் வடிவம் என்பதை வகையினம் என்பதாகப் பார்த்தவர்கள் தங்கள் அணுகுமுறையை கிராம்ஷியன் 'நிலைமாற்றுப் புள்ளி' பகுப்பாய்வைப் பயன்படுத்தி மறுவரையறுப்பு செய்ய முயன்றனர். சமகால முதலாளித்துவ உருவாக்கத்தில் 'ஃபோர்டிச' வகையிலிருந்து (Fordist) 'பின் ஃபோர்டிச' (Post Fordist) புதிய கால[13] வகைக்கு மாறிச் செல்லும் நிகழ்வு எனக் கூறப்பட்டது குறித்து நடந்த வாதம் ஒரு எடுத்துக்காட்டு. அத்தகையதொரு மாற்றம் நடந்து வருவதாக ஒரு தேற்றத்தை முன்மொழிந்தவர்கள், வரலாற்று மாற்றத்தை விளக்குவதற்கு இயக்கவியல் விதிகளைப் பயன்படுத்தும் முறைபாட்டில் தாம் ஒரு உடைப்பை ஏற்படுத்துவதாக நம்பினர்.

அறிமுகம்

ஆனால் அவர்களது அணுகுமுறையும் பெரிய அளவில் மாறுபட்டது அல்ல. சமூக மாற்றம் குறித்த சமூகவியல் அணுகுமுறையும்கூட நிகழ்வைப் புரிந்து கொள்வதற்கு முக்கியமான மாறிகளான காரணிகளை கண்டறிய முற்பட்டது. (பெருந்தொகை ஒன்றுகோர்த்தல் பட்டறை என்பதிலிருந்து 'நவீன தொழில்நுட்பம்' அல்லது 'பொருளாதாரம்' மற்றும் 'அரசியல்' குறித்த மாறிய சொல்லாடல்கள்). 'விதிகள்' பற்றிய பேச்சு நவீன மோஸ்தர் அல்ல. ஆனால் முக்கிய மாறிகளை அடையாளம் காண்பது மோஸ்தராக இருந்தது. விதிகள் அல்லது 'முக்கிய மாறிகள்' இரண்டுமே பொருத்தமாக இருக்கக்கூடும் அல்லது இல்லாமல் போகக்கூடும். அமலாகும் விதிகளைக் கண்டுபிடிக்க காரணியாக இருக்கும் மாறிகளைக் கண்டுபிடிக்க வேண்டும். மாறிகளைக் கண்டுபிடித்தால் அவற்றின் சமன்பாட்டைக் கூறும் விதிகள் குறித்து பேசாமல் இருப்பது என்ன அர்த்தம் உள்ளது? சமூகவியல் விதிகளும் இயக்கவியல் விதிகளும் நிர்ணயவாதத்திற்கு இட்டுச் செல்லும், அப்படி நடக்கும்போது, வர்க்கப் போராட்டத்தின் முக்கியத்துவத்தை மறுக்கும் அதன் வரலாற்று முகமையை மறுக்கும் ஒரு 'தற்போக்கு' வாதத்திற்கு சமூகக் கட்டமைப்புகள் தாமாக இயங்கி மாறும் எனும் கருத்திற்கு இட்டுச் செல்லும்.

வரலாற்று காலவரிசைப்படுத்தல் (Periodisation) குறித்து நாம் பார்க்க வேண்டும். வரலாற்றை பல்வேறு 'காலகட்டங்களாகப்' பிரிக்கின்றவர், அந்த காலகட்டங்களை 'உற்பத்தி முறைபாடுகள்' (Modes of Production) என்ற அடிப்படையில் கூறினாலும் கூறாவிட்டாலும் வடிவம் என்பதை பேரினம்/இனம் (Genus/Species) என்ற வகைபாடு என்றே பார்க்கின்றனர். முதலில் நாம் ஒரு பொதுவான சமூக மாற்றம் குறித்த கோட்பாடு வைத்துள்ளோம். பிறகு அதனை சில திட்டவட்டமான அல்லது நிலைமாற்றுப் புள்ளிக்கு பிரயோகிக்கிறோம்/தொழில்படுத்து கின்றோம். 'வடிவம்' அடிப்படையிலான பகுப்பாய்வு இதற்கு மாறானது. அது முதலாளித்துவத்தின் வளர்ச்சியை அதன் வடிவம் என்ற தொடர்ச்சியின் ஊடாக ஏற்படும் தொடர்ச்சியின்மை மட்டுமே எனக் காண்கிறது. அதாவது வர்க்கங்களுக்கிடையிலான முரண்பாட்டில் நடக்கும் இயக்கம் காரணமாக ஏற்படும் தொடர்ச்சியின்மை எனக் காண்கிறது. எதார்த்த இருப்பின் நிலைதான் வடிவம் என்ற அடிப்படையில் கட்டமைப்புக்கும் போராட்டத்துக்கும் இடையிலான உறவு பார்க்கப்பட்டால் முதலாளித்துவத்தின் உருவாக்கமும் உருமாற்றமும் பல்வேறு தனித்துவ கட்டங்களின் ஊடாக நடப்பது என்ற கருத்திற்கு திரும்ப இயலாது போகும். தாராளவாத கட்டத்தி லிருந்து அரசு ஏகபோக முதலாளித்துவம் (லெனின் கூறுவது போல)

என்றோ, அல்லது ஃபோர்டிசம் என்ற கட்டத்திலிருந்து பின் ஃபோர்டிச கட்டம் என உருமாற்றம் அடைவதையோ குறித்த சரியான கருத்திற்கு ஒருபோதும் திரும்ப முடியாது போகும். மாறாக, இயக்கவியல் அத்தகைய காலகட்டங்களாகப் பிரிக்கப்படக் கூடியவற்றை விமர்சன பகுப்பாய்வு செய்ய வல்லதாக உள்ளது. முரண்பாடுகளில் ஏற்படும் மாற்றமாக, விமர்சன பகுப்பாய்வு இயக்கவியல் தனிச்சிறப்பை வெளிப்படுத்துகின்றது. எனவே திறந்த மார்க்சியம் 'புதிய காலம்' என்பது குறித்து மிகவும் நெஞ்சில் அறையும் வகையில் புதிர் நீக்கம் செய்கின்றது.[14]

இவற்றின் அரசியல் தாக்கம் பாரதூரமானது. அவை மிகவும் ஆர்வம் ஊட்டக்கூடியவை. ஏனென்றால் அவை எதுவும் நிச்சயமற்ற ஒரு புதிய வெளிக்கு கதவு திறக்கின்றன. நாம் ஒரு வகையினமான முதலாளித்துவத்தின் கீழ் வாழ்கிறோம் என்பது நமக்கு கோட்பாட்டு ரீதியாக விளக்கப்பட்டால் அது, நாம் செய்வதற்கு ஏதுமில்லை என ஒடுங்கி பரிதாபகரமான ('பரிதாபகரம்' ஏனென்றால், ஒடுக்குமுறையின் கீழிருப்பதால்) சமூக-தொழில்நுட்பப் பணியைத்தான் செய்ய வேண்டும். புதிய காலம் நமது விதி! இதற்கு மாறாக வடிவம் என்பது வகையினமல்ல அது ஒரு எதார்த்த இருப்பின் நிலையைக் குறிக்கும் எனலாம். அப்படியென்றால் அது நம்மைச் செயல்படக் கோருகின்றது. நாம் வாழும் வடிவிற்குள் அல்லது முறைபாட்டிற்குள், அந்த முறைபாட்டின் வழியாகவே, முறைபாட்டை மாற்றி அமைக்க வேண்டும் எனப் பணியாற்றக் கோருகின்றது. 'கடைசியில்' இந்த வடிவங்கள் நம்முடையதே. மரபார்ந்த 'கட்டமைப்பா' அல்லது 'போராட்டமா' என்ற இரட்டை நிலை தாண்டப்படுகின்றது. ஏனென்றால் வர்க்கப் போராட்டத்தின் மீது நிலைமைகள் தாக்கம் செலுத்துவதோடு வர்க்கப் போராட்டம் அவற்றை உருவாக்குகிறது அவற்றின் மீது தாக்கம் செலுத்துகிறது. அவற்றை ஏற்றுக் கொள்கிறது அல்லது மறுவுற்பத்தி செய்கிறது அல்லது சிதைக்கின்றது.

இயக்கவியலைப் புரிந்துகொண்டால் பல கோட்பாட்டுரீதியானதும் செயல்பாட்டுரீதியானதுமான கூறுகள் குறித்து தெளிவு கிடைக்கின்றது. எடுத்துக்காட்டாக ஒருவர் இயக்கவியல் என்பதை 'விதிகள்' என்ற ரீதியில் அணுகலாம். அப்படி அணுகும்போது, ஒரு (லெனினிய) புரட்சிகரக் கட்சியை குறித்து சிந்திப்பது அடுத்தபடிதான். இந்த விதிகளைப் புரிந்துகொண்டால் அவற்றை செயல்பாட்டில், நடைமுறையில் தொழில்படுத்துவதை கட்சி தீர்மானிக்க வேண்டும்

என அந்தக் கடமையைக் கட்சியிடம் கையளிக்கும் முடிவிற்கு வந்துவிடலாம். மறுபுறத்தில் ஒருவர் இயக்கவியல் என்பதை முழுமையாக நிராகரித்தால் விளைவு எப்படி இருக்கும்? அவர் சமூகம் என்பது சில நகர்வற்ற கட்டமைப்புகளின் கூட்டாக்கம் என்ற முடிவிற்கு வர வேண்டும். அப்படி வந்தால், மேன்மக்கள் (elite) தலையீடு தேவை. (இயக்கவியல்வாதி அல்ல! சமூகவியல் நிபுணர்!) அவர் தலையிட்டு கட்டமைப்புகளை ஒரு இடதுசாரி வழியில் குலைக்க வேண்டும். இங்கு முரண்பாடுகளின் இயக்கம் குறித்த புரிதல் ஒரு மாறுபட்ட அரசியல் திசையைக் காட்டுகின்றது. சமூகம் முரண்பாடுகளின் நகர்வு என்றால், இருக்கும் முரண்பாடுகளை அவற்றின் முற்றும் நிலை நோக்கி நகர்த்துவது மார்க்ஸ் குறிப்பிட்ட 'பாட்டாளி வர்க்கத்தின் விடுதலை'க்கான செயல்பாடு.

சமூகரீதியான நகர்வற்ற கட்டமைப்புகள், உடனடிப் போராட்டங்கள் என்ற இது அல்லது அது என்ற இரட்டை நிலை தாண்டப்பட வேண்டும். வடிவ-பகுப்பாய்வு கருத்தினங்கள் சமூகக் கருத்தினங்கள்தாம். மறுதலையும் உண்மையே. அது போன்ற கருத்தினங்கள் வெறுமனே கோட்பாடுகளில் மட்டும் இருப்பவை அல்ல. அரசியல் செயல் பாட்டிலிருந்து, திட்டவட்டமானவற்றிலிருந்து செறிவாக்கப்பட்ட பொதுவான கருத்தாக்கங்கள் மட்டுமல்ல; அவை எதார்த்தமான நடைமுறைச் செயல்பாட்டில் எதிர்கொள்ளப்படுபவையே.

•••

இந்தத் தொகுப்பின் கட்டுரையாளர்கள் பல்வேறு நோக்கு நிலைகளிலிருந்து இந்த இயக்கவியல் நுண்மாண் நுழைவுலத்தை அடைய முயற்சிக்கின்றனர்.

காஸ்மாஸ் சைக்கோபீடிஸ் கான்ட், ஹெகல் குறித்தும் சமூகக் கோட்பாடுகளுக்கான இயக்கவியல் குறித்தும் ஏராளமாக பதிப்பித்துள்ளார். இந்தத் தொகுப்பில், கான்டை மார்க்ஸ், ஹெகல் ஆகியோரின் முன்னோடியாகக் காட்டும் இயக்கவியல் கோட்பாட்டை கட்டியமைத்துக் காட்ட முயன்றிருக்கின்றார். சைக்கோபீடிஸ் மீள்கட்டமைப்பு செய்யத் துணியும் இயக்கவியல் கான்டிய மார்க்சியத்தின் சமீபத்திய வகைகள் குறித்த (எடுத்துக்காட்டாக கோலெட்டி, ராய் பாஸ்கர்) விமர்சன பகுப்பாய்வுமாகும். அவை புலன்கடந்த தருவித்தல் போன்ற கான்டின் தனித்த கூறுகள் மீது மட்டும் கவனம் செலுத்துகின்றன. மேலும் அது வரவிருக்கும் சமூக இருப்புகள் உருவாக (அரசியல் ரீதியாக) பொருளாதார முன்நிபந்தனைகள் மீதும் வெளிச்சம் பாய்ச்சுகின்றது.

வடிவம் குறித்து தீர்மானிப்பதற்கான மார்க்சியக் கோட்பாடுகளை முறைபாடாக விவாதிக்க வேண்டி பொருளாயத நிலைகளை மேலெழுந்தவாறு பார்த்துப் புறக்கணிப்பதை சைக்கோபீடிஸ் விமர்சிக்கின்றார்; மறுபுறத்தில் பொருளாதார எதார்த்தம் என்பதை வெறும் கட்டுமானம் என்பதாகக் காணும், வடிவம் குறித்த தீர்மானிப் பதற்கு எதிரான அறிவியல்வாத, கட்டமைப்புவாத மார்க்சியம் என்பதன் கருத்தாக்கத்தையும் விமர்சிக்கின்றார். இவர்கள் - எதார்த்தவாதிகளும் கட்டமைப்புவாதிகளும் - பொருளாயதமும் வடிவமும் பற்றிய முனைப்பு-பொருண்மை முரணியக்கத்தில் உள்ளார்ந்த முக்கியமான கேள்விகள் குறித்து பார்க்கத் தவறுகின்றனர்.

ஹன்ஸ்-ஜார்ஜ் பக்ஹவுஸ் அடோர்னோவின் மாணாக்கர். அவர் தற்போது 'விமர்சனக் கோட்பாடு' (Critical Theory) அடிப்படையில் அரசியல் பொருளாதாரத்திற்கான ஆய்வு முறைபாடுகள் குறித்து ஹெல்முட் ரெய்ஷெல்ட் உடன் ஆய்வு செய்துகொண்டிருக்கிறார். 'மதிப்புக் கோட்பாடு', 'பணக்கோட்பாடு', இயக்கவியல் ஆகியவை குறித்த பக்ஹவுஸ்-ன் எழுத்துகள் பதிப்பு கண்டுள்ளன. அரசியல் பொருளாதார அணுகுமுறையின் தத்துவார்த்த மற்றும் பொருளாதார பரிமாணங்கள் என்பவற்றுக்கிடையேயான உறவு என்பது அவரது அக்கறையாக உள்ளது. அவரது கருத்துப்படி, இந்த இரண்டு கூறுகளையும் தொகுப்பாக்கம் செய்யாமல் அரசியல் பொருளாதாரம் குறித்த விமர்சனம் சாத்தியமில்லை. இந்தத் தொகுப்பில் அவரது வலியுறுத்தல் மார்க்சியம் பேசும் கருத்தினங்களின் இரட்டைத் தன்மைகள் (அகம்-புறம், கர்த்தா-காரியம், சாரமானதும்-திட்டவட்டமானதும், பொதுவானதும் -குறிப்பானதும்) குறித்ததாகும். பொருண்மை என்பது அன்னியப்படுத்தப் பட்ட முனைப்பு எனும் அவரது வரையறுப்பு, அடோர்னோவின் கருத்தாக்கங்களை மேலும் வளர்தெடுப்பதாகும். பக்ஹவுஸ்-ன் கருத்தில் மார்க்சியத்தின் சாரமாக்கப்பட்ட வகைபாடுகள் எல்லாம் திட்டவட்டமானவையே. மதிப்பு என்பது சமூக செயல் பாடாகவும் ஒரு முரண்பாடாகவும் இருக்கக்கூடியதே என்பது அவர் காட்டும் எடுத்துக்காட்டு.

வெர்னர் போன்ஃபெல்ட், அரசுக் கோட்பாடு, மார்க்சிய முறைபாடு ஆகியவை குறித்து பரவலாக விவாதிக்கப்பட்ட கட்டுரைகளின் ஆசிரியர். சமீபத்திய அரசு குறித்த மார்க்சிய விவாதங்களின் விமர்சனமாக வடிவம் குறித்த பகுப்பாய்வை மீளாக்கம் செய்கின்றார். அவருடைய கட்டுரை கட்டமைப்பு, போராட்டம் ஆகியவற்றிக்கிடையிலான உள்ளார்ந்த உறவை குவிமையமாகக் கொண்டது. அரசு-வடிவத்தை

வர்க்கங்களின் உள்ளாகவும் அதன் ஊடாகவும் முரண்பாட்டின் இயக்கமாக புரிந்துகொள்வதற்கு அது வழி வகுக்குகின்றது.

சைமன் கிளார்க்-ன் பதிப்பு கண்ட எழுத்துகள், பிரிட்டனில் அரசு குறித்த மார்க்சியக் கோட்பாடு மேம்பாட்டுக்கான ஆதாரமாக இருந்துள்ளன. அவை சர்வதேச மிகை மூலதனக் குவிப்பு என்ற நெருக்கடிகளின் ஊடாக வர்க்கப் போராட்டம் மேலோங்குவதையும் அது எடுக்கும் வடிவங்களையும் குவிமையங்களாகக் கொண்டவை. வர்க்கப் போராட்டங்களின் ஊடாக அரசு தனக்கென்று பறித்துக் கொள்ளும் திட்டவட்டமான செயல்பாடுகள் என்பவற்றைக் காண்பதை கிளார்க் வலியுறுத்துகின்றார். அவருடைய கட்டுரை மார்க்சிய முறை பாட்டின்படி முதலாளித்துவத்தின் வளர்ச்சியை தனித்த காலகட்டங் களாக்கும் முயற்சியை பரிசீலித்து பின் நிராகரிக்கிறது.

ஹெய்டெ கெர்ஸ்டன்பெர்கர், 1970, 1980களில் நடைபெற்ற அரசு குறித்த விவாதங்களில் பங்களித்தவர். அவருடைய எழுத்துகள் சமூகக் கோட்பாடு, வரலாற்றுப் பகுப்பாய்வு என்பவற்றின் ஒன்றிணைவுத் தொகுப்பாக்கம் எனும் பண்பைக் கொண்டவை. இங்கு அவர் வரலாற்றுப் பொருள்முதல்வாதம் குறித்த சில மரபார்ந்த வினாக்கள் குறித்து விமர்சனபூர்வமாக விவாதிக்கின்றார். சமூக வளர்ச்சியில் வர்க்கங்களின் வகிபாகம், 'பூர்ஷ்வாப் புரட்சி'கள் தன்மை, வரலாற்று மாற்றங்களின் இயங்கியல் ஆகியவை அதில் அடக்கம். இவை ஃபிரஞ்சுப் புரட்சி குறித்த புதிய திரிபான வரலாற்றியல் குறித்த விவாதங்களை ஒட்டி கவனம் கொள்ளப்பட்ட கேள்விகள் ஆகும்.[15] இந்த வரலாற்றியல் 'பூர்ஷ்வா எழுச்சி' மூலம் நடந்த புரட்சி என்ற கருத்தை கேள்விக்குள்ளாக்குகிறது. கெர்ஸ்டன்பெர்கர் 'பூர்ஷ்வா எழுச்சி' எனும் தேற்றத்தை நிராகரிக்கிறார். இதனை வரலாற்று பொருள் முதல்வாத கருத்துகளை மறுகட்டுமானம் செய்வதன் ஊடாகவும், அதன் மூலமாகவும் செய்கின்றார்.

குறிப்புகள்

1. எல் அல்தூசர், டீ க்ரீச டெஸ் மார்க்சிஸ்முஸ் (L. Althusser, Die Krise des Marxismus) (Hamburg/Berlin, 1978)

2. மார்சியத்துடன் கான்டுக்கு உள்ள உறவு பற்றிய ஒரு விவாதத்துக்கு இந்தத் தொகுதியில் சைக்கோபீடிசின் கட்டுரையைப் பார்க்கவும். மேலே குறிப்பிட்ட மார்க்சிய பள்ளிகள் பற்றி பார்க்கவும்,: எல் அல்தூசர்/ஈ. பாலிபர், ரீடிங் கேபிடல் (L. AlthusserIE. Balibar, Reading Capital) (London 1970); என். புலண்ட்ஸஸ், பொலிடிக்கல் பவர் அண்ட் சோசியல் கிளாசஸ் (N. Poulantzas, Political Power and Social Classes) (London, 1973); எம் அக்லியேட்டா, எ தியரி ஆஃப் கேப்பிட்டலிஸ்ட் அக்யுமுலேஷன் (M. Aglietta, A Theory of Capitalist Accumulation) (London, 1979); ஏ லிபியேட்ஸ், தி

என்சேன்டட் வேர்ல்ட் (கி. Lipietz, The Enchanted World) (London, 1985), *மிரேஜஸ் அண்ட் மிரகிள்ஸ்* (Mirages and Miracles) (London 1987), மற்றும் '*இம்பீரியிலிசம் ஆர் த பீஸ்ட் ஆஃப் த அபோகேலிப்ஸ்*' ('Imperialism or the Beast of the Apocalypse') *Capital & Class,* no. 22 *(1984)*; ஜே எல்ஸ்டர், *மேக்கிங் சென்ஸ் ஆஃப் மார்க்ஸ்* (J. Elster, Making Sense of Marx) (Cambridge, 1985); ஜே ர்யோமர் (தொகுப்பு), *அனலிடிக்கல் மார்க்சிசம்* (J. Roemer (ed), Analytical Marxism) (Cambridge, 1986); ஆர். பாஸ்கர், *எ ரியலிஸ்ட் தியரி ஆஃப் சயின்ஸ்* (R. Bhaskar, A Realist Theory of Science) (Leeds, 1975); மற்றும் *ரீக்ளெய்மிங் ரியலிட்டி* (London, 1989); பி ஜேசப், '*ஸ்டேட் ஃபார்ம்ஸ், சோசியல் பேசிஸ் அண்ட் ஹெஜிமோனிக் புராஜக்ட்ஸ்*' (B. Jessop, 'State Forms, Social Basis and Hegemonic Projects'), *Kapitalistate* 10/11 (1983), *ரெகுலேஷன் தியரீஸ் இன் ரெட்ரோஸ்பெக்ட் அண்ட் ப்ராஸ்பெக்ட்* (Regulation Theories in Retrospect and Prospect) (Bielefeld, 1988); ஜே. ஹிர்ஷ், ஆர் ரோத், *தஸ் நியூ கெசிஷ்ட் தெஸ் காபிடலிஸ்முஸ் ஃபாம் ஃபோர்டிஸ்முஸ் சும் போஸ்ட்-ஃபோர்டிஸ்முஸ்* (J. Hirsch and R. Roth, Das neue Gesicht des Kapitalismus, Vom. Fordismus zum Post-Fordismus) (Hamburg, 1986).

3. 'நெகிழ்வாக்கம்' பற்றிய விமர்சன பகுப்பாய்வுகளுக்கு பார்க்கவும் : எஃப். முரே, ஃப்ளெக்சிபிள் ஸ்பெசியலைசேஷன் இன் த 'தேர்ட் இத்தாலி, (F. Murray, 'Flexible Specialisation in the "Third Italy"), *Capital & Class no. 33 (1987)*, ஏ பொல்லர்ட், 'டிஸ்மேன்டிலிங் ஃப்ளெக்சிபிலிட்டி' (A. Pollert, 'Dismantling Flexibility'), *Capital & Class*, no. *34(1988)*.

4. Cf. ஜே. ஹாபர்மாஸ், *லெஜிடிமேஷன் கிரைசிஸ்* (J. Habermas, Legitimation Crisis) (London 1976); சி ஓஃபே, *ஸ்ட்ருக்டுர் ப்ரோப்ளேமே டெஸ் கபிடலிஸ்டிஷென் ஸ்டாடஸ்* (C. Offe, Struktur-probleme des kapitalistischen Staates) (Frankfurt, 1972), சி. ஓஃபே, '*அன்கவர்னபிலிட்டி: த ரெனாசென்ஸ் ஆஃப் கன்சர்வேடிவ் தியரீஸ் ஆஃப் கிரைசிஸ்*' (C. Offe, "Ungovernability": The Renaissance of Conservative Theories of Crisis') ஜே. கீன் (தொகுப்பு) *கான்ட்ரடிக்ஷன்ஸ் ஆஃப் த வெல்ஃபேர் ஸ்டேட்-ல்* (J. Keane (ed), Contradictions of the Welfare State) (London, 1984).

5. Cf. வெர்னர் போன்ஃபெல்ட், ஜான் ஹாலவே (தொகுப்பாளர்கள்), *போஸ்ட் ஃபோர்டிசம் அண்ட் சோசியல் ஃபார்ம்* (W. Bonefeld and J. Holloway (eds), Post-Fordism and Social Form) (London, 1991); *சயின்ஸ் அஸ் கல்ச்சர்* (Science as Culture) no. *8*, (London, 1990) (பின்-ஃபோர்டிசம் பற்றிய சிறப்பு இதழ்).

6. செவ்வியல் கூற்று, கார்ல் பாப்பர், *தி ஓப்பன் சொசைட்டி அண்ட் இட்ஸ் எனிமீஸ்* (K. Popper, The Open Society and Its Enemies) (London, 1945); கூடவே, *த பாவர்ட்டி ஆஃப் ஹிஸ்டாரிசிசம்* (The Poverty of Historicism) (London, 1957). மேலும் பார்க்கவும் ஐ. லகாடோஸ், ஏ முஸ்க்ரேவ் (தொகுப்பாளர்கள்), *கிரிடிசிசம் அண்ட் த குரோத் ஆஃப் நாலெஜ்* (I. Lakatos and A. Musgrave (eds), Criticism and the Growth of Knowledge) (Cambridge, *1970*), டி.டபிள்யூ. அடோர்னோ முதலானோர், *த பாசிடிவிஸ்ட் டிஸ்ப்யூட் இன் ஜெர்மன் சோசியாலஜி* (T. W. Adorno et.al., The Positivist Dispute in German Sociology) (London, 1976).

7. பார்க்கவும் ஈ. மண்டல், ஜே அக்னோலி, *ஆஃப்னர் மார்க்சிஸ்முஸ்* (E. Mandel and J. Agnoli, Offener Marxismus) (Frankfurt/New York, 1980).

8. பார்க்கவும் *Capital & Class* என்ற ஆய்விதழையும், மேக்மில்லனில் இருந்து வரவிருக்கும் CSE வெளியீடுகளையும்.

9. 'capital-logic' தொடர்பாக, Cf. ஈ. *அல்ட்வாடர் 'சம் ப்ராப்ளம்ஸ் ஆஃப் ஸ்டேட் இன்டர்வென்ஷனிசம்'* (E. Altvater 'Some Problems of State Interventionism') ஜே. ஹாலவே, எஸ் பிக்கியாட்டோ *(தொகுப்பாசிரியர்கள்), ஸ்டேட் அண்ட் கேபிடல் : எ மார்க்சிஸ்ட் டிபேட்-ல்* (J. Holloway and S. Picciotto (eds), State and Capital: A Marxist Debate) (London, 1978). கார்ப்பரேட்டிசத்தை உள்வாங்கிக் கொள்வதற்கான எடுத்துக்காட்டுக்கு பார்க்கவும் பி. ஜேசப், *கேபிடலிசம் அண்ட் டெமாக்ரசி : த பெஸ்ட் பாசிபிள் பொலிடிகல் ஷெல்?* (B. Jessop 'Capitalism and Democracy: The best Possible Political Shell?'), *ஜி. லிட்டில்ஜான் (தொகுப்பு), பவர் அண்ட் த ஸ்டேட்-ல்* (G. Littlejohn (ed), Power and the State) (London, 1978).

10. 'நிலைமாற்றுப்புள்ளி பகுப்பாய்வு' *அடிப்படையில்* புலண்ட்ஸசின் கருத்துக்களை மாற்றியமைத்தது பற்றி பார்க்கவும் பி ஜேசப், *நிகோஸ் புலண்ட்ஸஸ்: மார்க்சிஸ்ட் தியரி அண்ட் பொலிடிகல் ஸ்ட்ரேடஜி* (B. Jessop, Nicos Poulantzas: Marxist Theory and Political Strategy) (London, 1985)

11. எடுத்துக்காட்டாக, எம் *அக்லியெட்டா, எ தியரி ஆஃப் கேபிடலிஸ்ட் அக்யுமுலேஷன்* (M. Aglietta, A Theory of Capitalist Accumulation); *பி.* ஜேசப், *ரெகுலேஷன் தியரீஸ் இன் ரெட்ரோஸ்பெக்ட் அண்ட் ப்ராஸ்பெக்ட்* (B. Jessop, Regulation Theories in Retrospect and Prospect). மேலே அடிக்குறிப்பு 2-ல் சுட்டப்பட்டது.

12. இந்தக் கருப்பொருளின் செவ்வியல் வரையறையாக 1857-ல் மார்க்ஸ் குருண்ட்ரிசவுக்கு எழுதிய அறிமுகம் உள்ளது.

13. Cf. மார்க்சிசம் டுடே (Marxism Today, October 1988 '*நியூ டைம்ஸ்: எ மார்க்சிசம்* டுடே ஸ்பெஷல் ஆன் பிரிட்டன் இன் த நைன்டீஸ்' ('New Times: A Marxism Today Special on Britain in the Nineties'); '*ஃபேசிங் அப் டு த ஃபியூச்சர்' 7 டேஸ்* ('Facing Up to the Future' 7 Days) (London, September 1988).

14. Cf. ஈ பலேஸ், ஜே, ஹாலவே, 'லேர்னிங் டு பவ்; போஸ்ட்-ஃபோர்டிசம் *அண்ட்* டெக்னாலஜிகள் டிடர்மினிசம்' (E. Pelaez and J. Holloway 'Learning to Bow: Post-Fordism and Technological Determinism'), *Science as Culture*, no. 8, (London, 1990).

15. 'திருத்தல்வாத' வரலாற்றியலுக்கு ('revisionist' historiography) பார்க்கவும் ஏ கோபான், *த சோசியல் இன்டர்பிரெடேஷன் ஆஃப் த ஃபிரெஞ்சு ரெவல்யூஷன்* (A. Cobban, The Social Interpretation of the French Revolution) (Cambridge, 1968). Cf. ஜி. காம்னினல், *ரீதிங்கிங் த ஃப்ரெஞ்சு ரெவல்யூஷன்: மார்க்சிசம் அண்ட் த ரிவிஷனிஸ்ட் சேலஞ்ச்* (G. Comninel, Rethinking the French Revolution: Marxism and the Revisionist Challenge) (London, 1987).

1. இயக்கவியல் கோட்பாடு : மீள்கட்டமைப்பின் பிரச்சினைகள்

காஸ்மாஸ் சைக்கோபீடிஸ்

இன்றைக்கு சமூக அறிவியலின் அடிப்படையான பிரச்சினைகள் என்பதிலிருந்து இயக்கவியல் எனும் கருத்தாக்கம் வெளியேற்றப் பட்டுவிட்டது. இயக்கவியல் என்பது மீபொருண்மவியல் (Metaphysical) என்ற வாதங்கள் உயர்ந்து வருகின்றன. அதே சமயம் இயக்கவியலை காப்பாற்றி கரை சேர்க்கும் பல அறிவியல்வாத முயற்சிகள் மறுபக்கம் நடந்து வருகின்றன. இயக்கவியல் வாதங்களை மீள்கட்டமைப்பதற்கு பங்களிப்பதற்கு பதிலாக இயக்கவியலை அதன் போலி நண்பர் களிடமிருந்து காப்பாற்றுவது அவசியம் என்ற நிலையை அவை உருவாக்குகின்றன.

குறிப்பாக, மரபார்ந்த இயக்கவியல் கோட்பாடு, அதிலும் குறிப்பாக ஹெகலிய தத்துவம் ஏற்படுத்தியுள்ள முறைபாட்டுப் பிரச்சினைகளை தீர்ப்பதற்கு இருக்கும் சிரமங்கள் வெளிப்படையானவை. இவை இயக்கவியல் நோக்கு குறித்து மலினப்படுத்தப்பட்ட விளக்கங்கள் உருவாகக் காரணமாகியுள்ளன. இன்றைக்கும்கூட இயக்கவியல் பிரச்சினை குறித்த பல அணுகுமுறைகளில் பல குறுக்கல்வாத விளக்கங்கள் குடிபுகுந்து விடுகின்றன... அளவு மாற்றத்திலிருந்து பண்பு மாற்றத்திற்கு இட்டுச் செல்வது, எதிர்மறைகளின் உடன்பாடு போன்றவை இயக்கவியலின் பண்புகள் என முன்மொழியப்பட்டு பின் அவை அடிப்படையில் மீபொருண்மவாதம் என்று கூறப்பட்டு நிராகரிக்கப்படுகின்றன. அவை அந்தக் கட்டமைப்பில் கொண்டுள்ள இடம் குறித்தோ அர்த்தம் குறித்தோ அவை அமலாகும் பரப்பு குறித்தோ எந்த நியாயப்படுத்தலுமின்றி இது நிறைவேற்றப்படுகின்றது.

இயக்கவியல் கோட்பாட்டின் இன்றைய நிலை சில காரணங்களால் எழுந்துள்ளது. ஐரோப்பிய இடதுசாரி வட்டாரங்களில் நடக்கும் விவாதங்களில் வறட்டுவாத நிர்ணயவாத கருத்துகள் தேய்வடைந்ததால் இது உருவானது. கட்டுண்ட நிலை சமூகமாக இருப்பதிலிருந்து சுதந்திரமான சமூகமாக மாறிச் செல்வதை உறுதி செய்வதாகக் கூறப்பட்ட வரலாற்று இயக்கவியல் குறித்த கருத்துருக்கள் வீழ்ச்சியடைந்ததும் இயக்கவியலின் இன்றைய நிலைக்குக் காரணமாகும். 1950-களிலேயே

அறிவியல்வாதம் என்ற தோற்றத்தோடு ஜாடனோவியன் (Zdanovian) கருத்தாக்கங்களை டெல்லா வோல்பேயின் 'லாஜிக்கா'வில் காணலாம்.[a] 1960-களிலிருந்து கட்டமைப்புவாதிகள், ஹெகலிய 'முனைப்பு' (Subject) என்பதன் மேல் நடத்திய தாக்குதலும் 'முனைப்பு இல்லாத கட்டமைப்பு' என்று போய்ச் சேர்ந்ததிலும் இயக்கவியலின் விட்டொழிப்பைக் காணலாம். இன்றைக்கு இந்த விட்டொழிப்பு தொடர்கின்றது. தீவிரமாகி இன்றைய 'இடதுசாரிகளின்' ஞானவியல் களின் இதயத்தையும் அறிவியல்வாத கோட்பாட்டுக் கட்டமைப்புகளின் (எதார்த்தவாதம், ஒழுங்காற்றல் பற்றி, நவ-கட்டமைப்புவாதம், பல்வேறு 'தன்னெழுச்சி' அணுகுமுறைகள்) இதயத்தையும் அடைந்துள்ளது.

இந்த வளர்ச்சிப் போக்கின் காரணமாக, இயக்கவியல் குறித்த புரிதல் தொலைந்து போன நிகழ்வுப் போக்கை விளங்கிக் கொள்ள வேண்டிய பிரச்சினையை எதிர்கொள்ள வேண்டியுள்ளது. இந்தப் பிரச்சினையை, சமூக நெருக்கடியின் தெரிவிப்பாக உள்ள 'கோட்பாட்டு நெருக்கடி' என்ற பிரச்சினையாக பார்க்க வேண்டியுள்ளது. இந்த நெருக்கடியின் முன்னே, இயக்கவியலுக்கு மறுவாழ்வு அளிக்க வேண்டிய முறைபாட்டுப் பிரச்சினை எழுகின்றது. அதனைத் தீர்க்க இயக்கவியல் கோட்பாட்டின் இன்றியமையாத அடிப்படை பரிமாணங்கள் குறித்து மறுபரிசீலனை செய்ய வேண்டியுள்ளது. இது, நெருக்கடியில் உள்ள கோட்பாட்டால் கவனிக்காது விடப்பட்டுள்ளது. இந்த மறுபரிசீலனை பல சிக்கலான கூறுகளை சீர்தூக்கிப் பரிசீலிப்பதை உள்ளடக்கியது. இவை மரபார்ந்த இயக்கவியல் கோட்பாடு முறைபாடு சார்ந்து முழுமையின் பகுதியாகப் பார்க்கப்பட்டவையும் சமகால சமூக அறிவியல்களின் அறிவியல்வாத அணுகுமுறையில் தனித்தனியான பொருண்மைகளாக பகுப்பாய்வு செய்யப்படுபவையும் ஆகும். இந்தப் பிரச்சினைகள் உற்பத்தி நிகழ்முறையில் பங்கேற்பாளர்களுக்கும் அவர்களின் வர்க்க உறவுகளுக்கும் இடையேயான சமூகத் தொடர்பை உழைப்புப் பிரிவினையின் ஓர் உறவாகப் புரிந்து கொள்வதையும், இந்த எதிர்நிலை உறவுகளின் இயல்பை வரலாற்றுரீதியான உறவுகளாகப் புரிந்து கொள்வதையும் குறித்தவை ஆகும். அதோடு கூட, சமூகக் - கோட்பாட்டுப் பிரச்சினைகள் பற்றிய மதிப்பீட்டுத் தன்மை குறித்தவையும் ஆகும். குறிப்பாக, 'மரபார்ந்த இயக்கவியல் கோட்பாட்டின்' இந்த பிந்தைய கூறு தற்கால பின்-

---

a. கால்வனோ டெல்லா வோல்பே (1895-1968) இத்தாலியைச் சேர்ந்த தத்துவப் பேராசிரியர், மார்க்சிய கோட்பாட்டாளர், நேர்காட்சி அறிவியலாக தர்க்கம் (Logic as a positive Science) அவரது நூல். (ப-ஆ)

வேபரிய சமூக அறிவியலால் கைவிடப்பட்டுள்ளது. 'இடதுசாரி' வகைகளிலும்கூட வேபர் பாணியில் பரிசீலனை அம்சத்தையும் விவரிப்பு அம்சத்தையும் தனித்தனியான சம்பந்தமற்றவை போல கையாளுவதும் விழுமியங்கள் கரணியமற்றவை என்ற வேபரின் முனைவை ஏற்றுக்கொள்வதுமே நடைமுறையாக உள்ளது. தற்கால சமூகக் கோட்பாடுகளின் நெருக்கடியை பிரதிபலிக்கும் இந்த நிலைபாட்டிற்கு மாறாக கருத்துமுதல்வாத இயக்கவியல்வாதத்தின் மீள்கட்டமைப்பு ஒன்றை காட்டும். அது சமூக அறிவியலின் அடிப்படைகள் குறித்த கேள்விகளோடு சம்பந்தப்பட்ட செவ்வியல் கோட்பாடு குறித்தது ஆகும். சமூக எதார்த்தம் குறித்த நமது ஞானம் சரியானதுதானா என்ற பிரச்சினையும் செயல்பாடு குறித்த காரணியமான நியாயங்கள் குறித்த கேள்விகளும் ஆகும். இயக்கவியல் என்ற பதத்தின் கீழாக சுதந்திரம் எனும் கருத்துருவின் அடிப்படையில் எழுப்பப் பட்டுள்ள அரசியல் கரணியும் என்பதற்கும் இன்றியமையாமை என்பதன் அடிப்படையில் எழும்பும் சமூக எதிர்ப்பு என்பதற்குமிடையிலான முரண்பாடுகளோடு கூடிய உடன்பாடு என்ற ரீதியான உறவுகள் புரிந்து கொள்ளப்படுகின்றன. சாரமான அடிக்கோள் என்ற வகையில் கரணியம் எனும் கருத்தாக்கம் இயங்கியலின் தர்க்கம் மற்றும் விழுமியங்களின் தர்க்கம் என்பவற்றுக்கிடையேயான உறவு என்ற வடிவில் காண்டிய, ஹெகலிய இயக்கவியல் கோட்பாடு எனும் சட்டகத்தில் வைத்து புரிந்துகொள்ளப்படுகின்றது. ஆனால் மார்க்சியக் கோட்பாட்டில் இந்த அடிக்கோள், பொருள்முதல்வாதரீதியான உழைப்பு மதிப்புக் கோட்பாடு என்ற கட்டமைப்பின் வழியாக ஒரு கட்டுவிக்கும் ஆற்றலைப் பெறுகின்றது. சமகால 'இடதுசாரி' அறிவியல்வாதம் சொல்பவற்றின் உட்கிடையாக உள்ள கருத்துக்கு மாறாக காண்டின் கொடை அவரது அப்பாலை உய்த்துணர்தல் மற்றும் முறையாக்கம் மட்டுமல்ல. இயக்கவியல்ரீதியான தீர்மானம் எனும் கட்டுமானம் குறித்த பல கூறுகளும் அவரது எழுத்துகளிலிருந்து உருவாக்கப்பட்டுள்ளன... இயக்கவியல் ரீதியிலான வாதங்களை தருவிக்கவும் காண்ட் குறித்த இயக்கவியல் விரோத கருத்துகளை விமர்சிக்கவும் நாம் இன்று மீண்டும் அவருடைய எழுத்துகளை வாசிக்கின்றோம்.[1]

காண்டிய வாதத்தின்படி - ரூசோவின் பாரம்பரியத்தில் இன்று அதுவும் ஒரு முக்கியமான பாகம் - சமூகம் என்பதை ஆய்வுப் பொருளாகக் கொள்வதில் இரு கோட்பாட்டுரீதியான நோக்கு நிலைகள் இருக்கின்றன என்று ஒரு விரைவான கோட்டுச் சித்திரத்தை அளிக்க முடியும். அத்தோடு இரண்டில் ஒன்றை மற்றொரு நோக்கில் காண்பது எப்படி என்பதையும் அவரது எழுத்துகளில் காணலாம். முதல் நோக்குநிலையின்படி, கோட்பாடு சமூகத்தை ஒரு ஆய்வுப்

பொருளாகக் காண்கிறது; சமூகத்தை அதிகார உறவுகள், சொந்த நலன்களால் கொண்டு செலுத்தப்படும் நடைமுறைகள் விதிகள், உருவாக்கிய நலன்கள் ஆகியவை அடங்கியதாகவும் அதில் விழுமியங்களை மெய்ம்மைகளாக காணலாம் என்றும் கருதுகின்றது. இரண்டாவது நோக்குநிலை கோட்பாடு என்பதை இந்த பொருண்மையின் உருவாக்கங்களில் ஒன்றெனக் காண்கிறது. எனவே சுதந்திரம், சமத்துவம், பகுத்தாய்வு/விமர்சனம் ஆகிய தனது நெறிமுறைசார் சட்டகத்தின் அடிப்படைகளையும் பொருண்மையின் பகுதிகளாக மாற்றிக் காண்கிறது. இரண்டாவது நோக்குநிலை கோட்பாட்டு உருவாக்கத்தின் முன்நிபந்தனைகளை கட்டுவிக்கும் நெறிமுறைசார் சட்டகத்தோடு சமூக அரசியல்தள கருத்துகளை இணைக்கின்றது... இது சிக்கலான முறைபாட்டு பிரச்சினைகளை உருவாக்குகிறது. எடுத்துக்காட்டாக இந்த இணைப்பு சமூக நிகழ்வுகள் குறித்த விமர்சனம் என்ற சட்டகமாக உருவாகலாம். இது அந்த நிகழ்வுகள் அவற்றின் சூழல்நிலைகளுக்கு பொருந்தாததாக இருப்பதன் அடிப்படையில் இருக்கலாம். வேறொரு வகையில் அது அந்த சமூக நிகழ்வுகளின் சில கூறுகளின் விளக்கம் என்ற வடிவையும் எடுக்கலாம். அது முகமைகளின் நோக்கத்தைத் தாண்டி, கோட்பாட்டின் உள்ளார்ந்த மதிப்பீட்டுச் சட்டகத்தை ஆதரிக்கலாம். இரண்டு நேர்வுகளிலும் இரண்டாவதாக உள்ள (அப்பாலை) அணுகுமுறையில் நோக்கப்படும் போது ஆய்வுப் பொருள் முதல் அணுகுமுறையின் முடிவுகளையும் கணக்கில் கொள்கின்றது. (அதிகார உறவுகள், 'பொறியமைவுகள்' குறித்த விளக்கங்கள், நடைமுறைக்கும் முடிவுகளுக்கும் இடையிலான உறவுகள் குறித்த பகுப்பாய்வுகள் போன்றவை). எனவே கோட்பாட்டு நிலைபாடுகள் வெளியிலிருந்து உள்ளார்ந்த நடைமுறை சார்ந்த நெறிமுறைசார் அடிப்படை உண்மைகள் என செய்யப்படும் இடமாற்றம் என்ற சட்டகத்திற்குள் அரசியல் கோட்பாடு உருவாகிறது என்பது தெளிவாகின்றது. உண்மையில் அது கோட்பாட்டுரீதியான கரணியத்துக்கும் நடைமுறைசார்ந்த கரணியத்துக்கும் இடையேயான முரண்பாடு மூலமாக உருவாகின்றது. இது கான்டிய அப்பாலைத் தத்துவத்தின் பண்புதான். எனவேதான் கான்ட் இந்த நகர்வை ஒரு பிரதிபலிப்பு நிகழ்வுப் போக்கு என விவரித்தார். எதிர்மறைகளின் ஊடாடல் கொண்டதும் நடைமுறை கரணியம் 'தீர்வுகளை' அளிக்க வேண்டியதுமான நிகழ்வுப் போக்கு. முரண்பாடுகளின் ஊடாடலும் பின்னர் அதற்கு வரும் 'தீர்வுகளும்' ஒரு இயக்கவியல் போக்கு எனக் கூறப்படுகிறது. அதில் 'அத்தியாவசியம்' எனும் கோட்பாட்டு வாதம் முடிவுறுகிறது.

அப்பாலைத் தத்துவம் (transcendental philosophy) இந்த ஒன்றை மற்றொரு நோக்கிற்கு மாற்றும் தர்க்கம் என்பதை ஓர் ஆய்வுப் பரப்பாகக்

குறிப்பிட்டாலும் அது அதனை முழுமையாய் பரிசீலிக்கவில்லை. அதனது அக்கறை எதார்த்த நிகழ்வுப் போக்குகளுக்கும் விழுமியங்களுக்கம் இடையிலான முரண்பாடுகள் என்பவற்றில் மையம் கொண்டிருந்ததால் இதனைச் செய்யவில்லை... இந்த இரண்டு துருவங்களுக்கு இடையிலான மத்தியத்துவ நிகழ்வுப் போக்கு ஹெகலிய மற்றும் மார்க்சிய இயக்கவியல் கோட்பாடுகளில் வேறுவேறு விதமான முறைபாட்டு பிரச்சினைகளாக முன்னுரைக்கப்படுகின்றன. இந்தப் பிரச்சினைகள் அங்கு கருத்தினங்கள் குறித்த இயக்கவியல் விளக்கங் களிலுள்ள பிரச்சினைகள் (Darstellung - காட்சிப்படுத்தல்) என்று கருதப்படுகின்றன.

இயக்கவியல் காட்சிப்படுத்தலில் (ஜெர்மனில் Darstellung - அது ஆங்கிலத்தில் Depiction, காட்சிப்படுத்தல்) கருத்தினங்கள் என்பவை முறைபாட்டு விளக்கங்கள் என்ற வகையில் சமூக மறுவுற்பத்தி நிகழ்முறையை கருத்தாக்கம் செய்கின்றன. அவை சமகால சமூக படிவத்தைத் தீர்மானிக்கின்றன, அத்தோடு அதில் ஈடுபடுவோரையும் (முகமைகள்) கோட்பாட்டையும் பிணைக்கும் விழுமியங்களையும் தீர்மானிக்கின்றன. இது இந்த விழுமியங்கள் உருவாகும் நிகழ்முறையையும் சமூகம் உருவாகும் விதத்தையும் இரண்டையும் ஒன்றாகவே பார்க்கின்றது. இயக்கவியல் கோட்பாட்டிற்கான பொருண்மையின் பொருத்தப்பாடு, அதன் இயல்பைத் தீர்மானிக்கும் அதன் அடிப்படை பண்புகளை நோக்கும்போது இந்த நிகழ்முறையோடு இணைந்த ஒன்றெனக் கருதப்படுகின்றது. கான்டியனிசம் இந்தப் பிரச்சினைகளை பிரதிபலிப்புகளாகக் காண்கிறது. அவற்றை சமூகம் குறித்த பிணைக்கும் உள்ளடக்கத்தின் அடிப்படையிலான எதார்த்தமான பகுப்பாய்வுக்கு இட்டுச் செல்வதாக கருதவில்லை. அறிவுத் தோற்றக் காரணங்களால் பிணைக்கும் உறவுகள் குறித்த கோட்பாடாக காட்சிப்படுத்தல் சாத்தியமல்ல என கான்ட் கருதினார்.

ஹெகலிய இயக்கவியலின் பொருண்மை அத்தகைய பகுப்பாய்வு. சமூகப் பொருண்மை, இந்த அடிப்படை உறவுகளை உருவாக்கும் கருத்தாக்க முற்கோள் ஆகியவற்றோடு இருக்கின்ற அமைப்புகளிலும் சமூக உறவுகளிலும் அடிப்படை உறவுகள் வெளிவரும் விதம் ஆகியவை குறித்த 'மேற்பரப்பு' கருத்தினங்கள் குறித்த கோட்பாட்டு கருத்தினங்களை ஹெகலிய இயக்கவியல் காட்சிப்படுத்தல் உருவாக்குகின்றது. இவை ஏற்கனவே உருவாகிவிட்ட அடிப்படை உறவுகளின் மூலம் புரிவதை சாத்தியமாக்கியுள்ளது. கருத்தாக்கங்களுக் கிடையேயான உறவை வளர்த்தெடுப்பதன் மூலம் பொருண்மையின் சார்புநிலைப் பண்பு விளக்கத்தில் தங்கி நிற்கச் செய்யப்படுகின்றது.

சில தனித்த 'இன்றியமையாத கூறுகளை' முதன்மை, உருவாக்கப் படாதவை எனக் கூறுவது அதன்மூலம் தவிர்க்கப்படுகின்றது. அவ்வாறான கூற்று கோட்பாடு தன்னெழுச்சி வாதம் அல்லது கட்டமைப்புவாதம் ஆகியவற்றின் போதாமைக்கு இட்டுச் சென்று விடுகின்றது.

ஹெகலிய *காட்சிப்படுத்தல்* (Darsellung: Depiction) தனது கருத்தாக்கங்கள் மூலம் 'அறுதிக் கருத்து' என்பதை நியாயப்படுத்த முயல்கிறது என்றாலும் ஹெகலிய இயக்கவியல் கருத்தினங்களின் வரலாற்றுப் பண்புகளை பிரதிபலிக்கின்றது. நவீன வரலாற்றுச் சமூகத்தின் முரண்பாடுகள் பட்டவர்த்தனமாகுமாறும் இயற்கை குறித்த வினாக்களாலும் தாக்கம் அடையுமாறும் தனது கருத்தாக்கங்களை உருவாக்குகின்றது. அடிப்படைக் கூறுகளையும் இன்றியமையாத சமூக அமைப்புக் கட்டமைப்புகளின் தீர்மானகரமான விளைபொருளாக சுதந்திரம் என்ற நெறிமுறைசார் கூறை அடையாளங்காணும் நிகழ் முறையாகவும், நவீன சமூகத்தின் வரலாற்று வடிவம் பகுப்பாயப் படுகின்றது. இந்த பகுப்பாய்வால் இயக்கவியல் காட்சிப்படுத்தலுக்கு நேர்வது அது ஒரு நெறிப்படுத்தப்பட்ட நோக்குநிலைக்கு வருவதற்கு வழிசெய்கின்றது. அதிலிருந்தும் அதை நோக்கியுமாக தனது கருத்தாக்கங்களை அது கட்டியமைக்கின்றது, இந்த நோக்குநிலை இந்தப் பகுப்பாய்வுக்கான பொருத்தப்பாட்டு வரம்புகளை அளிக்கின்றது. இந்த நோக்குநிலைக்கு உரிய விழுமியங்கள் உருவாகும் வண்ணம் பகுப்பாய்வு தன்னளவில் நிகழ்முறைகள் குறித்த வினாக்களை ஒருங்கிணைக்கிறது.

சமகால அறிவுத்தோற்றவியலுக்கு ஒரு சவாலாக விளங்கக்கூடியதும் சிக்கலான முறைபாட்டுப் பிரச்சினைகளை முன்வைப்பதாகவும் இந்த வகை இயக்கவியல் பகுப்பாய்வு விளங்குகிறது. முதலாவதாக அது சமூகத்தின் முழுமையின் கோர்வை எனும் கருத்தை குலைக்காததாக இருக்க வேண்டும் என்பதை வலியுறுத்துகின்றது. இதனை *இன்றியமையாமை* என்பதோடு இணைத்துக் காண்பதாக ஆய்வுப் பொருண்மையை வெளிச்சமிடுவதாக அல்லது *நிலை உயர்த்துவதாக* அடிப்படைகளை தீர்மானிப்பதாகவும் நடைமுறை சார்ந்ததாகவும் இருக்கவும் வலியுறுத்துகின்றது. மறுபுறம், அத்தகைய நிலை உயர்த்தலை கைவிடுவதால், ஆய்வுப் பொருண்மை குறிப்பிட்ட, இணைப்புகள் இல்லாத தனித்துவ இருப்புகளாகிவிடுகின்றது. ஒருவர் இந்த நிலை உயர்த்தலை குறித்த வாதங்களை கவனித்துப் பின் தொடர்ந்தால் அடிப்படைகளை தீர்மானிக்கும் கருத்து, திட்டவட்டமான சமூக உறவுகளை மறுவுற்பத்தி செய்வது குறித்த நடைமுறை

முன்மொழிவோடு இணைந்தது என்பதைக் காண முடியும். அத்தோடு இந்த கருத்தை நடைமுறை சாத்தியமாக்கும் அமைப்புச் சட்டகத்தையும் புரிந்துகொள்ள முடியும். ஹெகலிய ஓர்மை கூடிய காட்சிப்படுத்தல் உரிமை குறித்த தத்துவத்தின் காட்சிப்படுத்தல் ஆகியவற்றின் மூலம் ஹெகலிய இயக்கவியல் பகுப்பாய்வு ஒரு மையமான முறைபாட்டுப் பிரச்சினையை எழுப்புகிறது. அது இந்த சமூக - அடிப்படை நிர்ணய சட்டகத்தின் மறுவுற்பத்திக்கான முன்நிபந்தனைகளை கண்டறிந்து கூறும் பிரச்சினை ஆகும். 'கருத்தாக்கம் தானே தனது முன் நிபந்தனைகளை சுதந்திரம் மூலம் முன்வைக்கும்' என்ற தத்துவார்த்த முன்மொழிவு மூலம் இது வரலாற்றுரீதியானதும் அரசியல்ரீதியானதுமான முன் நிபந்தனைகளை ஆய்வு செய்கின்றது. இவற்றை சரியான முறையில் முன்வைப்பது சமூக அடிப்படை நிர்ணய வழியிலான 'திட்டவட்டம்' மோசமான சாரமாக்கலாக சிதையாமல் இருக்க அவசியம். மேலும் இயக்கவியல் வகைபாட்டு விளக்கம் சுட்டும் கோர்வையான தத்துவ - நடைமுறை எனும் இலட்சியம் சிதைவடையாமல் இருக்கவும் இது அவசியம்.

செவ்வியல் இயக்கவியல் வாதத்துக்கும் விழுமியங்களின் பிரச்சினைக்கும் இடையேயான உள்ளார்ந்த தொடர்பை வெட்ட வெளிச்சமாக்கும் விதத்தில் கருத்துமுதல்வாத தத்துவ மரபிற்குள் இயக்கவியல் கோட்பாட்டின் கூறுகள் குறித்த கோட்டுச் சித்திரத்தை மேலேயுள்ள விளக்கங்கள் தருகின்றன. அதன் மூலம் அதன் நெறிமுறைகளை உருவாக்கும் தன்மையை வெளிப்படுத்துகின்றன. கருத்துமுதல்வாதம் குறித்து மார்க்சிய பகுப்பாய்வு பின்வரும் இரட்டை நிலைபாட்டை எடுக்கின்றது. ஒருபுறம் சமூகக் கோட்பாட்டின் அடித்தளத்திற்கான கருத்துமுதல்வாதக் கோட்பாட்டு கட்டமைப்புகளின் பொருத்தப்பாட்டை அங்கீகரிக்கின்றது. மறுபுறம் அதன் நேர்க்காட்சிவாத பண்புகளை நிராகரிக்கின்றது; அவை இயக்கவியல் கருத்தாக்கங்கள் உறவுகள் ஆகியவற்றுக்கு கீழே உள்ள வர்க்க உறவுகளையும் அதன் சுரண்டல் நிகழ்முறையையும் மறுக்கின்றன. வேறு வார்த்தைகளில் கூறினால், கருத்துமுதல்வாதம் தனக்கு நிர்ணயித்துக்கொண்ட திட்டமான விழுமியங்களுக்கு கரணியமான நியாயங்களைக் கண்டடைவது என்பது முழுமையாக நடக்கவில்லை எனும் கருத்தைக் கொண்டுள்ளது. வர்க்க உறவுகள் மற்றும் அதிலுள்ள சுரண்டல் நிகழ்முறை ஆகியவை குறித்த மார்க்சிய பகுப்பாய்வு மதிப்பின் கட்டுவிப்பை உழைப்பு நிகழ்முறைக்கு உள்ளே வைப்பதோடு, இன்றிருக்கின்ற அந்நியமான சமூகத்தை தாண்டிச் செல்வது குறித்தும் கேள்விகளை எழுப்புகிறது. முதலாளித்துவ சமூகத்தின் தலைகீழ் வடிவங்கள் மீதான விமர்சன பகுப்பாய்வாக மதிப்பு குறித்த

பகுப்பாய்வு நெறிமுறைசார் பொருள்முதல்வாதத்தோடு ஒத்துப் போகின்றது. இந்த அடித்தளத்தின் முரண்படும் நிகழ்முறைகள் குறித்தாக விமர்சன பகுப்பாய்வு அமைக்கப்படுகின்றது. ஒருவர் இந்த விழுமியங்கள் குறித்த பிரதிபலிப்பு உறவுகளைக் கைவிட்டால், இயக்கவியல் பகுப்பாய்வு ஆய்வுக்குரிய பொருண்மையை எதிர்கொள்ளும் 'உண்மை அறிவியல்' ஆக உருவெடுக்கும். மேலும் அது அதன் நெறிமுறைசார் கூறுகளின் விமர்சனமாக இருக்கும் (அதாவது சித்தாந்தத்தின் விமர்சனமாக இருக்கும்.) அப்படி நடந்தால் பொருள்முதல்வாத இயக்கவியலும் வெறும் குறுக்கல்வாதமாகவும் அறிவியல்வாதமாகவும் சீரழியும். ஏனெனில் மார்க்சிய அணுகுமுறை தனது நெறிமுறைகளையும் விழுமியங்களையும் உருவாக்கும் நிகழ்முறையையும் ஆய்வு செய்யக்கூடியது எனும் மெய்ம்மையை அது புறக்கணிப்பதாகும்.

முறைபாட்டியல் பதங்களில் கூறுவேண்டுமென்றால் மேலே கூறியுள்ள பிரச்சினைகள், பொருள்முதல்வாத காட்சிப்படுத்தல்களாக தம்மை முன்வைக்கின்றன. இங்கு சமூக முகமைகளை தனியே பிரித்தெடுப்பதும் சமூக எதார்த்தத்தின் உள்ளார்ந்த உறவுகளை மூடிமறைப்பதும் குறித்த விமர்சனம், அடிப்படைகள் மற்றும் நடைமுறை குறித்த கருத்துகளோடு தனித்து பிரித்து எடுக்க இயலாதவாறு பிணைத்து இருப்பதாகவும் இந்தக் கருத்து உற்பத்தி சக்திகளுக்கு முன்னுரிமை கொடுப்பதும் அவற்றிலிருந்து சமூக முகமைகளால் பிரிக்கப்பட்டதும் ஆகும்.

இந்த நெறிமுறைசார் கருத்தாக்கம் பொருண்மையோடு உள்ளார்ந்திருக்கும் கருத்தாக்கம் ஆக மார்க்சிய இயக்கவியலில் வளர்த்தெடுக்கப்படுகிறது. சமூகப் பொருண்மையின் ஒரு பகுதியாக உறவுகளிலிருந்து தோன்றிய ஒன்றாக, சமூகப் பொருண்மையின் பொருளாயத உருவாக முறைபாட்டு தீர்மானங்களால் உருவாக்கப் படுகிறது. அதனால்தான் பொருளாயதம் என்ற கருத்தாக்கத்தை உய்த்துணரும் பிரச்சினையை இயக்கவியல் காட்சிப்படுத்தல் எனும் கூறு புதிதாய் எழுப்புகிறது. இந்தப் பிரச்சினை முன்பு மார்க்சிய விவாதங்களில் முக்கியத்துவம் அளிக்கப்படாமல் புறக்கணிக்கப் பட்டது. அவை பொத்தாம் பொதுவான ஒரு முறைபாட்டிலேயே செல்வதாக இருந்தன. (இது பொருளாயத உள்ளடக்கத்தினை வளர்த்தெடுப்பதில் கவனம் செலுத்தவில்லை) அல்லது வறட்டுவாத போக்கில் சென்றன. அந்த வகையில் உற்பத்தி சக்திகள் குறித்து 'புறவயமான தர்க்கம்' ஒன்றை வளர்த்தெடுத்தால் போதும் எனக் கருதியது.

அப்படியொரு யூகித்தறியும் முயற்சி பொருளாயதம் குறித்த இயக்கவியல் கருத்தாக்கத்தின் இரு மையமான பரிமாணங்களை கவனப்படுத்துகின்றது. ஒன்று இயக்கவியல் கோட்பாட்டின் கருத்தாக்கங்களின் வரலாற்றுத் தோற்றம் (வரலாற்றுவாத சார்புநிலைவாதத்திற்கு மாறாக); மற்றது, நடைமுறை பரிமாணம். சமூகத்தின் அந்நியமாக்கும் வடிவங்களின் ஒழிப்பு.

வரலாற்றுக் கூறையும் நடைமுறையையும் இணைக்கும் தர்க்கம் பொருளாதயத்தின் 'நகர்வு முறைபாட்டை' தீர்மானிக்கின்றது. இதனை கருத்து என்பது குறித்த ஹெகலிய தர்க்கத்திற்கு எதிரானது என்று கூறலாம். அதாவது 'முன்நிபந்தனைகளை முன்மொழியும்' தர்க்கத்திற்கு எதிரானது எனலாம்.[2] இந்தப் பிரச்சினை, எதார்த்த இருப்பு குறித்த கருத்தாக்க சட்டகத்தைப் பற்றி அல்ல; சமூக வாழ்க்கை மறுஉற்பத்தி செய்யப்படுவதற்கு தேவையான நிபந்தனை என்ற கேள்வியை எழுப்புகின்றது. அதாவது, அது செயல்படுத்தல் அல்லது செயல்படுத்தத் தவறுதல் என்பதை ஆய்வு செய்கின்றது. இதனை பொருளாயத மற்றும் சமூக வாழ்வின் சமூக முன்நிபந்தனைகள் என்பதன் முரண்படுகின்ற சமூக வடிவங்கள் மூலம் செய்கின்றது. சமூக உறவுகள் குறித்த பகுப்பாய்வுகள் ஒரு உண்மையை வெளிப்படுத்துகின்றன. சமூக மறுஉற்பத்தியை கட்டுவிக்கும் சூழல்கள் அதாவது வரலாற்றுபூர்வமாக கட்டுவித்த சமூக வடிவ தீர்மானங்கள் (மனிதர்களை சமூக வாழ்க்கையின் சாதனங்களிலிருந்து அந்நியப்படச் செய்வதும் அது குறித்த முடிவுகளிலிருந்து அந்நியப்படச் செய்வதுமான). அது சமூகம் இந்த அந்நியப்படுத்தப்பட்ட நிலைமைகளுக்குள்ளாக இருந்து தன்னை மறுவுற்பத்தி செய்வதை இயலாததாக்கும்; அல்லது இந்த இயலாமையை மீளுற்பத்தி செய்ய வைக்கும். அதாவது சமூகத்திற்கு ஒரு அபாயத்தை, ஒரு மாய்மாலத்தை உருவாக்கும். சமூக உறவுகளை தர்க்கத்திற்கு ஏற்ப கண்மூடித்தனமாக வரையறுப்பதற்கு அவசியமானதும் தொடர்ச்சி யானதுமான மாற்றாக நடைமுறையையும் அரசியலையும் கணக்கில் கொள்ள வேண்டும் என்பது வெளிப்படுத்தப்பட்டுள்ளது. அதாவது கண்மூடித்தனம் அல்லது கரணியமின்மை என்தற்கான எதிர்நிலையாக அது எழுப்பப்பட்டுள்ளது. ஒரு திடப் பொருளாக உறவுகளை கையாளும் தர்க்கத்திற்கு மாறாக சமூகச் செயல்பாட்டை நோக்கியதாக இருப்பதே கரணியமானது என்ற வகையில் இது எழுப்பப்பட்டுள்ளது. வேறு வார்த்தைகளில் கூறினால், இயக்கவியல் பிரச்சினை ஒரு கண்டறிதல் பிரச்சினையாக எழுப்பப்பட்டுள்ளது. வரலாற்றின் தொடர்ச்சியான தற்காலத்தில் கண்டறியப்பட்டு முன்மொழியப்படும் நடைமுறை சார்ந்த மற்றும் அரசியல் முன்நிபந்தனைகளோடு எழுப்பப்பட்டுள்ளது. இந்த முன்நிபந்தனைகள் திடப்பொருள்போல

பொருண்மயமாக்குவதை தவிர்ப்பதாகவும் சுயநிர்ணயம் எனும் நன்னிலையை அடைவதற்கும் உள்ளதாகும்.

இயக்கவியலும் காண்டின் சமூகம் குறித்த அறிவியல்வாத அணுகுமுறை குறித்த விமர்சன பகுப்பாய்வும்

இயக்கவியல் முரண்பாடுகள் குறித்த காண்டிய கருத்தாக்கங்களில் பூர்ஷ்வா சமூகம் குறித்து பகுப்பாய்வதற்கான காண்டின் இயக்கவியல்வாதத்தின் மையமான கருத்தைக் காணலாம். இது இன்றைய விவாதங்களில் பெரும்பாலும் கண்டுகொள்ளப்படாதது ஆகும். காண்டின் இயக்கவியல் கருத்தாக்கங்களை பற்றிப் பேசும்போது, மார்க்சிய வகையிலான அறிவியல்வாதம் (கொல்லெட்டி மற்றும் கிழக்கு ஜெர்மனியின் தர்க்கவியல் பள்ளியினர்) காண்டின் அப்பாலை இயக்கவியல் பகுப்பாய்வுகளைத் தொடுவதில்லை. ஆனால் காண்டின் 'விமர்சனத்துக்கு' முந்தைய உண்மையான எதிர்மறைகள் குறித்த தேற்றத்தை குறிப்பிடுகின்றனர். காண்டின் இயக்கவியல் வாதங்களின் மையமான சரடு குறித்து கவனம் செலுத்தும் ஒருவர் ஒன்றைப் புரிந்து கொள்ளலாம். தன் மீது தொழில்படும் விசைகள் மற்றும் பொறியமைவுகள் கொண்டு செலுத்தும் பரிசீலிப்பு முன்தீர்மான கூறுகள் எதார்த்தத்தின் இயக்கம் என்ற பிரச்சினை ஆகிய இரண்டிற்குமிடையிலான உள்ளார்ந்த உறவு என்பதாக காண்ட் இயக்கவியலைப் புரிந்துகொள்கிறார் என்பதாகும். முன்தீர்மானவாத கருத்தும் அதற்கு உரித்தான எதிர்மறையும் வரலாற்றியல் மற்றும் சமூக அறிவியலின் அடித்தளத்தின் மையக் கட்டமைப்பில் அடையாளம் காணப்படுகின்றது. இந்தப் பொறியமைவின் தர்க்கம் ஏற்கனவே கட்டுண்டு விடுகிறது. ஒரு அறிவுத் தோற்றவியல் சட்டகத்தில் அதனைப் பொருத்தியதுமே இது நடந்துவிடுகின்றது. அதனை ஒரு நெறிமுறைசார் சட்டகத்தில், சமூகக் கோட்பாட்டிற்கு ஏற்புடையதாக அதனை சாதிக்கும் கருத்து அதாவது சுதந்திரம், சட்டத்திற்கு முன்னான சமத்துவம், வெளிப்படுத்தல் விமர்சனம் என்றெல்லாம் சிந்திக்கும்போது அது கட்டுண்டு விடுகிறது. இந்த பொறியமைவிற்கும் முன் தீர்மானவாதம் இரண்டிற்குமிடையிலான தொடர்பு, சமூக அறிவியலின் சாத்தியப்பாடுகள் குறித்த தீர்மானங்களின் பிரதிபலிப்பு உருவாக்கும் செயல் என்பது காண்டின் கருத்து. ஆனாலும் பின்னால் நாங்கள் காட்ட முயற்சிப்பது போல இந்தத் தொடர்பு குறித்த கருத்து காண்டின் எழுத்துகளுக்கு வெளியில் உள்ளதாகும். காண்டின் கருத்துப்படி விழுமியங்கள் சமூகப் பொறியமைவுகளால் உருவாக்கப்பட முடியாது; விழுமியங்கள் தொழில்ரீதியானதும் ஆழ்ந்த

சிந்தனையின் அடிப்படையிலானதுமான செயல்பாட்டின் தர்க்கங்களின் சாரமாக்கல் மூலம் உருவாவதாகும்.

'நடைமுறை'யின் அறிவியல்கள் குறித்த கான்டின் அடிப்படைகளில் ஆரம்பித்து, (ஒரு வகையில் இது நெறிமுறைகளை மட்டும் உள்ளடக்கவில்லை; சமூக, வரலாற்று, நீதியியல் அறிவியல்களின் கொள்கைகளையும் உள்ளடக்கியதாகும்) அவரது 'அடிப்படைகள்' இந்த அறிவியல்கள் குறித்த 'அறிவியல்வாத' அணுகுமுறை குறித்த விமர்சனத்தையும் உள்ளடக்கியதாகும். 'அறிவியல்வாதம்' என்ற பதத்தின் மூலம் நாங்கள் ஒரு அணுகுமுறையைக் குறித்து பேசுகின்றோம். இந்த அணுகுமுறை கான்ட்டால் விமர்சிக்கப்பட்ட அணுகுமுறை; எப்போதெல்லாம் சமூக, பொருளாதார எதார்த்தம் (சமூக விதிகள், பொறியமைவுகள், செயல்பாடுகள், வரலாற்று நிகழ்வுகள் உள்ளிட்ட...) குறித்த பகுப்பாய்வு ஒன்றிணைக்கும் நடைமுறைக் கொள்கைகளை கணக்கில் கொள்ளவில்லையோ, அப்போதெல்லாம் கான்ட்டால் விமர்சிக்கப்பட்டது. இந்தக் கொள்கைகள் எந்தவொரு உண்மையான நடைமுறை முன்மொழிவிற்கும் கீழுள்ளது என *கிரிட்டிக் ஆஃப் பிராக்டிகல் ரீஸன் (நடைமுறை கரணியத்தின் விமர்சனம்* Critique of Practical Reason) நூலில் கான்டால் காட்டப்பட்டவை. இயற்கையின் விதிகளின்படி ஒரு பொருண்மை சாத்தியம் என்ற நோக்கிலான புரிதல் என்ற ஒரேயொரு கொள்கையை உள்ளம் பின்பற்றும்போது, அந்த முன்மொழிவு தேர்வு சாத்தியம் என்பது நிகழ்த்துவதாக பொருண்மத்தின் தோற்றம் எனும் சாத்தியத்தை தனக்குள் கொண்டிருந்தாலும், அது நடைமுறைசார் முன்மொழிவு எனப்படலாம். அது தனது கொள்கையிலிருந்து குறைந்தபட்சம் மாறுபடுவதில்லை. அதாவது பொருண்மத்தின் இயல்புகள் பற்றிய கோட்பாட்டு முன்மொழிவுகளிலிருந்து அது மாறுபடுவதில்லை. மாறாக அது தனது கொள்கையையே அதிலிருந்து தான் பெறுகின்றது. இதனை அந்தப் பொருண்மத்தை எதார்த்தத்தில் சித்தரிக்கும் வண்ணம் செய்கின்றது. (தொகுதி IX, P.175).[3] இயற்கை அறிவியலின் தத்துவம் குறித்த கருத்தாக்கங்களின் கட்டமைப்பு குறித்து கான்டிற்கு ஒரு நிலைபாடு உண்டு; அது, இந்த கருத்தாக்கங்கள் இயற்கையை ஒரு பொருண்மை எனக் கொள்வதற்கு ஒப்புவமை உள்ளதாக, வினைவிளைவுத் தொடரின் முழுமையோடு உறவுடையதாக, அதன் காரணமாக அதனது அடிப்படையை சுதந்திரத் தேர்வில் இருப்பதை புறந்தள்ளுகிறது என்பதாகும்.[4]

தூய கரணியத்தின் விமர்சனம் (The Critique of Pure Reason) நூலில் எதிர்மறைகளின் பிரச்சினை குறித்த பகுப்பாய்வுகளில்தான் அறிவியல் முறைபாடு குறித்த விமர்சன பூர்வமான கான்டிய

அணுகுமுறை தனது நியாயத்தைப் பெறுகின்றது. மேலும், குறிப்பாக ஒரு நிகழ்வு நேர்வதற்கு இன்றியமையாத முன்னிபந்தனைகள் குறித்த கேள்விகள் பற்றிய கான்டின் அணுகுமுறை அதில்தான் நியாயம் பெறுகின்றது. மானுட புலப்பாட்டிற்குள் வருகின்ற உலகின் எந்தவொரு நிகழ்வையும் அது நேர்வதற்கான முன்நிபந்தனைகள் மூலம் புரிந்துகொள்ள இயலும்; மேலும் அந்த முன்நிபந்தனைகள் அவற்றின் முன்நிபந்தனைகள் மூலம் என்ற முடிவற்ற சங்கிலித் தொடர் மூலம் அனைத்தையும் புரிந்துகொளள் மடியும் என கான்ட் நம்புகின்றார். இந்த முடிவற்ற முன்நிபந்தனை தொடரை முடிவிற்கு கொணர கான்ட் 'கரணியம்' எனும் 'அடிக்கோள்' (Postulate)ஐ முன்வைக்கின்றார். அது முன் நிபந்தனை அற்றது. இந்த 'புறவுலகக் கட்டமைப்பு' அடிக்கோள் தன்னளவிலேயே ஒரு அறிவியல் சிந்தனையின் முன்நிபந்தனைதான். அதே சமயம் அந்நிய தீர்மானங்கள் இல்லாத ஒரு செயல்பாடு குறித்த பிரச்சினையை சிந்திக்க ஏதுவாக்குகின்றது. அதாவது முன்நிபந்தனை எனும் தர்க்கத்தை முறிக்கும் ஒரு சுதந்திரச் செயல்பாடு என்பதைக் காட்டுகின்றது. 'சுதந்திரம்' என்ற நிலைக்கு மாறிச் செல்வது குறித்து சிந்திக்க வைக்கின்றது.[5]

மேலே கூறப்பட்டதிலிருந்து கான்டிய விமர்சனம் சமூக அறிவியல்களின் கோட்பாடுகள் மற்றும் நடைமுறைகளில் அறிவியல்வாதத்தின் விளைவுகள் பற்றி விளக்குவதோடு மட்டும் நிற்கவில்லை. அதற்கும் மேலாக, முன்நிபந்தனைகளின் நடைமுறைச் சிக்கல்கள், அறிவுப்புலன் கடந்த சட்டகம் ஆகியவை அறிவியலில் மட்டுமல்லாது பொதுவாக சிந்தனை என்பதிலேயே உருவாக்கும் பிரச்சினைகள் பற்றியதாகவும் இருக்கின்றது.

கருத்தாக்கங்களை உருவாக்கும் சட்டகங்கள் எனும் பிரச்சினை குறித்து கான்டிய கோட்பாட்டு தத்துவம் கொண்டுள்ள புரிதல், இந்த கருத்தாக்கங்களின் முறைபாட்டுப் பண்புகள் பற்றிய புரிதல் ஆகியவற்றைக் காணும்போது, கோட்பாட்டுரீதியான கரணியம் என்பதற்கான நடைமுறைசார் முன்நிபந்தனைகள் வெளிச்சத்திற்கு வருகின்றன. சிந்தனையின் சுதந்திரம், உரையாடல், பரப்புரை, விமர்சனம் ஆகியவற்றுக்கான சுதந்திரம் ஆகிய கருத்தாக்கங்களில் இந்த கோட்பாட்டு கருத்துருக்களை உருவாக்கும் சட்டகம் என்பதைக் கண்டறியலாம். அந்தக் கருத்தாக்கங்கள் இந்த சுதந்திரத்திற்கான முன்நிபந்தனைகள் என்பதும் அவை வெளியிலிருந்து வரும் ஆபத்துகளிலிருந்து காப்பாற்றப்பட வேண்டும் என்பதையும் அறியலாம். சிந்தனை, வெளியிலிருந்து வரும் செல்வாக்குகளை விட்டுத் தள்ளி நின்று நடக்கலாம். ஆனால் அந்த சிந்தனைகளை வெளிப்படுத்துவதற்கான

சுதந்திரம் பறிக்கப்படலாம். பரப்புரை, உரையாடல் ஆகியவற்றை முன் அனுமானிக்கும் சரியான சிந்தனை ஆபத்துக்கு உள்ளாக்கப்படலாம். 'நாம் எந்த அளவு, எவ்வாறு சரியாக சிந்திக்க முடியும் என்பது, நாம் எப்படி இணைந்து சிந்திக்கின்றோம், நமது சிந்தனையை எவ்வாறு சமூகத்தில் உள்ளவர்களோடு பகிர்ந்து கொள்கின்றோம்; அவர்கள் எப்படி பகிர்ந்து கொள்கின்றார்கள் என்பதைப் பொறுத்தது இல்லையா? எனவே சிந்தனையை வெளிப்படுத்துவதற்கு இருக்கும் சுதந்திரத்தை, உரிமையைப் பறிப்பது, சிந்தனை செய்வதற்கான சுதந்திரத்தை பறிப்பதற்கு சமனானதுதானே?' *(V.280)* அதன்படிப் பார்த்தால் கோட்பாட்டுரீதியான கருத்தாக்கங்களை கட்டியமைக்கும் வழி சிந்தனையைத் தாண்டிய நிலையில் முறைபாடாக்குவதை, ஒரு நடைமுறைசார் அடித்தளத்தை சார்ந்து இருப்பதை பிரதிபலிக்கிறது எனலாம். இந்த சுயசிந்தனையைத் தாண்டிய அமைப்பை நவீனத்துவம் குறித்த ஒரு பிரதிபலிப்பையும் விமர்சனம் என்பதை சாத்தியமாக்கும் சரியான கரணிய அரசியலையும் கைக்கொள்ளாமல் கட்டியமைக்க முடியாது. கரணியம் என்பதே ஒரு பொதுமக்கள் கட்டமைப்பு எனும் கருத்தாக்கத்தை நோக்கியதே. குறிப்பாக அதன் அடிப்படையில்தான் அதன் வறட்டுவாதம் அல்லது அரசமறுப்பியல் குறித்த அதன் கோரல்களின் நியாயம் குறித்த முன் வரலாறு தீர்மானிக்கப்படும். கரணியத்தின் விமர்சனம் அதிகாரத்தின் ஒடுக்குமுறை பயன்பாட்டுக்கு சாதகமானதல்ல; மாறாக பொதுச் சமூக நீதியியல் பயன்பாட்டிற்கு சாதகமானது. கான்டின் கருத்தின்படி இந்த யுகத்தின் 'முதிர்ச்சியான மதிப்பீடு'. இந்த யுகம் நடைமுறைசார் புத்தொளி எனும் நடைமுறைசார் முன்மொழிவுகள் மூலம் அடையாளப்படுத்தப்படும் யுகம். அத்தைய மதிப்பீடு. இயற்கை குறித்த அறிவு என்பதனை ஒழுங்காற்றும் முன்நிபந்தனையாகவும் பிரதிபலிப்பாகவும் கொண்டதாகும் என்பது கான்டின் கருத்து.[6]

நாம் இப்போது ('விதிகளின் கீழான சுதந்திரம்' / 'Freedom Under Laws') என்பதைக் குறிக்கும் உண்மையான நடைமுறை முன்மொழிவுகள் குறித்து கவனம் செலுத்துவோம். இவை சமூக எதார்த்தம் குறித்த அறிவியல்வாத அணுகுமுறைக்கு நேர்மாறாக வரையறுக்கப்பட்டுள்ளன என்பதை அறியலாம். முனைப்பு என்பதை உள்ளடக்கியதான இயற்கையின் விதிகள் என்பதையும் முனைப்பால் மாறுதலுக்கு உள்ளாகும் தொழில்படுபொருளான, சுதந்திரமான செயல்பாட்டு, நடைமுறை கட்டமைப்புகளின் கர்த்தாவான இயற்கை என்பதையும் கான்ட் வேறுபடுத்திக் காட்டுவார் (VII 158) பின்னே கூறப்பட்டுள்ள மாற்று, நடைமுறை குறித்த கட்டுப்படுத்தும் கருத்தைக் கொண்டது, கருத்தினங்கள் குறித்த விதிகளின்படியானது,

இந்தக் கருத்தின்படி, அடிப்படை வரையறுப்புகள் அதாவது அகம்சார் கொள்கைகள் நடைமுறைசார் கரணியம் கொண்டு மதிப்பிடப்பட வேண்டும். இயற்கையின் விதிகளாக இருக்க அவற்றின் பொருத்தப்பாடு குறித்து பரிசீலிக்கப்பட வேண்டும். பொருத்தப்பாடு இல்லையெனத் தெரிய வந்தால் நிராகரிக்கப்பட வேண்டும். முரண்பாடுடைய கொள்கைகள் குறிப்பாக சிறப்புச் சலுகைகள் தரும் கொள்கைகள் அல்லது சுய முக்கியத்துவத்திற்கான இலக்குகளாகக் கொண்ட கொள்கைகள் நிராகரிக்கப்படவேண்டும். கான்ட் இவ்வாறு நடைமுறைகளுக்கு அறம்சார் அடிப்படை ஒன்றை வழங்குகின்றார். இது உண்மையான சமூகக் கருத்தாக்கங்களுக்கு ஒரு அறிவியல்வாத அடிப்படையை வழங்கும் சாத்தியப்பாட்டை விலக்கி ஒதுக்குகின்றது. இந்த கருத்தாக்கங்கள் ஒன்றோடொன்று போட்டியிடக்கூடிய உண்மையான சமூக விசைகளைச் சுட்டிக்காட்டுகின்ற அவை தொடர்ந்து மாற்றத்திற்கு உள்ளாகியவரை தமக்குள் ஒரு சமநிலையை (equilibrium) பராமரிப்பவை. இதனை அவை தமக்குள் உள்ள உறவின் அடிப்படையில் உருவாக்குகின்றன. இது குறித்து ஒரு நடைமுறைசார் அணுகுமுறையை எடுப்பது, அவற்றை முற்றாக நிராகரிக்கும் நிலையை உருவாக்குகின்றது. இந்த நிராகரிப்பு அகம்பாவமற்ற செயல்பாடு எனும் நடைமுறைசார் லட்சியத்திற்கு முரணாக இருப்பதால் நடக்கின்றது.

சமூக அறிவியல்களுக்கான கான்டிய அடிப்படைகள் குறித்த வினாக்கள் என நாம் கருதியவை கான்ட் ஆல் இயக்கவியல் பகுப்பாய்வு பிரச்சினைகள் எனக் கருதப்பட்டவை என்பதை இந்தத் தருணத்தில் நாம் வலியுறுத்துவது முக்கியம். அனுபவம் எனும் வரம்பிற்கு அப்பாற்பட்டு தனியே நிரூபணம் தேவையற்ற (a-priori) அடிப்படை கருத்தாக்கங்கள் மற்றும் கொள்கைகள் ஆகியவை, உள்ளொளியில் உருவாகும் கருத்தாக்கங்கள் ஆகிய அறிவுபூர்வமாக கையாளப்படுபவற்றை கான்ட் இயங்கியல் (dialectic) என ஏற்கனவே வரையறுத்திருந்தார். அறிதல் சாத்தியத்திற்கு அப்பாற்பட்டவை குறித்த மதிப்புகள் மாயையானவை என்பதை வெளிப்படுத்துவது இயங்கியலின் நோக்கம். மாயைகளை ஒழிப்பது இயலாது எனினும் இது இயங்கியலின் கடமை.[7] கரணியம் குறித்த கருத்தாக்கங்களை புலனுணர்வு கடந்த கருத்தாக்கங்களாக பயன்படுத்த முயற்சி செய்தால் அது முரண்பாடுகளில் முடிகின்றது என இயங்கியல் காட்டுகின்றது. அத்தோடு கட்டமைப்புப் பண்பு கொண்டதாக கரணியம் என்பதன் பகுப்பாய்வாக விமர்சனம் எனும் கருத்தாக்கம் என்று அந்த முரண்பாடுகளைத் தீர்க்க முயற்சிக்கின்றது (ஒப்பிடவும். III, 308f, IV, 695)[8] மகிழ்ச்சி குறித்த ஒரு இலட்சிய நோக்கு என்பதோடு நெறிமுறை குறித்த முறைபாட்டு கருத்து என்பதை நோக்கியதாக உள்ளடக்கத்தின்

இயக்கவியல் கோட்பாடு : மீள்கட்டமைப்பின் பிரச்சினைகள் 51

அறம் என்பதை இணைக்க முயற்சிக்கும் போது எழுகின்ற முரண்படும் உறவுகள் பற்றிய இயங்கியலான கான்டின் நடைமுறை தத்துவத்தை இந்த விமர்சனத்தோடு ஒட்டியதாகக் காண்கிறோம். இந்தப் பகுப்பாய்வு, நடைமுறை விவகாரங்கள் குறித்த அறிவியல்வாத (scientistic) அணுகுமுறையின் மறுதலிப்பை அடிப்படையாகக் கொண்ட நடைமுறை கரணியத்தின் முதன்மை எனும் கோட்பாட்டிற்கு இட்டுச் செல்கின்றது. செயல்பாடு என்பதன் 'நோய்க்கூறான' நோக்கங்களின் வெளிப்பாடுகளை பரிசீலிக்கும் அறிவியல்பூர்வமான அணுகுமுறை செயல்பாடு குறித்த கோட்பாடு என்பதற்கும் நடைமுறை விழுமியங்களுக்கும் இடையில் இணைப்புகளை ஏற்படுத்த முடியாது என கான்ட் வாதிக்கின்றார். அறிவியல்வாதம் கோட்பாட்டிற்கும் செயல்பாட்டிற்கும் இடையே இணைப்பை ஏற்படுத்தும் சாத்தியப் பாட்டை நிராகரிக்கின்றது. மாறாக கான்டிய அணுகுமுறையில் விமர்சனத்தின் அடிப்படையிலான நடைமுறைசார் கரணியம் என்பதை கணக்கில் கொள்ளும் கோட்பாட்டு கரணியம் இந்த முன்மொழிவுகளை ஏற்றுக்கொள்கின்றது. கரணியத்தின் நடைமுறைசார் நோக்கங்களில் தாக்கமுள்ளதும் கோட்பாட்டு ஞானத்தோடு முரண்படாத முன் மொழிவுகளை ஏற்றுக்கொள்கின்றது. அது யூகமான கரணியம் தன் முன் வைத்துள்ளவற்றோடு ஒப்பிட்டு இணைக்க வேண்டியுள்ளது (VII, 251).

இயக்கவியலின் முரண்பாடுகள் குறித்த இந்தத் தீர்வு கோட்பாடும் நடைமுறையும் என்ற பிரச்சினைக்கு நடைமுறைகளின் நெறிமுறை அடிப்படை எனும் தளத்தில் அளிக்கப்படும் தீர்வு. ஆனால் அது சமூக அறிவியல்களின் அடிப்படைகள் எனும் தளத்தில் அளிக்கப்படும் தீர்வு அல்ல. சமூக அறிவியல்கள் எழுப்பும் பிரச்சினைகளுக்கான பதில் கான்டின் மதிப்பீடு குறித்த விமர்சன பகுப்பாய்வு (Critique of Judgement) என்பதில் உள்ளது. அங்கு இந்தப் பிரச்சினை மீண்டும் ஒருமுறை இயங்கியலின் பிரச்சினையாகவே கையாளப்படுகின்றது. குறிப்பாக விதிவச வரலாறு முன் தீர்மானிக்கப்பட்ட வரலாறு பற்றிய மதிப்பீடு குறித்த இயக்கவியல் பகுப்பாய்வு என்று கையாளப்படுகின்றது. இங்கு கான்ட், யாந்திரீகமானதும் முன்தீர்மானமுடையதுமான விளக்கங்கள் என்பவற்றின் முரண்பாடுகள் குறித்து பகுப்பாய்வு செய்கின்றார். அதன் பிறகு ஒரு முடிவுக்கு வருகின்றார்: சில இயற்கையான வடிவுகள் குறித்த நமது சிந்தனையில் ஒரு கொள்கை வழியைப் பின்பற்றுகின்றோம்; அது இயற்கையின் இயங்கு விசைகள் அடிப்படையிலான விளக்கத்திலிருந்து முற்றிலும் மாறுபட்டதாக இருக்கின்றது. அதாவது இறுதிக் காரணம் எனும் கொள்கையிலிருந்து (The Priniciple of Final Causes) மாறுபட்டதாக இருக்கின்றது (X, 501). இரண்டு முறைபாடுகளையும் குறித்த வறட்டு

வாதமான எதிர்கொள்ளல், இரண்டையும் ஒன்றுக்கெதிராக ஒன்றைப் பொருத்தும் முரண்நிலைக்கு இட்டுச் செல்கின்றது. ஆனால் விமர்சனபூர்வமான கரணியம் எனும் கொள்கையின் அடிப்படையில் எதிர்கொண்டால் அவை (சிந்தனைபூர்வமான மதிப்பீடு) வேறு வேறு கொள்கைகளின் அடிப்படையிலான பரஸ்பர பொருத்தம் கொண்டவை என்பது தெரியும் என காண்ட் வலியுறுத்துகின்றார் (X, 531)

இயல்திட்டவாதம் (Teleology) ஒரு அறிவியலாக ஒரு 'முனைவை' (Doctrine) பிரதிநிதித்துவம் செய்வதில்லை; அது ஒரு விமர்சனத்தை பிரதிநிதித்துவம் செய்கின்றது. 'ஒன்றோடொன்று பொருந்தும் வகைகளின்' தொகுப்பாக்கமாக புலன் உணர் நிகழ்வை எதிர் கொள்ளும்போது, ஒரு முடிவை சாத்தியப்படுத்தும் ஒரு முழுமை என புரிந்துகொள்ளும் சாத்தியத்தை பிரதிபலிக்கின்றது. அதிகாரம் மற்றும் விசைகள், பண்புகள், திசைகள் ஆகியவை பற்றிய உண்மையான ஞானம் எதனோடும் இணைந்து வருகின்ற இந்த பிரதிபலிப்பு காண்ட் அவர்களால் முன்மொழியப்பட்டது. இதனை அவர், கொள்கைகளின் அடிப்படையிலான ஒரு எதார்த்த இருப்பை பகுப்பாய்வின் மூலம் கண்டறியும் ஒரு முறைபாடாக முன்மொழிந்தார். அதனை ஒரு கறாரான அறிவியல்வாத விளக்கம் என்பதற்கு மாற்றாக முன்மொழிந்தார் (X, 531).

இயல்திட்டவாத இயங்கியல் பகுப்பாய்வு ஒரு சமூக தத்துவ பொருத்தப்பாட்டைப் பெறுகின்றது. சமூக வரலாற்று அறிவியல் புலத்தில் கரணியத்தின் முடிபுகளையும் இயற்கையின் விதிகளையும் ஒன்றிணைப்பதையும் அனுமதிக்கும் அளவில் இந்தப் பொருத்தப்பாடு விளங்குகின்றது. ஒரு புறத்தில் சமூக அரசியல் செயல்பாட்டை இயல்பான வினை-விளைவுத் தொடராக விளக்குவதையும் மறுபுறத்தில் சுதந்திரத் தேர்வு அடிப்படையிலான நடைமுறை வினை-விளைவுத் தொடரையும் கொண்டு செலுத்தும் அணுகுமுறையை அது வெளிப்படுத்துகின்றது. இந்த அணுகுமுறையின்படி சுய முக்கியத்துவ நோக்கத்தோடு கூடிய செயல்பாடுகள், முகமைகளின் இலக்குகள், வழிமுறைகள் ஆகியவற்றைக் குவிமையமாகக் கொண்ட பகுப்பாய்வின் மூலம் விளக்கப்படலாம். மறுபுறத்தில் சுதந்திரத் தேர்வு அடிப்படையிலான நடைமுறை வினை-விளைவுத் தொடரையும் மற்றும் அவர்களின் நடவடிக்கைகள் ஏற்படுத்தும் விளைவுகள் மாறாக ஒரு வரலாற்றுச் சூழலில் அந்த நடவடிக்கைகள் உருவாக்கும் வரலாற்று நிகழ்வுகள் மற்றும் அமைப்புகள் தத்துவார்த்தக் கரணியம் அங்கீகரிக்கின்றதும் இயற்கையான நிகழ்வுப் போக்கின் கரணியமான முடிவுகள் அடிப்படையிலும் விளக்கப்படலாம். எடுத்துக்காட்டாக, அரசியல்

சமத்துவம் (கரணியம் ஏற்கும் ஒரு விழுமியம்) அடிப்படையிலான ஒரு அரசியல் சட்ட யாப்பை, தனிநபர்களின் வாழ்வியல் நலன்கள் குறித்த நோக்கத்தில் எழுந்தது என்ற வகையிலும் பகுப்பாய்வு செய்யலாம். அதன் அடிப்படையில் அதன் முகமைகளின் நோக்கம் இல்லாத ஒரு கரணியமான முடிவிற்கும் வந்து சேரலாம். இயல்திட்டவாத பகுப்பாய்வு, அத்தகைய யாந்திரீகமானதும், விழுமியவாதமான ஆய்வுகளின் ஒருங்கிணைவு குறித்து, அமைப்புச் சட்டகம் முழுமையான முன்னேற்றம் குறித்து அறிய நமக்கு உதவுகின்றது. முதலாளித்துவ அரசாங்கத்தின் விதிகளின்படி அமைக்கப்படும் நவீன அமைப்புகள் குறித்த கான்டிய ஆய்வுகள் இந்த பிரதிபலிப்பு அணுகுமுறையை கொண்டதே. இந்த திசையிலான பகுப்பாய்வு எல்லாவிதமான அறிவியல்வாத அணுகுமுறைகளுக்கும் மாறாக எதார்த்த இருப்புகளின் உள்ளார்ந்த விழுமிய பரிமாணங்களை வெளிப்படுத்துகின்றது.

அறிவியல்வாதத்தில் சமூக உறவுகளின் நடைமுறைப் பன்முகங்களின் ஒற்றுமை அதிகார உறவுகளால் நிறுவப்படுகின்றது. பிரதிபலிப்பு இயல்திட்டவாத அணுகுமுறை, அதனை ஒரு பொது அரசியல் நியதி (சட்டம்) என்பதோடு தொடர்புபடுத்தி நிறுவுகின்றது. ஒரு சமூக எதார்த்த இருப்பும் உரிமை குறித்த கருத்தாக்கமும் கான்டிய இயல் திட்டவாத மதிப்பீட்டின் தர்க்கரீதியான சட்டகத்தைப் பின்பற்றுகின்றன. இந்த விதி கட்டாயமானது (‘அத்தியாவசியமானது’) என்பதால் அது அறிவார்ந்த புரிதல் எனும் சட்டகத்தை கொண்டுள்ளது. இது முதல் விமர்சனம் பற்றிய இயற்கை விதிகளோடு ஒப்புமை உடையது. ஆனால் அதன் சட்டகத்தின் பொதுவான தன்மை என்பதை வைத்துப் பார்க்கும்போது (அதன் கட்டாயம்/அத்தியாவசியம் எனும் பண்பிலிருந்து சாரமாக்கினால்) அது கரணியத்தின் விதியோடு ஒருங்கிணைகிறது. புரிதல் (அத்தியாவசியம்) என்பதன் சட்டகத்திற்கும் கரணியம் (பொதுமை) என்பதற்கும் இடையிலான இணைப்பு இயல்திட்டவாத அடிப்படையிலான ஒன்று: அது ஒரு பிரதிபலிப்பு நிகழ்வுப் போக்கின் ஒரு பகுதியாக அமைகின்றது; அது, மானுட சாத்தியங்கள் ஆற்றல்கள் ஆகியவற்றின் முழுமை குறித்த ஒரு கட்டுறும் கோட்பாட்டின் அடிப்படையில் அவை ஒவ்வொன்றும் சமூக அல்லது அரசியல் நிகழ்வில் வடிவை தீர்மானிப்பதில் எவ்வாறு தொடர்பு கொண்டுள்ளன என்பதை உறுதி செய்கின்றது.

இயல்திட்டவாத - இயங்கியலின் வகையினங்கள் குறித்த விளக்கத்தின் பண்பான பிரதிபலிப்புத் தன்மை கான்ட்டின் சமூகக் கோட்பாடுகள் அனைத்திலும் உள்ளார்ந்து இருப்பதாகும். இது சமூக

அறிவியல் கருத்தாக்கங்களின் உருவாக்கத்திற்கு ஒரு செயல்முறையை அளிக்கின்றது. இதில் விழுமியம் சார் கூறுகளுக்கும் யாந்திரீகமான கூறுகளுக்கும் இடையிலான எதிரெதிர் நிலை உருவாகின்றது. இந்த பிரதிபலிப்பு சமூக செயல்பாட்டின் முடிவுகளையும் (ஏற்கனவே சாதிக்கப்பட்டவை) சுதந்திரம் எனும் நடைமுறைசார் கருத்தையும் எதிரெதிரில் நிறுத்தி விமர்சனபூர்வமாக ஒப்பிடுகின்றது. இதன் மூலம் அறிவியல்வாதத்தில் உள்ளார்ந்து இருக்கும் சார்புவாதம், வரலாற்று நியதிவாதம் ஆகியவை தாண்டிச் செல்லப்படுகின்றன. சமூகத்தில் வெவ்வேறு இலக்குகள் நோக்கி பயணிக்கும் முகமைகளின் சகவாழ்விற்கான முன்நிபந்தனைகளாக ஒத்த கருத்துகள் எனும் அரசியல் நன்னோக்கம் என்பதை வரலாற்று நியதிவாதம் எதிர்கொள்கின்றது. *நடைமுறை கரணியம் குறித்த விமர்சனங்கள்* (‘Critique of Practical Reason - VII, 137) நூலில் ‘சமூக உறுதிப்பாடு’ (volonte'de tous) குறித்து செய்யப்பட்ட விமர்சனங்கள் வளர்த்தெடுக்கப் பட்டுள்ளன. அவை இயல்திட்டவாத அடிப்படைகளிலிருந்து, உரையாடல் மூலமான புரிந்துணர்வு அடிப்படை என்பதில் காலூன்றி நிற்கும் நெறிமுறைசார் அரசியல் கோட்பாட்டிற்கான சாத்தியப்பாடு எனும் திசையில் வளர்த்தெடுக்கப்பட்டுள்ளன. சுயமுக்கியத்துவ நோக்கம் சார் செயல்பாடு என்பதற்கு எதிராக அரசியல் ஒருமைப் பாட்டின் வடிவாக அரசு எனும் கருத்து நிறுத்தப்படுகின்றது (VIII, 434).

‘சமூக ஒப்பந்தம்’ (‘Contrat Social’) நூலில் ரூசோ அளித்துள்ள கட்டமைப்பிற்கு எதிர்மாறாக கான்டின் பகுப்பாய்வு புலனுணர் உண்மைகளைப் பற்றிய வாதங்களைத் தாண்டிச் செல்லும் கூர்மை கொண்டது: சில மனிதர்கள் சமூகத்தில் இணக்கத்துடன் வாழும் சாத்தியப்பாட்டு நிலை, கரணியத்தில் காலூன்றியுள்ள சுதந்திரம் குறித்த புறவயமான சட்டகத்தை நிறுவுவதைப் பொறுத்தது என்பது அவரது கருத்து. இந்த இயக்கவியல் வாதத்திற்கு ஏற்புடையதாகவே சட்டம், சமத்துவம், நியாயமான அதிகாரம் என்பவை அறிவியல்வாத அடிப்படையிலான நேர்காட்சிவாத சட்டம், (சமமில்லாத) அதிகாரங் களின் சமநிலை, அதிகாரம் கொண்ட அரசின் அமைவு ஆகியவற்றுக்கு எதிராக அறிமுகம் செய்யப்படுகின்றது.

சமத்துவமாக உரிமை எனும் கருத்துரு இயக்கவியல் விமர்சனத்தின் விளைவு. இது சமூகம், அரசியல் குறித்த அறிவியல்வாதத்தின் கருத்தாக்கத்தைத் தூண்டிச் செல்வது. கான்ட் காட்டுவது போல, இந்தக் கருத்தாக்கம், சமூகத்தை ஒரு எந்திரவியல் பிரச்சினையைப் போலப் பார்க்கின்றது: ‘ஒரு பளுவோடு நிகர்நிலையிலுள்ள விசை

குறித்து தெரியும்போது ஒரு நெம்புகோலின் ஆதாரத்தானத்திலிருந்து அதன் இருபுற நீட்சிகளின் நீளம் காண்பதைப் போல' (IX, 174) எதிர்கொள்ளப்படுகின்றது. இங்கு முன்வக்கப்படும் நிகர்நிலை, ஒரு அமைப்பில் தொழில்படும் பல சமனற்ற விசைகளுக்கிடையிலான நிகர்நிலை. ஒரு சமூகம் என்ற அளவில் அது ஆதிக்க உறவுகள் குறித்ததாகும். இந்த கருத்தாக்கம், சமத்துவம் எனும் கருத்தாக்கத்திற்கு எதிர் நிலையில் வைக்கப்பட்டு பகுப்பாய்வு செய்யப்படுகின்றது. சமத்துவம் என்பது அரசியல் ஆதிக்க நீக்கம் என்பதாகவும் சமூகத்தை பொதுவான சட்டங்களின் அடிப்படையிலானதாக மீட்டுருவாக்கம் செய்வதாகவும், அதன் உறுப்பினர்கள் சுதந்திரமானவர்களாகவும் சுயசிந்தனை கொண்டவர்களாக காத்திர உணர்வோடு சுய கட்டுப்பாடுகளை ஏற்றுக் கொண்டவர்களாகவும் இந்த சமூகம் மீட்டுருவாக்கம் செய்யப்படுவதைக் குறிக்கின்றது. அத்தகைய சமூகத்தில் நிலவும் சமூக, தனிநபர் ஏற்றத்தாழ்வுகள் முன்னேற்றத்தைக் கொண்டு வரவும், மானுடத் திறன்களை வளர்க்கவும் போதுமானவையாக இருக்கின்றனவா என்பது இயல்திட்டவாத அடிப்படையில் பகுப்பாய்வு செய்யப்படும். இந்த வகை ஏற்றத்தாழ்வுகள் அரசியல்ரீதியான சமத்துவத்துடன் உடன் இருக்கும். பொதுவான உடனிருப்பு கொண்ட இந்த சமூகத்தில் முறைப்படியான சட்டங்களும் அவை உருவாக்கும் விளைவுகளும், எதார்த்தமாக நிலவும் சமூகத்தின் இயல்திட்ட மதிப்பீடுகளின் கட்டமைப்புகளை எடுத்துக் கூறுபவை ஆகும்.

உரிமைகள் மற்றும் அரசியல் ஆகியவற்றுக்கு இடையேயான உறவு குறித்த கான்டிய பார்வையை, இயக்கவியல் கருத்தாக்க நோக்கு நிலையில் மேலே சுருக்கமாக விவாதித்துள்ளதின்படி தெரிந்து கொள்ளலாம். கான்டைப் பொருத்தமட்டும் 'உரிமை குறித்த கருத்துருவாக்கத்திற்கு' ஏற்ப அரசியல் தனது விதிகளையும் நிர்வாக இயக்குமுறைகளையும் வகுத்துக்கொள்ள வேண்டும் (VIII, 642) 'ஏற்றுக்கொள்ளும்' இதனை செயல்படுத்துவது எப்படி என விளக்கப் படவில்லை. ஆனால், சில நியதிகள் குறித்த கடப்பாடுகள் என்ற நிபந்தனைகள் இல்லாமல் அதிகாரம் குறித்து பகுப்பாய்வு செய்ய இயலாது எனும் கான்டிய பார்வையில் இதனை மீள்கட்டுமானம் செய்யலாம். இந்த நிபந்தனைகள் ஒருவிதமான 'புலனுணர்வுகளுக்கு அப்பாற்பட்ட' அடக்குமுறை நடைமுறை சாத்தியப்பாடுகள் எனும் நிபந்தனைகளால் ஆன சட்டகம் என்பதையும் குறிக்கின்றது. இயல் திட்ட பகுப்பாய்வு சுட்டிக்காட்டும் நிபந்தனைகள், 'ஒரு சாத்தியமான அரசியல் யாப்பு என்பதன் இயல்புகள்', ஒரு அரசியல் யாப்பை ஏற்றுக்கொண்டு செயல்படுத்தும் 'நல்லுறுதி' மற்றும் 'அனுபவம்' ஆகியவை எனலாம்.[9] சரியான கருத்தாக்கம், அனுபவம், நல்லுறுதி போன்ற கூறுகள்,

பிரதிபலிப்புகளின் அடிப்படையில் மதிப்பீடு, நடைமுறை சாத்தியப்பாடுகள் ஆகியவற்றின் மூலம் பொதுவான கருத்தாக்கங்களை உருவாக்கும் திறன் ஆகியவற்றின் கட்டமைப்பில்தான் அதிகாரம் எனும் கருத்தாக்கம் கால்கொண்டுள்ளது. அதன் மூலமே அது ஒரு நடைமுறைகள் அடித்தளத்தைப் பெறுகின்றது. இந்த கொள்கைகளின் அடிப்படையில் அமைந்த ஓர் அரசியல் சமூகத்தில், சட்டத்தின் அமலாக்கம் எனும் கூறு, சட்டம் உண்மையிலேயே உணரப்படுவதற்கு அவசியம். அதில் அமலாக்கம்தான் சுதந்திரத்தை உத்தரவாதம் செய்கின்றது. சட்டத்தின் அமலாக்கம் சுதந்திரத்தின் தடுப்புச்சுவர் அல்ல. மாறாக பொதுவான விதிகளின்படி இயங்கும் ஒரு சமூகத்தில் 'சுதந்திரத்தின் தடைகளுக்கான தடுப்புச் சுவரே' (VIII, 338).

இங்கே, கரணியமான அமலாக்கம், கரணியமற்ற அமலாக்கம் இரண்டையும் விமர்சனபூர்வமாக வேறுபடுத்திப் பார்க்க வேண்டியுள்ளது. கரணியமான பொதுவிதிகள், அமலாக்கம் ஆகியவற்றை உறுதிசெய்யக் கூடியவை என்பதற்கும் அப்படிப்பட்ட கரணியமான நியாயப்படுத்தல் இல்லாது எதேச்சையாக வரலாற்று நிகழ்வாக உருவான சமூகங்களில் அமலாக்கம் செய்யப்படுகின்ற பொதுவான விதிகளையும் வேறுபடுத்திப் பார்க்க வேண்டியுள்ளது. ஆய்வுக்குட்படுத்த வேண்டிய ஒரு சமூக நிகழ்வின் யாந்திரீகமானதும் இயல்திட்டவாத அடிப்படையிலானதுமான கூறுகளை வேறுபடுத்தி பார்க்கும் இயக்கவியல் நோக்கு பின் இந்த இரு கூறுகளுக்கும் பொதுவான பார்வையை ஒன்றிணைக்கின்றது. அது இந்த மதிப்பீட்டில் வெளியிடப்படுகின்றது. இந்த மதிப்பீடுதான் கான்டை ஒரு 'குடியரசு' அரசாங்கம் என்பதன் வடிவை உருவாக்கவும் அதனை முன்மொழிந்து வலியுறுத்தவும் வைக்கின்றது. இந்த வடிவு நெறிமுறைகள் என்ற கூறு கொண்டதாகவும் வரலாற்று வகையில் எந்த வகையிலான அதிகாரம் செலுத்தப்படுகின்றதோ அதனை கட்டுப்படுத்துவதாகவும் உள்ளது.

இந்தப் புள்ளியில், இயக்கவியல் இயல்திட்ட மதிப்பீட்டின் கட்டமைப்பு, நகர்வு ஆகியவற்றின் தாக்கம் என்னவென்ற வினாவிற்கு விடை காண வேண்டும். மேலே விவாதித்த இதனை 'எதார்த்த இருப்பு' அனைத்து *நிபந்தனைகளின்* முழுமை என்பதை புரிந்துகொள்ள செய்ய வேண்டியுள்ளது. கான்டிய வகையிலான இயல்திட்ட அணுகுமுறை ஒரு கறாரான பிளவைத் தாண்டிச் செல்கிறது. இந்த பிளவு, முடிவற்றத் தொடராகக் கூறப்படும் நிபந்தனைகள் என்பதற்கும் *நிபந்தனையற்ற* சுதந்திரம் என்பதற்கும் இடையிலானது. அத்தோடு ஒரு கரணியமான நிரூபணம் தேவையற்ற ஒரு சட்டகத்திற்கு தேவைப்படும் முன்நிபந்தனைகள் குறித்த வினாவையும் எழுப்புகிறது.

இந்தச் சட்டகத்தை நிறுவுவது, சமூக வாழ்க்கையே ஆபத்திற்கு உள்ளாவதைத் தடுக்கவும் அவசியம்.[10] தத்துவார்த்த நிலைபாட்டிற்கும் ('கரணியத்தின் முடிவுகள்') வரலாற்று நிகழ்வுப் போக்கிற்கும் (உண்மையான விசைகளின் உருவாக்கும் குறித்த ஆய்வுகள்) இடையே ஒரு மிச்ச மீதமற்ற கணக்கு நேர் செய்தலை தூண்டிய இயக்கவியலின் மையமான வாதம் செய்வதில்லை. இது, கோட்பாடு, நடைமுறை ஆகியவற்றுக்கு இடையிலான இயக்கவியல்ரீதியான (முரணியக்க வகையிலான) ஊடாடல் அவற்றின் விசைகளுக்கிடையிலான சமன் 'முறைபாடு' என்ற வகையில் இருப்பதன் காரணமாக தடுத்து நிறுத்தப்படுகின்றது. இந்த 'முறைபாடு' என்ற கூறோடு 'நெறி' எனும் கூறும் இணைவது (சுதந்திரம் முதலானவற்றின் 'புலனுணர்வு கடந்து' சட்டகம்) வரலாற்றுக்குப் பொருள் அளிக்கின்றது. 'விமர்சன யுகம்' என்பதன் அடித்தளக் கோட்பாடுகளாக சமகால முறைபாட்டு விழுமியங்களை (புலனுணர்வு கடந்த கருத்துருக்கள்) கொண்டிருப்பதால் கருத்தினங்களின் வரலாற்றுரீதியிலான உருவாக்கம் எனும் கான்டிய கருத்தாக்கம், வரலாற்று நிர்ணயவாதத்திற்கு (சார்நிலை மறுப்பு) எதிரானது எனக் கொள்ளலாம். இவ்வாறாக, உரிமை குறித்த கருத்துருக்கள் வரலாற்று மாற்றங்களை 'வழிநடத்துகின்றன'; ஃபிரெஞ்சுப் புரட்சி, வரலாற்றில் கரணியத்தின் செயல்பாடு எனக் காண முடியும் என்றெல்லாம் சொல்லிச் செல்கின்றார்.[11] ஆனால் வன்முறை நடவடிக்கைகளில் எல்லாம் கரணியம் என்பதை ஒருவர் திணிக்கக்கூடாது. அவை வரலாற்றுரீதியான புரட்சிகரமான நிகழ்வுப் போக்கின் வெறும் மேலெழுந்த வெளிப்பாடுகள் மட்டுமே. எனவே அவற்றை 'இயற்கையான விதிகளுக்குட்பட்டு உருவாக்கப்பட்ட அமைப்போடு' மட்டுமே உரசி ஒப்பிட்டுப் பார்க்க வேண்டும். உண்மையில், மதிப்பீட்டின் இரு பக்கங்கள் (விசை மற்றும் இயற்கை விதி) தாமாக பிரிவுண்டு திட்டவட்டமான வரலாற்று நேர்வுகளில் தாமே விடுபட்டு எழுவதை நாம் காணலாம். ஹெகலிய உலகசாரம் அல்லது பரிசுத்த ஆவி என்பதற்கு மாறாக விமர்சனரீதியான நடைமுறை தத்துவம், வரலாற்று மாற்றங்களில் தொழில்படும் உறவுகள் மற்றும் விளைவுகள் ஆகியவற்றின் 'முழுமைக்கும்' தான் பொறுப்பு எனக் கருதுவதில்லை. அது வரலாற்று நேர்வுகளை இரு பகுதிகளாகப் பிரிக்கின்றது. ஒரு பகுதியை கரணியமாக விளக்க முடியும் என்றும் (இங்கு அதனது சொந்த வடிவிலேயே அது புரிந்துகொள்ளப்படுகின்றது) மற்ற பகுதியை அதன் பொருளாயத அடிப்படை கரணியத்தின் கறாரான கேள்விகளுக்கு பதிலளிப்பதாக இல்லை என்றும். வரலாற்றின் பொருளாயத அடிப்படையை இப்படி கரணியத்திற்கு உட்பட்ட மற்றும் கரணியத்திற்கு அப்பாற்பட்ட

கட்டமைப்புகளாக வகுப்பது இயக்கவியல் இயல்திட்டவாதத்தில் உள்ளார்ந்த பண்பு. இது புலனுணர்வு தாண்டியதெனும் முரணை சமூக வரலாற்றியல் அறிவியலின் முறைபாட்டிற்குள் கொண்டு வருகின்றது. இந்த விதத்தில் இது தான் எடுத்துக்கொண்ட ஆய்வுப் பொருண்மையின் ஒருமையை உடைக்கின்றது. முறைபாடு என்பதற்கு தனக்குள்ள கடப்பாட்டிற்கு தான் அளிக்கும் விலை என இந்தச் சிரமம் குறித்த புரிதல் கான்டிற்கு இருந்தது. அவரது *மதிப்பீடுகளின் விமர்சன பகுப்பாய்வு* (Critique of Judgement) எனும் நூலில் இதனைக் காட்ட முடியும். குறிப்பாக முறைபாடு (Methodenlehre - Methodology) பற்றிய அவரது எழுத்துகளில் காணலாம். 'கலாச்சாரம் பற்றி கோட்பாடுகள்' உருவாக்கத்திற்கான இயக்கவியல் பகுப்பாய்வின் முறைபாட்டு விளைவுகளை விளக்கும் இடத்தில் இதனைக் காணலாம். இந்தக் கோட்பாட்டின் பொருண்மை, புலனுணர்வு மற்றும் அறிவின்மைகள் விசைகளின் உருவாக்கம் (வளர்த்தெடுப்பு) ஆகும். இந்த விசைகள்தாம் செயல்பாட்டின் உள்ளீடு (நோக்கம்) என்பதைத் தீர்மானிக்கின்றன. அந்த வகையில் இந்த உருவாக்கம், உள்ளீடுகளில் இருந்து அவற்றின் பொதுவான சாரத்தை வடித்தெடுக்கும் திறனின் உருவாக்கம், எனவே அறம்சார் செயற்பாட்டின் சாத்தியப்பாட்டிற்கான நிபந்தனை. கலாச்சாரம் குறித்த கருத்தாக்கத்தில் கரணியம், புரிதல் மற்றும் செயலூக்கம் ஆகியவற்றுக்கிடையிலான உறவு, 'ஒழுங்கு' குறித்த தர்க்கத்திற்குள்ளும் சுயம் குறித்த உணர்வெண்ணம், போட்டியிடும் சமூகம் ஆகியவற்றுக்குள் ஆழ்பரிசீலனையின் அடிப்படையில் நிறுவப்படுகின்றது. இயல்திட்ட பகுப்பாய்வின் அடிப்படையில் அறம்சார் சுயநிர்ணயம் என்பதே ஒரு சிக்கல் என நிறுவுதல் இயலாது எனும் கருத்துரு இதன் மையம். அத்தகையதொரு பகுப்பாய்வு மனிதர்கள் 'கரணியத்தின் வழிகாட்டலில்' இருப்பவர்களாக எவ்வாறு உருவாக்கப்படலாம் என்பதையே காட்டும் (X,556). இதன் தொடர்ச்சியாக ஒரு இயல்திட்டவகை அணுகுமுறையின் பொருண்மை என்பதிலிருந்து கரணியமான சமூகம் எனும் நிலைக்கு ஒரு முறிவு இல்லாமல் மாறிச் செல்லும் போக்கும் இல்லை.

நாம் இப்போது கான்டிய இயக்கவியல் குறித்த நமது விவாதத்தை முடிவுக்குக் கொண்டு வரலாம். கான்டிய இயக்கவியல், சமூகத்தை ஒரு விசைகளின் சமன் என்ற வகையில் பகுப்பாய்வு செய்ய முயலும் அறிவியல்வாதத்தின் முயற்சி குறித்து ஒரு முறைபாட்டியல் விமர்சனம் என்ற வகையாகப் புரிந்து கொள்ளலாம் என்ற வாதத்தைக் கண்டோம். நாம் நமது பகுப்பாய்வின் குவிமையத்தை கோட்பாடு எனும் தளத்திலிருந்து இயல்திட்டம் என்றும் தளத்திற்கு பின் அங்கிருந்து செயல்பாடு குறித்த கருத்தாக்கம் என்பதற்கும் இடம்

பெயரச் செய்யும்போது, கான்டிய பகுப்பாய்வு உள்முரண்பாடுகளை வெளிப்படுத்துகின்றது. சமூக-வரலாற்று பூர்வமான 'பொருண்மைகளில்' நடக்கும் பகுப்பாய்வில் இந்த இடப்பெயர்ச்சி கான்டிய நோக்கு நிலையில் ஒரு முறைபாட்டியல் பணியைச் செய்கின்றது. கான்டிய சட்டகம் என்ற வகையில் இயற்கை அறிவியல்களின் தர்க்கத்தின் ஒருங்கிணைப்பு எனும் நிலையிலிருந்து ஒரு புலனுர்வு தாண்டிய நடைமுறை செயல்திட்டம் என்ற அவசியமான இடப்பெயர்வை நடத்துகின்றது. (ரூசோவின் சுதந்திரம், சமத்துவம் ஆகியவற்றின் சமூக ஒப்பந்தரீதியான / ஒத்தகருத்துரீதியான ஒரு அடிப்படை உண்மை.) குறிப்பாக, இந்த மதிப்பீட்டின் இடப்பெயர்ச்சியைத்தான் அறிவியல்வாதம் ஆய்வு செய்வதில்லை.

இயற்கையின் இறுதிநிலைகள் (இயல்திட்டவாதம்), கரணியத்தின் இறுதிநிலைகள் (செயல்திட்டவாதம்) ஆகியவை குறித்த வினாக்கள் பற்றிய அறிவியல்வாத அணுகுமுறையை நிராகரிப்பதுதான் சமூக அறிவியலின் மதிப்பீடுகள் மற்றும் விவரிப்பு ஆகியவற்றுக்கு இடையேயான உறவு எனும் பிரச்சினைக்கு கான்டிய விடை. வரலாற்று எதார்த்தத்தின் கட்டுமானத்தில் விழுமியங்களை ஒன்று சேர்ப்பது (மெய்ம்மைகளின் ஒன்றையொன்று சார்ந்திருக்கும் உறவுநிலை) இயல்திட்ட பகுப்பாய்வில் (பொதுவான விதிகளில் அடங்கும் விழுமியங்கள் சிலவற்றுக்கு) ஏற்றுக் கொள்ளப்படுகின்றது. ஆனால், செயல்திட்டவாதத்தில் நிராகரிக்கப்படுகின்றது. இங்கு வரலாற்று உருவாக்கமான எதார்த்தத்தை மதிப்பீடு செய்வதற்கு விழுமியங்கள் தான் அடிப்படை. எனவே அவற்றை சார்ந்து இருக்கவியலாது. ஒன்றுக்கொன்று முரண்படுகின்ற முறைபாடுகளை (விவரிப்பு, இயல்திட்ட மதிப்பீடு, செயல்பாட்டு மதிப்பீடு) ஒன்றுபடுத்தல் இயற்கை மற்றும் சமூக அறிவியல்கள் மற்றும் அறம்சார் செயல்பாடு ஆகியவற்றுக்காக உருவாக்கப்பட்ட நெறிமுறைகளின் வடிவுகளா கின்றன. நெறிமுறைகளின் வகைபாடுகள் ஒன்றோடொன்று காத்திரமான வகையில் தொடர்புடையவை. அதே சமயம், சமூகப் பகுப்பாய்வைக் குறித்து பேசும்போது, கான்ட் நடைமுறைசார்-இயல்திட்ட தளத்தின் முதன்மையான இடம் குறித்து வலியுறுத்து கின்றார். மேலும் அதில் 'விசைகளின்' இயக்கத்தை ஒன்றிணைக்கவும் கோருகின்றார். ஏனெனில் இந்த ஒன்றிணைப்பு மிகவும் கறாரான நெறிமுறைகளோடு நடக்கக் கூடியது. இதன் முடிவுகள் கோர்வை யற்றவை, முன்னுப் பின் முரணானவை என கருத்தாக்கம் செய்யப்படும் அபாய சாத்தியம் எப்போதும் உள்ளது. மேலும் விசைகளின் சமநிலையில் ஏற்படும் மாற்றங்கள் நெறிமுறைகளில் எந்த மாற்றத்தையும் ஏற்படுத்தாது என்றும் கருதப்படுகின்றது. கான்டின் நோக்கம்

நெறிமுறைகளில் மாற்றம் ஏற்படுவதைத் தவிர்ப்பதாகும். ஏனெனில், அது வரலாற்றுவாத சார்புநிலையை உருவாக்கிவிடும் என்பதாலாகும் (இது ஹெகலிய-மார்க்சிய இயக்கவியல் தீர்க்கவேண்டிய பிரச்சினை. உள்ளீடுகளை மதிப்பிடுவதன் மூலம் புதிய தீர்வினைக் கண்டடைய ஒரு புதிய தீர்வினை அது முன்மொழிகின்றது.) கான்டிய இயக்கவியல் அனுபவம் மற்றும் உள்ளீட்டின் அடிப்படையிலான நிபந்தனைகள் ஆகியவற்றிடமிருந்து தற்காத்துக் கொள்ள முயற்சிக்கின்றது. ஆனாலும் அது 'உள்ளீடை'ச் சார்ந்து சார்ந்திருப்பது ஒரு முறைபாட்டு அவசியமாய் இருக்கின்றது. புலனுணர்வு தாண்டிய தத்துவம் என்பதன் முரண்பாடுகளின் உறவுகளில் இதனை அது தவிர்க்க இயலவில்லை. இந்த உறவுகள் சமகால சமூகத்தில் கோட்பாட்டுக்கும் செயல்பாட்டுக்கும் இடையேயான உறவுகளை விவரிப்பது, மதிப்பிடுவது ஆகியவற்றில் பிணையுண்டுள்ளது. அந்த வகையில், இதே குறிப்பிட்ட தளத்தில் ஆரம்பித்து அவை கரணியமின்மை/கண்மூடித்தனம் குறித்த தேற்றங்களையும் வரலாற்றுரீதியான உள்ளடக்கங்களின் எதேச்சையான சாத்தியம் என்பதையும் மறுத்து விடுகின்றன.

ஹெகலிய இயக்கவியலும் கருத்தினங்களின் விளக்கம் என்ற பிரச்சினையும்

கான்டின் கருத்துகளுக்கு மாறாக, ஹெகலிய சமூகக் கோட்பாட்டில் இயக்குபொறிக்கும் இயல்திட்டத்திற்கும் (இலக்கு நோக்கிய இயக்கத்திற்கும்) இடையேயன இணைப்பு இயக்கவியல் வகைபாட்டிற்குள் வரும் ஒரு உள்ளார்ந்த உறவு. ஹெகல் சமூகக் கோட்பாட்டில் விழுமியங்கள் குறித்த பிரச்சினை, ஆய்வுப் பொருண்மத்தின் கட்டமைப்பிலேயே இருப்பது எனக் கருதுகிறார். அதனை கரணியத்திற்கு கட்டுப்படாத பொருண்மையை தூய முறைபாட்டு கரணியத்தால் ஆன விழுமியங்களின் சட்டகம் கொண்டு எதிர்கொள்வதால் எழும் பிரச்சினை அல்ல எனவும் கருதுகின்றார். அதாவது, கரணியம் குறித்த பிரச்சினையை ஆய்வுப் பொருண்மைக்கு இடமாற்றம் செய்கின்றார். இயக்கவியல் கோட்பாடு, ஒரு பொதுவான சாரமான கருத்துருவை எதார்த்த உலகின்மீது சுமத்துவதில்லை, இந்த இலட்சியக் கருத்தை உள்வாங்கி அதற்கு தகவமையக் கோருவதில்லை. மாறாக, முரண்பாடுகள் உள்ள நவீன சமூக எதார்த்தத்திலேயே விழுமியங்களுக்கான கூறுகளைத் தேடுகின்றது. ஹெகலியவாதம் முழுமையுமே இதே சிந்தனையை உள்வாங்குவதாகவே இருக்கிறது. குறிப்பாக, வரலாற்றியல்-சமூகம் என்பது புறநிலை பேருணர்வு, அதன் வடிவங்கள் இயக்கவியல் தர்க்கத்தில் தீர்மானிக்கப்படுகின்றன

என்ற ஹெகலிய புரிதலில் இதனை காணலாம். மேலும் ஹெகலுக்கு உரித்தான வகையில் முழுமை குறித்த பகுப்பாய்விலும் காணலாம். இது தனிப்பட்ட மற்றும் குறிப்பான நோக்கங்களால் தீர்மானிக்கப்படும் அணுகுமுறைகளிலும் நடவடிக்கைகளிலும் (ஆனால் நடைமுறை குறித்த கான்டிய தத்துவத்தில் நிராகரிக்கப்படுவதாகும்) ஒருங்கிணைக்கப் பட்டதாகும். அத்தோடு முழுமை தன்னை குறிப்பான கூறுகள் மூலம் வெளிப்படுத்திக் கொள்கிறது. இதனை இந்தக் கூறுகள் உருவாகி வளரக் கூடிய வரம்புகளுக்கும் தன்னை மறுஉருவாக்கம் செய்து வெளிப்படுகின்றது என்றெல்லாம் ஹெகலிய இயக்கவியல் கருதுகின்றது. அதேசமயம், முழுமையை விழுமியமாக அதன் முகமைகள் மூலம் ஏற்றுக் கொள்வதில் (அதுதவிர கோட்பாட்டு அளவிலும்) உள்ள பிரச்சினையை எழுப்புகின்றார். இதனை நெறிமுறைசார் மற்றும் அரசியல் கூறுகளின் அடிப்படையில், அதன் உள்ளார்ந்த அம்சங்கள் (பொதுவான சாரமான சட்டம், வர்க்க உறவுகள், தேவைகள் மற்றும் அரசு ஆகியவற்றுக்கு இடையேயான உறவுகள், விசைகள், அதிகாரங்கள் ஆகியவற்றுக்கு இடையே கரணியமான சமன், உருவெடுத்தல் (Bildung)) எனக் கருதப்படுபவற்றின் அடிப்படையில் எழுப்புகிறார்.

சமூக மனிதர் என்பவரின் நோக்கம் என்ற இயல்பு குறித்த ஹெகலிய பகுப்பாய்வு, இருப்பு மற்றும் சிந்தனை ஆகியவற்றுக்கு இடையேயான உறவுகளின் மறுசீரமைப்பு என்பதையும் இது சமூக நிகழ்வாரங்களின் அனுபவரீதியான பன்மைகளுக்கு மேலாக எழக் கூடியது (Vol. 8, p.56)[12] என்பதையும் முன்னனுமானித்துக் கொள்கிறது. ஒரு சமூக இருப்பின் நோக்கம்சார் கட்டுவிப்பு, அனுபவரீதியாக காண்பதிலிருந்து சரியாக சாரமாக்கம் என்பதிலுள்ள பிரச்சினை சம்பந்தப்பட்டது, செயல்பாடுகளின் திசைவழியின் தீர்மானிக்கும் நடைமுறை என்று கருதுகின்றது. இந்த மேலெழுதலின் நோக்கம் உலகம் 'இருப்பு', பொதுவான முடிவு என்பதற்கு இணங்குவதான 'உண்மையான இருப்பு' என்பதை உள்வாங்குதல். இது நடக்காதவரை இருப்பு, பல்வேறு துண்டுகளாக நொறுங்கியதாக ஒன்றிலிருந்து ஒன்று தனித்தொதுங்கியதாக ஒன்றோடொன்று இணைக்கப்படாத முனைகளாக இருக்கும்; மேலெழுவது நிகழும்போது, இருண்மை சாரத்தின், அத்தியாவசியமான உருவாக்க நிகழ்வாக ஒருங்கிணைக்கப்பட்ட பணியாக ஆகின்றது. ஹெகலின் கருத்துப்படி இந்த நோக்கம் குறித்த கருத்தாக்கம் என்பதன் அடிப்படையில் சமூக இருப்பு குறித்த கட்டுண்ட கோட்பாடு உருவாக்கப்படுகின்றது. சமூக எதார்த்தத்தில் நோக்கம்சார் கருத்துருவாக்கம் தர்க்கரீதியான வடிவின் உருவாக்கம் என ஹெகல் கருதுகின்றார். இயக்கவியல் முறைபாட்டின் மையமான பிரச்சினைகள், ஹெகலிய தர்க்க வடிவில் செறிவாக்கப்பட்டுள்ளன.

அதாவது, (a) முழுமை மற்றும் அதில் குறிப்பிட்ட பகுதியை இணைக்கும் பிரச்சினை (b) எதார்த்தம் என்பதை அதன் நிபந்தனைகளின் மூலம் கட்டுவிப்பதும் இந்த நிபந்தனைகளின் வரம்புகளும் (c) குறிப்பாக, எதார்த்தம் என்பதை கட்டுவிப்பதில் நோக்கம்சார் நிபந்தனைகள் மற்றும் அரசியல் நிபந்தனைகள் ஆகியவற்றை சரியான முறையில் பொருத்துதல், ஹெகல் தானே தர்க்கவியல் வடிவு எனும் கருத்தாக்கத்தை தொகுத்தளிக்கின்றார் (Encyklopaedie par. 79, 8/168). இதில் 3 கூறுகளை வலியுறுத்துகின்றார். இது 'வரலாற்றை முன்அனுமானித்தல்'தான் என்றாலும் அது எழுப்பும் பிரச்சினையைப் புரிந்து கொள்ள உதவுகின்றது.

தர்க்கவியல் வடிவின் முதல் அம்சம் ஒரு சாரமாக்கல் முயற்சியின் மூலம் உருவாகின்றது. இது சமூகப் பொருண்மையின் கூறுகளை தனித்தும் பார்க்கின்றது. அவற்றுக்குத் தனியான அடையாளத்தை அளிப்பதன் மூலம் அவற்றை பிரிவினை அமைப்புகளில் இடம் பெறச் செய்து அவற்றின் தனித்துவத்தை தீர்மானிப்பது (அதாவது வர்க்கங்கள், அரசு நிறுவனங்கள் மற்றும் செயல்பாடுகள்) ஒரு குறிப்பிட்ட இருப்பின் குறிப்பிட்ட தனித்துவ இருப்பு அப்படி இருப்பதற்கான காரணம் அவற்றின் தனித்துவத்தை பின்தீர்மானிக்கும் கறாரான சாரமாக்கம், சார்புநிலையாக்கம் ஆகியவற்றுக்கும் அப்படிப்பட்ட இருப்புகளுக்கும் இடையிலான உறவுகள் மூலம் நடக்கின்றது. இரண்டாவது தர்க்கவியல் வடிவின் தருணம், ஒரு இயக்கவியல் கூறாக சார்புநிலையாக்க நிகழ்வுப் போக்காகும். ('எதிர்மறை-கரணியம்', 'Negative-Rational'): 'இயக்கவியல் தருணம் என்பது தன்னளவிலேயே முடிவுகாணக் கூடிய தீர்மானிப்புகள், அவை அவற்றின் எதிர்மறைகளாக மாறிச் செல்லும் நிகழ்வு ஆகியவையாக தன்னைத்தானே தாண்டிச் செல்வதாகும்'. இயக்கவியல் (எதிர்வினை என்பதற்கு மாறாக) மாறிச் செல்லும் போக்கு உள்ளிருந்து நிகழ்வதை கட்டுவிக்கிறது. தனித்துவமான வடிவு என்பதிலிருந்து வெளிப்படுத்தும், அந்தத் தருணத்தில் ஒற்றைப் பரிமாணமாக இருப்பதை முடிவுக்குக் கொண்டு வருவதும் நடப்பதாகும். (Enz. Par. 81)

மிகவும் தெளிவற்ற ஹெகலிய பகுப்பாய்வைப் புரிந்துகொள்ள ஒருவர் இயக்கவியல் முறைபாட்டின் மையக்கட்டமைப்பாய் இருக்கின்ற பரஸ்பரம் கட்டியமைக்கப்படும் பொருண்மை மற்றும் சாரமாக்கல் முறைபாடு ஆகியவற்றின் மீது கவனம் செலுத்த வேண்டும். சாரமாக்கலின் முதன்நிலையில் குறிப்பானதாகவும் தனித்த ஒன்றாகவும் தோன்றும் பொருண்மை, இயக்கவியல் அணுகுமுறையில் உறவுகளின் சிக்கலான கட்டமைப்பின் பகுதியாக காணப்படுகின்றது.

இந்த உறவுகள் இந்தக் குறிப்பிட்ட பொருண்மையின் இருப்புகளுக்கு இருக்கும் பரப்பெல்லை வரம்புகளைத் தீர்மானிக்கின்றன. குறிப்பிட்ட ஒன்றைப் பற்றியதாக இருக்கும்போது பகுப்பாய்வு ஒரு திசையில் அதன் எல்லை வரையில் அதன் உருவாக்கத்தைக் காட்டுகிறது. பல்வேறு நோக்குநிலையில் இந்த வரம்புகள் நிலைகொள்ளும் இடங்கள் மற்றும் அவற்றுக்கு இடையேயான ஊடாடல், உறவுகளின் உறவாக்கம் மற்றும் அவற்றின் மறுஉருவாக்கத்தின் வரம்புகள் குறித்த ஒரு ஒருங்கிணைக்கப்பட்ட கோட்பாடு குறித்த கேள்வியை எழுப்புகின்றது. அத்தகையதொரு கோட்பாடு பொருண்மை குறித்த இயக்கவியல் கோட்பாடோடு ஒத்திசைகின்றது. அவற்றின் பல்வேறு உறவுநிலை வடிவங்களாலும் வெளிப்பாடுகளாலும் இரண்டு கோட்பாடுகளின் பரஸ்பர வரம்புகளை நிறுவுகின்றன.

ஒவ்வொரு குறிப்பிட்ட பொருண்மையையும் அதன் அளவில் வைத்துப் பரிசீலனை செய்யும்போது ஒரு பக்கச் சார்பானதும், பொதுவானதும் சாரமானதுமான தீர்மானிப்பின் வரம்புகள் வெளிப்படுகின்றன. ஒரு பொருண்மையை அது சிக்கலான உறவுகளின் ஊடான இருப்பு எனும் புரிதலோடு பரிசீலிக்கும் போது, ஒருவருக்கு அந்தப் பொருண்மை குறித்த எல்லாம் தழுவிய முழுமையான புரிதல் கிடைக்கும். ஒரு பொருண்மையின் அதன் அளவிலான பகுப்பாய்வு அதன் முக்கியமான புள்ளிகளை உருவாக்கும் நிகழ்வுப் போக்குகளைப் பற்றிய பகுப்பாய்வு ஆகும். அதன் அடிப்படையில்தான் ஒரு பக்கச் சார்பானதும் சாரமானதும் பொதுவானதுமான தீர்மானிப்புகள் உருவாக்கப்படுகின்றன. அதாவது, இந்த தீர்மானிப்புகள் சாரமாக்கப்பட்டவையாக தோன்றுகின்றன. மேலும் அதனூடாக பொருண்மையின் முழுமை கட்டியமைக்கப் படுகின்றது. ஒரு குறிப்பிட்ட சாரமாக்கல் நடவடிக்கையின் குறிப்பிட்ட படிநிலைவரிசை அவற்றின் முழுமையாக்கல் நிகழ்வுப் போக்கோடு இணைந்தது. இது அந்தப் படிநிலை வரிசையின் இலக்கு சார்ந்த தன்மையைக் காட்டுகின்றது. இந்த பிரச்சினையில் தர்க்கபூர்வ இயக்கவியல் வடிவின் மூன்றாம் நிலைக்கு மாறிச்செல்லும் கருத்துரு அடங்கியுள்ளது. இது ஆகச் சிறந்த தத்துவார்த்தக் கூறு, அதாவது இயக்கவியல் செயல்பாட்டின் நேர்மறை-கரணியக் கூறு ஆகும். தீர்மானிப்புகளின் மறுதலிப்பு தமது வரம்புகளை மீறும்போது, வரம்புகளுக்குள் அவற்றின் உறுதிப்படுத்தலை உறுதி செய்கின்றது. அதாவது, அவை சரியானதன் பக்கம் நிற்கும் உறவுநிலையை உறுதி செய்கின்றது. ஒவ்வொரு கருத்தினத்தின், இலக்குசார் கூறின் உரிமை கோரலின் பரிசீலனை நிகழ்வு, பொருண்மையை அதன் நிலைகளின்

காத்திரமான முழுமையாக 'உண்மையான இருப்பு' எனும் வடிவில் கட்டுவித்தல் நிகழ்வதோடு ஒத்துப் போவதாக, அமைகின்றது.

தர்க்கரீதியான சட்டக உருவாக்கத்தின் பிரச்சினை ஹெகலை மீண்டும் நிபந்தனைகளால் முழுமையாகத் தீர்மானிக்கப்படும் பொருண்மைக்கும் நிபந்தனைகளற்ற சுதந்திரத்திற்கும் இடையேயான முரண்படும் உறவு எனும் கான்டிய பிரச்சினையை எழுப்ப வைக்கின்றது. அவர் வரலாற்றுரீதியானதற்கும் தரக்கரீதியானதற்கும் இடையேயான உறவு எனும் பிரச்சினை குறித்தும் மீண்டும் பரிசீலிக்கின்றார். இதன் மூலம், இயக்கவியல் முறைபாட்டின் மையப்பிரச்சினையான கருத்தினங்களின் விளக்கம் (Darstellung - டார்ஸ்டெலுங்) எனும் பிரச்சினைக்கு இட்டுச் செல்கின்றார்.

முன்நிபந்தனைகள் எனும் பிரச்சினை ஹெகலால் எழுப்பப்படு கின்றது. குறிப்பாக சந்தேகவாதம் (scepticism) குறித்த அவரது பகுப்பாய்வில் இதனை எழுப்புகின்றார். இதற்கு முன்நிபந்தனைகள் குறித்த கவனம் ஒரு முக்கியமான வாதமாக உள்ளது. அதன்படி ஒரு முன்மொழிவின் பொருத்தப்பாடு, அதன் பொருத்தப்பாட்டிற்கான நிபந்தனைகள் என்பவற்றை சார்ந்ததாக வலியுறுத்தப்படுகின்றது.

ஒரு கருத்துருவாக்கத்தின் முன்நிபந்தனைகளை 'வரையறுப்பது' எனும் பிரச்சினையை மேலெடுப்பதன் மூலம் ஹெகலிய இயக்கவியல் சந்தேகவாதம் என்பதைக் கடந்து செல்வதை குறிக்கோளாய் கொண்டுள்ளது. ஒரு கருத்தாக்கத்தில் 'முன்மொழியப்பட்டுள்ள' கருத்தாக்கவியல் கூறுகள் அதன் உள்ளடக்கத்தை கட்டி அமைக்கின்றன. இதில் ஒரு கட்டுறும் கருத்தாக்கவியல் முழுமையோடு எப்படி எந்த அளவிற்கு உருக்கொண்டுள்ளது என்பதும் வெளிப்படுத்தப்படுகிறது. முன்மொழியப்படாத கருத்தாக்கவியல் கூறுகள் வெறும் 'பிரதிபலிப்புகளாக'வே தொடர்கின்றன. அவை 'கருத்தாக்கத்தின் இயல்பு' குறித்தவையாக இருக்கலாம் அல்லது அதற்கு புறத்தே இருப்பதாக இருக்கலாம். இந்த முன்நிபந்தனைகளின் முன்மொழிவு கருத்தாக்கத்தின் உருவாக்கம் என்பதோடு இயைந்து செல்வதாகும் அதாவது அதன் காட்சிப்படுத்தல் (Darstellung). ஹெகலிய பகுப்பாய்வு புறநிலை நோக்கு என்பதை கருத்தாக்கவியலின் முன்மொழிவாகக் காண்கிறது. அதாவது, சார்புநிலை மற்றும் இலக்குசார் சட்டகத்தை புறவயப்படுத்துவதாகக் காண்கிறது. இது தத்துவத்தோடு கட்டுண்ட ஒன்றுதான். எதார்த்தத்தின் எல்லா அம்சங்களுக்குமான முன்நிபந்தனை களின் முன்மொழிவு இந்தச் சட்டகத்திற்குள்தான் நிகழ்கின்றது. அதனைக் கடந்து செல்வது கிடையாது. 'உண்மையான இயக்கவியல்' முன்நிபந்தனைகளின் கட்டுறும் ஊடாடல்களைக் கொண்டதே. இது

அவற்றின் பரஸ்பர நோக்கில் அல்லாது தற்போக்கான வடிவ தீர்மானத்தில் நடப்பதில்லை. மாறாக அதன் தீர்மானங்களின் உள்ளார்ந்த உறவுகளின் வருவிப்பாகவே நடக்கின்றது. (11/480, 485). 'சாரத்தின் தர்க்கம்' எனும் அத்தியாயத்தில், ஒன்றையொன்று தீர்மானிக்கும் 'விசைகளின்' தர்க்கத்தின் கருத்தாக்க சட்டகத்தை உருவாக்குகின்றார் (ஒப்பிடவும். 6/173f). 'சாரத்தின் தர்க்கம்' அத்தியாயத்தில் கருத்தினங்களின் உருவாக்கம் வினாக்களுக்கு இடையேயான உறவை வினை-விளைவு தொடர்பு என்றும் பிரச்சினைக்குள் வைத்துப் பார்க்கிறது. இதனை 'முன்மொழிதலுக்கு முந்தைய' நடவடிக்கையாகவும் பார்க்கிறது. (Voraussetzendes Tun 6/233). ஒவ்வொரு பொருளும் வேறோர் பொருளை முன்மொழிகின்றது. அவற்றின் உறவு புறத்தேயிருக்கும் விசையில் உருவானதாக வெளிப்படுகின்றது. (இதற்குப் பின்னால் எந்த அளவு கரணியமான அதிகார உறவு தொழில்பட்டுள்ளது என ஒருவர் ஆய்வு செய்திட வேண்டும்) (6/237). இந்த பகுப்பாய்வுகளின் மையமான பிரச்சினை வினை-விளைவுத் தொடர் தீர்மானிக்கும் உலகின் ஒருமை; அவை அறிவியல்வாத கருத்தாக்கமான 'இயக்குபொறி' என்பதை விமர்சிக்கின்றன. அது பொருட்களின் ஊடாடலில் தன்னை ரத்து செய்து கொள்கிறது எனக் கருதுகின்றன. அவை ஒவ்வொன்றின் இருப்பும் மற்றதன் இருப்பாலும் வினையாலும் தீர்மானிக்கப்படுகின்றன. (6/237). ஒரு நிபந்தனை இருந்தால் அது வேறொன்றின் இருப்பதற்கான நிபந்தனை ஆகும். அத்தோடு அது இருப்பதை சாத்தியப்படுத்துவதும் ஆகும். (8/287). நிபந்தனைகள் குறித்த பொதுவான தர்க்கம் உலகை ஒரு இன்றியமையாமையின் உலகமாக கருதுகிறது. இதில் நிபந்தனைகள் எதார்த்தமாகின்றன; அங்கு இயக்கம் தன்னளவிலேயே முன்மொழியப்பட்ட நிபந்தனைகளை எதார்த்தங்களாக ('செயல்பாடு') மாற்றமடையச் செய்கின்றது, இன்றியமையாமையில் பங்கேற்கிறது (8/293). ஹெகலிய பகுப்பாய்வு இந்த இயக்கத்தினை ஓர் உள்ளார்ந்த பண்பாகக் காண்பதை சுட்டிக் காட்டுகின்றது. இத்தகைய உளஉருவாக்கத்தை உருவாக்கும் உறவுகளைக் கடந்து செல்லும் பிரச்சினையையும் இன்றியமையாமையையும் சுதந்திரமான உறவுகள் என்பதற்குள் முன்நிபந்தனைகளை முன்மொழிவதன் பிரச்சினை என்பதையும் எழுப்புகின்றது. அத்தோடு அவற்றை பொருண்மையின் தர்க்கத்தை, சுதந்திர உறவுகளின் கருத்தாக்கத்தின் 'மரபார்ந்த விளக்கம்' எனப் புரிந்து கொள்ளும் சாத்தியப்பாட்டையும் கூறுகிறது(6/245). 'சுதந்திரம்' எனும் நிலைக்கு மாறிச் செல்வது எனும் சிக்கலான பிரச்சினை முன்நிபந்தனைகளின் முன்மொழிவு தர்க்கத்தை இடம்பெயர்ப்பதில் கால்கொண்டுள்ளது. பொருண்மை 'செயலூக்கமற்ற' சடப்பொருட்களின் உலகின்

உருவாக்கம், இங்கு ஒவ்வொன்றும் மற்றதன் முன்நிபந்தனை, அச்சடப்பொருள் தீர்மானம் செய்யும் ஆளுமை கொள்ளும் உலகு. இந்த செயலாக்கம், முடிவுகளின் உலகில் சமூகத்தில் நடக்கின்றது. ஹெகலின் கருத்துப்படி, முடிவின் நகர்வு, அது முன்நிபந்தனை ரத்து செய்வதைக் கொண்டு செலுத்துவதிலும் அதனை கருத்தாக்கம் தீர்மானிக்கும் வகையில் முன்மொழிவதிலும் அடங்கியுள்ளது (6/447). அதாவது, முன்நிபந்தனைகளை முன்மொழிதல், வெறுமனே இன்றியமையாமை என்பதன் மறுவுருவாக்கம் அல்ல, மாறாக, எதார்த்தத்தை இலக்குசார் மேம்பாடு ஆகச் சிறப்பான நிலையாக அடைவதை தனக்குள் கொண்டிருப்பதாகும்.

வரலாற்றுரீதியான பொருண்மையின் சார்புநிலை பண்பின் அமைப்பு, விழுமியம்சார் முன்நிபந்தனைகளின் முன்மொழிவின் தேவையைக் கொண்டிருக்கும் எதார்த்தம், இயக்கவியல் கோட்பாட்டின் மையமான பிரச்சினையை, அதாவது இயக்கவியல் கருத்தாக்கங்களின் வரலாற்றுரீதியான உள்ளடக்கத்தை புரிந்துகொள்ள வழிவகுக்கின்றது. இந்தப் பிரச்சினை வரலாற்றுரீதியான சார்புநிலை பற்றிய பிரச்சினையாக ஹெகல் காலத்தில் சமூக அறிவியல் புலத்தில் முன்வைக்கப்பட்டது.[13] ஒரு குறிப்பிட்ட கூறை ஒரு (கலாச்சார) முழுமையோடு இணைத்துப் பார்ப்பது, அதன் மூலம் அது இனிமேலும் வெறும் பொதுவான, சாரமான ஒன்றாகத் தொடர்ந்து இருக்காமல் ஒரு திட்டவட்டமான இயக்கவியல் முழுமையில், தன்னைத்தானே ஒரு விழுமியமாக தன் வரம்புகளைத் தானே மறுவுற்பத்தி செய்து கொள்வதாக மேலும் வரலாற்றுவாத நோக்குநிலையின்படி பல்வேறு வகையினங்களாக, ஒவ்வொரு வகையினமும் வரலாற்றுரீதியாக ஒரு வேறுபட்ட முழுமையாக உருவெடுப்பதாக அமையும். ஒற்றை ஒருபக்கச்சார்பான சாரமாக்கல்கள், ஒவ்வொரு கூறிலும் திட்டவட்டமான கலாச்சாரத்தில் வேறு கூறுகளோடு ஒப்பிட வரலாற்றுரீதியான நிகழ்வாக எழும். இந்தவகையிலான வரலாற்றுவாத நோக்கு ஹெகலிய இயக்கவியலின் வரலாற்றுரீதியான இலக்குசார் மையக் கட்டுமானத்தை குறிப்பிட்டு காட்டத் தவறுகின்றது. வரலாற்றுவாதத்திலுள்ள உள்ளார்ந்த ஒருங்கிணைந்த தர்க்கம், குறிப்பான ஒன்றை அது பல சேர்மானங்களில் இடம்பெற்றாலும் தனது தனித்துவத்தை பராமரிக்கும் ஒரு அணுத்துகள் போன்ற கூறு என்று முன்னனுமானிக்கின்றது. இந்த வாதத்திற்கு மாறாக, ஹெகலிய இயக்கவியல் குறிப்பிட்ட ஒன்று அதன் முழுமையாக திட்டவட்ட வடிவெடுக்கின்றது, ஒரு குறிப்பிட்ட ஒன்றாக வடிவெடுக்கும் முழுமை ஒரு சாத்தியமான எதேச்சையான முழுமை அல்ல - அதாவது பல சேர்மான சாத்தியங்களின் வரிசையிலுள்ள ஒரு சாத்தியப்பாடு அல்ல- ஒரு இன்றியமையாத முழுமை, கருத்தாக்கத்தில்

இயக்கவியல் கோட்பாடு : மீள்கட்டமைப்பின் பிரச்சினைகள் 67

பிடிபடக் கூடிய, முழுமை, எதார்த்தமானதும் தர்க்கரீதியானதும் ஒரு 'விழுமியம்'. சமூகச் செயல்பாட்டையும், ஞானத்தையும் உருவாக்கும் நிகழ்வு ஆரம்பத்தில் இருந்தே அறம் சார்ந்ததே. மெய்மையின் அளவுரீதியான மதிப்பீடு நிகழ்முறை விசைகளுக்கிடையேயான சமன்பாடும் அவை தொழில்படுபவற்றோடு அவற்றின் உறவு, எதார்த்தமானதும் இன்றியமையாததுமான உறவுகளின் முழுமை ஆகியவை விழுமியம் சார் தர்க்கரீதியான கருத்தாக்கம் என்ற சாதகமான நோக்குநிலையில் இருந்து பகுப்பாய்வு செய்யப்படுகின்றது. இது இன்றியமையாமையின் தர்க்கத்தை கடந்து செல்கின்றது (அதாவது இருப்பு மற்றும் சாரம் என்பதன் தர்க்கம்). இந்த விழுமியரீதியான பரிமாணத்தில், இயக்குபொறி மற்றும் இலக்கு ஆகியவற்றுக் கிடையேயான உறவு என்னும் கான்டிய பிரச்சினை, ஹெகலிய இயக்கவியல் தர்க்கத்தின் மையமான விவாதம் எனக் காணப்படுகின்றது. இயக்குபொறி என்பது உறவுகள், முடிவுகள், வழிமுறைகள், நிபந்தனைகள் மேலும் திட்டமிட்ட செயல்பாட்டு விளைவுகள் ஆகியவற்றின் இந்த இலக்குசார் சிந்தனை உண்மையான முழுமையிலிருந்து சாரமாக்கப்பட்ட ஒன்று எனக் கருதப்படுகின்றது. தத்துவத்தின் முடிவுகளால் ஆளப்படுகின்றது.[14] ஞானம் மற்றும் நடைமுறை ஆகியவற்றுக்கிடையேயான இயக்கவியல் மூலம் அடையப்படும் இந்தத் தர்க்கத்தில் அடையப்பெறும் விழுமியம் ஒரு தர்க்கவியல் முக்கூற்றுமுறை வடிவத்தை எடுக்கின்றது. இதில் பெரும் அடிப்படை (பொதுவானது), ஒரு இளைய அடிப்படை (குறிப்பானது) ஒரு முடிபு (தனித்துவமானது) ஆகியவற்றைக் கொண்டுள்ளது. அவசிய கூறுகளை முன்மொழியும் முடிவை கொண்டுள்ளது.[15] இந்த முக்கூற்றுமுறை நகர்வே தர்க்கவியல் கட்டமைப்பின் சுதந்திர அடிப்படை இயல்பை உறுதி செய்கின்றது. குறிப்பானது, தர்க்கவியல் உறவின் உள்ளடக்கமாக மறுஉருவாக்கம் பெறுகின்றது. இது, பொதுவானதும் நெறிமுறைசார்ந்ததுமான சட்டகங்களால் கொண்டு செலுத்தப்படுவதான உறவுகளில் இடம்பெறச் செய்யப்படுகின்றது. இந்த முறைபாடே ஒரு கரணிய உறவாக பங்குபெறும் கரணிய நெறிமுறையின் மறுஉருவாக்குதலே. குறிப்பானதையும் தனியானதையும் மறுஉருவாக்கம் செய்யும் ஒவ்வொரு முறைபாடும் மதிப்பீட்டு ரீதியானதும் நெறிமுறை சார்ந்ததுமான முழுமையின் அடிப்படையி லிருந்து தன்னை விலக்கிக் கொள்வதாக இருக்கும்போது, அது மோசமான சாரமாக்கல் என்று கருதப்படுகின்றது. இது அதனை நிராகரிக்கும் எதார்த்தத்தின் கூறில் தெரியவருகின்றது. மோசமான சாரமாக் கலை நிராகரிக்கும் எதிர்நிலைகளை உருவாக்க எதார்த்தத்திற்குத் தேவையான முன்நிபந்தனை, அது. இயக்கவியல்ரீதியாக

கட்டமைக்கப்படுவதும், அது சுதந்திர அடிப்படை கொண்டதாக இருப்பதும், அது ஏற்கனவே பொதுவானதும் கட்டற்றதுமான அமைப்பாக்கத்தால் உருவானதாகவும், அது சுதந்திர உணர்வு கொண்டு, கரணியமான செயல்பாட்டை ஒருங்கிணைப்பதாகவும் அதனை ஆதரித்து செழுமைப்படுத்துவதாகவும் இருப்பதாகும். இத்தகையக் கட்டமைப்பில் ஒவ்வொரு கூறும் அதனது உரிமையைக் கண்டடைகின்றது. சுதந்திரம், என்பது இங்கு, ஒவ்வொரு கூறின் சார்பான கோரலும், ஏனைய கூறுகளின் கோரல்களால் அங்கீகரிக்கப்பட்டு நியாயப்படுத்தப் படும் ஓர் உறவு நிலையாக அடையப்படுகின்றது. இந்த கருத்துரு தூய ஞானத்தின் தத்துவம் மற்றும் உரிமையின் தத்துவம் ஆகியவை குறித்த ஹெகலிய பகுப்பாய்வை, வெறுமனே தர்க்கபூர்வமான அதன் சமனான கருத்துருக்களிலிருந்து சுதந்திரமான விட்டு விலகிய பகுப்பாய்வாகக் காண்பதில்லை; மாறாக, வரலாற்றில் தர்க்கவியலானதும், இயக்கவியல்ரீதியானதுமான இன்றியமையாத வெளிப்பாடாக புரிந்து கொள்ள நம்மை வழிநடத்துகின்றது. இரண்டிற்கும் இடையிலான இந்த இன்றியமையாத உறவு - தீவிரமான சிறப்பான பரிசீலனை தேவைப்படும் பல சிரமமான முறைபாட்டு பிரச்சினைகளை முன்வைக்கின்றது.[16] வரலாற்றுவாதத்திற்கு ஹெகல் அளிக்கும் பதிலைக் கட்டி அமைக்கின்றது. : கட்டுறச் செய்யும் இயக்கவியலை கோட்பாடு எனும் சாதகமான நோக்குநிலையில் இருந்து, அது வரலாற்றுவாத சார்புநிலைக்கு எதிரான, காத்திரமான விமர்சனம் எனும் நிலையை எடுக்கின்றது.

தர்க்கவியல் மற்றும் வரலாற்றியல் கூறுகளின் ஒன்றிணைப்பு தேற்றத்தின் பின்னிருக்கும் தர்க்கவியல் முற்கோள், 'நேர்த்தி' குறித்த இயக்கவியல் கருத்தாக்கம் ஆகும். அது வரலாற்று உள்ளடக்கத்தின் மறுகட்டமைப்பு உருவாக்கத்தில் சமகால சமூகம் மற்றும் அறிவியல் என்பதற்கான கருத்தியல்ரீதியானதும் விழுமியரீதியானதுமான சட்டகம் என்பதன் கட்டுவிக்கும் பண்பு குறித்து வரலாற்றியல் காத்திர உணர்வு கொண்டிருக்க வேண்டும் என்று கோருகின்றது. நடப்பு யுகத்தின் ஒரு ஆணித்தரமான வரலாற்றாக்கம், ஒரு வரலாற்றுவாத மறுப்பு, விழுமியம்சார் கோட்பாடாக இயக்கவியல் கோட்பாட்டால் சுட்டிக்காட்டப்படுகின்றது. ஏனெனில், இந்த யுகம் முரண்படுகின்ற சமூக உறுப்புகளையும் கரணியமான சட்டங்களையும் கொண்டிருந்தாலும், பிந்தையது முந்தையதன் இயக்கத்தால் அழிக்கப்பட்டுவிடுவதில்லை. ஹெகல் தன்னுடைய ஆரம்பகால எழுத்துகளிலேயே உழைப்புப் பிரிவினையும் சொத்துரிமையும் சமகால யுகத்தின் 'சாபம்' (fate)[17] என்றும் விழுமியம்சார் சட்டத்தின் பொதுத்தன்மை காத்திர உணர்வு

கொண்ட அரசியல் நடைமுறை ஆகியவற்றுக்குள்ளேயே குறிப்பிட்ட நோக்குநிலைகளின் சமரசத்தை உருவாக்குகிறது என்றும் முடிவுக்கு வந்திருந்தார். சமகாலயுகம் என்பதன் கருத்தாக்கரீதியாக உள்வாங்கலுக்கு உண்டான அடிப்படை விதி என்னவென்று வெளிப்படையாக விளக்கப்பட வேண்டும். சமகாலம் என்ற கருத்தாக்கம், முந்தைய வரலாற்று உருவாக்கங்களைப் புரிந்து கொள்வதற்கான விவரணைகள், எதிர்காலத்தை கரணியமாக உருவாக்குவதற்கான கருத்தாக்கம் ஆகியவற்றை தெளிவாக்க இது அவசியம்.

கருத்தினங்கள் என்பதற்கான அதாவது படிநிலையாக்கம் மற்றும் இந்த அம்சங்கள் குறித்த கோட்பாட்டுரீதியான மதிப்பீடு ஆகியவற்றின் இயக்கவியல் காட்சிப்படுத்தல் (Darstellung) எனும் ஹெகலிய கருத்தாக்கம், மேலேயுள்ள வரலாற்று பொருண்மைகள் குறித்த இயக்கவியல் பகுப்பாய்வு அம்சங்களால் வடிவுறச் செய்யப்படுகின்றது.

கருத்தினங்களின் தெளிவுரை குறித்த கருத்துரு ஊடாகவும், அதனது விழுமியம்சார் பரிமாணங்களை வலியுறுத்துவதன் மூலமும், வரலாற்று எதார்த்தத்தை/இருப்பை மறுகட்டுமானம் செய்வது சார்பியம் மற்றும் அறியொண்ணாவாதம் ஆகியவற்றிடமிருந்து தன்னை விமர்சனபூர்வமாக தள்ளிநிறுத்தல் ஆகிய பிரச்சினைகள் குறித்த இயக்கவியல் நோக்கை உருவாக்குகின்றது. கான்டிய அறியொண்ணாவாதத்தின் விமர்சனத்தைப் பொறுத்தவரை இந்த தள்ளி நிறுத்தல் ஒரு சிக்கலான நிகழ்வு ஆகும். ஏனென்றில் அறியொண்ணாவாதத்தின் மையமான வாதங்களை கைக்கொண்டு மறுகட்டுமானம் செய்யும் பணியை இயக்கவியல் வாதம் செய்கின்றது. கருத்தினங்களின் தெளிவுரை குறித்த கருத்துரு என்பதே கான்ட் தனது அறியொண்ணாவாத அணுகுமுறை என்பது தொடர்பாக உருவாக்கியதே, அது முழுவதும் முறைபாடு குறித்தது என்று புரிந்து கொள்ளப்பட்டது. தனது தூய கரணியத்தின் விமர்சனம் எனப் பொருள்படும் கிரிட்டிக் ஆஃப் பியூர் ரீசன் நூலில் கான்ட், ஒரு கருத்தாக்கத்தின் தெளிவுரை, இந்த கருத்தாக்கத்தை அதற்குரிய உள்ளுணர்வு என்பதோடு இணைத்துக் கண்டு அதன் பயன்பாட்டை எடுத்துக் காட்டும் மதிப்பீட்டோடு தொடர்புடையது என எழுதுகின்றார். தெளிவுரை குறித்த கருத்தாக்க முயற்சி பகுத்தறிவு மூலம் புரிந்த கொள்ளும் முயற்சி. உள்ளுணர்வில் மட்டும் உணர்ந்து கொள்வதற்கு மாறானது; இயற்கையில் இலக்குசார் ஆய்வின் முடிவுகள் என்று பொருளாயத நேர்வுகளைக் காணும் முறைபாடுகளிலிருந்தும் மாறுபட்டது. (IX, 197, 267). கறாரான அறிவியல் வகைபாட்டில்

கருத்தினங்கள் குறித்த கான்டிய தெளிவுரை கோட்பாட்டிலிருந்து அதன் பொருண்மைக்குள் செல்லும் ஒரு கருத்தாக்கரீதியான வரைவாக்கமாகும். இந்த வரைவாக்கம் அதன் இயல்பாக ஒரு பண்பைப் பெற்றுள்ளது. ஒரு பொருண்மையின் உட்கட்டமைப்பு குறித்துப் பேசும் உள்ளடக்கத்தின் அடிப்படையில் கருத்தாக்க ரீதியிலான உருவாக்கத்தை கான்டிய ஞானவியல் தடுக்கின்ற பண்பு அது. இந்த தடுப்பு, கருத்தினங்கள் குறித்த தெளிவுரை பிரச்சினையை கான்டின் எழுத்துக்கள் முழுவதிலும் காத்திரமில்லாததாக செய்கின்றது. கான்டிய அறியொண்ணாவாதத்தின்படி ஒரு பொருண்மை குறித்த உள்ளடக்கத்தின் அடிப்படையிலான சாரம் சார்ந்த, தெளிவுரை சாத்தியமில்லாதது. எவ்வாறாயினும், அறியொண்ணாவாதத்தின் ஞானவியல் கோரல்களின் மறுகட்டமைப்பு ஒன்றைக் காட்டுகின்றது. அது, பொருண்மையின் இயல்பு குறித்த பொருத்தமான கருத்தாக்க முயற்சியின் வடிவைத் தீர்மானிக்கக் கூடிய, முறைபாடு குறித்த மீளவியலா கருத்தாக்க முயற்சி குறித்த கருத்துருவை ஏற்கனவே தனக்குள் கொண்டிருக்கிறது; ஞானத்தின் சாத்தியப்பாடுகளுக்கான நிலைகள் குறித்த கருத்துரு அந்தப் பொருண்மையின் சாத்தியப் பாடுகளுக்கான நிபந்தனைகளோடு ஒத்தோடுகின்றது; இது இயற்கை குறித்த தீர்மானகரமான கருத்துருவிற்கு வழிவகுக்கின்றது. அதன் தொடர்ச்சியாக அமைப்புகள் குறித்த கான்டிய தர்க்கம் என்பதைக் கட்டுவிக்கும் இலக்குசார் பகுப்பாய்வுகள், - முன்னரே கூறியபடி - கருத்தினங்கள் குறித்த தெளிவாக்கம் பற்றிய கோட்பாட்டுச் சட்டகம், என்பதன் துணையை நாடுகின்றது. அத்தோடு உடனிகழ்வாக, சுதந்திரம் எனும் கருத்துருவில், சரியான கருத்தாக்கங்களை கால் கொள்ளச் செய்வதையும் வரைவாக்கத்தை எதிர்மறையாக்குவதையும் செய்கின்றது. இதன் அடிப்படையில் ‘அரசு’, ‘அதிகாரம்’, ‘போட்டி’ போன்ற கருத்தாக்கங்கள் மறுகட்டுவிக்கப்பட்டு இலக்கு குறித்த சட்டகத்தில் ஒன்றிணைக்கப்படுகின்றன. மேலே கண்ட முறைபாட்டியல் விலக்குகள்/தடைகள் காரணமாக கான்டிய திட்டம் ஒருபோதும் முடிவுறவில்லை. எவ்வாறாயினும் கான்டின் சிந்தனையின் திசை, அவர் தனது அறியொண்ணாவாத கட்டுமானத்தில் பயன்படுத்தும் அதே கருத்தாக்கங்கள் அவரால் மறுகோர்ப்பு செய்யப்பட்டு, சுதந்திரம் மற்றும் சுயேச்சையான நடைமுறை அடிப்படையிலான அமைப்பு-நெறிமுறைகள் எனும் சட்டகத்தை உருவாக்குவதைக் காட்டுகின்றது. இதன் பொருள், சமூகச் செயல்பாடு குறித்த கருத்தாக்கங்களின் தெளிவாக்கம், இந்த கருத்தாக்கங்களை கட்டியமைப்பதற்கான ஒற்றுமை மற்றும் இசைவு கொண்ட சட்டகத்தில் வழங்கப்படுகின்றது. இந்த கருத்தாக்கங்கள் அறியொண்ணாவாதம் என்றும் பெருநோக்கில்

இருந்து வளர்த்தெடுக்கப்பட்டவையே (எடுத்துக்காட்டாக, இயற்கைநிலைகளிலிருந்து குடிமைச் சமூக அமைப்புகளை உருவாக்கும் நிகழ்வுப் போக்கு குறித்த பகுப்பாய்வு, உரிமை குறித்த கான்டிய தத்துவத்தில் உள்ளுணர்வின் மட்டங்களிலிருந்து புரிதலின் மட்டங்கள் வரை எதிர்த்திசை கருத்தாக்கங்களின் உருவாக்கத்தை பின்பற்றுகிறது).[18] அத்தோடு, இந்தக் கருத்தாக்கங்களின் இசைவுநிலையும் முறிவடைகின்றது. ஏனெனில், ஒரு குறிப்பிட்ட தர்க்கத்தில் (கரணியமான அறியொண்ணாவாதம்) இந்த கருத்தாக்கங்களின் படிநிலைப்படுத்தலின் எதிர்மறை திருப்பல் விருப்பத்தற்குரியது அல்ல; சுதந்திரமான செயல்பாடு, சுதந்திரம் என்பதை ஒரு விழுமியமாகப் பெற்றடைவது என்பதன் ஊடாக இந்தத் தர்க்கத்தின் நிராகரிப்பே விருப்பத்திற்குரியது. கான்டிய சிந்தனையில், நாம் ஏற்கனவே கண்ட காரணங்களால், முறைபாட்டு முறிவு, இயக்கவியல் வரம்புகள் ஆகியவை திறந்த நிலையிலும், அமைப்பு சார்பற்றும் இருக்கின்றன.

கருத்தினங்கள் குறித்த ஹெகலிய தெளிவாக்கம், இந்த முரண்படும் உறவை ஆய்வு செய்ய முனைகின்றது. ஹெகலிய தெளிவாக்கம் வரலாற்று உள்ளடக்கங்களை கட்டுறுத்தும் கருத்தாக்க உள்வாங்கலும் அவற்றின் விழுமியம்சார் பண்புகளை சுட்டுவதும் ஆகும். அதாவது அது எதேச்சைவாதம் அல்லது வரலாற்றுவாதம் ஆகியவற்றின் அடிப்படையிலான உலக இருப்புப் பார்வையை மிகவும் விமர்சனக் கண் கொண்டு நோக்குவது ஆகும். அத்தோடு, இந்த உள்ளடக்கங்களை தெளிவாக்கும் நிறைபாட்டோடு கட்டுண்டதாகும். அதாவது, அது முறைபாடு என்பது எதேச்சையான இயல்பு கொண்டது என்பது போன்ற வரலாற்றுவாத கருத்தாக்க முயற்சிகள் குறித்து விமர்சனங்கள் கொண்டதாகும். இந்த தெளிவாக்க நிகழ்வுப் போக்கு, முறைபாட்டு ரீதியாக மிகவும் கட்டுப்பாடான வழியில் வரலாற்று பொருண்மையின் பரிமாணங்களை வெளிக் கொணர்வதை குறிக்கோளாய் கொண்டுள்ளது. அதனுடைய அமைப்பு முறை மற்றும் விழுமியம்சார் தன்மை ஆகியவற்றைப் பொறுத்தவரை, இந்த பரிமாணங்களை சுதந்திரம்சார் செயல்பாடு மூலம் ஒருங்கிணைப்பதும் ஆகும். ஹெகலிய சிந்தனையில் எதார்த்தத்தை இந்த முறைபாட்டுரீதியான மறுகட்டமைப்பு மூலம் கட்டும் கருத்தாக்கங்களானவற்றையே, இயக்கவியல் தர்க்கம் என்ற வகையில் கருத்தினங்களாக கட்டியமைப்பதில் அவை ஒரு சாத்தியமான எதார்த்தத்தின் ஒருங்கிணைப்பின் அறியொண்ணா நிலைகளை உருவாக்குவதில்லை. கருத்தினங்களின் முறைபாடுசார் தெளிவாக்கம், இயக்கவியல் உலக இருப்பு குறித்த நோக்கோடு ஒத்திசைகிறது.

இயக்கவியல் கோட்பாடு எழுப்பும் இந்த கோரலுக்கு முன் இரண்டு பிரச்சினைகள் எழுகின்றன. அவை இயக்கவியல் தெளிவாக்கத்தின் கட்டுறுத்தும் பண்பு மற்றும் நியாயப்படுத்தல் ஆகியவை ஆகும். முதலாவது பிரச்சினை பொருண்மையை, வரலாற்றின் தற்செயல் அல்லது அனுபவரீதியான தருணங்கள் என்பவற்றுக்கு மேலாக உயர்த்தல்; மேலும் இந்த உயர்த்தல் எவ்வாறு ஒரு தனித்துவமானதும் அத்தியாவசியமானதுமான பண்பைப் பெறுகின்றது என்பதுமாகும். இரண்டாவது பிரச்சினை இந்த தெளிவாக்கத்தின் விழுமியம்சார் அடிப்படையின் நியாயப்படுத்தும் தன்மை குறித்தது ஆகும். குறிப்பாக முறைபாட்டுவாதமும் நேர்காட்சிவாதமும் எவ்வாறு தவிர்க்கப்பட வேண்டும் என்பதாகும். அத்தோடு முதல் பிரச்சினை குறித்த தெளிவில்லையென்றால் இந்த இரண்டும் நேரும் என்பதை உணர்வதும் ஆகும்.

முதல் பிரச்சினையைப் பொறுத்தவரை, ஹெகலின் எழுத்துகளில் ஒரு வேறுபடுத்தலைக் காணலாம். இது டார்ஸ்டெல்லுங் (Darstellung) என ஜெர்மன் மொழியில் கூறப்படும் காட்சிப்படுத்தல் பற்றியது ஆகும்.. இதனை பல்வேறு வகையிலும் அடையாளம் காணலாம். *தி ஃபினாமினாலஜி ஆஃப் ஸ்பிரிட்* (The Phenomenology of Spirit) - *தூய உணர்வு குறித்த புலன் கடந்த ஆய்வு, தி ஃபிலாசஃபி ஆஃப் ரைட்* (The Philosophy of Right) – *உரிமை குறித்த தத்துவம்* ஆகிய ஹெகலின் எழுத்துகளில் சமூகப் பொருண்மையின் வரலாற்றுரீதியானதும் விழுமியம்சார்பானதுமான பிரச்சினைகள் பற்றி எழுப்பப்படுவதில் காணலாம். குறிப்பாக, ஹெகலின் தொடக்ககால எழுத்துகள் சமூக அரசியல் எதார்த்தத்தின் உருவாக்கத்தின் வரலாற்றுபூர்வமானதும் இன்றியமையாதவையுமான கூறுகள் தெளிவுரைக்கப்படுவதுடன் அவை பிந்தையதன் சேர்மானப் பகுதிதானா என்ற வினாவை எழுப்புகின்றது. இயக்கவியல் கோட்பாட்டின் வரலாற்று பண்பு, இயக்கவியல் தெளிவாக்கத்தின் ஒரு பிரச்சினையாக முன்கொணரப் படுகின்றது. வரலாற்றுக் கூறுகள் மற்றும் வரலாற்று எதார்த்தத்தின் உருவாக்கத்திற்கு அவற்றை அத்தியாவசியமானவை, அத்தியாவசிய மற்றவை என வகைப்படுத்தல் ஆகியவற்றுக்கிடையேயான முறைபாட்டு வேறுபடுத்தல் என்பது எதார்த்தத்தின் மரபணு உருவாக்கம் என்பதோடு இயைந்து போவது என்றும் ஹெகலால் புலனுர்வு கடந்த ஒன்று என வரைறுக்கப்படுவதும் ஆகும் என்றும் கருதலாம். புலனுணர்வு கடந்த தெளிவாக்கம் கூருணர்வின் உள்ளடக்கங்களை ஒரு வரலாற்று நிகழ்வுப் போக்கில் வரலாற்று ரீதியான தற்காலம் வரை உருவாக்குகின்றது. புலனுர்வு கடந்த பகுப்பாய்வு, முறைபாடு சார்ந்து, தற்கால வரலாற்றுரீதியான

கூருணர்வின் இன்றியமையாத உள்ளடக்கங்கள் என்பவற்றை உருவாக்கும் சமூக வரலாற்று நிபந்தனைகளை விளக்கிக் காட்டுவதாகக் கூறுகின்றது. இந்தவகையில் பொருண்மை குறித்த புலன்கடந்தவாத விளக்கம் ஒரு கட்டிணைக்கும் சமூக அரசியல் கோட்பாடு எனக் காட்டப்படுகின்றது. அதன்மூலம் வரலாறு சமூகப் பொருண்மையாக மாற்றப்படுகின்றது. தனது *என்சைக்ளோபீடியா* (Encyclopedia) நூலில் ஹெகல் எழுதுவது போல அத்தகையதொரு முறைபாட்டு நிகழ்வுப் போக்கில் எளிய கூருணர்வு குறித்த நோக்குநிலைகள் கைவிடப்பட வேண்டும். அத்தோடு தத்துவார்த்த ஞானத்தின் நோக்கு நிலையில் கிட்டும் உள்ளடக்கத்தை கணக்கில் கொள்ள வேண்டும். இவ்வாறு எளிய கூருணர்வில் தொடங்கி, அறம்சார் உள்ளடக்கம், சமூக செயல்பாடுகள், மதரீதியான உள்ளடக்கங்கள் ஆகியவை வரிசைக் கிரமமாக முற்கோளாக்கப்பட்டு எளிய கூருணர்வு முழுமையடைய இறைச்சிப் பொருள் அளிக்கப்பட்டு புரிந்து கொள்ளக் கூடியதாய் ஆக்கப்பட வேண்டும்; மேம்படுத்தப்பட வேண்டும்; இருந்தாலும் கூருணர்விற்கும் முந்தைய உள்ளடக்கங் களுக்கும் அதாவது எல்லா பரிமாணங்களையும் உறவு நிலைகளையும் உள்ளடக்கி இந்த உள்ளடக்கங்களின் முழுமையான வெற்றியற்ற உள்வாங்கலும் கூட அதே வகையில் முற்கோளாக்கப்படுகின்றது. இந்த உள்ளடக்கங்களின் தெளிவாக்கம் ஒன்றை 'அதுவாகவே' (in itself') தெளிவாக்குவதாகும்; அது, 'அவர்களுக்குள்ளாகவே' (for themselves) உருவாக்கப்பட்ட கூருணர்விற்கு புறத்தே ஏற்புடையதே. 'கருத்தினங்கள் குறித்த முறைபாடுசார் தெளிவாக்கம் மேலும் சிக்கலானதாகின்றது'. (Enz. 25, note. 8/91). மேற்கண்ட குறிப்புகளிலிருந்து ஒன்று வெளிப்படையாகத் தெரிகின்றது. தூய உணர்வு குறித்த புலன்கடந்த புரிதலுக்கு செய்யப்படும், கருத்தினங்களின் முறைசார் தெளிவாக்கம், சமூக, அழகியல் மற்றும் மத உள்ளடக்கங்களுக் கிடையேயான உறவு என்பதையும் உள்ளடக்கியது; இந்தக் கூறுகள் குறித்து தனியே எழுதப்பட்டவற்றுள் அல்ல; இந்த உறவுநிலைகளின் வரலாற்றைக் காட்டக் கூடியதும் சமகால யுகத்தை கட்டுவிக்கும் கருத்தாக்கரீதியானதும் விழுமியம் சார்ந்ததுமான சட்டகத்தை எடுத்துக் கூறுவதுமான ஒரு முறைபாட்டிற்குள்ளாக ஆகும்.

தூய உணர்வின் புலன்கடந்த புரிதல் - தி ஃபினாமினாலஜி ஆஃப் ஸ்பிரிட் (The Phenomenology of Spirit) நூலில் ஆதிக்கம் செலுத்துகின்ற தெளிவாக்கம் என்பதன் இயல்பு குறித்த புரிதலில் இருந்து முற்றிலும் மாறுபட்டு ஹெகலின் பிற்காலத்து நூல்களான *தர்க்கம்-லாஜிக்* (Logic) மற்றும் *உரிமையின் தத்துவம் - ஃபிலாசஃபி ஆஃப் ரைட்* (Philosophy of Right) ஆகியவற்றில் கூறப்பட்டுள்ள

முறைபாட்டு பார்வைகள் இருப்பதை நாம் காணலாம். இங்கே அழுத்தம் சமூக மற்றும் அரசியல் எதார்த்தம் என்பதன் 'புறநிலை' பரிமாணங்களின் உருவாக்கம் மற்றும் அவற்றின் விழுமியம்சார் முற்கோள்கள் (புறநிலையான தூய உணர்வு) என்பதன் மேலேதானே ஒழிய அவற்றின் முறைபாடு சார்ந்ததும் மரபணுரீதியானதுமான முன்வரலாறு குறித்து அல்ல. இந்த எதார்த்தத்தின் ஒருங்கிணைப்பு குறித்த புரிதல், அகம்சார் கூருணர்வின் விழுமியங்கள், உளப்பாங்குகள் ஆகியவை இந்த எதார்த்தத்தின் பகுதிகளாக கட்டமைக்கப்பட முற்கோளாய் கொள்ளப்படுகின்றன. அதே நேரம், இந்தத் தெளிவாக்கம் மிகவும் கருத்தைக் கவரும் ஒரு முறிவில் - தொடக்ககால புலனுணர்வு கடந்த பகுப்பாய்வு குறித்து - புகலடைய வேண்டியுள்ளது. இது, தர்க்கரீதியான பகுப்பாய்வு என்பதற்கும் புறநிலையான தூய உணர்வு பற்றி பகுப்பாய்விற்கும் இடையேயான முறிவு ஆகும். *தூய உணர்வின் புலன்கடந்த ஆய்வு - தி ஃபினாமினாலஜி ஆஃப் ஸ்பிரிட்* (The Phenomenology of Spirit) நூலில் தர்க்கரீதியான சமூகப் பகுப்பாய்வை எதிர் கொள்கின்றோம். ஆனால், *உரிமையின் தத்துவம்- தி ஃபிலாசஃபி ஆஃப் ரைட்* (The Philosophy of Right) நூலில் சமூக-அரசியல் எதார்த்தத்தின் கருத்தினங்களின் தெளிவாக்கம் அதனது முறைபாட்டு படிகளில் ஒரு கடப்புநிலை ஆனதும், தனித்த உருவாக்கமானதும், விழுமியம்சார் கருத்தாக்க வரைவாக்கத்தை, அதாவது இயக்கவியல் தர்க்கத்தை முற்கோளாய் கொண்டுள்ளது. ஹெகலிய பகுப்பாய்வு எதிர்கொண்ட சிக்கலுக்கான தீர்வு இந்தப் பிரிப்பாகும். அதாவது, எதார்த்தத்தின் உறவுகள் குறித்த காட்சிப்படுத்தல் (Darstellung - Depiction) என்பதில் விழுமியம்சார் பரிமாணங்களை வலியுறுத்தலின் இன்றியமையாமை ஆகும். வேறு வார்த்தைகளில் கூறினால், வரலாற்று-சமூக தளத்தில் மதிப்பீடுகளை அடைவதை எவ்வாறு உறுதி செய்வது எனும் வினா எழுப்பப்பட்டுள்ளது (அதாவது புலனுணர்வு கடந்த பகுப்பாய்வு அப்படி ஏதும் உறுதி அளிப்பதில்லை என்ற நிலையில்). சமூக-வரலாற்று சூழல்களிலிருந்து தனித்துப் பிரிக்கப்பட்டதாக, அவற்றிலிருந்து சுதந்திரமாக வளர்க்கப் பட்டதாக, வளர்த்தெடுக்கப்பட்டபின் சமூக-வரலாற்று சூழல் விவகாரங்களை உள்ளிணைப்பதாக ஒரு தூய ('தர்க்கவியல்') பரிசீலனை முறைபாடு உருவாக்கப்பட்டால் இது சாத்தியமாகும் என்பது (கருத்துமுதல்வாத) அதற்கான விடையாக உள்ளது. அப்படிப்பட்ட முறைபாடு ஒன்றை உருவாக்கும் முயற்சியை ஹெகல் தனது *தர்க்கம்* (Logic) மற்றும் *என்சைக்ளோபீடியா* (Encyclopedia - அறிவுக்களஞ்சியம்) நூல்களில் முன்வைக்கின்றார்.[19] கட்டமைப்பு ரீதியாக தர்க்கம், அறுதியான அறிவின்மை பொருந்தி சாரமாக்கல்

முறைபாடாக அமைக்கப்பட்டுள்ளது. அளவுரீதியானதும் பண்பு ரீதியானதுமான காரணிகள் என்பதில் தோன்றி, வினை-விளைவுத் தொடர் குறித்த புரிதலின் ஊடாக, இன்றியமையாமை, தேவை உறவுகள் ஆய்வு ஊடாக, இலக்கு மற்றும் வழியெனும் அமைப்பு ஊடாக, ஞானம் மற்றும் சுதந்திரமான செயல்பாடு உறவு என்பதன் முழுமையான முறைபாடாக இது அமைகின்றது.[20] மேலும் இது சமூக உறவுகளிலும் மானுட-இயற்கை உறவுகளிலும் மறுவுற்பத்தி ஆவதும்-மறுவுற்பத்தி செயப்படுவதாகவும் இருக்கின்றது. தர்க்கத்தின் நடைமுறைசார் உரிமைகோரல் ஒரு *வரலாற்றுநிலை அடிப்படையிலானது.* அதாவது, சுதந்திரம், உரிமை என்ற அரசியல் உறவுகள் நிறுவப் பட்டதன் தொடர்ச்சியானது, என்பது ஹெகலின் நிலைப்பாடு.[21] ஆனால், தர்க்கவியல் உறவு அந்த நிலையைத் தாண்டியதாக தர்க்கரீதியான சுதந்திரம் என்பதோடு அமைக்கப்படுவது என்பதும் அவரது கருத்து. சமகால உலகு குறித்த கோட்பாடுகளுக்கான கோட்பாட்டிற்குப் பொருத்தமான கருத்தினங்கள் பற்றிய இயக்கவியல் தெளிவாக்கம், இந்த புலனுணர்வு கடப்பில் காலூன்றியும் இந்த நிலையை ஒரு கூறு என்ற ஏற்பாட்டாலும் நிற்கின்றது (கருத்து முதல்வாதம்). தர்க்கத்தின் விழுமியம்சார் நெறியாக்கம் என்பதன் கட்டுறுத்தலுக்கும், *தி ஃபிலாசஃபி ஆப் ரைட்-ல்* (The Philosophy of Right - *உரிமையின் தத்துவம்)* அதன் ஈடேற்றம் ஆகியவற்றுக்கிடையிலான இழுபறி என்பதை இன்றியமையாமையின் கூறுகள் என்பதிலிருந்து சுதந்திரம் என்ற நிலைக்கு மாறிச்செல்லும் போக்கு என கருதலாம். இதன் மூலம் எல்லா வரலாற்று படிகமாதலுக்கும் உறவுடைய ஹெகலிய இயக்கவியலின் விமர்சனக் கூறு ஒன்றை மறுவுற்பத்தி செய்யலாம்.

தி ஃபி பிலாசஃபி ஆஃப் ரைட் (*The Philosophy of Right – உரிமையின் தத்துவம்)* தரும் தெளிவாக்கம் சமூக எதார்த்தத்தின் அத்தியாவசிய விழுமியம்சார் பரிமாணங்களை நெறிமுறைசார் சட்ட மையக் கட்டுமானத்தில் நிறுத்தி உருவாக்கங்களின் முறைபாடுகளை, உரிமையின் அடிப்படையில், உறவுகளின் முழுமையில் ஆய்வு செய்கின்றது: குறிப்பாக அணுவாதம், பண்பு ஆகியவை இந்த முழுமைக்குள்ளாக இன்றியமையாத உறவுகளாக உருவாக்கப்படுகின்றன (ஏற்கப்படுகின்றன). இது, இந்த முழுமைக்குள் ஈடேற்றம் செய்யப்பட்ட நெறிமுறைசார்-சட்ட விழுமியங்கள் அழிக்கப்பட்டு விடாமலும், அவை அனைத்து முகமைகளாலும் ஏற்றுக் கொள்ளப் பட்டு கூருணர்வுடன் அங்கீகரிக்கப்படுவதாகவும் செய்யப்படுகின்றது.

ஹெகலிய இயக்கவியல் பகுப்பாய்வைக் கொண்டு செலுத்தும் விழுமியம்சார் கூறுகளை கருத்தினங்களின் கோர்வையின் தனித்தனியான

கட்டங்களில் காணலாம். ஆரம்ப கருத்தினங்கள் (தெளிவாக்கத்தின் ‘ஆரம்பம்’) ‘அறுதி உரிமை’ எனும் பண்பைக் கொண்டவை. அவை நெறிமுறைசார் வரம்புகளை இடுகின்றன. அவை அரசியல் முழுமையின் தனித்தனிக் கூறுகள் அதன் ‘சுதந்திரம்’ அடிப்படையான அமைப்பாக்கத்தை பாதிப்படையாமல் இருப்பதை உறுதி செய்கின்றன. அந்தக் கூறுகள் அவற்றின் சட்ட, சமூக பரிமாணங்கள், அவற்றின் குறிப்பிட்ட நிலைப்பாடுகள் (‘stände), அரசியல் சமூகத்தின் வர்க்கங்கள், அரசியல் நிறுவனங்கள் ஆகியவற்றோடு தெளிவாக்கம் செய்யப்படுவது, வரலாற்றுரீதியாக திட்டவட்டமானதிற்கு தொடக்கநிலை நெறிமுறைசார் இலட்சியப் பூச்சை அளிக்கிறது. திட்டவட்டமான முழுமையை ஒரு மதிப்பாக மறுவுற்பத்தி செய்யும் உறுதியளிப்பு கருத்தாக்கம் இயக்கவியல்ரீதியாக தெளிவாக்கம் செய்யப்படுவது எனும் இடத்தில் அவற்றின் ‘நகர்வு விதம்’ (‘mode of movement’) அதன் முழுமையின் விழுமியம்சார் இயல்பிற்கு வலுவூட்டும் இடையாடல் உறவுகளை மட்டும் உருவாக்குமாறு வரம்பிடுகின்றது.

இவ்வாறு இயக்கவியல் பகுப்பாய்வில் ஒருவர், ஒரு தர்க்கத்தைக் காணலாம். அது இரு முரண்படும் உறவுகள் ஒரு சமனிலைப் புள்ளியின் திசையில் நகர்வதை பின்தொடர்வதை காணலாம். அந்தப் புள்ளியில் நகர்வின் முறைபாடும் அதனோடு அதன் நெறிமுறைசார் முடிபுகளும் ஒரு ஒன்றுசேர்க்கப்பட்ட, கட்டுறுத்தும் விழுமியத்தின் அம்சங்கள் என்பது வெளிப்படுகின்றது. இங்க கருத்தாக்கத்தின் சமன்செய்யும் நடவடிக்கை அந்தக் குறிப்பிட்ட தருணத்தில் நிறுவப்பட்ட உறவுச் சமனிலையைக் குலைக்கக் கூடியதும் நெருக்கடியைச் சுமத்தக் கூடியதுமான கூறுகளை விலக்குகின்றது. ஏனெனில் அவை சாரமானவை எனக் கருதுகின்றது. இந்த விலக்கலை சாத்தியப்படுத்த வேண்டி தெளிவாக்கம் கருத்தின வகையாக்கம் என்பதாகத் தன்னை திசையிருத்திக் கொள்கின்றது. குறிப்பாக அரசியல் செயல்பாடு மற்றும் முழுமையின் நகர்வான ஒன்றையொன்று சார்ந்த காத்திரமான உறவுகளாக இருத்திக் கொள்கிறது. இந்தக் காத்திரமான கருத்தாக்கங்கள் அரசியல்ரீதியானவை. (ஒப்பிடவும். சுதந்திரம் என்பதன் அடிப்படையிலான நிறுவனங்கள் கூடிய முதலாளித்துவ சமூகத்தில் உள்ள விசைகளுக்கு இடையில் ஒரு சமனிலையை பராமரிப்பதற்கு எடுக்கப்படும் முடிவு).[22] அதே நேரத்தில் அவை தர்க்கபூர்வமானவை. அவை, கருத்தாக்கங்களின் அடிப்படையான அரசியலின் திட்டவட்டமான வடிவாக முன்வைக்கப் படுகின்றன. இந்த கருத்தாக்கங்கள் நகர்வுகளை தீவிரப்படுத்தி காத்து நிற்கும் உறுதிப்பாட்டில் கால்கொண்டுள்ளன. சமூக அறிவியல்ரீதியாக பொருத்தப்பாடுடைய உறவுகளின் முழுமை எனும் நோக்கில் தனித்தனியான சமூக நிறுவனங்களின் செயல்பாட்டு வடிவங்கள்

குறித்த பகுப்பாய்வு ஒவ்வொரு வடிவத்தின் உருவாக்கத்தையும் அதற்கு புதிதாய் ஏற்படும் உறவுகள் வரம்புகட்டும் வரை தொடர்கின்றது. இந்த வரம்புநிலைகளை அடையும்போது தனது நோக்கின் இலக்கை, வரம்புகளை உருவாக்கும் உறவுகளின் திசைக்கு மாற்றி வரம்புகளை கடந்து செல்கின்றது. இவ்வாறாக நிறுவனப் படுத்தப்பட்ட சட்டத்தின் செயல்பாட்டு வரம்பு சட்டவிரோதம் என்பதாக இருக்கிறது (அது தனது வரம்பை அரசின் சட்ட அமலாக்கத்தில் காண்கிறது); பயன்-மதிப்பு கொண்ட செயல்பாட்டின் வரம்பு சமூக கூட்டுறவு என்பதில் முடிகின்றது. இது, அதனை நடத்தும் முகமைகளின் பின்புறத்தில் அவர்களது செயல்பாட்டின் விளைவாகவும் அதன் முன்நிபந்தனையாகவும் கொண்டிருக்கிறது (welfare : Wohl) (7/125ff). இந்த வரம்புகளை அத்துமீறும் நடவடிக்கை நிறுவன மட்டத்தில் எதிர்வினையை உருவாக்குகின்றது (எடுத்துக் காட்டாக, அதிகார வர்க்கம் அல்லது நீதிமன்றங்கள் ஆகியவற்றின் எதிர்வினைகள்). அல்லது நிறுவனங்களுக்கு வெளியேயான எதிர்வினையை (எடுத்துக்காட்டாக : தனிப்பட்ட நடவடிக்கையின் விளைவாக சந்தையில் ஏற்படும் எதிர்பாரா நிகழ்வுகள்) உருவாக்குகின்றது. *த பிலாசபி ஆஃப் ரைட் (The Philosophy of Right - உரிமையின் தத்துவம்)* மேற்கொள்ளும் பகுப்பாய்வின் வெளிச்சத்தில் பார்க்குப் போது, சமூக பொருளாதார நடவடிக்கை மற்றும் அரசியல்-நிறுவன முழுமையின் பாதுகாப்பின் உறுதிப்பாடு எனும் சட்டகத்தின் மறுஉருவாக்கத்தை அனுமதிக்கும் அளவு வரை இயக்கவியல் தெளிவாக்கம் என்பதற்கு இந்த எதிர்வினைகள் அதிமுக்கியமான பாத்திரம் வகிப்பவை எனக் கருதப்படுகின்றன. தூய உணர்வின் புறநிலை கருத்தினங்கள் என்ற கருத்து - வடிவாக்கத்தில், தெளிவாக்கம் பெறும் கட்டுவிக்கும் அரசியலை ஒருவர் காணலாம். இது தர்க்கரீதியான கருத்தாக்கத்திலேயே கால் கொண்டிருப்பது எதார்த்தத்தின் விழுமியம்சார் அடைவையும் இயைவின் பராமரிப்பையும் நடத்த இன்றியமையாத அரசியல்-நிறுவன கூட்டிணைப்பு அம்சங்களை வலியுறுத்துவதும் ஆகும்.

மேற்கண்ட ஹெகலிய தர்க்கத்தின் அரசியல் கூறு முறைபாட்டு மட்டத்தில் கொண்டிருக்கும் தாக்கம், தெளிவாக்கத்தில் (உருவாக்கம் அல்லது காட்சிப்படுத்தல்) உள்ள விளைவு ஆகியவற்றைக் குறித்துப் பார்த்தோம். அத்தோடு கருத்தினங்கள் என சாரமானவற்றை அவற்றின் வரம்புகள் வரையிலும் பின் இந்த வரம்புகளிலிருந்து அவற்றை உருவாக்கும் அத்தியாவசிய முறைகள் வரைக் கண்டோம். ஹெகலிய தெளிவாக்கத்தில் சாரமான கூறுகள் திட்டவட்டமானவற்றை உருவாக்கும் சாரமான காரணிகளாகும். அவை, அவற்றின் உருவாக்கத்தின்

இன்றியமையாத முடிவு ஆகும். அவற்றின் நோக்குநிலையிலிருந்து, கூறுகளின் சாரமான பண்பு இன்றியமையாததவை என்பது வெளிப்படுத்துகின்றது. ஆனால் தெளிவாக்கத்தின் இந்த ஞானவியல் ரீதியான தாக்கம் இயக்கவியல் முறைபாட்டின் இரண்டாவது பிரச்சினை எழும்பக் காரணமாய் இருக்கின்றது. அது வரலாற்றுவாதம்-உண்மையில் அதை இந்த முறைபாட்டின் மூலம் தவிர்ப்பதே நோக்கமாக இருந்தது - மீண்டும் வருவது ஆகும். ஹெகலிய சட்டகத்திற்குள் இன்றியமையாதது முற்றிலுமாய் திட்டவட்டமானது என கட்டமைக்கப்படுவதால், அவற்றின் சாரமான கூறுகளின் இடத்தில் இருத்தப்படுவது, அவற்றின் தெளிவாக்கம் ஆகியவற்றின் விளைவாக உருவாக்கப்படுவது என்பதால் இந்தக் கூறுகளின் இன்றியமையாத மறுஉருவாக்க முறை திட்டவட்டமானதை கட்டமைக்கும் முறையின் தலைகீழ் நிகழ்வோடு ஒத்துப் போவதாக, அதாவது திட்டவட்டமானதிலிருந்து சாரமானது உருவாகும் மறுதிசை முறையாக முடிவுறுகிறது. இன்றியமையாததையும் திட்டவட்ட மானதையும் கட்டுவிக்கும் முறை தலைகீழாக்கப்பட்டு சாரமான கூறுகளின் கட்டுவிப்பு முறையாக்கப்படுவதும் இன்றியமையாத உறவுகளின் இயங்கியல் மூலமாகவே சாத்தியம்.[23] இந்தத் தர்க்கம் ஒரு புதிரான முடிவிற்கு கொண்டு செல்கிறது: ஹெகலிய தெளிவாக்கத்தில் திட்டவட்டமானதும் இன்றியமையாததும் தெளிவாக்க வரிசையில் அவற்றுக்கு முன்புவரும் சாரமான கூறுகள் எனும் தொகுதிக்குள் ஒன்று சேர்வதும் அனைத்து சாத்தியங்களையும் அதற்குள்ளேயே கொண்டிருப்பதாகவும் இருக்கின்றன. எனவே, இயக்கவியல்வாதத்தின் நியாயம் மீ நிகழ்வு (epiphenomenal) மற்றும் சாரமானவை ஆகியவற்றால் பாதிக்கப்படுவதாக உள்ளது. ஏனெனில், பிந்தையது இன்றியமையாதது என்பதைக் காட்டிலும் முன்னுரிமை பெறுவதாகவும் அதனைக் கட்டுவிப்பதாகவும் கருதப்படுகின்றது. இந்த வகையில் இன்றியமையாதது என்ற கருத்தாக்கமும் தெளிவாக்கம் எனும் முறை முழுவதுமே மாயமாக்கப்படுகிறது, ஒரு மீண்டும் நேர வழியற்ற, தனித்துவமான வடிவாக்கமாக (அதாவது ஒரு வரலாற்றியல் முழுமையாக) தோற்றம் அளிக்கின்றது. இந்த கடினநிலையின் காரணமாக, சாரமான கூறுகள் என்பவற்றிலிருந்து சுதந்திரமான இன்றியமையாத, சமூக-அரசியல் என்பவற்றிலிருந்து சுதந்திரமான இன்றியமையாத, சமூக -அரசியல் மற்றும் விழுமியம்சார்- மரபான முறைகளை கருத்தாக்கம் செய்யும் சாத்தியம் குறித்த கேள்வி எழுகின்றது, வேறு சொற்களில் கூறினால், இந்தக் கடினநிலை, சாரமான கூறுகளின் ஒருங்கிணைப்பில் முழுமை யடையாத, சாரமானதும் இன்றியமையாததும் குறித்த கருத்தாக்கத்தில்

இயக்கவியல் கோட்பாடு : மீள்கட்டமைப்பின் பிரச்சினைகள் 79

உள்ள பிரச்சினையை எழுப்புகிறது. தர்க்கரீதியாக, சமூக மறுவுற்பத்தியின் காரணிகள் குறித்த தெளிவாக்கம் இயக்கவியல் இடையீட்டின் முழுமையைக் கடந்து செல்ல வேண்டும். இதனை தமது சொந்த முறையிலான உறுதிப்பாட்டோடு கூடிய கட்டுவிப்பு குறித்த தனித்துவமான கோட்பாடு எனும் பிரச்சினையை எழுப்புவதன் மூலம் சாத்தியப்படுத்த வேண்டும். அத்தகையதொரு தனித்துவமான கோட்பாட்டை பிந்தை-ஹெகல் இயக்கவியலில் கண்டடைய வேண்டும். தெளிவாக்கத்தின் பொருளாயதம் குறித்த கோட்பாட்டில் கண்டடைய வேண்டும்.

ஹெகலும் கூட ஒரு தனித்துவமான கோட்பாடு எனும் பிரச்சினையை எழுப்பியுள்ளார் எனக் கண்டோம். அத்தகையக் கோட்பாடு வரலாற்றுரீதியாக குறிப்பிட்ட சிறப்பு வடிவம் அடைய வேண்டும்; ஆனால், அவர் அதனை முழுமையாக விழுமியம்சார் சட்டகத்திலிருந்து, தர்க்கம் போன்றதிலிருந்து உருவாகும் என எண்ணம் கொண்டிருந்தார். ஆனால், மிகச்சரியாக ஹெகலின் தர்க்கவியல் கருத்தினங்கள் கட்டுமானம்தான், மதிப்பீடுகளின் பிரச்சினையையும் சமூக வரலாற்று வடிவங்கள் என்ற பொருளாயத பிரச்சினையையும் இணைக்கும் ஒரு கோட்பாட்டின் புரட்சிகரமான உருவாக்கத்தை சாத்தியமில்லாததாக ஆக்கியது. 'சாரத்தின் தர்க்கம்' (Logic of Essence) எனும் தன் எழுத்தில் ஹெகல் பொருளமைவு (material) என்பதை 'இருப்பில் தன்னைத் தானாக பிரதிபலிக்கும்' பன்மை என்ற புரிதலே கொண்டிருந்தார் என்பதை வெளிப்படுத்துகின்றார். அதனை 'சாரமான தீர்மானங்கள்' (6/88ff, 8/257) என்று குறிப்பிடுகின்றார். அவை தமக்குள் கொண்டுள்ள உறவு குறித்து பொருட்படுத்தாதவை என்பதையும் அறியத் தருகின்றார். அவற்றின் தொகுப்பாக்க (synthesis) சாத்தியம் அவற்றுக்கு வெளியில் இருக்கின்றது. இது, அவற்றை தனது பண்புகளாகக் கண்ட ஒரு இருப்பு குறித்த சுட்டலோடு உள்ளது. அதாவது அது திட்டவட்டமாதல் (reification) குறித்த தர்க்கத்தின் செல்வாக்கிற்கு உட்பட்டதாக உள்ளது.[24] அதனைத் தொடர்ந்து, பொருளாயதம் குறித்த அத்தகையதொரு தர்க்கம், அடிப்படையானதாக (foundational) இருக்கவியலாது. அதுவே, கருத்தினங்கள் குறித்த தெளிவாக்கம். மேலும் மேம்பாடடைந்து இயக்கவியல் உறவுகளாகும் மேம்பாட்டில் அடித்தளம் கொண்டிருக்கும். (தோற்றம், எதார்த்தம்/ மெய்ம்மை, கருத்தாக்கம்). இவ்வாறு ஹெகல், அரசியல் கோட்பாட்டிற்கு முன்னராக தர்க்கத்தை தனித்துவமான விழுமியம்சார் சட்டமாகக் கொண்டு தீர்க்கும் முயற்சிக்கு உட்படுத்திய பிரச்சினையை மீண்டும் எதிர்கொள்கின்றார். செவ்வியல் இயக்கவியல் பகுப்பாய்வில் வரலாற்றுவாதத்தை வெற்றிகொள்ள தெளிவாக்கம் கையிலெடுக்கும்

வழிமுறைகளை முழுமையின் கூறுகளின் மறுவுற்பத்தி கோட்பாடுகளி லிருந்து வருவிப்பதில்லை; மாறாக, கருத்தாக்கங்கள் தம்மை உருவாக்குவதிலிருந்து தருவிக்கின்றன. தூய நகர்வாக அவை மேலும் கேள்விக்கு உட்படுத்தப்பட முடியாது. அவை சுதந்திரத்தின் அடிப்படையிலான சமூகத்தின் உருவாக்கத்தை வழிநடத்தும் உறுதி செய்பவையாக கருதப்படுபவை.

மார்க்சிய கருத்தாக்க உருவாக்கமும் இயக்கவியல் பொருள்முதல்வாதத்தின் மறுகட்டுமானமும்

ஹெகலிய இயக்கவியல் கருத்தாக்கத்தின் பண்பாகிய கருத்தினங்களை கட்டியமைக்கும் முறைபாடு, வரலாற்றுரீதியான பொருண்மையைக் குறித்து செய்யப்படும் பகுப்பாய்வில் கருத்தினங்களின் ஒன்றுகுவிப்பின் ('concentration') தாக்கத்தை முன்வைக்கின்றது 'ஒன்று குவிப்பு' என்ற பதத்தின் மூலம், பகுப்பாய்வு முறைபாடு சில கூறுகளால் கட்டுண்டு இருக்கின்றது என்பதையே கூறுகின்றோம். ஆய்விலுள்ள சமூக உருவாக்கத்திற்கு வரலாற்றுரீதியாக இன்றியமையாதவை என பகுப்பாய்வு தீர்மானித்துள்ள கூறுகள் மற்றும் கருத்தாக்கச் சட்டகம் முழுமையும், அதன் வெவ்வேறு மட்ட சாரமாக்கலோடு, இந்த முன்னுரிமை அளிக்கப்பட்டுள்ள, ஆய்வுக்கு எடுத்துக் கொண்டுள்ள புலம் நோக்கி வளைகின்றது. கருத்தின சட்டகத்தின் இந்த 'வளைதல்' ஹெகலியவகை இயக்கவியலில் பொருண்மத்தின் பிரிபடாத கோர்வைநிலையை உறுதி செய்கின்றது. ஒன்றுகுவிப்பின் தர்க்கம் 'கருத்தாக்கத்தின் நகர்வு' மூலமாகவே உறுதிசெய்யப்படுகின்றது. புறவயமான தூய உணர்வின் முழுமையில் 'நிலைநிற்பைப்' பெறுகின்றது. மேலும் அதனை கட்டியமைப்பதோடு அதனை கரணியமானதாக இருக்கவும் வழிசெய்கின்றது. சமகால சமூகத்தில் ஆய்வுப்புலமாக முன்னுரிமை பெற்றுள்ள பொருண்மை குறித்த பகுப்பாய்வு கட்டுறுத்தப்பட்டதாக இருப்பதை உறுதி செய்வதே ஒன்று குவிப்பு நடத்தியதன் நோக்கம். அதே சமயத்தில் இந்த சமூகத்தில் மாற்றத்தின் நிகழ்வுப் போக்கு என்பதை எவ்வாறு எந்த வழிகளில் கருத்தாக்கம் செய்வது என்பதன் முறைபாடுகளையும், ஏனைய வரலாற்றுபூர்வமான சமூகங்களை பகுப்பாய்வு செய்யும் வழிகளையும் இந்தக் கட்டுறுத்தல் சாத்தியமாக்கும் என்பது கருத்து.

அப்படிப்பட்ட கருத்தாக்கம் சமூக மாற்றம் குறித்த சீரான பரிணாமம் என்ற வகையிலான கருத்தாக்கங்களுக்கு எதிரானது. அதுபோல, ஒரு குறிப்பிட்ட சமூக உருவாக்கத்தை சில சாரமான கருத்தாக்கங்களின் தொகுதியாக கருத்தாக்கம் செய்துவிடலாம் எனக் கருதும் வரலாற்றுவாத எண்ணத்திற்கும் எதிரானது. இரண்டிற்கும் மாறாக,

ஹெகலிய வகை இயக்கவியல் 'ஒன்றுகுவிப்பு', வரலாற்றுரீதியான சமகாலத்தின் முரண்பாடுகள், பண்புகள் ஆகியவற்றின் பகுப்பாய்வின் அடிப்படையில் வரலாறுதாண்டிய [பொருத்தப்பாடுள்ள] கருத்தாக்கங் களை கட்டியமைக்கின்றது; கோட்பாட்டு பிரதிபலிப்புகளை உருவாக்குகின்றது. இயக்கவியல் கோட்பாட்டை வளர்த்தெடுப்பதில் மார்க்சியம் தற்காலம் என்பதை அறுதியானதாக ஆக்குவது, அதன் இயங்குதன்மை பரிமாணங்களை புறக்கணிப்பது போன்றவற்றுக்காக கருத்துமுதல்வாத இயக்கவியலை எப்போதும் விமர்சிப்பதாக இருந்துள்ளது. இருந்தாலும் இந்த நியாயமான விமர்சனம், கருத்து முதல்வாத இயக்கவியலின் சில மையமான முறைபாட்டியல் அம்சங்களை கவனத்தில் கொள்ளவில்லை; இயக்கவியல் கருத்தாக்கங் களின் உருவாக்கத்தின் வரலாற்றுரீதியான பிரச்சினைகள் குறித்த விமர்சனபூர்வமான அணுகுமுறைக்கு இவை மையமான விளைவுகளைக் கொண்டுள்ளன. இவ்வாறாக, மார்க்சிய இயக்கவியலின் முதல் முறைப்படுத்தல்களில் எடுத்துக்காட்டாக, தத்துவத்தின் வறுமை *(Poverty of Philosophy)* நூலில் விமர்சனங்களுக்கு முந்தைய நிலைப் பாடுகளைக் காணலாம். இங்கு முதலாளித்துவ சமூகத்தினை உருவாக்கும் கூறுகளைப் பற்றிய தேடலில் ஹெகலிய முறைபாட்டைத் தாண்டிச் செல்லும் முனைப்பை இயக்கவியல் கொண்டிருப்பது தெரிகின்றது. எடுத்துக்காட்டாக, மூலதனம்-உழைப்பு உறவையும் வர்க்கப் போராட்டத்தையும் கூறலாம். ஆனால், இந்த முதல் முயற்சி என்பதற்கு இணையாகவும், அதோடு சம்பந்தப்படாமல் சுதந்திரமாகவும் பகுப்பாய்வை ஒரு 'கோட்பாட்டு அவசரகதி' ஆதிக்கம் செய்கின்றது. எடுத்துக் கொண்ட பொருண்மை அதன் கட்டுடைப்பு நோக்கியும் அதன் இடத்தில் புதிய வடிவிலான மறுகட்டமைப்பு நோக்கியும் செல்லும் நகர்வு குறித்த தேடல் (போட்டி அடிப்படையிலான சமூகம் என்பது மறைந்தழிந்து சமூகம் சோசலிச சமூகமாய் மறுகட்டமைப்பு ஆவது) பொருண்மையின் பகுப்பாய்விற்கான கருத்தினங்கள் தம்மை கடந்துசெல்லும் நகர்விற்கான திசைநோக்கி தம்மை நிறுத்திக் கொள்வதாக, அதாவது பொருண்மைக்கு வெளியிலான ஒரு மையம் நோக்கியதாக தம்மை நிறுத்திக் கொள்வதறாகத் தோற்றம் அளிக்கின்றது. விமர்சனங்களுக்கு முன்பு ஹெகலிடம் இருந்து மாறுபடுவது இந்த வகையில் கருத்தின சட்டகங்களின் ஒருங்கு குவிப்பின் குலைவாகவும் பொருண்மையை கடந்து செல்வதாகவும் - கோட்பாட்டளவில்தான் என்பதைச் சொல்ல வேண்டியதில்லை - வடிவெடுக்கின்றது.

இந்த 'கோட்பாட்டு அவசரகதி' என்பதை மார்க்சின் பிந்தைய எழுத்துகள் வரை தொடர்ந்து காண முடிகின்றது. அவரது அரசியல்

பொருளாதாரத்தில், கருத்தினங்களின் விமர்சனங்கள் எல்லாம் காண முடிகிறது. ஆனால் அவற்றின் மூலஉத்தி சம்பந்தப்பட்ட பொருத்தப்பாடு பெரிதும் மாறி விட்டது. 1850 வரையிலும் அதற்குப் பின்னும் மார்க்ஸ் 'புயல் போன்ற நகர்வுகள்' (Stormy movements) ஏற்படுவது சாத்தியம் என்றே கருதினார். அவை ஆய்வுக்கு எடுத்துக் கொள்ளப்படும் பொருண்மையை மிகவும் புரட்சிகரமாக மாற்றிவிடும். அது குறித்த அவரது பகுப்பாய்வு பயனற்றதாக இருக்கும் (ஒப்பிடவும். லசாலுக்கு மார்க்சின் கடிதம் - பிப்ரவரி *1852* : உலகம் அந்த விவகாரங்களை அறிந்து கொள்ள ஆர்வமுடன் இருப்பதைக் கடந்த தாமதம் எனில் [முதலாளித்துவ சமூகத்தின் உடற்கூறியலின் பகுப்பாய்வு] அந்தத் தவறுக்கு முழு காரணமும் நான் மட்டுமே). மூலதனம் முதல் தொகுதியின் காட்சிப்படுத்தலில் கருத்தினங்களின் தெளிவாக்கத்தின் உள்விளக்கங்களில் ஒருவர் 'கோட்பாட்டின் அவசரகதி' என்பதை உணரலாம். குறிப்பாக, *3*-வது *4*-வது பகுதிகளின் இணை விளக்கங்களில் (அறுதி மற்றும் ஒப்பீட்டு உபரி-மதிப்பின் உற்பத்தி) இதன் தடங்களைக் காணலாம். இவை வரலாற்றுபூர்வமான சமகாலம் என அடையாளப் படுத்தப்படுவதில், வாதத்தின் வளர்த்தெடுப்பு ஒரு உச்சப்புள்ளியை அடைவதில் தோன்றுகிறது. அதில் பொருண்மையின் புரட்சிகர மாற்றத்திற்கான பின்நிபந்தனைகள் ஏற்கனவே நிறைவு செய்யப்பட்டு விட்டன என்றும், சமூகத்தை புரட்சிகரமாக மாற்றியமைப்பது கைதொடும் தூரத்தில் இருப்பதாகவும் கருதப்பட்டது.[25] இருந்தாலும் இந்த 'கோட்பாட்டின் அவசரகதி' என்பதும் தன்னெழுச்சிவாதமும் மார்க்சின் பிற்கால எழுத்துகளின் மையமான பண்பு அல்ல என்பதைக் காட்ட இயலும் என்றே நான் நம்புகின்றேன்.

இந்த வகை இயக்கவியலின் பிரச்சினையான பண்புகள் குறித்து நோய்நாடி, நோய் முதல் நாடும் (diagnosed) பணியை மார்க்ஸ் முதன் முதலில் *1850*-களில் செய்தார்: ஆய்வுப் பொருண்மத்தில் உடனடியாக நடக்கவிருந்த மாற்றத்தின் காரணமாக அது அதனைக் கட்டியமைப்பது என்பதையே விட்டு விட்டது. அது மறுவுற்பத்தி ஆகும் விதம் குறித்தோ மாற்றம் குறித்தோ எந்த விளக்கமும் அளிக்கவில்லை. அதன் அமைப்பாக்கத்திற்குள் அரசியல் நடவடிக்கையை இணைப்பதிலுள்ள பிரச்சினை குறித்து ஏதும் பேசவில்லை. இதன் காரணமாக, கோட்பாடு முன்னிறுத்தும் விழுமியங்கள் அதற்கு அப்பாற்பட்டதாக வெளியில் இருப்பதாகவும் 'இயக்கத்திற்கும்', அதனை ஈடேற்றம் செய்யுக் கூடியதாகக் கருதப்படும் பாட்டாளி வர்க்க நடவடிக்கைக்கும் எதிர்நிலையானதாக நிறுத்தப்படுகின்றது.

மார்க்சினுடைய சொந்த விமர்சனத்தின் முந்தைய முறைபாட்டின் கூறுகள் குறித்த விமர்சனம், பொருண்மையின் 'எதார்த்தன

நகர்வுகள்' குறித்த பகுப்பாய்வுக்களை பொருண்மையின் காட்சிப் படுத்தலின் (Darstellung – depiction) முறைபாட்டியல் சட்டகத்திற்குள் நடத்த மார்க்சை கொண்டு சென்றது (ஒப்பிடவும் மூலதனம் முதல் தொகுதி இரண்டாம் பதிப்புக்கான பின்னுரை-1873). இது இன்றியமையாத வகையில் நவீன வரலாற்றுரீதியான உருவாக்கத்தின் பண்பான இயக்கவகை குறித்த ஹெகலிய பிரச்சினைக்கு திரும்புவதைக் குறிக்கிறது. ஒரு வகையில், மறுவுற்பத்தியின் சமூக உறவுகள் குறித்தும் சமகால, முதலாளித்துவ, சமூக விழுமியங்கள் என்பவற்றுக்குள்ளாக அவற்றின் உருவாக்கம் மற்றும் மாற்றம் குறித்தும் இந்த உருவாக்கங்களின் வரம்புகள் பற்றிய வெளிப்பாடுகள் குறித்தும் பகுப்பாய்வு செய்ய மார்க்ஸ் கொண்டு செலுத்தப்படுகிறார். தான் மாற்ற விரும்பும் பொருண்மை குறித்த கோட்பாட்டின் ஒருவகை 'தொடர் ஊக்கம்' (persistence) என்பதை காட்சிப்படுத்தல் என்ற கருத்துருவாக்கம் முன்னூகிக்கின்றது. மார்க்சின் சில கோட்டுச் சித்திரங்கள் கோடி காட்டுகின்றது போல (ஒப்பிடவும் : குருண்ட்ரிச P175,[26] 'Real positing of individual labour as Social - 'தனிஆள் உழைப்பு சமூகவியலானதாக எதார்த்தத்தில் முன்மொழிதல்' - உள்ளிட்ட பல.) தனிநபர் அபகரிப்பு அமைப்பின் வரம்புகளுக்கு வெளியே எந்த அளவிற்கு விடுதலையின், உய்விப்பின் விவகாரங்கள் முடிவு செய்யப்பட வேண்டும் என்பதை காட்சிப்படுத்தல் பிரச்சினையாய் ஆக்குகின்றது. காட்சிப்படுத்தலே, இந்தப் பொருளாயதக் கூறுகளையும் உழைப்புப் பிரிவினை உருவாக்கிய தனிப்பிரிவுகளையும் வெளிப் படுத்தியுள்ள நிலையில், மேலும் முதலாளித்துவ சந்தையில் உற்பத்தி சாதனங்கள் சரக்குகளாகக் கிடைப்பது நின்றுவிட்ட போதும் இவை (உழைப்புப் பிரிவினையும் மற்றவையும்) நீடித்து இருக்கும் நிலையில் இந்தப் பிரச்சினை முக்கியம் ஆகின்றது. தற்காலத்திலிருக்கும் அமைப்பை நீக்கி அதனிடத்தில் வருகின்ற 'முற்றிலும் மாறுபட்ட' நிலையின் கருத்துருவாக்கம் இவ்வாறு புரட்சிகரமாக சார்நிலை ஆக்கப்படுவதோடு மீதமிருப்பதென்ன? மானுட விடுதலை என்பதில் அவற்றின் வகிபாகம் என்ன என்பது குறித்து கவனத்தை செலுத்துகின்றது. (முதலாளித்துவத்தின் கீழ் மதிப்பு கொள்ளும் வடிவம் மறையும்போது அதன் நிலை என்ன என்பது குறித்த மார்க்சின் குறிப்புகள் மூலம் இந்த கருத்துருவாக்கம் ஆவணப்படுத்தப்படுகின்றது).[27]

மார்க்சின் முறைபாடுசார் சிந்தனையின் வளர்ச்சியும் மேம்பாடும் கோட்பாட்டிற்கு புதிய பிரச்சினைகளை எழுப்புகின்றன: புதிய அமைப்புகளின் வரம்புகள் குறித்த விளக்கங்கள் உண்மையில் என்ன விளைவை உருவாக்குகின்றன? தான் மாற்ற விரும்பும் பொருண்மை குறித்த கோட்பாடுகளின் நீடிப்பு உறுதி மாற்றம் குறித்து என்ன

புரிதலை ஏற்படுத்துகின்றது? மார்க்சியக் கோட்பாட்டின் பொருளாயதப் பண்பு என நாம் அளிக்கும் விளக்கத்தின் தர்க்கவியல் கட்டமைப்பு குறித்த சில பிரச்சினைகள் என்பவையே இந்த வினாக்களின் விடைகளோடு தொடர்புள்ளவை என நான் நம்புகின்றேன்.

பொருளாயதம் என்பது [கருத்து என்பதற்குள்] உள்ளடக்கக் கூடியதும் இதுவா அதுவா என்று தீர்மானிக்கக் கூடிய ஒழுங்கற்றதும் ஆகும் எனும் கான்டிய கருத்துருவாக்கத்திற்கு மாறாக, பொருளாயதம் குறித்த மார்க்சியக் கோட்பாடு பல கருத்தாக்க தீர்மானங்களின் சிக்கலான உறவாகத் தோற்றம் அளிக்கின்றது. பொருளாயாதத்தின் தர்க்கவியல் கட்டுமானம் குறித்த ஆய்வு நம்மை சில முடிபுகளுக்கு இட்டுச் செல்கிறது. முதலாவதாக, கருத்து முதல்வாத இயக்கவியல் தெளிவாக்கம் என்பதற்கு மாறானதாக பொருள்முதல்வாத இயக்கவியல் தெளிவாக்கத்தின் பண்புகளைக் காட்டும் இயக்கவியல் சாரமாக்கல் வகை பற்றியதொரு ஆய்வு; இரண்டாவதாக, பொருண்மத்தின் வரலாற்றியல் நிலைத்தானம் மற்றும் அதன் கருத்துருவாக்க சட்டகம்; கடைசியாக பொருள்முதல்வாத இயக்கவியலின் விழுமியம்சார் இயல்பு என்பதன் வெளிப்படுத்தல் மற்றும் நியாயப்படுத்தல் என்ற ஒரு பிரச்சினை; அதுவும் சமகால சமூகக் கோட்பாடு என்பதற்கு தலையாய முக்கியத்துவம் கொண்டது எனும் புரிதல்.

முதல் பிரச்சினை முறைபாடு மற்றும் எதார்த்தம் ஆகியவற்றுக் கிடையேயான எதிர்நிலை என்பதோடு மார்க்சால் குருண்ட்ரிசவின் அறிமுகம் போன்ற பிரதிகளில் கையாளப்படுகின்றது. இந்த அறிமுகத்தில் ஒரு புறத்தில் ஹெகலிய நிலைப்பாடாகிய, திட்டவட்டமானதை உள்வாங்கும் (appropriating) ஒரே வழி சிந்தனையின் முழுமையை கட்டியமைப்பதன் மூலம்தான், அதாவது 'தலையைக் கொண்டுதான்' (as a 'result of head') என்பதை ஏற்றுக் கொள்கின்றார். மறுபுறத்தில், மெய்மை அல்லாது எதார்த்தம் என்பது திட்டவட்டமான தானே தன்னளவில் தன்னாட்சியான படைப்பாக்க செயல்முறை மூலம் உருவாக்குவது எனவும் கருதுகின்றார். அது தானாக், தன்னளவில் தலைக்கு வெளியே நிகழ்வது, அதாவது திட்டவட்டமென்பது ஏற்கனவே இருக்கக் கூடிய ஒன்று எனக் கருதுகின்றார் (இதனை எதார்த்தத்தில் இருந்து பெறப்படும் 'தாக்குதல்' எனச் சந்தேகிக்கலாம். இங்கு மார்கஸ் ஃபிக்டே [Fichte - ஹெகலின் சீடரான ஒரு கருத்து முதல்வாத இயக்கவியல் தத்துவ ஆசிரியர் - மொ.பெ./ப.ஆ] பயன்படுத்திய '*Anstoss*' என்ற பதத்தைப் பயன்படுத்துகின்றார். (p.22)

எதார்த்தம் தன்னைத்தானே தனது நகர்வுகள் மூலம் கட்டமைத்துக் கொள்வதற்கும் அதன் கோட்பாட்டு உள்வாங்கல் நடைமுறைக்கும் இடையிலான முரண்நிலை உறவு, கோட்பாட்டிற்கும் செயல்பாட்டிற்கும் இடையே ஒரு முரண்நிலையை மீட்டுருவாக்கம் செய்கின்றது. எதார்த்தத்தின் நகர்வுகளைக் கொண்டு செலுத்தும் முகமைகள் செயல்பாட்டில் ஈடுபடும் ஆளுமைகளுக்கு புறத்தே நிற்பவை அல்ல; அவர்களது ஆற்றல் மற்றும் உறவுகள் ஆகியவற்றின் நகர்வுகளை ஒத்தவை; அவற்றின் நடைமுறை செயலாக்கம் ஒரு அழுத்தமான சமூகப் பொருண்மத்தை ஈடேற்றகிறது. இதனை ஒத்த பிரச்சினை, ஒரு பொருண்மத்தின் கோட்பாட்டு உள்வாங்கல் என்பதிலும் எழுகின்றது. இந்த நேர்விலும் சமூக எதார்த்தமெனும் பொருண்மத்தின் குறிப்பான பரிமாணங்களைப் புரிந்து கொள்ளல் அவற்றின் இன்றியமையாத உறவுகளை எதிர்நோக்குவதை முன்னனுமானம் செய்கின்றது என்பதே காரணம். குருண்ட்ரிச நூலின் அறிமுகத்தில், மார்க்ஸ் கோட்பாட்டு முறைபாட்டிலும் கூட சமூகம் 'ஒரு முன்னனுமானமாக வைக்கப்படுவதற்கு முன்பே மேல்கவிவதாக இருக்க வேண்டும்' என்கிறார். மார்க்சின் வாதம் செல்லும் திசை, சாரமாக்கல் எனும் பிரச்சினையை பொருள்முதல்வாத தெளிவாக்கத்தின் மையமான பிரச்சினை என எழுப்புகின்றது.

தனிப்பட்ட குறிப்பான ஒன்றாக தோற்றமளிக்கக் கூடிய சமூக நிகழ்வாக வெளிப்படுவதன் புரிதலாக 'சாரமான இன்றியமையாதது' ('abstract essential') குறித்த கோட்பாடு ஒன்றை வளர்த்தெடுப்பது சாத்தியம் என்பதை மார்க்ஸ் ஏற்கின்றார். (மார்க்சிய காட்சிப் படுத்தலின் இந்த முறையியல் நிலைப்பாடு ஹெகலிய புரிதலுக்கு எதிரானது. ஹெகலிய முறையியல், காத்திரமான உறவுகள் குறித்த பகுப்பாய்வு, அதன் இயல்பில் சாரமானதாக இருக்க முடியும் என்பதை ஏற்பதில்லை. மாறாக இன்றியமையாதது என்பதை திட்டவட்டமான தோடும், அடையப்பெற்றதோடும் (achieved – *Resultat*) அடையாளம் காண்கிறது. அதாவது, பகுப்பாய்வின் முடிவாகக் காண்கிறது.) இவ்வாறு காத்திரமான முதலாளித்துவ உறவுகளின் பகுப்பாய்விற்கும் பின்னர் (இது மூலதனம் நூலின் முதல் தொகுதியில் உள்ளது) சந்தையின் சமூக முகமைகளின் நிலைமையை வெளிப்படுத்தும் எதார்த்தமாக, திட்டவட்டமானதாக, சாரமானது ஆக்கப்படும் அணுக்களாக்கப்படுவது மூலதனம் மூன்றாம் தொகுதியில் உருப்பெறுகிறது.[28]

இந்த வகை பகுப்பாய்வு முறையியலில் ஒரு முறிவைக் குறிக்கின்றது. ஏனெனில், அது சமூகத் தோற்றங்களை அவை தம்

மூலம் கொண்டு வரும் சமூகம் குறித்த ஒரு தனித்துவமான சாரமான கருத்தாக்கத்தை எதிர்கொள்ள அனுமதிக்கின்றது.[29] சமூகம் குறித்த இந்த சாரமான கருத்தாக்கத்திற்கு ஒரு முறைபாடு சார்ந்த பக்கம் உள்ளது. அது வரலாற்றுபூர்வமான, முதலாளித்துவத்தின் (சுரண்டல்) வடிவத்தை சுட்டுகின்றது. மேலும் அதற்கு ஒரு பொருளாயத பக்கமும் உள்ளது. சமூகத்திலுள்ள சமூகரீதியான உழைப்புப் பிரிவினையின் வளர்ச்சி, மேம்பாடு மட்டத்தையும் சமூகக் கூட்டுறவு முறைகளையும் சுட்டுகின்றது. குறிப்பாக, இந்தப் பொருளாயத பரிமாணத்தின் சுட்டலைப் பொறுத்தவரை, சாரமாக்கல் முறையோடு தொடர்புடையதாக சமூக வடிவத்தின் மாற்றம் குறித்த பிரச்சினையை 'காட்சிப்படுத்தல்' எழுப்புகிறது. அதாவது, உறுப்பினர்கள் இடையிலான உறவுகள் அந்நியமாதல் மற்றும் அணுக்களாதல் கவிழாத ஒரு சமூகத்தின் நடைமுறை ஈடேற்றத்திற்கான கோரலை அனுமதிக்கின்றது. அதாவது, இத்தகையதொரு சமூகத்தை சாத்தியப்படுத்துவதற்கான, தற்போது அந்நியமாதலை உருவாக்கும் காரணிகளை (மூலதனம் - உழைப்பு உறவு) கடந்து செல்வதற்கான கூறுகள் ஏற்கனவே அதன் சாரமான, இன்றியமையாத பண்பு குறித்த தெளிவாக்கத்தில் சேர்க்கப்பட்டுள்ளன. இந்தக் கருத்துரு டெல்லா வோல்பே[30] சமூக உற்பத்தி சக்திகளை நேர்மறையான கூறுகளாகவும் அவற்றை அந்நியமாக்கலுக்கு வழிவகுக்கும் சமூக வடிவங்களுக்கு எதிர்மறையானவையாகவும் கொண்டு பொருளாயதம் குறித்த கோட்பாட்டை கட்டி அமைக்க இட்டுச் சென்றது. உண்மையில் இந்த பிரச்சினை டெல்லா வோல்பேயின் 'அறிவியல் கருத்தாக்கம்' என்பதைக் காட்டிலும் மிகவும் சிக்கலானது. மேலும் வரலாற்றுவாதத்திற்கு உரியதான பொருளாயத கட்டுமானத்தின் இரண்டாம் பரிமாணத்தின் புரிதலோடு தொடர்புடையது.

மார்க்ஸ், பகுப்பாய்வின் பொருளாயத அம்சத்தின் வரலாற்றியல் குறித்து வலியுறுத்தினார். உழைப்புப் பிரிவினை எனும் பரிமாணத்தை வெளிப்படுத்தும் நோக்கம் கொண்டது. அதனை இயக்கவியல் பகுப்பாய்வின் அடித்தளக் கூறாக ஆக்கும் வண்ணம் சமகால வரலாற்று உணர்வு, செயல்பாடு ஆகியவற்றின் நோக்குநிலையில் செய்கின்றது. இந்தப் பரிமாணத்தின் தர்க்கவியல் கட்டமைப்பு போதுமான அளவு ஆய்வு செய்யப்படவில்லை. ஒரு புறத்தில் வரலாற்றுப் பொருள் முதல்வாதம் - 'HistoMat' - பேசிய கோட்பாட்டாளர்களால் அது வறட்டுவாதமாக திரிக்கப்பட்டுள்ளது. மறுபுறத்தில், இதற்கு எதிர்வினையாக, வடிவ பகுப்பாய்வு கோட்பாட்டாளர்களாலும் (மூலதன தர்க்க பகுப்பாய்வாளர்கள், விதிவரு முறையாளர்கள்) உதாசீனம் செய்யப்பட்டுள்ளது. இன்றியமையாத உறவுகள் என்ற கருத்தாக்கம், காட்சிப்படுத்தலில் கருத்தினங்கள் என பகுப்பாய்வு

செய்யப்படுபவை மார்க்சியக் கோட்பாட்டில், 19-ம் நூற்றாண்டின் மைய ஆண்டுகளின் முதலாளித்துவ பொருளாதாரம் மற்றும் அதற்குண்டான அரசியல் அமைப்புகள் (ஆங்கில பாராளுமன்ற முறைபாடுகள், பிரஷ்ய அரசு) ஆகியவற்றை மட்டுமே கணக்கில் கொள்ளும் கருத்தாக்க சட்டகத்தை விட பரந்துபட்ட பார்வையைப் பெற்றுள்ளன. அது சமூகங்களைப் பகுப்பாய்வு செய்ய சார்புநிலை கருத்தாக்கங்களை ஒருங்கிணைக்கின்றது. குறிப்பாக, தொழிற்சாலை உற்பத்தியின் அடிப்படையிலான அடிப்படையில் ஒருங்கிணைக்கப்பட்ட உழைப்புப் பிரிவினை, உடைமை உறவுகள், உழைப்பாளர்களின் சார்புநிலை வகைபாடுகள், பொருளாதாரத்திற்கும் அறிவியலுக்கும் இடையிலான உழைப்புப் பிரிவினையின் வழக்கமான வகைகள் ஆகிய கூறுகளை கணக்கில் கொள்கிறது. அத்தோடு இதே உறவுகள் அமைப்பாக்கம் செய்துள்ள வரலாற்றுபூர்வமான/ ஒரு விலக்கலையும் வினாவுகின்றது. இது சமூக உழைப்பு எழுப்பும் கேள்விதான். இவ்வாறாக, ஒரு பரந்த வரலாற்று சமூகவியல் கருத்தாக்கம் உருவாக்கப்பட்டது.. இருந்தாலும் குறிப்பிட்ட சமூகங்கள் குறித்த பகுப்பாய்வுகள் தொடர்பானதாகவோ, பொருத்தமான கருத்தாக்கங்களின் தர்க்கரீதியான அடிப்படைகள் தொடர்பானதாகவோ இந்த பரந்த கருத்தாக்கத்தின் அடிப்படையிலான ஆய்வை திட்டவட்டமாக நடத்தி அதனை விவரிக்கும் பணியை மார்க்ஸ் செய்யவில்லை. குருண்ட்ரிச (Grundrisse) நூலின் அறிமுகத்தில் மார்க்ஸ், மக்கள்தொகை, உற்பத்தி, விநியோகம், உழைப்பின் பலனைப் பெறுதல் ஆகிய கருத்தாக்கங்களில் இந்தப் பிரச்சினையை எழுப்புகிறார். பண்புரீதியாக குறைந்தபட்ச வாழ்க்கைத்தரம் என்பதற்கான உறவுகள் குறித்து அவரது பிற்கால எழுத்துகளில் இது தொடர்பான பகுப்பாய்வுகளில் உள்ளவை கவனம் ஈர்ப்பவை. அவர் வாழ்க்கைத் தரமாக சுட்டுபவை உற்பத்தி நிகழ்வுப் போக்கு தடையற்றுத் தொடரத் தேவையான சுகாதாரமான பணிச்சூழல், நோய் நொடிகளிலிருந்து விடுதலை, குழந்தைகளின் பாதுகாப்பு முதலியவை ஆகும். வேறு சொற்களில் கூறினால் உற்பத்தி நிகழ்முறைக்கான பொருளாயத தேவைகள் - முறைபாடுகளுக்கு மாறாக - (ஒப்பிடவும். உழைப்பு நிகழ்முறையும் உபரி-மதிப்பின் உற்பத்தி நிகழ்முறையும்) வெறுமனே வரையீட்டுரீதியாகப் புரிந்து கொள்ளப்படுவதில்லை. முதலாளித்துவத்தின் அங்கக இணைப்பை ஆதரித்து நிற்கும் சமூகத்தின் தொழில்நுட்பரீதியான கட்டுமானங்களாக மட்டும் புரிந்து கொள்ளப்படுவதில்லை. மாறாக மனிதர்கள் இயற்கையோடு கொள்ளும் பரந்துபட்ட உறவாக, அவர்கள் ஒருவரோடு ஒருவர் கொள்ளக் கூடியதாகவும், அவர்கள் உற்பத்திச் சாதனங்களோடு கொள்ளக் கூடியவை ஆகவும் இருப்பவையும் புரிந்து கொள்ளப்படு

கின்றது. இந்த பரந்துபட்ட உறவு தன்னுள் உற்பத்தியின் பொருளாதார நிலைகள் என்பதோடு, இந்த உற்பத்தி நிகழ்முறையின் வரலாற்று கலாச்சார மற்றும் இயற்கை முன்நிபந்தனைகள்[31] என்பவற்றையும் அடக்கியது. ஒரு புறத்தில் இந்த முன்நிபந்தனைகள் மறுஉற்பத்தியின் நடைமுறைசார்பானவை மறுபுறத்தில் அவை மனிதர்கள் தங்களுக்குள்ளும், மனிதர்கள் இயற்கையோடும் உருவாக்கிக் கொள்ளும் உறவுகளின் சாத்தியப்பாட்டை வெளிப்படுத்துகின்றன. குறிப்பாக, முதலாளித்துவ சூழலில் உருவாகும் உறவுகளுக்கு மாறானவை குறித்து கவனம் கொள்கிறன்றன.

கணக்கிலும் கவனத்திலும் கொள்ளப்படும் மேலே கூறியவை, சமூகப் பொருண்மையை விரித்துரைக்கப்படும் வகையிலான பொதுவான கருத்தாக்கங்களின் ஒன்றிணைவு அல்லது வரையறுப்பாக கருத்தாக்கங்களின் ஒன்றிணைவு அல்லது வரையறுப்பாக கருத்துருவாக்கம் செய்தல் எந்த அளவு சாத்தியம் எனும் வினாவை எழுப்புகின்றன. இந்த வினாவிற்கான விடை, கருத்தினங்களின் தெளிவாக்கம் எனும் பிரச்சினைக்கும் விடையாக அமைகின்றது. சமூகத்தின் இன்றியமையாத பண்புகளின் சாரமாக்கல் அந்த சமூகத்தின் பண்புகளை மட்டும் குறித்ததாக நிகழும் பட்சத்தில், அது கொணரும் பகுப்பாய்வு வரலாற்றியல் சார்பான ஒன்றாகவே இருக்கும். எனவே, இது ஏனைய சமூகங்களின் கட்டமைப்பு சார்ந்த பிரச்சினைகளை உருவாக்கும் வல்லமை கொண்டதாக இருக்கவும் இயலாது; இந்த சமூகத்தின் இயக்க வரம்புகளை கடந்து செல்லும் வல்லமையும் கொண்டிராது. (அதாவது, அது வரலாற்றுபூர்வமானதாக இருக்காது). ஏனெனில், மாற்றம் என்பது எதார்த்தத்தின் அடிப்படை கூறுகளில் ஒன்று. பகுப்பாய்வு எதார்த்தத்தை உருக்கொள்ளச் செய்யும் தேவையான இன்றியமையாத கூறுகளைக் காட்டிலும் குறைவான கூறுகளையே கொண்டிருக்கும். மாறாக சாரமாக்கல், இந்த சமூகத்திற்கென உண்டான தனித்துவமான கூறுகளைத் தாண்டி, பரந்துபட்ட கூறுகளை உட்கொண்டிருந்தால். அது வரலாறு தாண்டியதாகவும், வரலாறு தாண்டிய கருத்தாக்கங்களின் இணைவைப் பயன்படுத்துவதாக இருக்கும். அந்தச் சேர்மானமும் திட்டவட்டமான ஒன்றை அளக்கும். இவ்வாறாக, பகுப்பாய்வு, வேறொரு வழியில் வரலாற்றுவாதத்தைச் சென்றடையும்.

இந்த இருமனநிலையை குருண்ட்ரிசவின் அறிமுகத்தில் 'பொருளியலாளர்களின்' முறைபாடு குறித்த விமர்சனம் மூலம் மார்க்ஸ் பேசத் தொடங்குகிறார். (pp.7f). பொதுவான சிறப்புக் கூறுகள் (உற்பத்தி, வினியோகம், இன்னபிற) என்பனவற்றை அறிமுகம்

செய்தல், பின்னர் அவற்றின் மூலமாக குறிப்பிட்ட முதலாளித்துவ நிலைகளை அதாவது வரலாறு தாண்டி (trans-historical) உறவுகளாக தோற்றம் தருபவைகளை நிறுவுவது என்பவற்றை இந்த முறைபாடு கொண்டிருக்கின்றது. (கைப்பற்றுதல் மற்றும் அவ்வாறு கைப்பற்றியதை பாதுகாத்தல் ஆகிய கருத்தாக்கங்கள் 'எல்லா' சமூகங்களுக்கும் உரித்தான பண்பு என்று வலியுறுத்தப்படுகின்றது. இந்த இருமன நிலையை ஒரு இரட்டை முறைபாட்டு வழியை உருவாக்கி மார்க்ஸ் தாண்டிச் செல்கின்றார். ஒரு புறத்தில், முதலாளித்துவ சமூகங்களை நிறுவுகின்ற நிகழ்முறைகள் மூலமாக உருவாக்கப்படும், பொதுவான கருத்தாக்கங்களை அவற்றின் வரலாற்றியலோடு சுட்டிக் காட்டுகின்றார். வேறு சொற்களில் கூறினால், 'பொருளியலாளர்களின்' முறைபாட்டோடு ஒப்பிட தலைகீழான முறைபாட்டிற்கு முறைபாட்டிற்கு மார்க்ஸ் கொண்டு செல்லப்படுகின்றனர். இருப்பதிலேயே மிகவும் எளிய சாரமாக்கல், சரியானதும், அதனது சாரமான பண்பு காரணமாக எல்லா சமூகங்களுக்கும் பொருந்தக் கூடியதும், சாத்தியமானதாக ஆகுதல், நடைமுறை உண்மை, முழு பொருத்தம் முழுமையான தீவிரம் ஆகியவற்றை மிக நவீன சமூகத்தின் கருத்தினம் என்ற வகையில் பெறுகின்றது. சமூக அறிவியல் வல்லுனர்கள் பொதுவான கருத்தாக்கங்களை உருவாக்குவதற்கான சாத்தியப்பாடு சமகால முதலாளித்துவ உறவுகளால்தான் கட்டியமைக்கப்படுகின்றது'[32] (மேலும், அதன் தொடர்ச்சியாக இந்த உறவுகளை காட்டக் கூடியவையான எதிர்நிலைகள் ஞானவியலில் காட்டப்படுகின்றன அல்லது மறைக்கப்படுகின்றன. அதாவது முரண்பாடுகள் அங்கும் இடம் பெயர்க்கப்படுகின்றன).

முதலாளித்துவ சமூகத்தின் உடற்கூறு பற்றிய பொதுவான சாரமான நிர்ணயிப்பிற்கான தற்சுட்டல் குருண்ட்ரிச நூலின் 'அறிமுகம்' பகுதியில் உள்ளது. கருத்தாக்கங்கள் குறித்த 'வகைபிரிப்பில்' (divisions) குறிப்பாக பொதுவானதும், சாரமான தீர்மானிப்புகளுமாக எல்லா சமூக வடிவங்களுக்கும் பொருந்திப் போகின்றவையான மார்க்சின் கருத்தாக்கங்கள் : மார்க்ஸ் எழுதுவது போல, இந்த தீர்மானிப்புகள் 'மேலே விளக்கப்பட்டுள்ள வழிகளில்' (P.28), கருத்தாக்க ரீதியாக கட்டியமைக்கப்பட வேண்டும். அதாவது சுய சுட்டலாக தமது வரலாற்றியல் பற்றியதாகவும், நவீன சமூகத்தின் உடற்கூறியல் தொடர்பானதாகவும் இன்னபிறவாகவும் இருக்க வேண்டும்.

மறுபுறத்தில், மார்க்சின் முறைபாட்டியல் பகுப்பாய்வு, அவருக்கு விளக்கம் சொன்ன பலராலும் கவனத்தில் கொள்ளப்படாத ஒரு அம்சத்தை முன்னுக்கு கொண்டு வருகிறது. இது முதலாளித்துவ

சமூகத்தின் உடற்கூறியலின் தர்க்கத்தினை சுட்டும் பொதுக் கருத்தாக்கங்களின் வகையாகும். இது வரலாற்றுவாதம், சார்புவாதம் முதலியவையாக சீரழியாமல் இதனைச் செய்வது ஆகும். ஏனெனில், இந்த தர்க்கம் வரலாற்றுவாதத்திற்கு எதிரான தன்மையைக் கொண்டதாகவும், எடுத்துக் கொண்ட பொருண்மத்தின் வரலாற்று பூர்வமான வடிவத்தைக் காட்டிலும் பரந்துபட்ட பொருளாயத பகுப்பாய்வின் சட்டகத்தைக் கொண்டதாகவும் இருக்கின்றது. இந்த பரந்துபட்ட சட்டகத்தின் தர்க்கவியல் பண்பு மேலே கூறியுள்ள பொருளாயதத்தின் மூன்றாம் பரிமாணத்தை சுட்டுகின்றது. அதாவது, சமூகத்தின் நடைமுறை-விழுமியம்சார் பண்பு எனும் பரிமாணத்தைச் சுட்டுகின்றது. வர்க்கப் போராட்டங்களின் வரலாற்று வடிவங்கள், உடமை உறவுகள் முதலியவற்றின் வரலாற்று வடிவங்களின் எதிர்மறைகளாக இந்தப் பரிமாணம் ஒருங்கமைக்கப்படுகின்றது. இது இந்த உறவுகளால் கொண்டுவரப்பட்ட பிரிவினைகளை நீக்கும் ஒரு முன்மொழிவாக செய்யப்படுகின்றது. முதலாளித்துவ சமூகம் பற்றிய பகுப்பாய்வில் மூலதனம் எனும் கருத்தாக்கம், முதலாளித்துவ சமூகம் எனும் வடிவத்தை தீர்மானிப்பவற்றை கடந்து செல்லக் கூடியதும், இந்த பகுப்பாய்விற்குத் தேவையானதுமான, பொருளாயதம் எனும் கருத்தாக்கத்தை (அதாவது உழைப்புப் பிரிவினை, சமூக உழைப்பு எனும் முழுமை மற்றும் செயல்பாடு) சுட்டுவதுமான கூறுகளைக் கொண்டிருக்கின்றது. மதிப்பு குறித்த கோட்பாடு எனும் தனியான கருத்தாக்கத்தின் உருவாக்கம், உழைப்பின் சமூகப் பிரிவினை, சமூக உழைப்பின் பலனை கைக்கொள்ளும் முறைபாடு, சமூக முழுமையில் சமூக விசைகளின் இயக்கத்தின் வரலாற்று பூர்வ நிலைகள் ஆகியவை குறித்த கோட்பாட்டு சாரமாக்கல் என்பதற்கு திரும்ப வேண்டியுள்ளது. இங்கு முக்கியமாக கவனிக்க வேண்டியது சாரமாக்கலின் கூறு தனிப்பட்டதிலிருந்து, சமூகத்தின் முழுமையான சமூக உழைப்பிற்கு அதுவும் தன்னளவில் மறுவுற்பத்தி முறைபாட்டின் முழுமையை பிரதிநிதித்துவம் செய்வதாக இல்லாமல் தனித்தனியாக தனிப்பட்ட இலக்குகளின் கூடுதலாக மட்டும் இருக்கும் நிலையிலிருந்து மாறுபட்டதாக இருப்பதாகும். இந்த சாரமாக்கல் மார்க்சிய மதிப்புக் கோட்பாட்டின் மையக் கட்டுமானமாக ஒருங்கமைகின்றது. மேலும் கருத்தினங்களின் தெளிவாக்கத்தை உழைப்பு நிகழ்முறையின் சுரண்டல் தன்மையை குறித்த விமர்சனபூர்வமான அணுகுமுறையை அனுமதிப்பதாக ஒருங்கிணைக்கின்றது. இந்த கோட்பாட்டுரீதியான சாரமாக்கல் மேம்பாட்டின் மீது கருத்தினங்களின் தெளிவாக்கம் கால் கொண்டுள்ளது. இதனை அதன் விழுமியம் சார் நடைமுறை பரிமாணத்திலிருந்து தனியே விவாதிக்க இயலாது.[33] சமூகத்தின்

முழுமை எனும் பரிமாணத்தோடு தொடர்புடையதான சமூகத்தின் மொத்த மறுவுற்பத்தி என்பதற்கு ஒரு நடைமுறைசார் அர்த்தம் : சமூக உறவுகளின் நினைவிலி இணைப்பாக ஒருங்கிணையும் உழைப்பின் சமூகப் பிரிவினை முகமையின் காத்திர உணர்வு கொண்டதும், படைப்பூக்கம் கொண்டதும் ஒருங்கிணைப்பதுமான ஊடாடல் பொருண்மமாக ஆக வேண்டும். சமூகத்தைப் புரிந்து கொள்வதற்கான நிபந்தனை ஒரு நடைமுறைசார் பிரச்சினையாக முன்வைக்கப்படுகிறது. அத்தோடு பிந்தைய பிரச்சினை மூலமே அர்த்தம் பெறுகின்றது. அது தொடர்பாகவே இருக்கின்ற வரலாற்றுரீதியான உறவுகளின் விமர்சனம் காலூன்றி உள்ளது. பொருள்முதல்வாத தெளிவாக்கம் எனும் கருத்தாக்க சட்டகத்தின் அடிப்படையில் உபரி-உற்பத்தியை கைக்கொள்ளும் நடைமுறையில் உள்ள சுரண்டல் உறவுகளை மறுகட்டமைப்பு செய்வதன் மூலம், இந்த உறவு விமர்சனத்திற்கு உட்படுத்தப்பட வேண்டும். என்ற கோரிக்கை எழுப்பப்பட்டு, அது நியாயப்படுத்தப்பட்டுள்ளது. மேலும் நடைமுறை சார்ந்ததும் நெறிமுறை சார்ந்ததுமான கருத்தாக சமூக உழைப்பின் பயனை தொழிலாளர் மீள்கைப்பற்றல் நிறுவப்படுகின்றது. பொருளாயதத்தின் பரிமாணங்கள் செயல்பாட்டின் விழுமியம்சார் பரிமாணங்களோடு அடையாளம் காணப்படுகின்றது. அத்தோடு வரலாற்றுரீதியான சமூகங்களின் சமூகக் கூட்டுறவின் வடிவங்களோடு ஒப்பிட்டு வேறுபாடு காணப்படுகின்றது. இந்த வகையில் இயக்கவியலின் ஆகச் சிறந்த ஆய்வுப் பொருளோடு மார்க்சிய பகுப்பாய்வு ஈடுபடுத்திக் கொள்கிறது. (அதனை அது பொருள்முதல்வாத நோக்கில் மறுவடிவாக்கம் செய்கிறது). அதாவது விழுமியம்சார் நடைமுறை என்பதன் முரண்பாடான உறவுகளோடு இதனை ஈடேற்றம் செய்யக் கூடியதும் தன்னால் விமர்சிக்கப்படுவதுமானதோடும் தன்னை ஈடுபடுத்திக் கொள்கிறது.

இயக்கவியல் குறித்த இந்தக் கருத்தாக்கம் விமர்சனத்திற்கு முந்தைய இயக்கவியல் விழுமியங்கள் தழுவிய எதிர்காலம் நோக்கிய ஒருங்குவிப்பின் குலைவு நிகழ்வுப் போக்கு எனும் புரிதலைத் தாண்டிச் செல்கிறது. அது சமூகப் பகுப்பாய்வின் மையத்தில் மதிப்பீடுகள் குறித்த பிரச்சினையை வைக்கின்றது. அதனை மதிப்பீடுகளின் தோற்றம் மற்றும் நியாயப்படுத்தல் நிகழ்முறை குறித்த கரணியமான பார்வையோடு முன்வைக்கின்றது. இது பிற்காலத்தில் மார்க்சின் ஞானவியல், முறைபாட்டியல் ஆய்வுகளில் முக்கியமான வகிபாகம் பெற்றது, ஆனால். மார்க்சின் தொடக்கால எழுத்துகளிலும் பொருள் முதல்வாதக் கோட்பாட்டின் இந்த விழுமியம்சார் பரிமாணங்களின் ஆரம்பத்தைக் காணலாம். இந்த ஆரம்பகால பிரதிகளில்

பொருளாயதத்தின் விழுமியம்சார் பரிமாணங்கள் மானுடப் பண்புகளின் பொருளாயத கூறுகளுக்கும் புலனுணர்வு, உள்ளுணர்வு ஆகிய விசைகளுக்கும் இடையிலான ஞானவியல் வேறுபடுத்தல்களை சார்ந்திருக்கின்றது. அத்தோடு உணர்வுபூர்வமான உறவுகளாகத் தனித்திருக்கச் செய்யும் அறிவார்ந்த முறைபாட்டுக் கூறுகளோடும் தொடர்புடையதாக இருக்கின்றது. இவ்வாறாக 1844-ம் ஆண்டு மார்க்ஸ் எழுதிய 'பொருளாதார தத்துவ கையெழுத்துப் பிரதிகள் (*Economic-Philosophic Manuscripts of 1844*) சமூக அறிவியலுக்கான உணர்ச்சிபூர்வ அடிப்படை (aesthetic foundation) என்பதற்கான தேடல் வெளிப்படையாகத் தெரிகின்றது (pp 539-43).[34] இதில் இப்படியென்றால், ஃபாயர்பாக் குறித்த தேற்றங்கள் நூலில் (Theses on Feuerbach) மார்க்ஸ் அமைப்பு ரீதியான பொருள்முதல்வாதம் என்பதனை மேற்கொள்கின்றார் என்பதும் அதே அளவு வெளிப்படைதான் (சமூகப் பொருண்மையை பாட்டாளிவர்க்கம் சார்ந்ததாகவும், விடுதலைக்கான செயல்பாடாகவும் அந்நியமாக்கும் உறவுகளை கரணியமாக முடிவுக்குக் கொணரும் வகையில் கருத்தாக்கம் செய்யப்படுகின்றது). அதன் நோக்குநிலை 'மானுட' நோக்குநிலையோடு அடையாளம் காணப்படுகின்றது.

பொருள்முதல்வாதப் பிரச்சினை ஞானவியல் - அமைப்பாக்க தளத்திலிருந்து சமூகத்தின் பொருளாயத அடிப்படையான உற்பத்தி ஆற்றல்கள் மற்றும் உழைப்புப் பிரிவினை எனும் தளத்திற்கு இடம் பெயர்க்கப்பட்டாலும் முதலாளித்துவ வடிவிலான சமூக உறவுகளை விட்டொழிப்பது உணர்வுபூர்வமானதும்/விழுமியங்கள் சார்பானதும் நிறுவன அமைப்புரீதியானதும் அறிவார்ந்ததும் ஆன மானுடப் பண்புகளையும் விசைகளையும் சுதந்திரமாக வளர்த்தெடுக்கும், அதாவது சமூகத் தன்மையும் தனித்துவம் கொண்ட தனிமனித விடுதலையும் ஒத்திசையும், சமூக உற்பத்தியில் தேவைகளும், பயன்மதிப்பும் ஒத்திசையும் என்பது போன்ற கருத்துக்களை மார்க்சின் பிற்காலத்திய எழுத்துகளிலும் காணலாம்.[35] குறிப்பாக, நாம் முன்னரே காண்பது போல பொருள்முதல்வாத கருத்தாக்கத்திற்கும் விழுமியங்களின் பிரச்சினைக்கும் இடையிலான தொடர்பு மார்க்சின் பிற்காலத்து எழுத்துகளில் தொடர்கின்றது.[36] ஒருமைப்பாடு என்ற வடிவில் 'இல்லாது', அந்நியமாக்கும் வடிவில் சமூகக் கூட்டு உழைப்பு நடப்பதாக எதார்த்தம் உள்ளது புரிந்து கொள்ளப்படுகின்றது.[37] உழைப்பு மதிப்புக் கோட்பாடு எனும் கருத்தாக்கத்தில் சமூகப் பொருளாயதம் கோட்பாட்டோடு கட்டுண்ட 'சமூகக் கூட்டுவேலை உற்பத்தி' என்ற விழுமியத்தையும் உள்ளடக்கியதாக உள்ளது. சமகால முதலாளித்துவ சமூகத்தில் ஒருமைப்பாடு அற்றதும் வரலாற்றுபூர்வமான தனியார் கைப்பற்றல் [உபரியை] என்பது நடைமுறையாக இருந்தாலும் உற்பத்தி

நிகழ்முறை சமூகப் பலன் எனக் கொள்ள வேண்டும். இத்தகைய சமூகங்களில் உழைப்புப் பிரிவினை வரலாற்றுபூர்வமாக எடுக்கும் வடிவம், சமூகம் அதன் கூட்டுறவு இயல்பும் தீர்மானிக்கும் கூட்டுறவும் ஒருமைப்பாடு கொண்ட நிகழ்முறையை மறுத்தொதுக்கும் வடிவம் என நாம் புரிந்து கொள்ளலாம். இந்த சிந்தனை சமூகத்தின் வர்க்கப் பண்பு பற்றிய புரட்சிகரமான விமர்சனத்தை உள்ளடக்கியுள்ளது. இது சமூகப் பொருளாயதம் (கூட்டுறவு சமூக உழைப்பு என்பதன்) மற்றும் ஆதிக்கம் செலுத்தும் சமூக வடிவம் (தனியுடைமை மற்றும் முதலாளித்துவ இலாபம் குறித்த நாட்டம்) ஆகியவற்றுக்கான எதிர்ப்பாக வெளிப்படுத்தப்படுகின்றது. மார்க்சின் கூற்றுப்படி பொருண்மம் மற்றும் வடிவம் ஆகியவற்றுக்கு இடையேயான இந்த உறவுதான் மூலதனம் எனும் கருத்தாக்கத்தை அடையாளம் காட்டுவது. மேலும் பொருள்முதல்வாத பகுப்பாய்வின் கருத்தினங்களின் தெளிவாக்கம் பொருண்மமாகவும் இருக்கின்றது.

மேலேயுள்ள பொருளாதயமெனும் கருத்தாக்கத்தின் பகுப்பாய்வுக் கருத்தினங்களின் தெளிவாக்கத்தின் விளைவு, விழுமியம்சார் மறுதலிப்பை முன்னனுமானிப்பதும் மேலும் அதே சமயத்தில் விழுமியங்கள் எவ்வாறு உருவாக்கப்படுகின்றன என்ற செயல்முறையைக் காட்டுவதுமான முறைபாடு எனப் புரிந்து கொள்ளலாம். இந்த வகையில் சமூக வரலாறு பொருண்மத்தின் திட்டவட்டமான தன்மையை குறித்து பதிலுரைக்கின்றது. இதனை விழுமியங்களை உருவாக்கும் ஒரு நிகழ்முறை உருவாக்கும் கூறுணர்வின் நோக்குநிலைக்கு கோட்பாட்டை உயர்த்தும் அளவிற்கு அதன் முரண்படும் இயல்பில் புரிந்து கொள்ளலாம். அதுதான் கோட்பாட்டின் ஆய்வுப் பொருண்மமும் ஆகும். இயக்கவியலின் இந்த செவ்வியல் அம்சம், வர்க்க உணர்வு உருவாகும் நிகழ்முறை என லூகாக்சால் விளக்கப்பட்டுள்ளது.[38] ஆனால் இந்த விளக்கம் ஒரு கரணியமற்ற அடிப்படையைக் கொண்டுள்ளது. ஏனெனில் அது வரலாற்று கருத்தினங்களின் தெளிவாக்கத்தில் இருந்து தன்னூக்கமாகவே தன்னை துண்டித்துக் கொண்டுள்ளது. மார்க்சிய எழுத்துகளில், இந்த தெளிவாக்கம் தற்கால சமூகத்தின் விழுமியங்களின் தோற்றமெனும் நிகழ்வுப் போக்கிற்கு ஒரு கரணியமான அணுகுமுறையை அனுமதிக்கின்றது. முரண்படுகின்ற சமூக உறவுகளின் மறுவுற்பத்தி என்பதற்கு இடமளிக்கின்றது. தனித்தியங்கும் முகமைகள் கைக்கொண்ட சித்தாந்த நிலைபாடுகளையும், இந்த நகர்வுகள் இடம்பெறும் விழுமியம்சார் சட்டகங்களையும் - விடுதலை, சமத்துவம், பயன்பாட்டுவாதம் போன்றவை - உள்ளடக்கு கின்றது. (Vol. 23, p. 189f). மேலும் இத்தகைய விழுமியசார் இயக்கங்களாக குறைக்கப்பட்ட வடிவங்களை, சமூக உறவுகள்

தமேக்கேயுரித்தான தர்க்கங்களால் தீர்மானிக்கப்படுபவை என்பதையும் அது புரிந்து கொள்கின்றது. இந்தப் பகுப்பாய்வின் கீழிருக்கும் ஒருமைப்பாட்டு இலட்சியமும், உழைப்புப் பிரிவினை மூலம் மறுஉருவாக்கம் செய்யப்படுகின்றது. அது, சமூக உழைப்பின் ஒருங்குவிப்பு, தன்னுணர்வு ஆகியவற்றின் உருவாக்கத்திற்கும் அந்தத் தேவைகளை நிறைவு செய்வதன் மூலம் சிதறடிக்கப்பட்டதும் அந்நியமாக்கப்பட்டதுமான உறவுகளைக் கடந்து செல்லல் என்பதற்கான வேண்டலை எழுப்ப இது அத்தியாவசியமாய் உள்ளது. இந்த வேண்டல் இயக்கவியல் கோட்பாட்டின் கருத்தாக்கமே எழுப்பியதும் மேலே கூறியுள்ளபடி, உற்பத்தியாளர்கள் உற்பத்திப் பொருட்களை மீண்டும் கைப்பற்றும் நீதி குறித்த பொருள்முதல்வாத கருத்தாக்கத்திலிருந்து ஆற்றம் பெறுவதும் ஆகும். இந்த வகையில் மார்க்சிய இயக்கவியல் ஹெகலிய கருத்தாக்கமான 'உருவெடுத்தல்' (Bildung - formation) என்பதை தூய உணர்வின் நிகழ்வுக் கூர்நோக்கு உருவாக்கத்தை பொருள்முதல்வாத எதார்த்தத்தின் மீது நிறுவுவது, அதிலிருந்து வெறும் சட்ட அடிப்படையிலான நெறிமுறையாக்கம் என இல்லாமல் வரலாற்றுபூர்வமான சமூக கூட்டுறவு/விழுமியம் என்பதை நோக்கி நகர்வது என அமைகின்றது. ஆனால், பொருள்முதல்வாதக் கோட்பாட்டின் அடிப்படைகளின் நிலைபாடுகள் என்பது குறித்தவற்றிலும் அதில் விழுமியம்சார் பிரச்சினைகள் எவ்வாறு ஒருங்கிணைக்கப்படுகின்றன என்பதிலும்தான் மார்க்சிய விவாதங்களில் சிக்கலான முறைபாட்டு பிரச்சினைகள் எழுந்தன; அவை இன்றுவரை தீராது நிலைத்து நிற்கவும் செய்கின்றன. இந்த விவாதத்தில் விழுமியம்சார் சமூக நோக்கும் ஒருமைப்பாடும் தனிப்பட்ட தனிமனிதவாத வடிவங்களுக்கு எதிர் நிறுத்தப்படுகின்றன; மேலே கூறியுள்ள பரந்துபட்ட பொருள்முதல் கருத்தாக்கத்தில் கால்கொண்ட, ஆய்வுப்பொருள் குறித்த இயக்கவியல் அணுகுமுறை கவனத்தில் கொள்ளப்படுவதில்லை. அது போன்ற நிலைபாடுகளுக்கு மாறாக, மார்க்சிய முறைபாடு செவ்வியல் இயக்கவியல் கோட்பாடுகளிடம் நுட்பமாக மீண்டடையக் கூடியதாகவும், சமூகத்தின் பொருளாயத தன்மை குறித்த புரிதல் என்பதை சமூக வரலாற்று நிகழ்வுப் போக்கின் முன்நிபந்தனைகளை முன்மொழிதல் என்ற பிரச்சினையோடு இணைக்கின்றது. 'முன் நிபந்தனைகளை முன்மொழிதல்' என்பது என்ன அர்த்தத்தில் கூறப்படுகின்றது என்பதையும் கவனிக்க வேண்டும். இது எதார்த்தத்தின் சார்புத்தன்மை குறித்த புரிதலோடு, சமூக உற்பத்தியின் உள்ளுறை நிபந்தனைகளையும் முன் அனுமானங்களையும் எதார்த்தத்தில் பொருத்தல்; இந்த பொருத்தல், சமூக உறவுகளின் இயக்கநிலை என்பதால் உடன்நோக்கக் கூடியது.

இயக்கவியல் கோட்பாடு : மீள்கட்டமைப்பின் பிரச்சினைகள் 95

முதலாளித்துவத்தில் சமூக உற்பத்திக்கான முன் நிபந்தனைகள், முதலாவது மூலதனம் (vol 23, p. 184), கூலி உழைப்பு என்ற வடிவிலான உழைப்பு, மூலதனத்தின் பகுதியாக உற்பத்தி சாதனங்கள், உபரி மதிப்பாக உபரி உற்பத்தி (vol 25, p.888f). இந்த முன்நிபந்தனைகள் வரலாற்று முன்நிபந்தனைகள் என்பதற்கு இட்டுச் செல்லும். அவை பெரும் அளவில் ஒன்று குவிக்கப்பட்ட பணம் (vol 24, p. 345) உற்பத்திச் சாதனங்களிலிருந்து தனித்துப் பிரிக்கப்பட்ட உழைப்பாளர்கள் (vol 23, p714ff) ஆகும். முதலாளித்துவ உற்பத்திக்கான மற்றுமொரு முன்நிபந்தனை இந்தப் பிரிவினையை உறுதிசெய்து பாதுகாக்கக் கூடியதும், தனி உடைமையை பாதுகாக்கக் கூடியதும் தொடர்ச்சியான உற்பத்திக்கான அமைதியான சூழலை பாதுகாக்கக் கூடியதுமான சட்ட-அரசியல் சட்டகம் ஆகும். முதலாளித்துவ குவிப்பு நிகழ்முறையில் மறு உற்பத்திக்கு நிலையாய்த் தொடர வேண்டிய முன் நிபந்தனை பல்வேறு உற்பத்தி அரங்கங்களுக்கு இடையிலான உறவை உறுதி செய்வதாகும் (vol 24, p. 391ff, 485ff). சமூகம் முழுமை என்ற அளவில் 'நெருக்கடி'யில் கால் கொண்டிருப்பதும் வெளிப்படுவதுமான இந்த முன்நிபந்தனை, அதாவது இந்த உறவுகள் மீண்டும் உருவாக்கப்படாத போது, அரங்கங்களுக்கு இடையில் பரிவர்த்தனைகள் இல்லாமல் போகும் போது வெளிப்படுவதாகும்.

சில மிக வெளிப்படையானதும் விளக்கத் தேவையற்றதுமான முன் நிபந்தனைகள் மார்க்சிய பகுப்பாய்வில் எவ்வாறு உட்புகுகின்றன என்பது கூர்ந்து கவனிக்கத்தக்கவை ஆகும். இந்த புவிக்கோளம் என்பது முதலில் இருக்க வேண்டும் (vol 23, p. 195). உயிர் இருப்பதற்கான இயற்பியல் சூழல் (புவியியல், காலநிலை, பொதுச் சுற்றுச்சூழல்) மானுடத்தின் பௌதீகத் தேவைகள் (vol 23, p. 185) எனப்படும் (உணவு, உறையுள், நலவாழ்வு போன்றவை) போன்றவை அடக்கும். இந்த முன்நிபந்தனைகளின் வரலாற்றுரீதியான 'வடிவ தீர்மானிப்பு' என்பதற்கு மார்க்சிய பகுப்பாய்வால் அழுத்தம் தரப்படுகின்றது.[39] சமூக மறுஉற்பத்தி என்பதன் முன்னிபந்தனைகள், உயிர் பாதுகாப்பு, உழைப்பு, நலவாழ்வு, அமைதி, தோதான இயற்கைச் சூழல் (நீர், காற்று, முதலியன.) - பொருண்மயம் எனும் கருத்தாக்கத்தின் நமது-வருவிப்பில் நாம் கண்டது போல அவற்றின் வரலாற்றுபூர்வமான பொருத்துதலில் குவியம் கொள்வதும், சமகால உழைப்புப் பிரிவினை மற்றும் சமகால சமூகத்தின் முரண்பாடுகளால் பொருத்தப்படுவதும் ஆகும். ஆனால் அவை பொருத்தப்படுதலின் தர்க்கம் ஒரு நடைமுறை பிரச்சினை ஆகும். தங்கள் சமூக வாழ்வியலில் மனிதர்கள் 'தகுதியான' வாழ்க்கை என அவர்கள் கருதுகின்ற வாழ்க்கை நிலைகளை எதிர்நோக்குகின்றனர். (அவர்கள் நலவாழ்வு, அமைதி, ஒரு மாசுபடாத

சுற்றுச் சூழல், சமூகக் கூட்டுறவு ஆகிய பொருளாயத மற்றும் விழுமியசார் முன்நிபந்தனைக் கூறுகள் பிரிவினைவாதம் அந்நியப்படுத்தும் சமூக வடிவங்கள் ஆகிவயற்றால் முறுக்கித் திருகப்படாமல் நடைமுறை எதார்த்தம் ஆக்கப்பட்ட வாழ்க்கையை எதிர்கொள்கின்றனர்.) ஆனால் இருக்கின்ற கையளிக்கப்பட்ட நிலையினை, அந்நியப்படுத்தும் உறவுகளை, சமூக வாழ்க்கையின் நிலையென விளக்கம் அளித்து மாற்றுவதற்கு செய்யப்படும் முயற்சி உற்பத்தி முறைபாடின் குறிப்பிட்ட வடிவமெனும் தன்மை சிதறடிப்பு ஆகியவற்றால் தடை செய்யப்படுகின்றது. இதன் காரணமாகத்தான், சமகால அந்நியமாக்கல் நிலவும் சமூகங்களில் சமூக வாழ்க்கையின் குறிப்பான முன் நிபந்தனைகளின் அழிப்பதற்கான அபாயங்களுக்கு எதிராக, செயல்பாடுகள் இயக்கப்படுகின்றன. குறிப்பாக இவை கூர்மையாகவும் பொது விழிப்புணர்விற்குள் கொண்டு வர இயலும் எனும் நிலை ஏற்படும் போது, உற்பத்தி முறைபாட்டை உடைத்து அழிக்கும் சக்திகளை கேள்விக்குள்ளாக்கும் சாத்தியப்பாடு என்பதே தன்னளவிலான வெளிப்பாட்டைப் பெறுகின்றது. மேலும். ஒருமைப்பாடும் கண்ணியமும் மிக்க வாழ்க்கையை கோர முடியும் என்பது ஒரு தகுந்த சட்டகத்தின் இருப்பை முன்னூகிக்கின்றது. இந்த சட்டகம் அதற்குள்ளாக அரசியல் கோரிக்கைகளை வரைந்து எழுப்புவது என்பதை சாத்தியப்படுத்தும் சட்டகம். இது சமகால சமூகங்களில் உரிமைகளின் கட்டமைப்பு எனும் வடிவை எடுக்கின்றது. அத்தோடு உரிமைகள் குறித்த பொதுத்தள பரப்புரைகள், அமைப்பாக்கப்பட்ட அரசியல் வழிமுறைகள் ஆகியவையும் அடக்கக் கூடியதாகும். இவை இல்லாதுபோவது ஏற்கனவே அபாயத்திற்குள்ளாகியுள்ள சமூக வாழ்க்கையின் முன்நிபந்தனைகள் தடுக்கப்படுவதையும் சீர்குலைக்கப் படுவதையும் அவை சரியான காலத்தில் முன்னுக்கு கொண்டுவரப் படுவதை நிறுத்துவதையும் சாத்தியமாக்கி விடும். (எனவே, அத்தகைய சட்டகம் இல்லாத இடங்களில் அதனை முன்வைப்பது என்ற தேவை இந்த முன்நிபந்தனைகளில் ஒன்றாக எழுகிறது).

இந்தக் கோட்பாட்டுரீதியான வினாக்களை மார்க்சின் எழுத்துகளின் மையமான பகுதிகளைப் பயன்படுத்தி மறுகட்டமைப்பு செய்ய இயலும். முன்நிபந்தனைகளின் நிர்ணயம் என்பது குறித்த செம்மையான பகுப்பாய்வை, மூலதனம் முதல் தொகுதி, அத்தியாயம் 10-ல் வேலைநாள் குறித்து மார்க்ஸ் செய்யும் பகுப்பாய்வில் காணலாம். சமூக உழைப்பு அதீதச் சுரண்டலுக்கு உள்ளாக்கப்படும் காரணத்தினால் சமூக சாரம் என்பதே அபாயத்திற்கு உள்ளாக்கப்படுவதால், சமூக உழைப்பின் மறுஉற்பத்திக்கான முன்நிபந்தனைகளை பாதுகாக்கும் நிகழ்முறைகள் செயலூக்கம் அளிக்கப்பட்டு தொடங்கி வைக்கப்படு

கின்றன. முதலாளித்துவ சமூகத்தில் சமூக வாழ்க்கை மற்றும் மறுஉற்பத்தி ஆகியவற்றுக்கான முன் நிபந்தனைகளின் பாதுகாப்பு எனும் பிரச்சினை நேரடியாக ஏற்றுக் கொள்ளப்படுவதில்லை; மாறாக, பொதுவான வடிவில், சட்ட-அரசியல்ரீதியான வேலை நாள் என்பதை ஒழுங்காற்றல் செய்யும் நெறிமுறையாக ஏற்றுக் கொள்ளப்படுகின்றது. அதாவது, இந்த நெறிமுறைகளை உருவாக்கும் நிகழ்வுப் போக்கு, ஒருமைப்பாடு மற்றும் தனிமனித மதிப்புகள் என்ற எதிர்நிலைகளாகப் புரிந்து கொள்ளப்படுவதில்லை. மாறாக, அவற்றால் சமன் செய்யப்பட்டதும் சமூக உற்பத்தி என்பதன் ஆக முக்கியமான முன் நிபந்தனைகள் என்பவற்றிலிருந்து எழுபவை. 'மூலதனத்தை நிர்ப்பந்திக்கும் சமூகம்...' (vol 23/285), என்பதில் 'சமூகம்' எனும் பதம் சமூக மறுஉற்பத்தியின் நிலைகளின் முழுமையையும் அவை பொருத்தமான அரசியல் சட்டகத்திற்குள் ஏற்றுக் கொள்ளப்பட்டு பாதுகாக்கப்படுவதையும் சுட்டி நிற்கின்றது.[40]

முரண்படக் கூடிய சுரண்டல் உறவுகளிலிருந்து உருவாகும் நெறிமுறைகள் எனும் பிரச்சினையான எதார்த்தத்தின் தனியான, முறைபாட்டு முக்கியத்துவம் கவனத்தில் கொள்ளப்பட வேண்டும். அத்தோடு எந்த வரைமுறையும் இல்லாது உருவாகி வளரக் கூடியதும் மிகவும் சாதகமானதுமான உற்பத்தி உறவுகளை எவ்வாறு அரசியல் கட்டுப்பாட்டிற்குள் கொண்டு வருவது என்ற வினா எழக் கூடிய அரசியல் நெறிமுறை சட்டகத்தையும், அறிவார்ந்த குடிமக்களின் சமூகத்தையும் உருவாக்க வேண்டிய தேவையை எடுத்துக் காட்டுவதும் உடனிகழ வேண்டும். கவனிக்க வேண்டிய ஒரு நேர்வு வேலைநாள் என்பதற்கும் சாசன இயக்கத்திற்கும் இடையிலான நெருக்கமான தொடர்பு.[41] இதுபோன்ற சிந்தனைகள், *தத்துவத்தின் வறுமை* (The Poverty of Philosophy) நூலிலும் வெளிப்படுத்தப் பட்டுள்ளன. அதில் சமூக-பொருளாதார உருவாக்கம், வளர்ச்சி மற்றும் தொழிலாளர் இயக்கத்தின் எழுச்சி மற்றும் அமைப்பாக்கம் ஆகியவை தொடர்பாக சமகால முதலாளித்துவ சமூகங்களின் அரசியல் மற்றும் ஒழுங்காற்றல் செயல்பாடுகள் தெளிவாக்கப்பட்டுள்ளன (vol 4/178, 180). இந்த அரசியல் சட்டகங்கள் மறுஉற்பத்தியின் முற்கோள்களாகக் கொள்ளப்படுகின்றன. அத்தோடு அரசியல் விசைகள் வெளிப்படவும், அரசியல் வடிவமைப்புப் பெறவும் சமூகத்தின் முரண்பட்ட தன்மை குறித்த அறிவியல்பூர்வமான விமர்சனம் கூறப்படவும் தேவையான நெறிமுறைசார், விழுமியங்களின் சட்டகமாகவும் கருதப்படுகின்றது.[42] (விமர்சனத்தின் இந்தக் கூறை, *அரசியல் பொருளாதாரம் மீதான விமர்சன பகுப்பாய்வு* (Critique of Political Economy) நூலின் திட்டத்திலேயே காணலாம்). அத்தகைய அரசியல் சட்டகம், மானுடகுல உய்விற்கான

கோட்பாட்டிற்கு ஒரு சுட்டுப் புள்ளியாக, சோசலிச இலட்சியம் எனும் இறுதி இலக்கை அடைவதற்கு செயல்பாட்டிற்கு உந்துவதாக அமைகின்றது.

சமூக செயல்பாடுகளை தொடங்கி வைக்கும் நிகழ்வாகக் கூறப்படுவது முதலாளித்துவ சமூகத்தின் முரண்படும் உறவுகளிலும் முதலாளித்துவத்திற்கு பிந்தைய சமூகத்தின் ஏற்றுக் கொள்ளப்படும் முன்நிபந்தனைகளின் இயக்கவியல் பகுப்பாய்வின் அடிப்படையில் அணுகப்படலாம். தொழிலாளர் சட்டங்கள் (labour legislation) குறித்த மார்க்சிய பகுப்பாய்வுகள், மறுஉற்பத்திக்கான அடிப்படையான முன்நிபந்தனை ஆக உழைப்பாளர்களை பாதுகாக்க வேண்டிய அவசியம் என்பது தொடர்பானதொரு, அரசியல் நிகழ்முறையாக 'மக்கள் நலவாழ்வு' அரசின் செயல்பாடுகள் உருவாக்கப்பட்டதை ஏற்கனவே காட்டுகின்றன. அதுபோல, சுற்றுச்சூழல் சீர்கேடுகள் பொதுவாக உயிர்வாழ்வதற்கு ஏற்ற சூழலுக்கு உள்ள ஆபத்துகள் சமாதானம் நிலவுவதற்கு எதிரான ஆபத்துகள், கருத்து சுதந்திரம் நிலவ தேவைப்படும் அரசியல் சட்டகத்திற்கெதிரான ஆபத்துகள் - குறிப்பாக இந்த ஆபத்துகள் முழுமையானவை, மீட்சி இல்லாத நிலையை உருவாக்கக் கூடியவை என்று உணரப்படும்போது ஒருவர் சமூகச் செயல்பாடு என்பதை பகுப்பாய்வு செய்யலாம். வேறு சொற்களில், பொருள்முதல்வாத இயக்கவியல் பகுப்பாய்வின் அடையாளமான ஒரு கூறு, சமூக வாழ்வின் பொதுவான நிலைகளும், விழுமியம்சார் நடைமுறை நிலைகளும் செயல்படுத்தப்படுவதும், வரலாற்றுரீதியாக பொருத்தப்படுவதும் (பொருத்தமான கருத்தாக்க அமைப்பிற்குள் இணைக்கப்படுதல்) அவை திட்டவட்டமான வரலாற்று உறவுகளால் ஆபத்திற்கு உள்ளாகின்றபோது அவற்றை அரசியல் பிரச்சினையாகப் பார்ப்பதை அனுமதிப்பதும் ஆகும்.[43]

இந்த இடையாடல் மூலமாக ஒரு குறிப்பிட்ட உறவை அமைப்பாக்கம் செய்கின்ற மாறிச்செல்லும் நிகழ்வை அல்லது ஒரு புதிய உறவு நிலையாக மாறிச் செல்லும் நிகழ்வை முழுமையாகப் புரிந்து கொள்வது சாத்தியம் ஆகின்றது. இந்த அர்த்தத்தில் கருத்தினங்களின் தெளிவாக்கம் என்பதிலுள்ள பிரச்சினைகள் முதலாளித்துவ உற்பத்தியின் பொதுவானதும் சாரமானதுமான விதிகளின் தர்க்கத்தை மட்டும் சார்ந்திருக்கவில்லை; மாறாக, பரந்துபட்ட உழைப்புப் பிரிவினை இன்னும் விரிவான பொருளில் 'சமூகம்' முழுமையையும் சார்ந்திருக்கின்றது. மேலும் அது மறு உற்பத்தியையும் சமூக மாற்றத்தையும் அனுமதிக்கின்ற நிபந்தனைகளின் அரசியல் அம்சங்களையும் தனக்குள் கொண்டுள்ளது. இந்த

பகுப்பாய்வு, ஒரு கோட்பாட்டை கட்டியமைக்கும் நிலைபாடு என்ற வகையில் சமகால உலகிற்கு இலக்கு ரீதியான நகர்வு என்பதைச் சுட்டி நிற்கின்றது, பௌதீக இருப்பு ஆபத்திற்கு உள்ளாக்கப்படா உலகு; சுதந்திரமான அறிவார்ந்த குடிமக்களின் உலகு; சுரண்டலற்ற உலகு.

மேலே கூறியுள்ளவற்றோடு தொடர்புடைய முறைபாட்டு பிரச்சினைகள், மூலதனம்-தர்க்கம்-பகுப்பாய்வாலோ வருவிப்பு வாதத்தாலோ சரியாகப் புரிந்து கொள்ளப்படவில்லை. அவை, பரந்துபட்ட பொருள்முதல்வாத கருத்தினங்களின் பிரச்சினையை முன்நிபந்தனைகளை ஏற்றுக் கொள்வதில் உள்ள பிரச்சினையாகப் பார்க்கவில்லை. அதாவது, சமூக மறுஉற்பத்தியின் நிலைகள் எனும் பிரச்சினையாகவோ, அந்த நிலைகளை செயல்படுத்தும் வரலாற்று வழி குறித்த பிரச்சினையாகவோ பார்க்கவில்லை. வடிவப் பகுப்பாய்வுப் பிரச்சினையை அவர்கள் மிகவும் குறுகலாக சமூக நிகழ்முறையின் முறைபாட்டு பரிமாணத்தின் பகுப்பாய்வுப் பிரச்சினையாகப் பார்த்தனர். சமூக பொருளாயத வடிவுகளை ஆய்வு செய்ய வேண்டும் என்பதில் கவனம் செலுத்தத் தவறினர். அவற்றை செயல்படுத்தும் வழிகள் குறித்தும் விழிப்புடன் இருக்கவில்லை. (இதன் விளைவாக பகுப்பாய்வின் பொருள்முதல்வாத பரிமாணம், வறட்டுவாதம் மற்றும் கட்டமைப்புவாத அணுகுமுறைகளின் வசம் விடப்பட்டது. அதாவது, 'உற்பத்தி சக்திகளின் வளர்ச்சியும் மேம்பாடும் உற்பத்தி உறவுகளின் மாற்றத்திற்கு இட்டுச் செல்லும்' என்பது போன்றவை). குறிப்பாக வருவிப்பு வாதங்களுக்குப் பிறகு முயற்சிகள் 'புதிய சமூக இயக்கங்கள்' என்ற பிரச்சினையை கருத்துப் பொருளாக்குதலுக்காக ஒரு பொருள்முதல் வடிவப் பகுப்பாய்விற்காக பதங்கள் உறவு நிலை நெகிழ்வடைய அனுமதித்தனர். ஒரு ஞானவியல் நோக்குநிலையிலிருந்து விவரணை செய்தல் என்பதாக இந்த நெகிழ்வாக்கம் இருந்தது.[44] ஆனாலும், வருவிப்பு வாதம், இயக்கவியல் பகுப்பாய்வை மறுவாழ்வு பெறச் செய்யும் முக்கியமான முயற்சியை தன்னகத்தே கொண்டிருந்தது. இது அரசியலுக்கும் மதிப்பீடுகளின் கோட்பாட்டிற்கும் இடையிலான உள்ளார்ந்த உறவு குறித்து கேள்வி எழுப்புவதன் மூலம் செயல்பட்டது. ஆனாலும் அது அரசியலுக்கும் பொருளாயத பண்பிற்கும் இடையிலான உறவை ஆய்வு செய்யத் தவறியது; எனவே, முதலாளித்துவ உறவின் ஒரு குறுகிய புரிதலுடன் தான் ஊடாடியது.

இந்த விவகாரம் சில முக்கியமான கோட்பாட்டு ரீதியானதும் (ஞானவியல் ரீதியானது) நடைமுறை சார்ந்ததுமான விளைவுகளைக் கொண்டிருந்தது. மேலும் இது இயக்கவியல் கோட்பாட்டுப்

பிரச்சினையை கவனத்தில் கொள்ள வேண்டிய அவசியத்தை மீண்டும் உருவாக்கியது. குறிப்பாக, இன்று நவ-தாராளவாத சித்தாந்தங்களின் தாக்குதலுக்கு உள்ளாகியுள்ளபோது, சோசலிச இயக்கமும் இயக்கவியல் சிந்தனையின் 'மதிப்பும்' கேள்விக்கு உள்ளாகியுள்ள போது இது இன்னும் முக்கியமாகியுள்ளது. கோட்பாட்டு நோக்குநிலையில் சமகால சமூகங்களின் கருத்தினங்களின் தெளிவாக்கத்தில் உள்ளிணைக்கும் வண்ணம் உள்ளீடு அடிப்படையிலான கருத்தாக்கங்களை வளர்த்தெடுக்க வேண்டிய அவசியம் உருவாகியுள்ளது. அத்தகைய கருத்தாக்கங்கள் சமூக மறுஉற்பத்தியின் சமகால முன்நிபந்தனைகளையும், அவை சமூக விசைகளின் ஒவ்வொரு உறவுநிலை மாற்றத்திலும் செயல்படுத்தப் படுவதை தனக்குள் கொண்டுள்ள அரசியல் சட்டகத்தையும் சுட்டி நிற்கின்றன. குறிப்பாக அத்தகைய கருத்தினங்களாக மாற்றப்படக் கூடியவை சுட்டுவன:

(a) இருப்பு நிலைகள் குறித்த பிரச்சினைகள் மற்றும் சமூக 'பொருண்மம்' (substance) என்பதன் மறுஉருவாக்க முறை மற்றும் பாதுகாப்பு (மிகக் குறிப்பாக சமூகத்தின் [இருப்புநிலை குலையாது தொடர்வதற்கு தேவையான] பாதுகாப்பிற்கான முன்நிபந்தனைகள் எதிர்மறையாக தாக்கத்திற்கு உள்ளாக்கப்படுவதோடு, பாரம்பரியமான வடிவங்களால் அவை ஈடுசெய்ய இயலாது போகையில் எழும் புதிய சமூக இயக்கங்கள் எனும் பிரச்சினைகள்)

(b) வர்க்க கட்டமைப்பு, அரசியல் சுதந்திர சட்டகத்தின் செயலாக்கம், உழைப்பின் சமூகப் பிரிவினை தொடர்பாக முந்தையதுடன் அது கொண்டுள்ள முரண் உறவு; அதாவது முதலாளித்துவ சமூகங்களின் வர்க்க உறவுகளும் சமூகப் படிநிலைகளும்; உண்மையிலேயே நிலவும் சோசலிசம் கொண்ட சமூகங்களில் இதே விவகாரம், இதன் மூலம் அந்நியமாக்கப்பட்ட வகையில் நடக்கும் மறு உற்பத்தி ஆகியவற்றின் பிரச்சினை.

(c) ஒரு சமூகத்தின் உறுப்பினர்களின் தனித்தன்மையைக் கட்டியமைத்தல், விமர்சிக்கவும், எதிர்த்து நிற்கவும் இருக்கின்ற அந்நியப்படுத்தும் சமூக வடிவுகளுக்கு எதிராக, தங்கள், அழகியல், உள்ளுணர்வு, அறிவாண்மை ஆகியவை சார்ந்த கோரிக்கைகளை வெளிப்படுத்தவும் உள்ள திறன் குறித்த பிரச்சினைகள்.

இந்த கருத்தாக்கங்கள் அந்த வகையில் சமூகத்தின் உழைப்புப் பிரிவினை தொடர்பாக மதிப்பீடுகளின் எதிரெதிர் தன்மை எனும் பிரச்சினையை சுட்டிக் காட்டுகின்றன. ஆனால், தனிநபர் மற்றும்

ஒருமைப்பாடு எனும் உடனடி முரண்பாடு என்பதாக குறிப்பாக அரசியல் நெறிமுறைகளின் உண்மையான சொரூபம் எனும் நிலைகள் என்பதன் இடையாடல் மூலம் எதிரெதிர் நிலையில் நிறுத்தம் எனும் பிரச்சினைகளைக் கூறுகின்றன. அதாவது மதிப்பின் வரலாற்று பூர்வமான ஈடேற்றம் எனும் பிரச்சினை ஆகும். சமூகத்தின் முரண்பட்ட தன்மையும் அத்தகைய சமூகத்தின் முரண்பட்ட சமூக உறவுகளை கட்டுப்படுத்துவதை அனுமதிக்கும் அரசியல் சட்டகமும் நெறிமுறைகளின் அரசியல் உருவாக்கம் எனும் நிகழ்முறை மூலம் வெளிப்படுத்தப்படுகின்றது.

இந்த கருத்தாக்கங்களுக்கான தேடலும் அவற்றின் அடையாளப் படுத்தலும் சமூகக் கோட்பாட்டிற்கு முன்நிபந்தனைகளின் ஏற்பு எனும் தர்க்கத்திலிருந்து சாரமாக்குவது என முன்சென்றால் புலனுர்வு கடந்த சட்டகம் எனும் சாரமான வடிவம் அடைகின்றது. கான்டிய புலனுணர்வு கடந்த கருத்து என்பதும் இயங்குபொறியையும் சுதந்திரத்தையும் எதிர்நிறுத்தலைக் கொண்டிருக்கிறதென்கிற வகையில் கான்டிய வழிமுறையோடு ஒப்பீடு காண்பது பொருத்தமாக இருக்கும். கான்டிய எழுத்துகளில் இந்தக் கூறுகள் வரலாற்றியலில் இருந்து துண்டிக்கப்பட்டதும் உள்ளீடு அடிப்படையிலான கோட்பாட்டி லிருந்து துண்டிக்கப்பட்டதும் ஆகும்.: வரலாற்றுபூர்வமான உறவு என்பதன் வலியுறுத்தலும் சமூகத்தின் பொருளாயத தன்மை, நெறிமுறைசார் தன்மை ஆகியவற்றை தீர்மானகரமான வகையில் பிரதிபலிப்பு என்பதிலும் போதாமை கொண்டது.[45]

இந்த வினாக்கள், அரை - கடப்பு நிலை (பிரதிபலிப்பின் தீர்மானிப்புகள் - Reflexionsbestimmungen) நெறிமுறைசார் கூறுகள் ஆகியவை மார்க்சின் எழுத்துகளில் எவ்வாறு உள்ளன என்று பார்த்தால், அவை பொருள்முதல்வாதம் எனும் கருத்தாக்கத்திலிருந்து வருவிக்கப்பட்டவை என்ற வகையில் மார்க்சியத்தின் வறட்டுவாத ஆச்சாரசீலத்தாலும் (இவை சுய பிரதிபலிப்பற்ற கோட்பாட்டு உருவாக்கமாக பொருளாயதத்தை காணும் போக்கில் உள்ளவை); முறுக்கித் திருப்பப்பட்டுள்ளன.[46] இவர்கள் 'அறிவொளி' இன் முறைசார் மற்றும் பொதுவான கருத்தாக்கங்கள் ஆகியவற்றின் விடுதலையாக்கப் பண்பை வலியுறுத்துபவர்களாக இருந்தனர். ('முடிவுகளின் சமுதாயம்' என்ற லட்சியம்). இது போன்ற பார்வைகளுக்கு மாறாக, தனது குருண்ட்ரிச (Grundrisse - p10) நூலில், இயற்கையை கைப்பற்றுதல், அவ்வாறு கைப்பற்றியதை பாதுகாத்தல் ஆகியவை குறித்த சாரமான கருத்தாக்கங்கள் வெறுமனே பிரதிபலிப்பிற்கு மாத்திரம் எடுத்துக் கொள்ளக் கூடாது. அவற்றின்

சூழல் காரணமாக முதிர்ந்துவிட்ட இணைப்புகளோடு காணக் கூடாது (அதாவது அவற்றின் இணைப்புகள் குறித்து விபத்து எனும் நோக்கில் எடுத்துக் கூறக் கூடாது). மாறாக, அவற்றை தீர்மானிக்கும் உறவு நிலைகளையும் தொடர்பில் கொண்டு பகுப்பாய்வு செய்ய வேண்டும் என மார்க்ஸ் விதிப்பார்.

இருப்பினும், பொருள்முதல்வாத இயக்கவியலின் 'பிரதிபலிப்பின் தீர்மானிப்புகள்' பண்புகள் குறித்த தெளிவாக்கம் நடைமுறை விளைவுகளைக் கொண்டுள்ளது. அவை, சமூக உறவுகளின் மாற்றம் குறித்த பிரச்சினைகள் மற்றும் விடுதலைக்கான செயல்பாடுகள் பற்றி விவாதிக்கும்போது வெளிவருகின்றன. அதாவது, ஏற்றுக் கொள்ளப் படாத முன்நிபந்தனைகளும் பிரதிபலிப்பின் தீர்மானிப்புகளாக இணைத்துக் கொள்ளப்படுகின்ற, அவை கருத்தினங்களாக மாற்றப்படுகின்ற தெளிவாக்கம் எனும் பரந்துபட்ட கருத்தாக்கத்தின் நோக்கில் எழுகின்றன. நடைமுறை என்பதை, சமூக வாழ்க்கையின் மறுஉற்பத்தி முன்நிபந்தனைகளின் ஒன்றின்மேல் மற்றொன்று தோயும் செயல்படுத்தல்[47] என புரிந்துகொள்ள இயலும்; மேலும் அது அச்சமூட்டலுக்கும் நெருக்கடிக்கும் உள்ளாகும்போதும், அந்த முன்நிபந்தனைகளை பாதுகாக்கும் விழுமியம்சார் கோரிக்கைகளை உருவாக்கும் நிகழ்முறையாக அவற்றுக்கான தடைகளை தவிர்க்கும் முகமாகவும் இது தொழில்படுகின்றது என்பதையும் புரிந்து கொள்ளலாம்.

செயல்பாடு குறித்த அத்தகைய கருத்தாக்கங்களின் அடிப்படையில் அதனோடு நெருக்கமான தொடர்பு கொண்டதான, இதுகாறும் காணாத புதிய நிகழ்வு குறித்த அணுகுமுறை என்பது குறித்து விமர்சனபூர்வமாக விவாதிக்கலாம். இந்த அணுகுமுறை விளக்கத்தின் தொடர்ச்சியாய் ஏற்படும் ஒரு முறிவு என்றும் வரலாற்று நிகழ்வின் 'தனித்துவம்' குறித்தத் தேடல் என்றும் கண்மூடித்தனமான வரலாற்றுவாதம், வேபரியனிசம் ஆகியவற்றால் புரிந்து கொள்ளப்படுகின்றது.[48] மாறாக, இயக்கவியல் தெளிவாக்கத்தின் நிலைபாட்டில், இதுகாறும் காணாத புதிய வரலாற்று நிகழ்வு, மேலே கூறியுள்ள விதத்தில் முன் நிபந்தனைகள் செயல்படுத்தப்படுவது குறித்த தர்க்கத்தின் தொடர்பில் விளக்கம் வளர்த்தெடுக்கப்படுகின்றது. புதிய சமூக எதார்த்தம், தூய புத்துருவாக்கம் என்பதான தெளிவாக்கம் மூலம் உருவாக்கப்பட இயலாது என்பது வெளிப்படை. ஆனால், சமூக மறுவுற்பத்தியின் சூழலை செயல்படுத்தும் விளக்கமளிக்கின்ற (expository) உறவுகள் கவனத்தில் எடுத்துக் கொள்ளப்படவில்லை என்றால் புதிய சமூக நிகழ்வுகள் தவறான இணைப்பு சரடுகளோடு பொருத்தப்பட்டு விடும்.

எனவே, விளக்கங்களின் முக்கிய புள்ளிகள் எந்தவித தொடர்புகளுமின்றி தனிநிலையானதாக இல்லாது உறவுநிலையில் வளர்த்தெடுக்கப்பட வேண்டும் என இயக்கவியல் கோட்பாடு வலியுறுத்துகிறது. இந்த உறவுநிலைக்குள், எந்த அளவிற்கு இருப்பிலுள்ள ஆதிக்க உறவுகள் மறுஉற்பத்தி செய்யப்படும் அல்லது மீண்டும் வெளிப்படுவது நடக்கும் என்பதை ஒருவர் பரிசோதிக்கலாம்; அல்லது மனிதர்கள் சுதந்திரம் மற்றும் சமூக இயைபு ஆகியவற்றை சமூக மறுஉற்பத்தியின் முன்நிபந்தனைகளாக ஏற்றுக் கொள்கின்றார்களா என்பதைப் பரிசோதிக்கலாம். எனவே, இயக்கவியல் பகுப்பாய்வு ஒரு திறந்த பகுப்பாய்வு, அது சுதந்திரத்தின் அடிப்படையிலானது எனும் பண்பைக் கொண்டது என்பதால் அதன் வேகம், திசை அல்லது முன்நிபந்தனை களை உள்வாங்கி ஏற்பதில் அது வரிக்கும் முன்னுரிமைகள் என்பவற்றையும் முழுமையாக மறுகட்டமைப்பு செய்ய இயலாது. (அது உண்மையில் வருவதை முன்னுரைத்தல்தான்; சமூகத்தினை ஒரு பௌதீகப் பொருள் போல கையாளும் விவகாரம்தான்) கண்மூடித்தனம் ஏற்றுக் கொள்வதற்கு மாறாக 'புதியது' என்பதை சமூக செயல்பாட்டின் விளைவு, சமூக வாழ்வின் வரலாற்றுபூர்வமான முன்நிபந்தனைகளை மாற்றியமைக்கும் பங்கெடுப்பின் விளைவு எனக் கரணியமாகப் புரிந்து கொள்ளலாம்.

ஒரு முறைபாட்டு நோக்கில் 'புதியது' வெறுமனே விழுமியம் சார்ந்ததாக மட்டும் இயக்கவியல் அணுகுமுறையில் பார்க்கப்படுவ தில்லை. மாறாக, சமூக உறவுகளில் அதன் ஊடாடல் என்ற வரலாற்று வகையில் பார்க்கப்படுகின்றது. 'புதியது' தூய விழுமியம்சார் கோணத்தில் அணுகப்படும்போது, அணுகல் முறையே நிகழ்வு குறித்த புரிதலை தடை செய்து விடுகிறது. அதற்கு பதிலாக வேறொன்றை பதிலியாக்குவதால் இது நிகழ்கின்றது. 'புதியது' இப்போதையது என்பதற்கு மாறான ஒன்றாக மாற்றப்பட்டு விடுகின்றது. செயல்பாட்டு வாதத்தில் எதிர்கொள்ளும் மாற்றம்தான். மறுபுறத்தில் 'புதியது' எதார்த்தம் என்பதற்கான பொறியமைவுகள் மூலமாக மட்டுமே அணுகும்போது, இந்த பொறியமைவின் விழுமியம்சார்-நடைமுறை பரிமாணங்களுடனான உறவுகள் கணக்கிலெடுத்துக் கொள்ளப்படாத வரை, பொறியமைவின் தேர்வு என்பது தான்தோன்றித்தனமானதாக மட்டுமே இருக்கும். இதன் விளைவாக, நடைமுறை எனும் பரிமாணத்தில் 'புதிரானது' மற்றும் 'மற்றது' (the other) உய்விப்புவாதம் எனும் வகையில் சமகாலம் என்பதை கட்டியமைக்கும் வகைக்கு சென்று சேரும். 'இப்போது' என்பதன் கடத்தல் (transcendence) மட்டுமே முழுமையாக மற்றதல்ல; மாறாக, 'இப்போது' என்பதற்குள் நடக்கும் நடைமுறை மேலேற்றம், தனிச்சொத்து, சுரண்டல் குறித்த சமூகப்

பொறியமைவுகளின் உறவுகளின், அவற்றை சார்புநிலையானவையாக ஆக்கும் அரசியல் நிகழ்வுப் போக்குகள் நோக்கிய மாற்றங்கள், விழுமியங்கள், அறிவியல் விழிப்புணர்வு, சமூக நிர்வாகத்தின் கீழ் சமூக உற்பத்தி நிகழ்வைக் கொண்டுவரும் நோக்கம் கொண்ட பரப்புரை ஆகியவற்றை உள்ளடக்கிய நிகழ்வுப் போக்கு ஆகும்.

செவ்வியல் இயக்கவியல் கோட்பாடு சுற்றிவருகின்ற ஒரு அம்சமாக சில பிரச்சினைகள் நம்மை எதிர்கொள்கின்றன: விழுமியம்சார் சட்டகம் என்பதன் அரசியல் அம்சம் என்ற நடைமுறை சிக்கல். ஒரு குறிப்பிட்ட சமூகக் கட்டமைப்பிற்குள்ளாக சமூக விசைகளுக்கு இடையிலான உறவுகளை வெளிப்படுத்துகின்ற முன்னுரிமை, படிமட்டங்களாக்கல் ஆகியவற்றின் முழுமையில் அரசியல்ரீதியாக உழைப்பின் சமூகப் பிரிவினை எனும் நிகழ்வுப் போக்கு வெளிப்படுகின்றது. ஆனால், சுரண்டல் உறவுகளின் மறுஉற்பத்தியை உறுதிசெய்யும் 'திறன்மிகு' படிநிலை முறைபாடு என்ற அமைப்பிற்கு இணையாக இந்த உறவுகளை கேள்வி கேட்கும் நிகழ்வுப் போக்குகளும் வந்து விட்டன.; அதைப் போன்று மாற்று படிநிலை அமைப்புகளும் வந்து விட்டன. அவற்றின் மூலமாக, வர்க்கங்களுக்கிடையிலான உறவுகளை மாற்றியமைக்கவும் அரசியல் நிகழ்முறையின் கீழாக சுரண்டல்தன்மை கொண்ட உறவுகளை முடிவுக்குக் கொண்டு வரவும் அதனை உழைக்கும் வர்க்கத்தின் கட்டுப்பாட்டிற்குள் கொண்டுவரவும் கோரிக்கைகள் எழுப்பப்படுகின்றன. இந்தத் தர்க்கத்தை குறித்த விவாதத்தின் தொடர்ச்சியாக, மார்க்சிய பாரம்பரியத்தில் ஒற்றைப் பரிமாணமாக பகுப்பாய்வு செய்யப்பட்ட கருத்தாக்கங்களை மறுகட்டமைப்பு செய்வது சாத்தியம், அரசு, சந்தை போன்ற கருத்தாக்கங்களைச் சொல்லலாம். குறிப்பாக சந்தை குறித்த கருத்தாக்கம், முதலாளித்துவ சமூகத்தின் இன்றியமையாத அடிப்படையான சுரண்டல் நிகழ்முறையான மேற்பரப்பு வடிவம் மட்டுமே என்ற வகையில்தான் வளர்த்தெடுக்கப்பட்டது. மறுபுறத்தில் மார்க்சிய செயல்பாட்டு தளத்தில் சோசலிசம் என்ற எதிர்நிலை தர்க்கம் கொண்டே எதிர்கொள்ளப்பட்டது. தனிமனிதர்களாய் சிதறடிக்கும் அந்நியப்படுத்தும் வடிவங்கள் கொண்ட சூழலில்தான் இந்த இலட்சியத்திற்கான சமூக செயல்பாடுகள் தோற்றம் பெறுகின்றன ('கோட்பாட்டின் பொறுமையின்மை' - hastiness of theory). இந்த வகையில், போட்டியின் இயல்பு - மார்க்சிய கருத்தாக்கமான மூலதனத்தின் 'உள்ளார்ந்த இயல்பு' என்பதில் வெளிப்படுத்தப் பட்டுள்ளவாறு, உழைப்புப் பிரிவினையின் வெளிப்பாடு என்பது கவனத்தில் கொள்ளப்படவில்லை.

மேலேயுள்ள அரூபமான மோதல், சமூக இசைவும் அதற்கெதிராக தனிநபர்வாதமும் என்ற இரு துருவங்களின் உறவின் இயல்பை கவனத்தில் கொள்ளவில்லை. இது 'முன்நிபந்தனைகளின் முன்வைப்பு' என்ற தர்க்கத்தின் மூலம் வெளிப்படுத்தப்படுகின்றது. உழைப்பின் சமூகப் பிரிவினை என்பதை சுட்டிநிற்கும் ஒரு தர்க்கம் மூலம் வெளிப்படுத்தப்படுகின்றது. எனவே அத்தகைய சாரமான அரூபமான கோட்பாடு கட்டமைப்புகளின் அடிப்படையில், கோட்பாடு தவறான அரசியல் நிர்ணயிப்புகளுக்கு இட்டுச் செல்லப்பட்டு விடுகிறது. குறிப்பாக, முதலாளித்துவ வழியிலான உற்பத்தியை கடந்து செல்வதன் மூலம் சந்தை என்பது காணாது ஒழிந்து அதன் இடத்தில் ஒருமைப்பாடும் கூட்டுறவு அடிப்படையிலான உற்பத்தி நிகழ்முறையும் வினியோகமும் வந்துவிடும் என்ற கருத்துருவுக்கு இட்டுச் செல்கின்றது. கருத்தினங்களின் இயக்கவியல் தெளிவாக்கம் எனும் பரந்த கருத்தாக்கத்தின் சூழலில் (சமூக பொருளாயத கருத்துரு என்பது குறித்து பகுப்பாய்வு செய்ய நாம் எத்தனிக்கும் போது) முதலாளித்துவ சமூகத்தை கடந்து செல்தல், மறுஉற்பத்திக்கான சில முன்நிபந்தனை களை செயல்படுத்தலோடு கரம் சேர்த்து இணையாகச் செல்கிறது. இந்த முன்நிபந்தனைகள் சந்தைப் பொருளாதாரத்தில் முன்வைக்கப்படுவதில்லை. ஏனெனில் ஒரு அன்னியமாக்கப்பட்ட வழியில் அவை சந்தையில் நிறைவு செய்யப்படுபவையாக உள்ளன. 'செல்வ வளங்களை ஒதுக்கீடு செய்தல்' அத்தகையதொரு பிரச்சினை. இதன் விளைவாக அரசியல் செயல்பாடு எனும் நோக்கு நிலையில், சந்தை பிரச்சினை உடனடியாக மறையப் போகும் ஒன்றாக எழுவதில்லை. (இது, சந்தையின் இயல்பு உழைப்புப் பிரிவினையின் வெளிப்படுத்தல் என்பதை கவனத்தில் கொள்ளாத பார்வை) மாறாக, பொருள்முதல்வாத நோக்கில் சமூக இயக்குபொறிகளின் விழுமியம்சார் அரசியல் பரிமாணங்கள் என்பதை தொட்டு இதே பிரச்சினை பகுப்பாய்வு செய்யப்படுகின்றது. நியாயப்படுத்தப்பட்ட சட்ட பூர்வமாக்கப்பட்ட அரசியல் விதிகளின் சட்டகத்தின் கீழ் வைக்கப்பட்ட சந்தை நிகழ்வுப் போக்கின் பிரச்சினையாக எழுகிறது. அந்தப் பதத்திற்கு நாம் இங்கு கொண்டுள்ள அர்த்தத்தில், குறிப்பாக இன்று சமகால முதலாளித்துவ சமூகத்தின் நெருக்கடியை கணக்கில் கொள்ளும்போது, சந்தை நிகழ்வுப் போக்குகள் - ஒரு பகுதி இடதுசாரிகள் உள்ளிட்டு - தாராளவாத போக்கினால் விதந்தோதப் படுகின்றன; பரப்பப்படுகின்றன. இந்த போக்கிற்கான எதிர்வினை, கற்பனாவாதமான உழைப்புப் பிரிவினையை விட்டொழித்தல், உடனடியாக அதனிடத்தில் ஒருமைப்பாட்டையும் கூட்டுறவையும் கருத்துப் பரிவர்த்தனையையும் கொண்டு வருதல் என்பதும் இருக்க

முடியாது. மாறாக, புதிய அரசியல் உறவுகளைக் கண்டறிதல் மற்றும் சந்தையில் வழக்கிலுள்ள தான்தோன்றித்தனமான கருத்துப் பரிவர்த்தனை உறவுகளை சார்ந்து நிற்பவையாகவும் ஒப்பீட்டு அளவிலானதாகவும் மாற்றுவது அதாவது சந்தைப் பரிவர்த்தனை அரசியலை தீர்மானிப்பதாக நேர் எதிராக மாற்றுவதே எதிர்வினையாக இருக்க இயலும். சமூகப் பொருளாதார முரண்நிலை இயக்குப் பொறிகள் அவற்றின் தொழில்படலுக்கு அரசியல் சட்டகங்களோடு கொண்டுள்ள இயக்கவியல் உறவு என்பதும் ‘உண்மையிலேயே நிலவும் சோசலிசம் (Really existing Socialism) என்பதான சமூகத்திலும் அறிவார்ந்த குடிமக்களின் அரசியல் கட்டுப்பாடு’ என்ற பிரச்சினையாக மறுஉற்பத்தி செய்யப்படுகின்றது. அதாவது உழைப்புப் பிரிவினை, உற்பத்தியின கூறுணர்வு கொண்ட நிகழ்முறையாகவும் அதன் சந்தை வடிவங்களிலும் இருப்பது மறுஉற்பத்தி செய்யப்படுகின்றது. இருக்கின்ற சமூக உறவுகளை கேள்வி கேட்கும் யுக்தி, அது அவற்றின் அரசியல் தன்மையை குறித்ததாகவும் உள்ளது, மையமான பிரச்சினையான சமூக உற்பத்தி மற்றும் உழைப்புப் பிரிவினை என்பதிலிருந்து விலகிச் செல்வதன் மூலம் தனது நியாயத்தைத் தேடிக் கொள்வதில்லை. மாறாக, பொருளாயதமானதும் விழுமியம் சார்ந்ததுமான சமூக உறவுகளின் மையமானதும் அதன் முறைசார் தீர்மானிப்புகளையும் அரசியல் வெளிப்பாடுகளையும் நோக்கித் திரும்பி அது கேள்வி கேட்கின்றது. அவற்றை மாற்றியமைக்கும் சாத்தியப்பாடுகள், விருப்பங்கள் ஆகியவற்றுக்கான முன்நிபந்தனையாக அவற்றின் இயல்புகளை கேள்விக்கு உள்ளாக்குகின்றது.

கருத்தினங்களின் தெளிவாக்கம் எனும் இயக்கவியல் கருத்தாக்கத்தின் நடைமுறை பரிமாணம், இந்த முரண்படும் ஒன்றுபடுவதும், கடப்புநிலையாவதும், அரசியல்வயமாவதுமான உறவுகளைத் தனக்குள் கொண்டதாக உள்ளது. அதாவது, இந்த உறவுகளின் தொடர்பாகவே சமகால சமூகம் குறித்த விமர்சனமான அரசியல்வாதங்களும் சாத்தியமான கரணியமான செயல்பாடுகளும் கட்டியமைக்கப் படுகின்றன. நாங்கள் காட்ட முயலும் இந்த சிந்தனை, விழுமியம்சார் அரசியலை நேரடியாக சமூக-ஒருமைப்பாடு எனும் கூறில் கண்டறிய முற்படும் மார்க்சிய பாரம்பரியத்தில் போதுமான அளவில் வளர்த்தெடுக்கப்படவில்லை. எனவே, உய்விக்கும் இறுதி லட்சியம் எனும் நோக்கில் கரணியம் உருக்கொள்ளப்பட்டுள்ளது. அரசியல் அதனை சார்ந்த கூறாக முன்வைக்கப்பட்டுள்ளது. அத்தோடு அத்தியாவசியமான சமூக மேல்படிவாகக் காணப்பட்டுள்ளது. அதாவது செயல்பாடாக (சமூக உறவுகளின் பாதுகாப்பு அல்லது மாற்றம் என்பதற்கான அரசியல் செயல்பாடாக) விழுமியம்சார்

அரசியலுக்கு சம்பந்தமற்றதாக முன்வைக்கப்படுகின்றது. இந்த வகையில், கோட்பாட்டின் விழுமியம்சார் கூறு கண்மூடித்தனமானதாக, ஆக்கப்படுகின்றது. ஏனெனில், அது தனியானதாகவும் 'இறுதி' லட்சியமாகவும் இந்த விவாதங்களில் இடம் பிடிக்கின்றது. அவை செயல்படுத்தப்படும் நிலைகளை பொருத்தமட்டும் தமது கரணியமான தொடர்புகளை இழந்து விடுவதாலும் தமது அரசியல் பண்பை தொலைத்து விடுவதாலும் இது நேர்கிறது. விழுமியம்சார் தன்மை அதன் கட்டியமைக்கும் காரணிகளிடமிருந்து பிரிக்கப்பட்டு விடுவதாலும், பகுப்பாய்வு அதன் வரலாற்று பொருள்முதல் பரிமாணங்களிலிருந்து பிரிக்கப்பட்டு விடுவதாலும் இது கோட்பாட்டின் நெருக்கடியில் வெளிப்படுகின்றது. அது தன்னளவில் சமூக நெருக்கடியின் வெளிப்பாடு. இந்த நெருக்கடியின் முன்னால்தான் கோட்பாட்டளவிலும் நடைமுறைசார்ந்ததுமான பிரச்சினையாகத்தான் இயக்கவியலை மறுகட்டமைப்பு செய்யும் பிரச்சினை புதிதாய் எழுப்பப்படுகின்றது.

குறிப்புகள்

1. இயங்கியல் தர்க்கத்தை கட்டுவிப்பது கான்டை பின்பற்றுகிறது என்பது இயக்கவியல் மீதான முந்தைய ஆய்வுகளுக்கு வெளிப்படையானது. குறிப்பாக, இலக்குவாத நிலைப்பாட்டுக்கும் இயந்திரரீதியான நிலைப்பாட்டுக்கும் இடையேயான உறவை பின்பற்றுகிறது. இவற்றை கான்ட் சமூக அறிவியல்களுக்கு பரிந்துரைக்கிறார். பலவற்றில் ஒப்பிடவும்., சி ஷ்மிட், 'யூபர் டீ கெஷிஷ்ட்ஃபிலாசஃபிஷன் அன்சிஷ்டன் கான்ட்ஸ், சோசாலிஸ்டிஷ மோனாட்ஷெஃப்ட' (C. Schmidt, 'Über die geschichtsphilosophischen Ansichten Kants', Sozialistische Monatshefte) VII, IX Jahrg. (1903), pp. 683f.

2. இயக்கவியல் கோட்பாட்டின் இந்தப் பரிமாணம் ஆர்வத்துக்குரியது. ஏனென்றால் இது இயக்கவியல் கோட்பாட்டில் வினைவிளைவுத்தொடரும் இலக்குவாதத்துடன் அதன் உறவும் என்ற பிரச்சினையை எழுப்புகிறது. முன்நிபந்தனைகளும் விழுமியங்களுக்கு உருக்கொடுக்கும் செயல்பாட்டின் வரலாற்று உறவுகளில் அவை உள்ளிணைக்கப்படுவதும் என்ற பிரச்சினை சமகால சமூகக் கோட்பாட்டில் முறைபாடாக விவாதிக்கப்படவில்லை. ஒப்பிடவும்., பகுப்பாய்வுரீதியான தத்துவத்தைப் பொறுத்தவரை, ஜி.ஆர் வான் ரைட், *எக்ஸ்ப்ளனேஷன் அண்ட் அண்டர்ஸ்டேண்டிங்* (G.R. von Wright, Explanation and Understanding) (Ithaca, N.Y., 1971), வினைவிளைவுத் தொடருக்கும் முன்நிபந்தனைகளின் தர்க்கத்துக்கும் இடையேயான தொடர்பு பற்றிய விவாதத்துக்கு ஒப்பிடவும்., ஃபிராங்க்ஃபர்ட் பள்ளியைப் பொறுத்தவரை, டி.டபிள்யூ.அடோர்னோ, *நெகடிவ் டயலக்டிக்* (T.W. Adorno, Negative Dialektik) (Frankfurt/M, 1966) pp. 264f., அதில் வினைவிளைவுத்தொடர் என்ற கருத்தாக்கம் சுதந்திரம் என்ற கருத்துருவுடன் தொடர்புபடுத்தப்படுகிறது.

3. கான்ட்-ன் படைப்புகளை சுட்டுபவை, இம்மானுவேல் கான்ட், வெர்க்அவுஸ்காப, வெய்ஷெடல் எடிஷன் (Immanuel Kant, Werkausgabe. Weischedel Edition) (Frankfurt/M Suhrkamp). தொகுதியும் பக்க எண்ணும் குறிப்பிடப்படுகிறது.

4. ஒப்பிடவும். XI, p. 241, அதில் மனிதர்கள் 'வாழும் இயந்திரங்களுடன்' ஒப்பிடப்படுகின்றனர்.

5. புலன்கடந்த கருத்துக்கள் என்ற பிரச்சினையுடன் தொடர்புபடுத்தி காண்ட் இந்தப் பிரச்சினையை வளர்த்தெடுத்தார், III, p. 327f.

6. இந்தப் பிரச்சினை தொடர்பாக, ஒப்பிடவும். கே. சைக்கோபீடிஸ், *கெஷிஷ்ட உண்ட் மெதோட* (K. Psychopedis, Geschichte und Methode) (Frankfurt/M'Nejg,York, 1984), குறிப்பாக pp. 23ff.

7. புலன்கடந்த மாயை என்ற கான்டிய கோட்பாடு (transcendentaler Schein), III, pp. 308ff., என்பதை 'அவசிய போலி' கூருணர்வு பற்றிய கோட்பாட்டின் முதல் வரையறையாகக் கருதலாம்.

8. இந்த வகையில், இயக்கவியல் பகுப்பாய்வானது, கோட்பாடு கட்டுவிக்கப்படும் புலன்கடந்த சட்டகத்தை பயன்படுத்தாத அறிவியல்வாத விளக்கங்களையும் சேர்க்கைகளையும் தடை செய்கிறது.

9. ஒப்பிடவும். கான்டின் '*இடே சூ ஐனர் அல்கெமெய்னன் கெஷிஷ்ட இன் வெல்ட்ப்யுர்கலிஷர் அப்சிஷ்ட்*' (Kant's 'Idee zu einer allgemeinen Geschichte in weltbürgerlicher Absicht') (1784),6. *Satz*, XI, pp. 40-41.

10. குறிப்பாக, ஹாப்சிய-வகை 'இயற்கை நிலைகளை' தவிர்ப்பதற்காக. இந்தப் பிரச்சினை தொடர்பாக ஒப்பிடவும். கான்டின் '*யூபர் டென் கெமைன்ஸ்ப்ரூஹ்: தஸ் மாக் இன் டெர் தியோரி ரிஷ்டிக் செய்ன், டாட் ஆபர் நிஷ்ட் ஃப்யூர் டி பிராக்சிஸ்*' என்ற பிரதி. (Kant's text 'Über den Gemeinspruch: Das mag in der Theorie richtig sein, taugt aber nicht für die Praxis'), XI,pp. 143ff.

11. ஒப்பிடவும். கான்டின் '*ஸ்ட்ரெய்ட் டெர் ஃபகுல்டேடன்*' (Kant's 'Streit der Fakultäten'), XI, pp. 356-7.

12. ஹெகலின் படைப்புகளை சுட்டும் குறிப்புகள் ஜி.டபிள்யூ.எஃப் ஹெகல், *வெர்க்க இன் ஸ்வான்ஸிக் பெண்டன்* -ஐ சுட்டுகின்றன. (G. W.F. Hegel, *Werke in zwanzig Bänden*) (Frankfurt/M, Suhrkamp, 1969ff.). உயர்த்தல் பற்றிய பிரச்சினை vol. 8, p. 56-ல் வளர்த்தெடுக்கப்படுகிறது. மொத்தத்தன்மை பற்றிய கான்டிய புலன்கடந்த கருத்துருவுடன் தொடர்புபடுத்தி வளர்க்கப்படுகிறது. மேலும், ஒப்பிடவும். vol. 8, p. 53, அனுபவரீதியானதில் இருந்து எழுப்புவதும் அதன் இடையாடலும் என்ற பிரச்சினை தொடர்பாக. அங்கு கருத்தினங்கள் உயர்த்தப்படும்போது, ஒரு ஊகஅடிப்படையிலான மதிப்பீட்டுடன் தொடர்புபடுத்தி அவை மாற்றியமைக்கப்படுவது பற்றி பேசப்படுகிறது.

13. ஒப்பிடவும். சவிக்னியின் (Savigny) சட்ட சார்புவாதம் பற்றி ஹெகலிய விமர்சன பகுப்பாய்வுக்கு பார்க்கவும் குருண்ட்லீனியண்டர் ஃபிலாசஃபீ டெஸ் ரெஷ்ட்ஸ் (Grundliniender Philosophie des Rechts) (1821), § 211, note.

14. லாஜிக்-ல் பொறியமைவும் இலக்குவாதமும் பற்றி ஒப்பிடவும். *விஸ்சன்ஷாஃப்ட் டெர் லாஜிக் பகுதி 2* (Wissenschaft der Logik, Part 2), ii (Die Objektivität), chaps 1 and 3, respectively (vol, 6, pp. 409ff. and vol. 6, pp. 436ft.). அறிவுக்கும் செயல்பாட்டுக்கும் இடையேயான உறவு (நல்லது பற்றிய கருத்துரு), அறிவு என்ற கருத்துரு (Idea of Knowledge) என்ற அத்தியாயத்தில் வளர்த்தெடுக்கப் படுகிறது. vol. 6, pp. 487ff.

15. ஒப்பிடவும். Logic vol. 6, pp. 548ft., vol. 6, p. 569f. *என்சைக்ளோபீடி* (Enzyklopaedie) § 2.36ff. இந்த சாரமான தர்க்கரீதியான இயக்கம் அரசின் செயல்பாட்டின் மூலமாகவும் அதன் மொத்த அதிகாரத்தின் மூலமாகவும் சமூகத்தின் காரணிகளை அது கீழ்ப்படுத்துவதன் மூலமாகவும் சமூகரீதியானதில் கைவரப்பெறுகிறது. *ரெஷ்ட்ஃபிலாசஃபீ* (Rechtsphilosophie § 273, 278). இருப்பினும், அரசியல் விழுமியம் இவ்வாறு கைவரப்பெறுவது ஹெகலில் அரசியல் கூறுக்கான முடிவுவாதத்தில் கால் கொண்டிருக்கவில்லை. அரசு-அடிப்படையிலான முடிவின் உள்ளடக்கம், சார்புநிலையும் சுதந்திரமின்மை என்பதற்கு எதிராக சுதந்திரம் என்ற விழுமியத்தின் காட்சிப்படுத்தலிலும் பொதுமை என்ற கொள்கையிலும் அடங்கியுள்ளது என்ற மெய்மையை இது கணக்கில் எடுத்துக் கொள்கிறது.

16. இந்த உறவு தொடர்பாக, ஒப்பிடவும். அதை விவாதிக்கும் எனது ஒரு முயற்சி: கே சைக்கோபீடிஸ், '*டீ ம்யோக்ளிஷ்கைட் டெர் கெசல்ஷாஃப்ஸ்ஃபிலாசஃபீ பை ஹெகல்*' (K. Psyshopedis, 'Die Möglichkeit der Gesellschaftsphilosophie bei Hegel'), Gesellschaft 5 (Frankfurt/M, Suhrkamp, 1975).

17. ஒப்பிடவும். குறிப்பாக, *டெர் கெய்ஸ்ட் டெஸ் கிறிஸ்டன்டம்ஸ் உண்ட் செய்ன் ஷிக்சல்* (Der Geist des Christentums und sein Schicksal) என்ற ஹெகலின் தொடக்ககால படைப்பு *(1798-1800)*, vol. 1, p. 333.

18. இந்த தர்க்கரீதியான உருவம் பற்றிய ஒரு பகுப்பாய்வை நான் கே. சைக்கோபீடிஸ், *உன்டர்சூஹூங்கன் சுர் பொலிடிஷன் தியோரீ இ. கான்ட்ஸ்* (K. Psychopedis, Untersuchungen zur politischen Theorie I. Kants) (Gottingen, 1980), pp. 82ff-ல் நான் முயற்சித்தேன்.

19. தர்க்கரீதியானதற்கும் வரலாற்றுரீதியானதற்கும் இடையேயான தூய பிரித்தலைப் பற்றி பேசுவதற்கு முன்னர், வரலாற்று காரணிகளுக்கு உள்ளாக நெறிமுறைசார் காரணிகளின் பிரித்தலும் உறவும் பற்றிய சுவையான பிரச்சினைகளை ஹெகல் பகுப்பாய்வு செய்தார். அரசியல் விழுமியங்களை ஆதரிக்கும் பொது மனிதர்களின் குழுவுக்கும் குறிப்பானவாதத்தையும் தனியார் நலன்களையும் ஆதரிக்கும் குழுவினருக்கும் இடையேயான அத்தகைய பிரித்தலை, தொடக்ககால ஹெகலிய பிரதியான *நாட்டுர்ரெஹ்ட்* (Naturrecht), vol. 2, pp. 287ff ல் காணலாம், குறிப்பாக vol. 2, pp. 494f-ல் காணலாம். நெறிமுறைசார்பானவை குறிப்பிட்ட பிரிவினருடன் தொடர்பு கொண்டிருப்பதும் ஒரு முழுமைக்குள் சரியான பிரித்தல்களின் உறவாக மிக உயர்ந்த விழுமியம் என்ற புரிதலும் கூட *ரெஷ்ட்ஸ்ஃபிலாசஃபீ-ல்* (Rechtsphilosophie) காணக் கிடைக்கிறது.

20. ஒப்பிடவும். அறிவு என்ற கருத்துரு (Idea of Knowledge) பற்றிய பகுப்பாய்வு - *லாஜிக்-ல்* (Logic) vol. 6, p. 487ff., Enz. § 223ff. (vol. 8, p. 377ff.).

21. ஒப்பிடவும். ஹெகல், *ஃபோர்லேசுங்கன் யூபர் ரெஷ்ட்ஸ்ஃபிலாசஃபீ* (Hegel, Vorlesungen Über Rechtsphilosophie) (ed. Ilting) (Stuttgart/Bad Cannstatt, 1973/1974) vol. 3, pp. 96f. and vol. 4, p. 89. இதில், அதன் கொள்கை சிந்தனையின் பொதுத்தன்மையுடன் (Generality of Thought) ஒத்திசையும் உரிமையின் பொதுத்தன்மையின் (Generality of Right) வரலாற்று நிலைமைகள் பற்றி ஹெகல் சிந்திக்கிறார்.

22. *ஃபிலாசஃபி ஆஃப் ரைட்* (The Philosophy of Right) é 279 (vol. 7, pp. 444ff.) -ல் அரசியல் அமைப்பின் மற்ற எல்லா காரணிகளையும் குவிக்கும் இந்த முடிவு என்ற

காரணி (முடியரசு) இறையாண்மையாகவே தோற்றமளிக்கிறது. அது அரசாங்கம் மற்றும் சட்டமியற்றலின் செயல்பாடுகள் மூலமாக சமூக உள்ளடக்கத்தை கைப்பற்றுகிறது.

23. ஹெகல் இந்த சிந்தனையை *லாஜிக்* (Logic) (vol. 6, p. 570)-ல் வலியுறுத்துகிறார். அதில் 'தொடக்கத்தின் உருவாக்கம் பின்நோக்கி போவது முன்நோக்கி போகும் கூடுதல்-தீர்மானத்துடன் ஒத்திசைகிறது' என்று அவர் எழுதுகிறார்.

24. vol. 8, p. 256 'Being' என்பதன் இடத்தை எடுக்கும் ஒரு உறவாக, ஹெகல் 'Having' ('Haben') என்ற கருத்தாக்கத்தை வளர்த்தெடுக்கிறார். 'பொருள்' (Ding) பற்றிய விவாதத்தின் சட்டகத்துள்ளாக இந்த பகுப்பாய்வு செய்து முடிக்கப்படுகிறது. மேலும் ஒப்பிடவும். *லாஜிக்* (Logic) (vol. 6, pp. 129f.), *தூய உணர்வின் புலன் கடந்த பகுப்பாய்வு* (Phenomenology of Spririt) (vol. 3, pp. 93f.) ('Die Wahrnehmung oder das Ding und die Tauschung).

25. ஒப்பிடவும். vol. 23 p. 320, p. 504, p. 526, p. 528, இங்கு தொழிலாளி வர்க்கம் கட்டுவிக்கப்படுவதன் வளர்ச்சி, மூலதனத்தை ஒழுங்காற்றும் வரம்பிடும் சட்டங்கள் அறிமுகப்படுத்துதல் சமூக வடிவ மாற்றமும் விடுதலையும் என்ற பிரச்சினையை நேரடியாக எழுப்புகிறது. வேறு வகையில் குறிப்பிடாத இடங்களில் மார்க்சின் படைப்புகளுக்கான சுட்டுதல்கள் *மார்க்ஸ்-எங்கெல்ஸ்-வெர்கே* (Marx-Engels-Werke), (Berlin (east), 1956ff.)-ஐ தொகுதி எண், பக்க எண் மூலமாக சுட்டுகின்றன.

26. கார்ல் மார்க்ஸ், *குருண்ட்ரிச சுர் கிரிட்டிக் டெர் பொலிட்டிஷன் யோகனோமீ* (K. Marx, Grundrisse zur Kritik der Politischen Ökonomie) (Berlin (east), 1953).

27. ஒப்பிடவும். *மூலதனம் மூன்றாம் பாகம், அத்தியாயம் 50* (Capital III, chap. 50) - 'ஷெய்ன் டெர் கொன்கர்ரன்ஸ்' ('Schein der Konkurrenz'), vol. 25, pp. 860ff., குறிப்பாக p. *883* பற்றி. அதில் மார்க்ஸ் 'க்ருண்ட்லாகன் டெர் ப்ரொடக்ஷன்வைசன்' பற்றி எழுதுகிறார். அவர் அதனை தனித்தன்மையை முழுமையாக வளர்ப்பதுடன் இணைக்கிறார்.

28. ஒப்பிடவும். அரசியல் பொருளாதாரத்தின் 'மும்மைச் சூத்திரம்' ('trinitarian formula') என்ற பிரச்சினை குறித்து: vol. *25*, pp. *822*ff.

29. மார்க்சின் பிந்தைய எழுத்துக்களில் இந்த 'முறைபாட்டில் முறிவு' ('break in method') குறித்து ஒப்பிடவும். கே சைக்கோபீடிஸ், *கெஷிஷ்ட உண்ட் மெதோட* (K. Psychopedis, Geschichte und Methode), (Frankfurt/New York, 1984), pp. 173f.

30. ஜி. டெல்லா வோல்பே, *லாஜிக் அஸ் எ பாசிடிவ் சயின்ஸ்* (G. della Volpe, Logic as a Positive Science) (NLB, London, 1960).

31. 'இயற்கை'யின் சமூக வடிவ-தீர்மானிப்புகள் மீது ஆராய்ச்சியின் கவனத்தை கோரிய முதல் மார்க்சிய கோட்பாட்டாளர் கே.ஏ. விட்ஃபோகல் (K. A. Wittfogel. அவரது 'டீ நேச்சூர்லிஷென் ஊர்சாஹன் டெர் விர்ட்ஷாஃப்ட்ஸ்கெஷிஷ்ட'('Die natürlichen Ursachen der Wirtschaftsgeschichte') *Archiv fur Sozialwis senschaft und Sozialpolitik* (Tübingen, 1932) vol. 67 என்ற படைப்பில். இந்த பகுப்பாய்வுகள், மார்க்சிய பாரம்பரியத்தில் பொருளாயதத்தன்மை குறித்த கருத்தாக்கங்களை மறுவரையறை செய்வதற்கு பங்களித்தன. 'இயற்கையின் இயக்கவியல்' 'dialectic of nature' என்ற வறட்டுவாத கோட்பாட்டின் மீதான விமர்சன பகுப்பாய்வுக்கும் பங்களிப்பு செய்தன.

32. இந்தப் பிரச்சினை கோட்பாட்டுக்கும் மீ-கோட்பாட்டுக்கும் இடையேயான உறவு என்ற பிரச்சினையை எழுப்புகிறது. ஒப்பிடவும். தொகுதி 2-ல், ரிச்சர்ட் குன், 'வரலாற்றுப் பொருள்முதல்வாதத்துக்கு எதிராக' (R. Gunn's 'Against Historical Materialism').

33. ஒப்பிடவும். தொழிலாளி வர்க்கம் அரசியல்ரீதியாக செயல்முனைப்பாவது அரசியல் பொருளாதாரம் மீதான விமர்சன பகுப்பாய்வை உருவாக்குவதற்கான முன்நிபந்தனை என்ற தேற்றத்தை மார்க்ஸ் தெளிவாக முன்வைக்கிறார், எடுத்துக்காட்டாக, vol. 23, p. 19. மதிப்புக் கோட்பாட்டை கட்டுவிக்கும் காரணிகளின் இடையுறவுக்கு 'சமூகம்' செயல்முனைப்பாக்கப்படுவது முன்நிபந்தனையாக உள்ளது என்ற தேற்றத்தையும் அவர் முன்வைக்கிறார். vol. 25, pp. 196f. vol. 25, pp. 190f-ல் 'சமூகம்' என்பது 'சமூக தேவைகளை' முன்வைப்பதாக தோன்றுகிறது. குறிப்பாக, தொழிலாளர் மற்றும் தொழிற்சாலை சட்டம் தொடர்பாக 'சமூகம்' பற்றிய பொருள்முதல்வாத/நெறிமுறைசார் கருத்தாக்கத்தை நான் கீழே வளர்த்தெடுக்கிறேன். ஒப்பிடவும். குறிப்பு 40.

34. மார்க்ஸ்-எங்கெல்ஸ்-வெர்க்கே, எர்கென்சுங்ஸ்பண்ட் (Marx-Engels-Werke, Ergänzungsband) 1 (Berlin (east), 1973).

35. ஒப்பிடவும். vol. 23, p. 791-ல் தனிநபர் சொத்துடைமை என்ற கருத்தாக்கம். உள்ளுணர்வாகவும் நடைமுறையாகவும் 'பொருள்முதல்வாத' காரணியை விடுவிப்பது என்ற கருத்துருவை மார்க்ஸ் 'ஃபாயர்பாஹ் பற்றிய தேற்றங்கள்' முதல் தேற்றத்திலேயே வரையறுத்தார்.

36. இதைத் தொடர்ந்து, பொருள்வகைமை தொடர்பான பிரச்சினைக் களம் என்ற முன்பு குறிப்பிட்டதன் அடிப்படையில், மார்க்சிய படைப்பை சமூகக் கோட்பாட்டின் அடிப்படையில் முனைப்பு பற்றிய தத்துவமாக வாசிக்கலாம்; பின் சொன்னதில், மானுட சமூகத்தின் அழகியல்ரீதியான/நிறுவனரீதியான தர்க்கரீதியான / அறிவார்த்தரீதியான அம்சங்களுக்கும் நடைமுறை அம்சங்களுக்கும் இடையேயான வரலாற்றுரீதியான உறவையும் உள்ளார்ந்த உழைப்புப் பிரிவினையையும் பகுத்தாராய முடியும். அத்தகைய கோட்பாட்டை மீட்டுருவாக்கம் செய்வது, இன்றைய காலத்தில், தவிர்க்க முடியாதது. குறிப்பாக, முனைப்பு பற்றிய தத்துவத்துக்கு எதிரான கட்டமைப்புவாத மற்றும் நேர்க்காட்சிவாத தாக்குதல்களுக்கு எதிராக தவிர்க்க முடியாதது.

37. ஒப்பிடவும். தனிப்பண்பை காட்டும் vol. 23, p. 89: உற்பத்தியாளர்களுக்கு 'அவர்களது சொந்த சமூக செயல், பொருண்மைகளின் செயல் என்ற வடிவத்தை எடுக்கிறது, அவை உற்பத்தியாளர்களால் ஆளப்படுவதற்கு பதிலாக அவர்கள் மீது ஆட்சி புரிகின்றன. 'பதிலாக' என்ற இந்தக் கட்டமைப்பு பகுப்பாய்வின் பொருள்வகைத்தன்மையை சுட்டுகிறது. அது நெறிமுறைசார் பரிமாணத்தையும் அது கைவரப்பெறுவதற்கான வரலாற்று சாத்தியங்கள் பற்றிய சிந்தனையையும் உள்ளடக்கியது. ஒப்பிடவும். vol. 23, p. 87-ம் கூட (உற்பத்தியாளர்களுக்கு 'ஒரு தனிமனிதரின் உழைப்பை மற்ற அனைவரின் உழைப்புடன் இணைக்கும் உறவு வேலை செய்யும் தனிமனிதர்களுக்கு இடையேயான நேரடி சமூக உறவாகத் தோன்றாமல், மனிதர்களுக்கு இடையேயான பொருளாயத உறவுகளாகவும், பொருட்களுக்கு இடையேயான சமூக உறவாகவும், அவை எப்படி உள்ளனவோ, அவ்வாறே காட்சி தருகின்றன.'), அங்கு, இப்போதும் இருக்கும் சமூக உறவுகளில், 'என்ன உள்ளதோ' (எது இருக்கக் கூடாதோ அது), நேரடி

செயல்பாடு மூலமாக கைவரப்பெற வேண்டிய சமூக உறவுகளுக்கு பதிலாக உள்ளது.

38. ஜி. லூகாக்ஸ் (1923), கெஷிஷ்ட உண்ட் கிளாசன்பெவுஸ்டெய்ன் (G. Lukacs, Geschichte und Klassenbewusstsein), 1923 (Amsterdam 1967).

39. ஒப்பிடவும். vol. 23, p. 185: 'மறுபுறம், அவசிய தேவைகள் என்று அழைக்கப்படுபவற்றின் வீச்சும் அவற்றை நிறைவு செய்வதுமே வரலாற்று விளைபொருளாக உள்ளன' (இது ரெஷ்ட்ஃபிலாசஃபீ-யில், 'த கைன்ட் ஆஃப் நீட் அண்ட் சேட்டிஸ்ஃபேக்ஷன்'-ல் ஹெகலிய பகுப்பாய்வில் இருந்து வேறுபட்டது (Rechtsphilosophie §§ 190--195, 'The kind of need and satisfaction').

40. தொழிலாளர்களின் ஆரோக்கியத்தையும் வாழ்நாளையும் கவனித்துக் கொள்ளுமாறு மூலதனத்தை கட்டாயப்படுத்தும் ஒரு நேர்வாக இங்கு சமூகம் என்ற கருத்தாக்கம் வளர்த்தெடுக்கப்படுகிறது. ஒப்பிடவும். vol. 23, p. 504 இதில், 'அதன்' அராஜகமான ஒழுங்குபடுத்தப்படாத மறுவுற்பத்தி நிகழ்முறை தொடர்பாக சமூகத்தின் 'முதல் கூருணர்வுரீதியான திட்டமிட்ட எதிர்வினை' என்று தொழிற்சாலை சட்டங்கள் சித்தரிக்கப்படுகின்றன. இந்த வரையறைகள் அனைத்திலும் 'சமூகம்' என்ற கருத்தாக்கத்துக்கும் பகுப்பாய்வின் நெறிமுறைசார்-பொருளாயத பரிமாணத்துக்கும் இடையேயான தொடர்பு தெளிவாகிறது.

41. ஒப்பிடவும். vol. 23, pp. 297f. 10-மணி நேர மசோதாவை சாசன இயக்கத்துக்கு இணையாக மார்க்ஸ் முன் வைப்பதற்கு; மேலும் ஒப்பிடவும். vol. 23, pp. 300, pp. 302.

42. செயல்ரீதியான காரணிகளுக்கும் பரிந்துரைக்கும் காரணிகளுக்கும் இடையேயான இயங்கியலை கல்வியிலும் காணலாம், ஒப்பிடவும். vol. 23, pp. 506.

43. ஒப்பிடவும். vol. 23, p. 253 'தேசத்தின் உயிர்-சக்திகள்' வேரறுக்கப்படும் அச்சுறுத்தல் பற்றி. 'அச்சுறுத்தலுக்கும்' 'முன்நிபந்தனைகளை முன் வைப்பதற்கும்' இடையிலான உறவை ஒரு தீர்மானகர நிகழ்முறையாக புரிந்துகொள்ளக் கூடாது என்பது வெளிப்படையானது; மாறாக, அது ஒரு ஆய்வுக்குரிய நடைமுறை பிரச்சினையாக உள்ளது, பொருளாயதத்தன்மை என்ற கருத்தாக்கத்தின் முக்கியமான பரிமாணமாக உள்ளது.

44. பெண்ணிய இயக்கங்கள், சுற்றுச்சூழல் இயக்கங்கள் போன்ற சமூக இயக்கங்கள், சமூக மறுவுற்பத்தி என்ற நிலைப்பாட்டில் இருந்து ஆய்வு செய்யப்படவில்லை. சமத்துவமற்ற சமூக உறவுகளின் இப்போதைய வடிவங்களில் இருந்தும் வாழ்வின் நிலைமைகளை அழிப்பதில் இருந்தும் கையாளப்படவில்லை. மாறாக, தனியான, தனித்த 'சொல்லாடல்களாக' கையாளப்படுகின்றன. அவை அவற்றின் குறிப்பிட்ட 'தர்க்கத்தின்' அடிப்படையில் பகுத்தாயப்படுகின்றன. அதன் பிறகு பொருளாதாரத்தின் ஆதிக்கம் செலுத்தும் 'தர்க்கத்துடன்' இணைக்கப்படுகின்றன.

45. எனினும், மானுட அறிவுசார் மற்றும் உள்ளுணர்வு-அழகுணர்ச்சி திறன்களை செயல்படுத்துவதற்கும் விடுவிக்கும் நடைமுறைக்கும் ஆன சாத்தியத்துக்கான உறவுகளையும் நிலைமைகளையும் விமர்சனபூர்வமான பிணைக்கும் பாணியில் பகுப்பாய்வு செய்யும் புலனுணர்வுகடந்த தத்துவம் என்ற கான்டிய உரிமைகோரல், பொருள்முதல்வாத கோட்பாட்டுக்கு தனது பொருத்தப்

பாட்டைக் கொண்டுள்ளது. இந்த மரபுக்குள்ளாகவே முன்வைக்கப்படும்போது, பொருள்முதல்வாத கோட்பாடு அதன் மீது வைக்கப்படும் குற்றச்சாட்டுக்கு நேர் எதிராக உள்ளது. அது 'கலாச்சாரவாதம்' (emantist), 'அடிப்படைவாதம்' (fundamentalist) என குற்றம் சாட்டப்படுகிறது. அதிலிருந்து எல்லாவற்றையும் எதை வேண்டுமானாலும் தருவிக்க முடியும் என்று கூறப்படுகிறது.

(கலாச்சாரவாதம் - எல்லா மானுட செயல்பாடுகளையும் நம்பிக்கைகளையும் நிலவும் கலாச்சார போக்கில் இருந்து தருவிக்க முயற்சிப்பது - மொ.பொ)

46. ஒப்பிடவும். எச்.ஜே. சாண்ட்க்யூலர், 'காண்ட், நியூகான்டியனிஷர் சோசியாலிஸ்முஸ், ரெவிசியோனிஸ்முஸ்' (H.J. Sandkühler: 'Kant, neukantianischer Sozialismus, Revisionismus'), ஆர். டி லா வேகா, எச்.ஜே. சேண்ட்க்யூலர் (தொகுப்பாசிரியர்கள்), *மார்க்சிஸ்முஸ் உண்ட் எதிக்* (R. de la Vega, H.I. Sandkühler (eds), Marxismus und Ethik) (Frankfurt *1979*)-ல்.

47. ஞானவியல் நோக்குநிலையில், இத்தகைய வெளிப்படையான தொகுப்பான மெய்மையாக்கம் ஒரு விரித்துரைக்கும் தன்மையை கொண்டிருக்கவில்லை, ஏனென்றால் அது பொருள்முதல்வாத 'தெரிவிப்பின்' பிணைக்கும் பிரச்சினைக்களம் தொடர்பாக சிந்திக்கிறது.

48. ஒப்பிடவும்., வேபரில் (Weber) 'புதியது' என்ற பிரச்சினை பற்றி. குறிப்பாக, அவரது *'சோசியாலஜி ஆஃப் லா'* ('Sociology of Law') Economy and Society (Univ. of California Press, 1978), vol. II, ch. 8, §3: 'The formal character of objective Law'-ல் வரலாற்றுவாதத்தின் நிலைப்பாடுகளுடன் தொடர்புபடுத்தி இந்தக் கேள்வியை அவர் விவாதிப்பதை பார்க்கவும்.

2. தத்துவத்திற்கும் அறிவியலுக்கும் இடையே: விமர்சனக் கோட்பாடாக மார்க்சிய சமூக பொருளாதாரம்

ஹன்ஸ் ஜார்ஜ் பக்ஹவுஸ்

சமீபத்தில் நவ செவ்வியம் மற்றும் மார்க்சியக் கோட்பாடுகளின் பிரதிநிதிகள் இடையே ஒரு பயனற்ற விவாதம் நடந்தேறியது. விவாதத்தை நடத்தப் பொதுவான களம் ஏதுமில்லை என்பதால் மேற்கொண்டு விவாதிக்க ஏதுமில்லை; விவாதத்தை நிறுத்திக் கொள்வோம் என்று கூறப்பட்ட,[1] இறுதி முடிவில் மட்டுமே கருத்தொற்றுமை இருந்தது. நவீன ஞானவியல் இரு கோட்பாடுகள் ஒன்றையொன்று ஒப்பிட எந்தப் புள்ளியும் இல்லாத நிலையை விவரிக்க 'பொருந்தாத்தன்மை' ('Incommensurability') எனும் பதத்தைப் பயன்படுத்தும்.

அத்தகையப் பொருந்தாத்தன்மை என்றைக்கும் முழுமையானதல்ல என்பது வெளிப்படை. உண்மையில், நவ-ரிக்கார்டிய அணுகு முறையையும் மார்க்சிய அணுகுமுறையையும் ஒருங்கிணைத்து ஒரு பொதுவான அணுகுமுறையை உருவாக்க ஜோன் ராபின்சன் முயற்சித்தார். ஆனால் அவரும் மார்க்சிய பொருளாதார நிபுணர்களின் சொல்லாடல்களோடு இசைந்து போவதில் சிரமங்களை எதிர் கொண்டார். மார்க்சிய பொருளாதார நிபுணர்கள் 'மொழிரீதியாக புரிந்து கொள்ளவியலாததாக உள்ளது எனும் குற்றச்சாட்டிற்கு இடம் கொடுக்காத வகையில் மார்க்சியக் கலைச்சொற்களை புது மொழியில் பெயர்த்தெழுவதில் ஒத்துழைக்கவில்லை'.[2] இது 1893ஆம் ஆண்டே விக்செல் (Wicksell) மூலதனம் நூலின் ஹெகலிய தெளிவின்மையும் - இறுமாப்பும் என்று (ட்யுன்கெல் - Dunkel)[3] சுமத்திய குற்றச்சாட்டே, ஒன்றையொன்று 'புரிந்து கொளல் சாத்தியமற்ற நிலை' கொண்ட இரு கோட்பாட்டு அமைப்புகள் அல்லது ஒன்றிலிருந்து மற்றொன்றிற்கு மொழி மாற்றம் செய்வதற்கு பகுதியளவே இணக்கம் உள்ள இரு கோட்பாட்டு மொழிகள் என்பது, இரண்டு போட்டியிடும் பொருளாதார அணுகல்கள் வரலாற்றில் முதன்முறையாக வெளிக்கொண்டு வந்துள்ள பிரச்சினை அல்ல. தான் தோன்றியபோது இருந்து அத்தகைய தனித்துவமான இடத்தை கோரி வந்த மூலதனம் நூல் பொருளாதாரக்

கோட்பாடுகளின் பெருந்தொகைக்குள் தன்னைப் பொருத்துவதை நிராகரித்தே வந்துள்ளது.

1923-ம் ஆண்டு ஜார்ஜ் லூகாக்ஸ் இந்தத் தீர்க்கப்படாத பிரச்சினை குறித்து ஒரு விவாதத்தைத் தொடங்கினார். பின்னர் அது, மார்க்யூஸ் (Marcuse), ஹோர்க்ஹெய்மெர் (Horkheimer), கோர்ஷ் (Korsch) ஆகியோரால் முன்னெடுக்கப்பட்டது. இதில் மையமான பிரச்சினை, தத்துவம், அறிவியல் எனும் இரு புறத்து தொல் முனைகளின் 'இடைநிலையில்' மார்க்சியப் பொருளாதாரம் இருப்பதாகும். 'விமர்சனம்' எனும் கருத்தாக்கக் கருவியையும் அதன் விளைவாக மரபார்ந்த மார்க்சியமே உருவாக்கியிருந்த சுய-விமர்சனம் என்பதையும் கொண்டு பரிசீலித்து ஒரு 'விமர்சன மார்க்சியம்' உருக்கொண்டது. அது, லுகாக்ஸ் போல, மார்க்சிய அரசியல் பொருளாதார விமர்சனத்தை 'மற்ற அறிவியல்களுக்கு மத்தியில் ஒரு அறிவியல்' எனக் கருதவில்லை. மாறாக, 'அது ஒரு அடிப்படை அறிவியல்' (Grundwissenschaft) என அழுத்தமான நிலைப்பாட்டை எடுத்தது. 'சரக்குகளின் மாய்மாலப் பண்பு குறித்த அத்தியாயம்... வரலாற்றுப் பொருள்முதல்வாதம் முழுமையையும் தன்னுள் கொண்டுள்ளது'.[4] ஆனால், மிகக் குறிப்பாக அரசியல் பொருளாதாரத்தின் 'கோட்பாட்டின் முழுமை எனும் உரிமை கோரல்'[5] எங்கெல்சாலும் லெனினாலும் பொருட்படுத்தப்படாது விடப்பட்டது. இது மார்க்சியத்தின் லெனினிய வறட்டுவாதத்துக்கு அடித்தளம் இட்டது.

அரசியல் பொருளாதாரம் மீதான மார்க்சியத்தின் விமர்சன பகுப்பாய்வின் தனித்துவமான முறைபாட்டு இடமான தத்துவத்திற்கும் அறிவியலுக்குமான 'இடைநிலை' என்பதை ஹோர்க்ஹெய்மர்தான் (Horkheimer) முதன்முதலில் தெளிவுபடுத்த முயற்சித்தார். குறிப்பாக இந்தக் காரணத்திற்காக, அவர் மரபார்ந்த கோட்பாட்டிற்கும் விமர்சன பூர்வ கோட்பாட்டிற்கும் இடையிலான வேறுபாட்டை இரண்டு புரிதல் முறைகளின் வேறுபாடு என காணக் கூறினார். அவரது கருத்துப்படி முதலாவது, சொல்லாடல் எனும் முறைபாட்டில் (Discours de la methode) கால் கொண்டுள்ளது; இரண்டாவது அரசியல் பொருளாதாரம் மீதான மார்க்சிய விமர்சன பகுப்பாய்வில் கால் கொண்டுள்ளது.[6] ஒரு பக்கத்தில், அரசியல் பொருளாதாரம் மீதான மார்க்சிய விமர்சன பகுப்பாய்வு தான் 'ஒரு பொருளாதார விளக்கம், தத்துவ விளக்கம் அல்ல' என வலியுறுத்துகின்றது. 'பொருளாதார கருத்தாக்கத்தில் தத்துவம் இடம் பெறுகின்றது' என்றும் கூறுகிறது.[7] ஆனால், மறுபுறத்தில் 'பொருளாதாரவாதம்' (Economism) என்பதை விடாப்பிடியாக எதிர்த்து

நிற்கும் அரசியல் பொருளாதாரம் மீதான விமர்சன பகுப்பாய்வு 'சமூகம் குறித்த விமர்சனபூர்வமான கோட்பாடு, பொருளாதாரம் மீதான விமர்சன பகுப்பாய்வு என்ற வகையில் தத்துவமாக உள்ளது'[8] என்றும் வாதம் செய்கின்றது. இதன் மூலம் அரசியல் பொருளாதாரம் மீதான மார்க்சிய விமர்சன பகுப்பாய்வு, தத்துவம் அறிவியல் ஆகியவற்றின் 'இடைநிலை' என்னும் புதிரான இடத்தைத் தனக்கு கோருகின்றது. குறிப்பாக, 'பொருளாதார கருத்தாக்கத்தில் தத்துவம் இடம் பெறும்' காரணத்தால், இவை ஒவ்வொன்றும் 'ஒரு பொருளாதாரக் கருத்தாக்கத்தை விட மேலானது'.[9] இந்தக் கருத்தாக்கங்கள் வெறும் பொருளாதாரக் கருத்தாக்கங்களை விட 'மேலானவை' என்ற உரிமைகோரலின் நியாயப்படுத்தலும் விளக்கமும் பொருளாதார கருத்தாக்கங்கள் பற்றிய விமர்சன பகுப்பாய்வை தன்னுள்ளேயே கொண்டுள்ளது எனும் குறுகிய கருத்திற்கு இடமளிக்கின்றது. அதன் மூலம் 'பொருத்தப்பாடின்மை' எனும் பிரச்சினையை மறு அறிமுகம் செய்கின்றது.

ஜோன் ராபின்சனின் வாதம் 'முதன்மை கோரல்' - 'petitio principe' (Prince's request - இளவரசரின் வேண்டுகோள்) எனும் கோட்பாட்டை சார்ந்துள்ளது வெளிப்படை. தனது ஆய்வுப் பொருண்மத்தை அரசியல் பொருளாதார கருத்தாக்கமாக குறுகிய பொருள் கொள்வதே அதற்கு நியாயம் செய்யும் என அவர் உள்ளூற தற்கோள் கொண்டுள்ளார். ஆனால், 'பொருட்கள் அதனளவில்' ('things themselves') என்பது என்ன? அரசியல் பொருளாதாரத்தின் பொருண்மை குறித்து ஒரு பொதுக் கருத்திற்கு வருவது எப்படி சாத்தியம் ஆகும். அதுவும் நூறாண்டுகளாக நடந்து வரும் விவாதத்தில் பொருளாதார நிபுணர்கள் அடைய முடியாத கருத்தொற்றுமையை எவ்வாறு அடைவது? பொருளாதார கருத்தாக்கங்களின் ஆழமான சிக்கல்தன்மை குறித்து ஜோன் ராபின்சனே குறிப்பிட்டுள்ளார். 'சரக்கு, வாங்கும் சக்தி போல பணம், வட்டி வீதம் ஆகியவையும் நாம் நெருக்கிப் பிடிக்க முயற்சிக்கும் போது வழுவிச் செல்லும் கருத்தாக்கங்கள்தான்'[10] 'முதலாளித்துவ பொருளாதாரத்தின் கருத்தினங்கள் என்பதை பொதுவாக 'சிதிலமான வடிவங்கள்' (deranged forms) (Kapital vol1 p 90)[11] என மார்க்ஸ் அடையாளங் காட்டும்போது அவர் இந்த 'பொருத்தப்பாடின்மை'யை தான் மனதில் கொண்டிருப்பாரா என சிந்திப்பது பயனளிக்காதா? இது குறித்து உணர்ந்திருந்ததுதான் பொருளாதார கருத்தாக்கங்களை வெறுமனே பொருளாதார கருத்தாக்கங்களாக இல்லாத வேறு கருத்தாக்கங்களாக பெயர்த்தெழுத மார்க்சை நிர்ப்பந்தித்ததா? மேலும் மார்க்சின் கருத்தாக்கங்களை அவ்வகையில் பெயர்த்தெழுவது - உண்மையில் அது மறுமுறை பெயர்த்தெழுவதுதான் - பிரச்சினையை

மறைத்து விடாதா? அப்படி ஆகிவிடும் என்பதால்தானே பொருளாதாரக் கருத்தினங்கள் பற்றிய விமர்சனக் கோட்பாடு முதலில் உருவாக்கப் பட்டது? பிரச்சினை என்னவென்றால் அறிவுபூர்வமான ஆனால் [பொதுவான பொருளாதார அறிவியலில்] 'புரிந்து கொள்ள முடியாத' கருத்தாக்கங்கள் உண்மையில் அறிவுபூர்வமானவை போல் தோற்றமளிக்கும் - அதாவது அறிவுபூர்மானவை அல்ல என்பது ஆகும்.

இந்த விதமான, அறிவுபூர்வமானவை போலத் தோற்றமளிக்கும் கருத்தாக்கங்களின் பயன்பாடு, அதாவது குறிப்பான பொருளாதார கருத்தாக்கங்கள், பொருளாதாரக் கோட்பாடுகளை அறிவியலாக நிறுவுவதில் வெற்றி கண்டுள்ளன எனக் கூற இயலுமா? மாறாக, ஜோன் ராபின்சனே, 'கல்விப்புல பொருளாதாரக் கல்வி மார்க்சை காத்திரமாக உள்வாங்காத காரணத்தால் நலிந்து போய் இன்று சிதிலமாகிக் கிடக்கின்றது' என்று கூறுகிறார். இந்த 'பரிதாப நிலை மார்க்ஸ் எழுப்பிய வினாக்களை கவனத்துடன் பரிசீலிக்காததால் ஏற்பட்ட நிலை'.[12] இந்த மதிப்பீடு சரியானதென்றால், இரண்டு கருத்தாக்க அமைப்புகளுக்கும் பொருத்தப்பாடு உடையதான ஒரு அடிப்படையை உருவாக்குவது எனும் நியாயமான கோரிக்கையை பெயர்த்தெழுதலின் மூலம் நிறைவேற்ற இயலாது. அது தவிர்க்கவியலாத வகையில் அடிப்படையான வேறுபாடுகளை தட்டிச் சமப்படுத்துவதில் கொண்டு போய்ச் சேர்க்கும்.

சமூகத்தின் தொழில்புரிவதும் - தொழில்படுவதுமான இரட்டைப் பண்பு
(The Subjective – objective two fold character of society)

அடோர்னோவின் எழுத்துகளில் முன்னிலையில் இருப்பது, தொழில்புரிவது, தொழில்படுவது என்பவற்றின் ஒருங்கிணைப்பாக உள்ள 'சமூகம்'. 'வழக்கமான மேல்கட்டுமானம், அடிக்கட்டுமானம் அல்லது உட்கட்டுமானம் என்ற பதங்கள்' இல்லை. இவை வருவித்தளிக்கப்படும் சித்தாந்தங்களை மலினப்படுத்தி விடுகின்றன. அதாவது, அவற்றை கட்டமைப்பு விதிகளிலிருந்து வருவிப்பது சரக்குகளின் மாய்மாலப் பண்பை ஒத்ததாக இருக்கும், அதாவது புரொட்டான் சூடோஸ் ('proton pseudos')[13]. அவ்வகையில், 'தொழில் புரிவதாக' (subject) சமூகம், 'தொழில்படுவதாக' (object) சமூகம் இரண்டும் ஒன்றாக இருப்பது, ஆனால் ஒன்றல்ல.[14]

சமூகம் தொழில்படுபொருளாக - சமூக புறநிலை

அடோர்னோ, சமூக 'புறநிலை' எனும் 'பொதுப்பதத்தால் சுட்டுவது அனைத்து உறவுகள், நிறுவனங்கள் மற்றும் மானுடம் செயல்படும் விசைகள்' - அதாவது சட்டப்படி ஒழுங்காற்றல் செய்யப்பட்ட

விசைகள் மற்றும் எப்போதும் தனிநபர்களின் செயல்பாட்டு விளைவுகளாக முன்னனுமானம் செய்யப்படும் கண்மூடித்தனமான நிலைகள் அனைத்தையும் அடக்கியது. சமூகத்தின் அடிப்படையான உயிர்வாழும் நிகழ்வு எப்போதும் பொருளாதார செயல்பாடே; எனவே இது சமூகம் பற்றிய கோட்பாடு உண்மையிலேயே 'பொருளாதாரத்தி லிருந்து தனித்ததொன்றாக' இருக்கவியலுமா எனும் வினா எழும்பக் காரணமாய் உள்ளது. விடை, மிகவும் சுருக்கமானதும், மிகவும் தெளிவானதும் ஆகும்: சமூகக் கோட்பாடு 'எந்த அளவு அரசியல் பூர்வமானதாக உள்ளதோ அந்த அளவே பொருளாதாரபூர்வமானது.' அதாவது குறுகிய பார்வையில் பொருளாதாரம் என்பது 'ஏற்கனவே திட்டவட்டமானதாக ஆக்கப்பட்டுவிட்ட ஒன்றை கையாள்வதான ஒரு வார்ப்பு' என்ற வகையில், அதாவது 'பரிவர்த்தனை அடிப்படையிலான ஒரு வளர்ந்த நிலை சமூகத்தின் இயங்குபொறி' என்பதை மீளாய்வு என்பதை ஒத்தி வைத்து ஏற்றுக் கொள்ளும் வகையில் ஆகும். மாறாக, சமூகத்தின் கோட்பாட்டின் தனித்து நிற்கும் அம்சம், அது 'பொருளாதாரப்படுத்தும் நிறுவப்பட்ட வடிவங்களை உய்த்துணர்ந்தது'[15] இதனை முந்தையது (பொருளாதாரம்) முற்கோளாய் கொள்கின்றது.

விமர்சனபூர்வ கோட்பாட்டில் மரபார்ந்த மார்க்சியத்திலிருந்து கருத்தினவகையிலான காத்திரமான வேறுபாடு, லூகாக்சை பின்பற்றி உற்பத்தி முறைபாடு மட்டுமே அதன் அளவில் (eo ipso) மேல் கட்டுமானம் நிற்பதற்கான அடிகட்டுமானமாக நிற்பதில்லை என்பதாகும். 'அடித்தளம்', 'புறநிலைத்தன்மை' ஆகிய பதங்கள் மிகவும் முக்கியமானவை. முதன்மையான இயற்கையே போன்று, பொருளாதாரம் தனக்கே உரித்தான விதிகளோடு தன்னை இரண்டாவது இயற்கையாக நிறுவிக் கொள்கின்றது. தனிநபர்களின் தேவைகள், விருப்பங்கள் ஆகியவற்றைப் பொருட்படுத்தாமல் அவர்களது 'முதுகிற்கு பின்னால்' தன்னை நிறுவிக் கொள்கின்றது. மரபார்ந்த கோட்பாட்டின் தொழில்படுபொருளிற்கும் (object) குறிப்பாக இயற்கை அறிவியலில் தொழில்படுபொருளிற்கும் விமர்சனபூர்வக் கோட்பாட்டின் புறநிலைத்தன்மைக்கும் (objectivity) உள்ள வேறுபாட்டை பின்வரும் வகையில் தெரிவிக்கலாம். சமூகம் வெறுமனே தொழில்படுபொருள் (object) அல்ல, அது தொழில்புரிவது (subject) ஆகவும் இருக்கிறது. அதன் தன்னாட்சி (Eigengestzlichkeit) அந்த விதத்தில் புதிரானது. சமூகத்தின் 'தொழில்புரியும் அம்சம் வெளிப்படையாக இல்லை' எனும் அளவிலும் அதன் 'காரணமாகவே' அது 'தொழில்படுபொருள்' ஆக உள்ளது.[16] ஆனால், 'தொழில்புரிவது' என்பதன் முதுகிற்கு பின்னால் இருந்து வருபவை தனிநபர்களுக்கு மேலானதான பணியின் முழுமை. இதனை அடோர்னோவும் 'உலகு

தழுவியது' (universal), 'பொதுவான உழைப்பு' என்பதன் சாரம் என்று கூறுகின்றார். ஆனால் இந்த 'உலகு தழுவியதன்' ஓர் ஒற்றை தீர்மானகரமான வடிவம்தான் தன்னை முன்னிறுத்துகின்றது. அதாவது, குறிப்பிட்டதை உள்ளடக்கவும் ஆதிக்கம் செலுத்தவும் செய்யும் சாரமான உலகு தழுவியது என்ற வடிவிலான புறநிலைத்தன்மையாக முன்வருகின்றது.

தொழில்புரிவதாக சமூகம் (Society as Subject)

சமூகம் தொழில்புரிவதாக இருப்பது, அதனை கட்டியமைக்கும் மானுடரையே சுட்டி நிற்கின்றது. ஏனெனில் அவர்களால்தான் தன் இருப்பையும், தன் மறு உற்பத்தியையும் சாத்தியப்படுத்திக் கொள்கின்றது. மொத்தத்தன்மை 'தான் எதனால் கட்டப்படுகிறதோ, தான் எவற்றின் ஒன்றிணைப்பால் உருவாகின்றதோ அதனைத் தாண்டியதான அதற்கு மேலானதான ஒரு தனித்த வாழ்வைக் கொண்டிருப்பது இல்லை'.[17] தொழில்படுதன்மை, 'தனிநபர்கள் மூலமே ஈடேற்றம் பெறுகின்றது'. அனைத்தும் 'காத்திர உணர்வு மூலமே செயலாக்கம் பெறுகின்றன'.[18] இந்த நோக்குநிலையில் காணும் போது 'அடித்தளம்', 'மேல்கட்டுமானத்' தேவையைக் கொண்டிருக்கிறது. அது நோக்கம் கொண்டு செயல்படும் தனிநபர்களுக்கான தேவையைக் கொண்டிருக்கிறது. கருத்துமுதல்வாத நோக்கில் சமூகத்தை மானுட காத்திர உணர்வு மற்றும் நினைவிலிகளின் ஒட்டுமொத்தம் என உருவம் கொள்ளலாம். அந்த வகையில் அது அறிந்து கொள்ளப்படக் கூடியது என்றும் கருதலாம். தொழில்புரியும் பொருளாதாரம் அது குறித்த மானுட மனப்பிம்பமாக்கல் ஆகியவை அது குறித்து அறிந்து கொள்வதற்கான வழிகள் எனக் கொள்ளலாம். அப்படியே ஆனாலும் எந்தவொரு குறிப்பிட்ட அகம்சார் நடவடிக்கை வகையும் 'சமூகத்தின் புறநிலையான தொழில்படும் நிலையை' அறிய போதுமான அளவு வழியைக் கொடுக்கப் போவதில்லை: குறிப்பாகப் பொருளாதாரம் எனும் தளத்தின் தன்னாட்சியும் கரணியமான அணுகுமுறைக்கு இடமளிக்காத அதன் கருத்தாக்கங்களும் அகவயமானதெனும் பொய்மையை எடுத்துக்காட்ட போதுமானதாகும். 'புறநிலைத் தன்மையே அகவியல்சார் தன்மையிலான நடத்தையை கொண்டு செல்பவையாக இருக்கின்றன'.[19] எனவே, அடோர்னோ அகவியல்சார் பொருளாதாரம் என்பதை 'சித்தாந்தம்' என்று கூறினார். தனிநபர்களின் எதிர்வினைகளின் சராசரிக்கு மேலாக சமூகம் என்பது ஏதுமில்லை எனக்கட்டி எழுப்பிக் காட்டும் பெரெட்டோவை (Pareto) சிறிது வாசிப்பது அடோர்னோவின் கூற்று சரியென்பதைக் காட்டும்.[20] அத்தகைய விளக்கம், புறநிலைத்

தன்மையை ஏதென்று தெரியாத விசைகள், அரூபமான வடிவங்கள் ஆக முன் அனுமானம் செய்கின்றன.

'பொருளாதாரக் கோட்பாட்டை விமர்சனக் கோட்பாடாக மாற்றுதல்' முனைப்பு-பொருண்மை-முரணியல், அடித்தளம்-மேல்கட்டுமானம்-மாதிரி

முனைப்பு-பொருண்மை [அதாவது அகம்சார் கருத்து நிலையும் புறவயமான எதார்த்த இயக்கமும் - ப.ஆ] இயங்கியலை பொருளாதார நிகழ்வுப்போக்கின் மையமான பொருண்மை எனக் கொண்டே - முனைப்பும் பொருண்மையும் 'ஒன்றே ஆனாலும் ஒன்றல்ல' எனும் அளவில் அவை முரணியக்கமே - மார்க்ஸ் 'பொருளாதாரக் கோட்பாட்டை விமர்சனப் பகுப்பாய்வுக் கோட்பாடாக' மாற்றுகின்றார் என்பது போதுமான அளவு தெளிவாக ஏன் எப்படி என்று விளங்கும்.[21] ஒன்றுபட்ட முனைப்பு-பொருண்மை என்பது முனைப்பு என்றும் பொருண்மை என்பது பிளவுறுகின்றது என்பது ஒரு மரபார்ந்த கோட்பாட்டு வடிவம் என்ற வகையில் பொருளாதாரக் கோட்பாட்டில் வெளிப்படையாய்த் தெரிய வந்துள்ளது. பொருளாதாரக் கோட்பாடு இரண்டிற்கும் இடையே இடையாட இயலாத காரணத்தால் இரண்டிற்கும் இடையே ஊசலாடுகின்றது. கோட்பாட்டின் பொருண்மையை அதனது குறிப்பான முனைப்பு-பொருண்மை என்ற பண்பின் ஊடாக தீர்மானிக்கும்போது, மார்க்சிய 'பொருளாதாரவாதத்தை' (Economism) விமர்சிக்க வேண்டிய அவசியம் ஏற்படுகின்றது. அதன் முதன்மையான சறுக்கல் என்பது 'பொருளாதாரத்தின் முக்கியத்துவத்தைக் குறைத்து மதிப்பிடுவது அல்ல மாறாக அதைக் குறுகிய பொருளில் புரிந்து கொள்வதே' 'முழுமையைப் புரிந்து கொள்ளல் எனும் தொடக்க இலக்கு' பார்வைப் புலத்தில் இல்லாது போவதே.[22] அதனோடு ஒத்துநடந்த ஒன்றே அடிக்கட்டுமானம்-மேல்கட்டுமானம் என்ற பரந்துபட்ட புரிதலுக்காக செய்யப்பட்ட கருத்தாக்கம் என்பது இப்போதும் மலினப்படுத்தப்பட்ட மார்க்சிய சிந்தனைப் பள்ளியில் புரிந்து கொள்ளப்படவில்லை. மிகவும் சிக்கலான மனச்சித்திரக் கட்டமைப்பை இத்தகைய ஜனரஞ்சக எளிமையாக்கத்தில்தான் சித்தாந்த உருவுகளின் முறைபாடு குறித்த பிரதிபலிப்புகள் தேங்கிப்போனது என்பதையும் உளவியல்ரீதியானதற்கும் *(interssenpsychologische)* எந்திரகதியான மதிப்பீட்டிற்கும் காரணத்தைக் காணலாம். இந்தக் காலாவதியான மாதிரியின் இடத்தில் ஒரு புதிய மாதிரியைக் கொண்டு வர வேண்டும். ஆனால் அது மாத்திரமல்ல, அடித்தளம்-மேற்கட்டுமானம் மாதிரி, முனைப்பு-பொருண்மை மாதிரி கொண்டு இடம் பெயர்க்கப்படும் போது சில கலைச்சொல் ரீதியான சிக்கல்களை

எழுப்புகின்றது. அதனை கீழேயுள்ள அட்டவணை மூலம் தெளிவாக்கலாம். இதனைக் காட்டிலும் இன்னும் விளக்கமான வரைபடம் உலகம் தழுவியது-குறிப்பானது எனும் பிரிவை ஒருமைப்படுத்துவது என்பதைக் கோருகின்றது. இது அடோர்னோவின் எழுத்துகளில் மீண்டும் மீண்டும் இடம் பெறக் கூடியதே.

சமூகம் பொருண்மமாக	சமூகம் முனைப்பாக [சிரங்களின் வழியாக]	
'புறநிலை', 'மதிப்பின் புறநிலை', 'இரண்டாம் இயற்கை', மதிப்பிழந்த தனிநபர்கள், 'தனிநபர்களின் முதுகிற்குப் பின்னே'	மானுடர் அவர்தம் 'முதன்மை இயற்கையுடன்' மற்றும் ஏனைய மக்களுடன் உறவுநிலையில்	முனைப்பு அதன் குறுகிய அர்த்தத்தில் *(கூருணர்வு)*
O	**S1**	**S2**
'உருக்குலைந்த வடிவங்கள்', 'பைத்தியக்காரத்தனம்', 'மனிதருக்கு வெளியே உள்ள பொருண்மங்கள்', 'சாரமானது' ('அரூபமானது'), 'ஆன்மீகமானது', 'பொருட்படுத்த தேவையற்றது', 'அடி உண்மைகள்', 'குற்ற மற்றது', அல்லது 'உணரப்படுவதற்கு மேலானது', 'பரிவர்த்தனை மதிப்புகளின் உலகு' ('மதிப்பு மிக்கது', மதிப்பின் பருமன், 'மதிப்புகளின் இயக்கம்': 'புறநிலை மாயை'), 'சரக்குகள், பணம், மூலதனம், 'பொருட்களுக் கிடையேயான உறவு'	மானுடர்களின் 'திட்டவட்டமான', 'புலனால் உணரக் கூடிய', பயன் மதிப்புகள், 'உற்பத்திப் பொருட்கள்', உலோகம், காகிதம், உற்பத்தி சாதனங்கள், 'மனிதர்களுக்கிடை யேயான உறவு', உற்பத்தி உறவுகள்'	'இடப்பெயர்ச்சி', 'முன்னோட்டம்', 'இடையாடல்' செயல்பாடுகள் 1.பொருளாதார கருத்தினங்கள் கூருணர்வில் தலை கீழ் பிம்பங்களாய்ப் பதிகின்றன. (கருத்தினங்கள் 'தலைகீழானவை யாக'வும் மாய் மாலங்களாகவும்) 2.கூருணர்வின் பொருளியலல்லாத உள்ளடக்கங்கள் *(சித்தாந்தங்கள்)*

கருத்தினங்கள், விசைகள், விதிகள்	செயல்பாடுகள்
உற்பத்தி உறவுகள் அடித்தளமாக ('இரட்டை இருப்புநிலைகள்')	மேல்கட்டுமானமாக கூருணர்வின் உள்ளடக்கங்கள்
'ஒன்றே ஆனால் ஒன்றல்ல'; 'முனைப்பு மற்றும் பொருண்மையின் உடன்பாடும் வேறுபாடும்'	

பொருள் - ஆன்மா (பொருண்மை - முனைப்பு) என்ற மரபார்ந்த இருமையையும் மலின மார்க்சியத்தின் அடிக்கட்டுமானம்-மேல்கட்டுமானம் மாதிரியையும் பொருளாதார முனைப்பு-பொருண்மை எனும் வரையீடு ஊடறுக்கின்றது என்பது முதல் பார்வையிலேயே தெளிவாகின்றது. முதல் பார்வைக்கு அது நம்பவியலாத விநோதமாகத் தெரியலாம். முழுக்க முழுக்க அருபமானதும், மரபார்ந்தவகையில் உளம் சார்ந்ததுமான விவகாரங்கள் புறநிலை என்ற தளத்திற்கு உண்டானவையாகக் கையாளப்படுவது, அதாவது பொருட்களின் உலகென மரபார்ந்த வகையில் கருதப்படுவதன் பகுதியாகக் காண்பதும் அதன் மறுதலையாக சில பொருளாயத காரணிகள் குறிப்பாக உற்பத்தி உறவுகள் அகம்சார் தளத்திற்கு உண்டானவையாகக் கையாளப்படுவதும் நடக்கின்றது.

இது குறித்து ஏற்கனவே பல நல்ல நூல்கள் எழுதப்பட்டுள்ளன என்பதால் நாம் சில நல்ல எழுத்துக்களைச் சுட்டிக் காட்டுவதோடு நிற்போம். கட்டாயம் சொல்ல வேண்டியது முறைபாட்டியல் குறித்த லியோ கோஃப்ளரின் நூல். லூகாக்சைப் பின்பற்றி, ஆனால் 'விமர்சனக் கோட்பாடு' (Critical Theory) வழங்கிய ஆசிரியர்களை சார்ந்து நிற்காது முழுக்க சுயேச்சையான இது குறித்து முக்கியமான நூலை எழுதியுள்ளார். மேலே காட்டியுள்ள வரைபாட்டைப் புரிந்து கொள்வதற்கான மிக மிக இன்றியமையாத கருத்தொன்றை கோஃப்ளர் மீண்டும் மீண்டும் வலியுறுத்துகின்றார். அது, முனைப்பும் புறநிலை எதார்த்தமும் மாற்றமின்றி ஒன்றையொன்று எதிர்த்து நிற்கவில்லை. மாறாக, 'முனைப்பும் எதார்த்தமும் ஒன்றையொன்று தலைகீழாய் மாற்றி நிறுத்தும்' 'நிகழ்வுப் போக்கில்' ஒன்றுடனொன்று தவிர்க்க வியலாதவையாக பிணைவுண்டுள்ளன. இந்த நிகழ்வுப் போக்கு, 'சமூகத்தின் மிகப் பொதுவான இருப்பு நிலையை'[23] பிரதிநிதித்துவம் செய்கின்றது. இதில் புரியாத புதிரேதும் இல்லை. 'சூழலை மானுடர் உருவாக்குமளவிற்கு மானுடரும் சூழலை உருவாக்குகின்றனர்' என்ற மிகவும் விதந்தோதப்பட வேண்டிய இலகுவான மார்க்சியத்தின்

திட்டவட்டமானத் தெரிவிப்பே. 'சூழலெனும் கருத்தாக்கம்,[24] உற்பத்தி உறவுகள் எனும் கருத்தாக்கத்தால்தான் உண்மையான வகையில் புரிந்து கொள்ளப்பட்டுள்ளது[25] என்பதை கோஃப்ளர் தெளிவாக்குகின்றார். மனிதர்கள் 'அடித்தளத்தால்' தீர்மானிக்கப்பட்டு 'உருவாக்கப்படுவது' வரையில், அதன் விதிகள் 'ஒரு முனைப்பு தன்மையை பெறுவது வரையில்' 'சூழல்' அல்லது அடித்தளம் 'முனைப்பாக' செயல்படுகின்றது. மானுடர் 'பொருண்மமாக' (செயல்படுபொருளாக) இருக்கின்றனர்.[26] வரைபடத்தில் 'புறநிலை' என பிரதிநிதித்துவம் செய்யப்படுவதும் 'முனைப்பு' என்ற வகிபாகம் கொள்கிறது; மறுபுறத்தில் சமூக பொருளாதாரக் கருத்தினங்களான, 'சட்டங்கள்'/'விதிகள்' பொருளாதார முகமைகளைத் தீர்மானிக்கின்றன. அதாவது முனைப்புகளைத் தீர்மானிக்கின்றன. இவ்வாறாக, முனைப்புகள் பொருண்மையின் வகிபாகத்தை எடுத்துக் கொள்கின்றன. அதாவது முனைப்புகள், பொருண்மங்களாக மாற்றம் செய்யப்படுகின்றன; சமூக பொருளாதாரக் கருத்தினங்களால் உற்பத்தி செய்யப்படுகின்றன. அடிக்கட்டுமானம்-மேற்கட்டுமானம் எனும் மாதிரி சமூக நிகழ்வுப் போக்கின் பிந்தைய பகுதிக்கு ஒற்றைப் பரிமாணமாக அழுத்தம் கொடுத்து பேசுகின்றது.

கல்விப்புல பொருளியல் ஏனைய அனைத்துப் பள்ளிகளிலும் தம் முறைபாடு பற்றிய சுயபுரிதலில், நோக்கமின்றியே இந்த ஒற்றைப் பரிமாண தீர்மானத்தை வலியுறுத்த அடிக்கட்டுமான-மேல்கட்டுமான மாதிரியோடு முழுமையான ஏற்போடு பயணிக்கின்றன என்பது முரணணி. அவற்றின் கோட்பாடுகளின்படி பொருளாதாரக் கருத்தினங்கள் கரணியமான பகுப்பாய்விற்கு உட்படுத்தவியலா சில கூறுகளைக் கொண்டுள்ளன. அதாவது முனைப்பு இடையாடல் செய்யாத ஆனால் ஒரு அடி-மெய் (as a priori) பண்பு கொண்டவை உள்ளன. இந்த வகையிலான சிந்தனை சிம்மலின் (Simmel's) பணம் குறித்த பகுப்பாய்வில் தத்துவார்த்தரீதியாக நியாயப்படுத்தப்பட்டுள்ளது. இந்த பகுப்பாய்வு மதிப்பு அலகாக உள்ள பணத்தில் (money qua value unit) உள்ள சாரமான மதிப்பு, ஒரு 'சுயமான நிகழ்வு' ('originary phenomenon') கொண்டுள்ளது. எனவே, அது ஒரு அடி-மெய் காரணி என்பது எல்லா சிந்தனைகளுக்கும் முன்னனுமானம் எனக் கூறுகின்றது. ஆனால், சாரமான மதிப்பு பற்றி குறிப்பிடாத, சாரமான அளவு மற்றும் கணக்கீட்டு அலகுகள் குறித்துப் பேசுகின்ற, 'பொருள்தன்மையற்ற', 'தூய' அல்லது 'ஆன்மீக' அளவுகள் குறித்து பேசுகின்ற கோட்பாடு களைக் கூறுகின்ற ஆசிரியர்களும் தாங்கள் உச்சபட்சமானதும் கரணியமானதாக குறுக்கவியலாத இருப்புகளைக் கையாள்வதாகக் கருதுகின்றனர். சுருக்கமாகக் கூறினால் அடி-மெய் சுயம்புவான

நிகழ்வுகள் பற்றி பேசுவதாகக் கருதுகின்றனர். சாதாரணமாக அத்தகைய புரியாத புதிர்கள் தத்துவத்திடம் ஒப்படைக்கப்படும். ஷும்பீட்டர் பொருளாதாரத்தின் 'முன்னனுமானங்கள்' குறித்து நான் 'ஆழமான ஆய்வேதும்' செய்ய மாட்டேன் என்ற வெளிப்படையாகக் கூறி புறமொதுக்கியுள்ளார். 'நாம் ஆய்வுக்கெடுத்துள்ள அமைப்பில் குறிப்பிட்ட கூறுகள் உண்மையில் என்ன? அவை ஏன் இருக்கின்றன? என மேலும் மேலும் ஆழமான என அதல பாதாளம் வரை வினாக்களை எழுப்பிப் போய்க் கொண்டே இருக்க முடியாது. நாம் சிலவற்றை சரி என அனுமானித்து மேற்கொண்டு ஆய்வு செய்கின்றோம்'.[27] தத்துவம் அதன் இதுவரையிலான வரலாற்றில் அதற்கு அளிக்கப்பட்ட பணிகளில் முழுமையாக தோல்வியுற்றிருக்கிறது அல்லது சில சில்லறை வெற்றிகளைப் பெற்றுள்ளது என்பதால், சமகால பொருளியல் தனது கணிதவியல்ரீதியானதும் முறைபாடுகளுக்குள் பொருந்துவதுமான மேல்கட்டுமானத்தை முழுவதும் கண்மூடித்தனமானதும் அதனால் விளங்கிக் கொள்ள முடியாததுமான அடித்தளத்தின் மீதே கட்டியமைத்துள்ளது என்பதை நிறுவுவது சிரமமான செயல் அல்ல.. இந்த முடிவை முனைப்பு-பொருண்மம் வரைபடத்தின் மூலம் இன்னும் தெளிவாக விளக்கலாம். 'பொருளியலின் நோக்கு நிலையில்' பொருளியல் கருத்தினங்கள் கூருணர்விலிருந்து முழுமையாக விலகிப் போனவை. அவை கூருணர்விற்கு மிக உடனடி விவகாரங்களாகவும் சிந்தனையால் இடையீடு செய்யப்படுபவை அல்ல என்றும் அதனால் ஊடுறுவி உட்பக்கம் காண முடியாதவை என்றும் கருதப்படுகின்றது. எனவே 'பொருளாதார புறநிலைப் பார்வை' அல்லது 'மதிப்பின் புறநிலைப் பார்வை' என்பது பொது இலக்கணத்தில் அடங்காத தனிச்சிறப்பான தனித்துவமான புறநிலைத்தன்மை கொண்டது (objectivity sui generis); தனக்கென்ற தனித்துவமானதும் தான் எதுவாக உள்ளதோ அதற்குள் மறைந்திருப்பதுமான விதிகளுடன் கட்டமைக்கப் பட்டது ஆகும். அது மானுடத்தால் உருவாக்கப்பட்டதல்ல என்று கருதப்பட்டது. இளவயது மார்க்ஸ் அதனை ரத்னச் சுருக்கமாக தொகுத்துக் கூறும்போது பொருளாதாரம் எனும் பொருண்மம் 'மானுடத்திற்கு வெளியேயுள்ள புறநிலை எதார்த்தம்' என நம்பப் படுகின்றது; அத்தோடு இயற்கை உலகிற்கும் வெளியேயுள்ள புறநிலை எதார்த்தம் என்றும் கருத்தப்படுகின்றது. ஏனென்றால் பிந்தைய நிலையை எளிதில் மனச்சித்திரமாக காண்பது சாத்தியம். ஆனால் பிந்தைய நிலை பல சிக்கல்களைக் கொண்டுள்ளது. அவை மார்க்சால் 'புலனுர்வால் உணரக் கூடிய புலனுர்விற்கு அப்பாற்பட்டவை' ('sensuouse supersensous things') என் அடையாளம் கூறப்பட்டவை ஆகும். பிந்தையது, கல்விப்புல இலக்கியங்களில் 'பொருளற்றதால்

ஆனது', 'தூய உணர்வில் ஆனது' என்றெல்லாம் அடையாளம் கூறப்படுகின்றது. இவை முதன்மையான இயற்கை என்பதற்கு மாறாக பிளாட்டோவிய கருத்துரு போன்றவையாக உள்ளன. சமூகரீதியான 'புறநிலை' தன்னை பொருளுலகிற்கு வெளியிலுள்ள 'மீ புலனுணர்வில்' உணரக் கூடிய ஒன்றாக உள்ளது.

இதற்கு எதிரான மார்க்சிய தேற்றத்தின்படி இந்தக் கருத்தாக்கம் ஒரு மாயை. ஆனால் அத்தியாவசியமான 'புறநிலை மாயை' ('objective illusion')[28] பொருளாதார வடிவுகள் சீர்குலைவிற்கு உள்ளாகியுள்ளன. மார்க்ஸ் இங்கே வேண்டுமென்றே இந்தப் பதத்தின் துல்லியமின்மையை இருண்மையை பயன்படுத்திக் கொண்டுள்ளார். இந்த இருண்மை ஜெர்மன் மொழிக்கே உரித்தான பிரத்யேகமான உள்ளார்ந்த பண்பு ஆகும். அவ்வாறாக ஒரு புறத்தில் பணம் ஒரு 'சீர்குலைந்த (verruckte) வடிவம்', அதாவது 'எந்த அறிவுபூர்வமான விளக்கத்திற்குள்ளும் அடங்காத, கரணியமாகப் புரிந்து கொள்ள இயலாத வடிவம்' என்ற அர்த்தத்தில் அது ஒரு 'தூய பைத்தியக்காரத்தனம்'. மறுபுறத்தில் வெளி குறித்த நோக்கில் பணம், தனது இயற்கையான நகர்வுப் பாதையிலிருந்து (locus) தடம்புரண்ட பொருண்மம் என்ற வகையில் சீர்குலைவடைந்த ஒன்று. அது வெறுமனே 'உணரக் கூடியது' ('sensuous') மட்டுமல்ல, அது 'மீ புலனுர்வுத்தன்மை' கொண்டதும் ஆகும். அந்த வகையில் அது இடம் பெயர்க்கப்பட்ட இடமாற்றம் செய்யப்பட்டு, கூருணர்விலிருந்து சுதந்திரமான இருப்பு கொண்ட புற உலகில் இருப்பது. இந்த இடப்பெயர்வு, 'பொருளாதார நிகழ்வுப்போக்கு உருவாக்கிய விளைவு' ஆகும். (G934). எனவே இந்த இடப்பெயர்வுக்கு, 'மாற்று இருத்தல்' (Transposition) என விளக்கமளிக்கலாம். அதாவது உழைப்பு 'தனது ஆற்றல் மூலமான உழைப்பாளியிடமிருந்து' அந்நியப்பட்ட 'இன்றியமையாத நிகழ்வுப் போக்கு' ஆகும் (G216). மார்க்சும் புறவீச்சு (Projection) (K1/634) என்ற பதத்தை 'மாற்று இருத்தல்' (Transposition) என்ற பதத்திற்கு பதிலியாகப் பயன்படுத்துகின்றார். எனவே வடிவங்கள் மாற்று இருத்தல், புறவீச்சு, இடப்பெயர்வு என்ற விதமாக 'மீபுலனுர்வு' தளத்திற்கு செல்வதன் மூலமாக சீர்குலைவிற்கு உள்ளாகின்றன. இது 'வெளி'யில் நடக்கும் இடப்பெயர்வு என்ற வகையில், புலன்களால் உணரக்கூடிய, அதே நேரத்தில் புலனுணர்விற்கு அப்பாற்பட்ட இருத்தலும் கொண்ட பொருண்மம் என்ற வகையில் சீர்குலைவடைந்தது ஆகும்.

இங்கு சீர்குலைவு (verrückheit) என்ற பதத்திற்கு இருக்கும் இரண்டு அர்த்தங்களும் ஒன்றிணைகின்றன. இது பொருளாதார வடிவங்களின் அடிப்படைப் பண்பு என்பது வெளிப்படை. கல்விவளாக

பொருளியல் இந்த இடப்பெயர்வின் விளைவை மட்டுமே அறியும். அதாவது முடிந்ததாக அளிக்கப்பட்டவை[29] அல்லது அடி-மெய் (a priori) உருவாக்கங்கள் மானுடத்திற்கு வெளியிலான கூறுகள் - அப்போதும் அந்த மானுடர் ஒரு கற்பனையான எடுகோள்தான் - என்றே அறியும். பொருளாதாரத்தை 'விமர்சனப் பகுப்பாய்வுக் கோட்பாடு' என அணுகியவர்களே இந்த 'சீர்குலைவு' அல்லது அந்நியமாக்கப்பட்ட வடிவை அதன் தோற்றுவாயை காட்சிப்படுத்த வேண்டிய பொறுப்பைச் சுமக்க வேண்டியிருந்தது. அதாவது அடிப்படையில் மானுட தோற்ற மூலம் கொண்டவை என்பதைக் காட்ட வேண்டியிருந்தது. தான் செவ்வியல் பொருளாதாரம் குறித்த பகுப்பாய்வோடு தொடங்குவது ஏன் என்பதை மார்க்ஸ் வெளிப்படையாகத் தெளிவாக்கியிருந்தார். ஏனென்றால், 'அந்நியமான வடிவங்கள் செவ்வியல் பொருளியலாளர் களையும் விமர்சனப் பொருளியலாளர்களையும் கடுமையாக உழைக்கச் செய்திருந்தன. அத்தோடு [ஏனென்றால்] அவர்கள் தங்கள் பகுப்பாய்வில் இந்த வடிவங்களை புறக்கணிக்க முயற்சித்தார்கள்' என்பதால் மார்க்சுக்கு இது மிகவும் முக்கியமாக இருந்தது (T3/493). இந்த வடிவங்கள் ஒன்றுக்கொன்று அந்நியப்பட்டவை, ஆனால் மானுடருக்கு 'உடனடி' முக்கியத்துவம் உள்ளவை. உற்பத்தி விலை என்பது 'அந்நியமாக்கப்பட்ட வடிவங்களின்' ஒன்றுகூட்டலே. மார்க்சிற்கு அளவுரீதியிலான நிர்ணயம் அல்ல, மாறாக 'அந்நியமாக்கப்பட்ட வடிவங்களை நீக்குவதே' விமர்சனபூர்வ பொருளியலின் முதன்மையான கடமை என்பது கருத்தாக இருந்தது. விமர்சனபூர்வ பொருளியல் கணிதவியல் பொருளியலுக்கு குத்தெதிர் புள்ளியில் நின்றது. ஏனெனில் கணிதவியல் பொருளியல் 'அந்நியமாக்கப்பட்ட நிலையை' சரிதான் என இயல்பானதென ஏற்றுக் கொள்கின்றது. அதாவது விமர்சனபூர்வ பொருளியல் தனது அடிப்படைக் கூறாக இதனைக் கருதுகின்றது.

எனவே ஜோன் ராபின்சன் மார்க்சியம் கலைச்சொற்களை [கல்விப்புல பொருளியலுக்கு] மொழிமாற்றம் செய்ய வேண்டும் என்று கூறும்போது இதனைக் கவனத்தில் கொள்ளவில்லை என்பது தெரிகின்றது. அதாவது இடதுசாரி-நவ-ரிக்கார்டியனிசமும் கூட இந்த 'அந்நியமாக்கப்பட்ட வடிவுகளை', 'இயற்கையானவை' (K3/838), என்றே தவறாகக் கருதுகின்றது. அவற்றை 'இயல்பான கூறு' (T3/493) எனக் கொண்டே மேலே நகர்ந்து செல்கின்றது. இங்கு பிரச்சினை, இந்தவகையான சிந்தனை 'மேலோட்டமான கரணியம் போன்ற ஒரு இயல்பான தோற்றத்தோடு' (K2/96) உருவாக்கப்பட்ட வடிவங்களை 'இயற்கையானது' என்றும் இயற்கையின் கட்டமைப்பிற்குள் வருவது

என்றும் கருதுவதும், அவை மானுடத்தால் உருவாக்கப்பட்டவை என்று உணராது இருப்பதும் ஆகும்.

சமூக - பொருளாதார கருத்தினங்களின் முனைப்பான - புறவயமான இரட்டைப் பண்பும் மார்க்ஸ் - அடோர்னோ ஆகியோரின் எழுத்துகளில் அதன் தோற்றம் குறித்த பிரச்சினையும்

முன்னர் கண்ட வரைபடத்தில் பயன்படுத்தப்பட்ட முனைப்பு - பொருண்மை கலைச்சொற்கள் ஒரு எரிச்சலூட்டும் தெளிவின்மையைக் கொண்டுள்ளது வெளிப்படை. S1 என்ற தலைப்பிட்ட நெடுக்குவச வரிசையில் சேர்க்கப்பட்டுள்ள கருத்தாக்கங்கள், மரபார்ந்த வகையில் புறம் சார்ந்ததாக அல்லது புறவயமானதாக பொருண்மையானதாகப் புரிந்து கொள்ளப்படுகின்றன. மறுதலையாக பொருண்மை எனும் நெடுக்கு வரிசையில் பயன்படுப்பட்டுள்ள பதங்கள் சமயத்தில் மரபார்ந்த வகையில் அகம் சார்ந்தவையாக முனைப்பு என்ற புரிந்து கொள்ளப்படுபவை. S1, 'புலன்களால் உணரக் கூடிய', 'திட்டவட்டமான' பொருண்மைகளைக் கையாள்கின்றது. அதாவது முதன்மை இயற்கை உலகின், மானுட உள்ளத்திற்கு புறத்தே உள்ளவற்றை சாதாரண புரிதலில் புறவயமான எதார்த்த உலகின் கூறுகளைக் கையாளுகின்றது. மறுதலையாய் S2 உளம் சார்ந்த, குறுகலான புரிதலில் அகம் சார்ந்த கூறுகளைக் கொண்டுள்ளது. மேலும் S1 கீழே உள்ள மனிதர்களுக் கிடையேயான உறவுகள், அவர்கள் உற்பத்தி உறவுகளுக்கு கீழ்ப் படுத்தப்பட்டிருப்பதுவரை புறவயமானது என புரிந்து கொள்ளப்பட வேண்டும்.

பொருளாதாரக் கருத்தினங்களை 'சிந்தனையின் புறநிலை வடிவங்கள்' என மார்க்ஸ் வரையறுப்பதால் மேலும் சிரமங்கள் வந்து சேர்கின்றன. ஏனென்றால், இந்த இடத்தில் 'புறநிலையானது' எனும் பதம் 'புறநிலையின்' தினசரி வாழ்க்கையில் எதிர்கொள்ளும் பொருட் களுக்கு மேலான ஒன்றைச் சுட்டுவதோடு அகங்களுக்கிடையிலான அல்லது வேறு வேறு முனைப்புகளுக்கிடையிலான (inter subjective) பொருத்தப்பாட்டையும் பரந்துபட்ட அர்த்தத்தில் சுட்டி நிற்கின்றது.

இறுதியாக, இருப்பதிலேயே மிகவும் குழப்பமானதாக, மிகவும் அழுத்தம் திருத்தமாக புறநிலையினதான - விசைகளையும் விதிகளையும் உள்ளடக்கி - S1ல் கூறப்பட்டுள்ளதைக் காட்டிலும் அதிகம் தெளிவாக 'புறநிலைத் தன்மை' கொண்டதாக புரிந்து கொள்ளப்படுகின்றது. இந்த தெளிவற்றதும் சுதந்திரமானதுமான 'புறநிலைத்தன்மை' தனக்கே நேர்மாறானது - மாயை (schein), கலப்படமில்லாத மாயை, 'இரண்டாம்' இயற்கை.

அடோர்னோ மீண்டும் மீண்டும் வலியுறுத்துவது போல, 'பொருள்' என்பதில் உள்ளார்ந்து இருக்கக் கூடியதும் தவிர்க்கவொண்ணாதது மாகிய கலைச்சொற்கள் உருவாக்கும் இந்த தெளிவின்மைக்கு முன்னே சமூக-பொருளாதார கருத்தாக்கங்களின் அகவயமானது-புறவயமானது என்ற இரட்டைப் பண்பு குறித்து ஒரு தெளிவான வரையறையை உருவாக்குவது எப்படி?

மார்க்சின் எழுத்துகளில் இரட்டைப் பண்பு எனும் பிரச்சினை

நாம் கலைச்சொற்களின் புதிர்பாதைகளில் இருந்து இன்னும் வெளிவரவில்லை. இனிவரும் பகுதியில் பார்க்க இருப்பது போல பொருளாதாரம் குறித்த முதிர்ச்சியான விமர்சன பகுப்பாய்வை சரிவரப் புரிந்து கொள்ள இன்னும் மேலான கருத்தாக்க தெளிவாக்கம் தேவை. அதாவது, இதுவரையிலான விவாதம், மார்க்சின் தொடக்ககால எழுத்துக்களில் செய்யப்பட்ட வேறுபடுத்தல்களுக்கு மட்டுமே பொருந்துகிறது.

ஹெகலின் எழுத்துகளில் பொருளாதாரக் கருத்தினங்களின் திட்ட வட்டமானதும் சாரமானதும் ஆகிய இரட்டைப் பண்பு

மார்க்சின் 'பொருளாதார-தத்துவக் கையெழுத்துப் பிரதிகள்' (Economic-Philosophic Manuscripts) நூலை சற்றுப் புரட்டிப் பார்த்தால் போதும். சரக்கு மற்றும் பொருளாதாரக் கருத்தினங்களின் இரட்டை நிலை பண்பு குறித்த அவரது சிந்தனைகள் பிற்கால மார்க்சின் முதிர்ச்சியான பொருளாதார பகுப்பாய்வுகளின் மையமான வகிபாகம் கொண்டுள்ளன என்பது மட்டுமின்றி அவரது தொடக்ககால பொருளாதார ஆய்வுகளிலேயே முக்கியமான இடத்திலுள்ளதை புரிந்து கொள்ளலாம். உண்மையில் ஹெகலின் *தூய உணர்வின் தத்துவம்* (Philosophy of Spirit) பிரதியை வாசித்த காலத்திலிருந்தே மார்க்ஸ் இந்த வகையான ஆய்வுகள் குறித்த புரிதலோடு இருந்தார். ஹெகலின் உரிமையின் தத்துவம் குறித்த தனது விமர்சனத்தில் மார்க்ஸ் பணத்தின் இயக்கவியல் தீர்மானம் குறித்து §299 தனது கருத்துகளை நூலின் பகுதியை எடுத்துரைத்து பதிவு செய்துள்ளார். மேலும் தனது *மூலதனம்* நூலில் பணம் குறித்த ஹெகல் நூலின் வரையறுப்பை (§63) எடுத்துரைக்கின்றார். கையெழுத்துப் பிரதியிலும் பணம் குறித்த வரையறுப்பு வரும்போது மார்க்ஸ் யூதப்பிரச்சினை குறித்து (On Jewish Question) நூலில் அளித்ததையே சுட்டுகின்றார். ஆனால் இவை, அதாவது 'பணம் எல்லாவற்றின் மதிப்புகளுக்கும் வழக்கிலுள்ள கருத்தாக்கம்' (P566) என்ற சொற்றொடர் ஹெகலிடம் பெற்றதுதான். அது உரிமையின் தத்துவம் நூலில் (§204) கூறப்பட்டுள்ள வரையறுப்பில் இருந்தே எழுகின்றது. இதன்படி 'எல்லா சரக்குகளின் சாரமான

மதிப்புகள் பணத்தில்தான் ஈடேற்றம் பெறுகின்றன! *தூய உணர்வின் தத்துவம்* (Philosophy of Spirit) நூலின் பத்திகள் (§486, §494) இரட்டைநிலை பண்புகள் குறித்த பிரச்சினையையும் மதிப்பின் மாறும் வடிவங்கள் குறித்தும் தெளிவாய்ப் பேசுகின்றன என்பதை மார்க்ஸ் அறிவார் என நாம் யூகிக்கலாம். இரண்டு பத்திகளும் மதிப்பு என்பதை சாரமானதாகவும் பொதுவானதாகவும் கையாளுகின்றன. ஹெகல் இந்த 'சாரமான மதிப்பு' குறித்து சில தெளிவற்ற/பூடகமான சொற்றொடர்களையே கூறியுள்ளார் என்பதை மார்க்ஸ் மிக ஆரம்ப கட்டத்திலேயே புரிந்து கொண்டார் என்று நாம் துணியலாம். இந்த காரணத்தினால்தான் மார்க்ஸ் பிற்பாடு ஹெகலின் தெளிவற்ற கூற்றையும் அரசியல் பொருளாதாரம் [மார்க்சிற்கு முந்தைய... மொ.பெ/ப.ஆ] அளிக்கும் வரையறுப்பையும் குறித்து 'சமூகக் குறியெழுத்து' (hyroglyphe of society – K 1188) என்று குறிப்பிடுகின்றார்.

§494-ல் சரக்கின் இரட்டைநிலை பண்பு பின்வருமாறு வரையப் பட்டுள்ளது: பொருண்மத்தின் உடனடி குறிப்பிட்ட கட்டுவிப்பு என்பதற்கும் அதன் *திண்மநிலைக்கும்* (substantiality) அதாவது அதன் மதிப்பு ஆகியவற்றுக்கிடையிலான வேறுபாடு அந்தப் பொருண்மத்தில் உள்ளார்ந்ததாக, எனவே அதன் ஒரு பண்பாக பின்மொழியப் படுகின்றது. அது ஒப்பீட்டுக்கு ஏதுவானதாகவும் அதனால் அதற்கு சம்பந்தமற்ற மற்றவற்றுடன் சமன்செய்யக் கூடியதாகவும் இருக்கின்றது. §483-ல் பொருண்மை இரண்டாக பிளவுபடுகிறது என்பது முன்னுணரப்பட்டுள்ளது. §486-ல் பரிவர்த்தனையின்போது மதிப்பு பல்வேறு வடிவங்களை எடுக்கின்றது, ஆனாலும் இந்த நிகழ்வுப் போக்கு முழுவதிலும் அது தன்னால் ஒன்றாகவே ('in itself identical') உள்ளது. ஹெகல் சாரமானதும் அறுதியானதுமான மதிப்பு உருமாற்றம் அடையும் சிந்தனையை வரைய முற்படுகின்றார் என்பது உண்மை யென்றால், மார்க்ஸ், சிலவற்றை 1844-க்கு முன்பே சுருக்கி எழுதுகின்ற, ஸ்மித், ரிக்கார்டோ, சே ஆகியோரது எழுத்துப் பத்திகளையே அவரும் கவனத்தில் கொள்கிறார் என எடுத்துக் கொள்வது தவறாகாது. இந்தப் பத்திகள் மதிப்பு குறித்த தனது கருத்தாக்கத்தை உருவாக்க மார்க்சிடம் மிகுந்த செல்வாக்கை செலுத்தியுள்ளன.

மார்க்சிய சிந்தனையான சரக்குகள், சரக்கென்றும் பணம் என்றும் இரட்டை வடிவம் கொள்கின்றன என்பதற்கு ஹெகல் கட்டியம் கூறியுள்ளார்; அதனை முன்னறிந்துள்ளார் என்பதை மார்க்ஸ் 1843/ 44லேயே பணம் குறித்த ஹெகலின் வரையறுப்புகளை கவனத்தில் எடுத்துக் கொண்டுள்ளார் என்பதை வைத்து உறுதி செய்து கொள்ளலாம். இந்த சிந்தனை குறித்த ஹெகலின் திறம்பட்ட தெளிவான வரைவாக்கம்

அவரது ஆரம்பகால கையெழுத்துப் பிரதி ஒன்றிலேயே உள்ளது. ஆனால் மார்க்சிற்கு அது தெரிந்திருக்க வாய்ப்பில்லை. 'பொருண்மமே அதளவில் திட்டவட்டமான அதாவது சரக்காக அல்லது சாரமானதாக, அதாவது பணமாக பிளவுறுகிறது' என்பது அவர் எழுதிய ஒரு பத்தி.[30]

'ஒரு பொருண்மத்திற்கு உள்ளார்ந்ததாக வேறுபட்ட தன்மையிருப்பதாக முற்கோள் கொள்வது' 'இரண்டாக பிளவுறுவது' 'உடைவது' என்பது போன்ற ஹெகலிய சொற்றொடர்கள் மார்க்சின் எழுத்திலும் உட்புகுந்துள்ளன. குருண்ட்ரிச போன்றவற்றில் இப்படியே அச்சசகாமல் காணலாம். அந்த நூலில், 'இரட்டை முற்கோள்', 'இருவித இருப்பு' 'இரட்டிப்பாதல்', 'இரட்டை வடிவம்' என்றெல்லாம் மார்க்ஸ் கூறிச் செல்வதில் இதனைக் காணலாம். 'உழைப்பின் இரட்டைத் தன்மை' என்பதையும் ஹெகல்தான் முதலில் கூறியதாக ஒருவர் நினைக்கத் தோன்றும். இது அவரது சிந்தனை ஓட்டத்தின் தொடர்ச்சிதான் என்றாலும் இது குறித்து ஹெகல் ஒரு முடிவுக்கு வர முடியாதவராய் முன்னுக்குப்பின் முரணாய் முரண்பாடான கருத்துகள் கொண்டவராக இருந்திருக்கின்றார். சரக்கின் இருநிலைப் பண்பு குறித்து கொண்டிருந்த அதே சிக்கல்தான் உழைப்பின் இருநிலைப் பண்பு குறித்தும் இருந்துள்ளது.

இளம் மார்க்சின் எழுத்துகளில் பொருளாதார பொருண்மங்களின் இருநிலைப் பண்பு

முன்னுக்குப்பின் முரணான இத்தகைய கருத்துநிலை, ஹெகலின் தூய உணர்வின் தத்துவம் என்பதிலேயே அடிப்படையான வடிவமைப்புப் பிழை உள்ளதோ என்ற வினா எழும்பக் காரணமாய் உள்ளன. அத்தகைய முரண்பாடுகள் தற்செயலானவை அல்ல என்பதை வலியுறுத்துவதில் இளம் மார்க்ஸ் விடாப்பிடியாக இருக்கின்றார். ஹெகலிய இயக்கவியல் மற்றும் பொதுவாய் அவரது தத்துவம் குறித்த மார்க்சின் விமர்சன பகுப்பாய்வு மற்றும் அவரது 'அரசியல் பொருளாதாரம் குறித்த விமர்சன பகுப்பாய்வு' இரண்டும் மேலெழுந்தவாரியான தொடர்பு கொண்டதாகத் தோன்றுகிறது. ஆனால் அவை பிளவில்லாத ஒரு ஒருமையின் கட்டுவிப்பு ஆகும். இவை மார்க்ஸ், 'ஹெகலிய இயங்கியலின் நேர்மறையான விசைகள்' (positive moments of Hegelial Dialectics - P 583) எனக் கருதி தூக்கி நிறுத்துபவைக்கும் பொருந்தும். அவை தமக்குள் அரசியல் பொருளாதாரம் மீதான விமர்சன பகுப்பாய்வு எனும் கூறுகள் உட்பட விமர்சனத்தின் எல்லாக் கூறுகளையும் உள்ளடக்கியிருக்கும் வரை இது பொருந்தும். அத்தோடு 'நேர்மறையான விசைகள்', அவை 'அந்நியமானதில் தீர்மானிப்பு என்பதற்குள்' மட்டுமே நேர்மறையானவை

என்ற மார்க்சின் தேற்றத்திற்கும் இது பொருந்தும். ஏனென்றால் விமர்சன பகுப்பாய்வு ‘தன்னைக் குறித்து வெளிப்படையாக இல்லாது மாயத் தோற்றம் தருவதாக’ உள்ளது.

ஹெகலிய இயக்கவியலுக்கு மட்டுமல்ல, பொதுவாக ‘ஜெர்மன் தத்துவம்’ குறித்த விமர்சனத்திற்கும் அரசியல் பொருளாதாரம் குறித்த விமர்சன பகுப்பாய்விற்குமிடையில் இருக்கின்ற உள்ளார்ந்த உறவு அடிக்கடி கவனத்திலிருந்து தப்பி விடுகின்றது. இரண்டுமே மரபார்ந்தவகையில் முனைப்பு-பொருண்மை அல்லது அகம்-புறம் இருண்மையை மட்டுமே தனித்துக் கவனிப்பதாக உள்ளதே இந்த உறவு உருவாவதன் அடித்தளம். முன்னர் கண்ட வரைபடத்தில் இந்த இருண்மை S1, S2 ஆகியவற்றுக்கிடையேயான உறவாகப் பிரதிபலிக்கப் படுகின்றது. உழைப்பின் புறநிலை என்பதற்கும் தன்னுணர்வு அல்லது ஒர்மை என்பதற்கும் இடையிலான உறவாகக் காட்டப்படுகின்றது. இந்த வரம்புக்கு உட்பட்ட குவியத்தோடு இருப்பதே பொருளாதாரக் கோட்பாடு எப்போதும் கொள்ளும் பண்பு. அது தனது நிலைபாட்டிற்கு நியாயம் செய்ய வேண்டும் என்னும் அளவில் அகம்-புறம் அல்லது முனைப்பு-பொருண்மை எனும் இரட்டைநிலை பற்றிய மரபார்ந்த தத்துவவியலின் விவரிப்புகளை ஆழமான பரிசீலனை இன்றி கடன் வாங்கிப் பயன்படுத்துகின்றது. எனவே இரட்டைநிலையை ஹெகலியம் கையாள்வது குறித்த மார்க்சின் விமர்சனம் பொருளியலின் ஞானவியல் அடித்தளம் மீது தாக்கம் செலுத்தி அதன் மூலம் பொருளியல் முழுவதின் மீதும் தாக்கம் செலுத்துகின்றது.

> ...அந்நியமாதல்... சிந்தனைக்குள்ளாகவே... பொருண்மை மற்றும் முனைப்பு அல்லது புறம் மற்றும் அகம் ஆகியவற்றின் எதிர்நிலை. ஏனைய எதிர்நிலைகள் அவற்றின் இயக்கம் எல்லாம்... இவற்றின் ஜனரஞ்சக வடிவங்கள்தான். கவனிக்க வேண்டிய ஒரே எதிர்நிலை ஏனைய இரண்டாம் நிலை எதிர்நிலைகள் மீது அர்த்தம் தோய்ப்பது அதுதான்... எனவே அகம் அல்லது முனைப்பு எப்போதும் கூருணர்வு தான்... மேலும் மானுடர்களின் இருப்பு... சுய கூருணர்வு தான்... வேறுபட்ட நிலைகளிலான அந்நியமாதல்... அவை உண்மையில் வேறுபட்ட நிலைகளிலுள்ள கூருணர்வு தான்.

ஹெகலின் எழுத்துகளில் இருக்கும் இந்த ‘இரண்டாம்நிலை எதிர்நிலைகள்’ அல்லது ‘அந்நியமாதலின் வடிவங்கள்’ என்பவற்றுக்கான எடுத்துக்காட்டாக ‘செல்வவளம், அரசு அதிகாரம்... போன்றவை’ என்பவற்றை மார்க்ஸ் வெளிப்படையாக கூறுகின்றார். அவற்றை ‘சிந்தனையின் பொருண்மைகள்’ என்ற வகையில் ‘தூய சிந்தனையின்

அந்நியமாதல்' என்ற கவனத்தில் கொள்ள வேண்டும். இந்த 'இரண்டாம் நிலை எதிர்நிலைகள்' அல்லது 'பொருளியல்', ஆழமான 'அகம்-புறம்' அல்லது 'முனைப்பு-பொருண்மம்' எனும் முரணியக்கத்தை உருவாக்குவதற்கு இருக்கும் ஆற்றலைப் பொருத்தே நிற்கின்றன அல்லது வீழ்கின்றன. அப்படி உருவாக்குவது எதிர்மறைகளுக்கு மட்டுமல்லாது, வேறுபாடுகளுக்கு மட்டுமல்லாது 'அகம்-புறம்' முரணியக்கத்தில் ஒத்தவை, உடன்படுபவைகளுக்கும் பொருந்துவதாக இருக்க வேண்டும்.

வேறுபாடுகள், 'அகம்' அல்லது 'முனைப்பு' என்பதன் இடத்தைப் பொறுத்துதான் உருவாகின்றன. இந்த இடத்தில் இப்போது 'கூருணர்வு' அமர்வதில்லை. மாறாக, தமது இனத்தின் (species) பிரதிநிதியாக மானுடர் அதாவது 'மானுட இருப்பின் தவிர்க்கவொண்ணா ஆற்றல்' (Wesenkräfte) அமர்கிறது. மரபார்ந்த கோட்பாடுகளின்படி அகம்-புறம் குறித்த இரண்டாம்நிலை இயக்கவியல் பகுப்பாய்வின் ஆய்வுப் பொருளே ஒரு அகம்-புறம் முரணியக்க உறவே. மரபார்ந்த கோட்பாட்டின் பொருண்மை - அதாவது சரக்குகள், பணம், மூலதனம் ஆகியவற்றின் பொருளாதார எதார்த்தம் இயற்கை அறிவியலின் பொருண்மைகளிலிருந்து வேறுபடுத்திப் பார்க்கவியலாதது. 'இரண்டாம் இயற்கை' 'முதலாம் இயற்கை'யோடு சமன் செய்யப்பட்டுள்ளது. பொருளியலாளர் தம்மை பொருளாதார மெய்மைகளைக் கையாளும் மருத்துவர் என்றே கருதிக் கொள்கிறார். தனது ஆய்வுப் பொருள் அடிப்படையில் காத்திரமான துல்லியமான அறிவியல் புலங்களின் ஆய்வுப்பொருள் போன்றதே என்றும் கருதுகின்றார். மரபார்ந்த அகம்-புறம் இருமையின் நோக்குநிலையில் இயற்பியல் மற்றும் பொருளியல் இடையிலிருக்கும் பண்புரீதியான வேறுபாடு புலனாகாது. அகம்சார் பொருளியலை வலியுறுத்தும் நிபுணர்கள் சிலர் பொருளாதார எதார்த்தத்தை வேறு எதனோடும் ஒப்பிட இயலாத தனித்துவம் கொண்ட எதார்த்தம் (sui generis) என வரையறுக்கும் நிலைக்குத் தள்ளப்பட்டனர். எடுத்துக் காட்டாக, 'சமூக அறிவியலில் எதார்த்தம் எனும் கருத்தாக்கம் இயற்கை அறிவியலில் உள்ள அர்த்தத்திற்கு மாறானது'[31] ஆனால், இதுவரையில் அவர்கள் இந்த 'மாறுபட்ட அர்த்தம்' என்பதை எதிர்மறையாக கூறியுள்ளார்களே தவிர நேர்மறையாக வரையறுத்துக் கூறியதில்லை. இதற்கான காரணங்கள் பொருளியலில் உள்ளார்ந்து இருப்பவை மட்டுமல்ல, ஏனெனில் அகம்சார் பொருளாதாரம் புறநிலையான, தனிமனிதர்களுக்கு மேலான பொருளியல் கட்டமைப்புகள் எதனையும் உய்த்துணர முடியாததாய் உள்ளது. கேள்வியின் காரணம் ஞானவியல் அல்லது இருப்பினவியல் அடிப்படையிலானது. விதிகளில் கால்கொண்டுள்ள ஆனால் இயற்கை அறிவியலில் உள்வாங்கி

விளக்கவியலாத எதார்த்தம் என ஒன்றை மரபார்ந்த கோட்பாட்டின் அகம்-புறம் இருண்மை எனும் நோக்குநிலையில் கற்பனை செய்வதும் இயலாது. எனவே, அப்படிப்பட்ட எதார்த்தம் ஏதுமில்லை என்ற ரீதியில் விவாதம் செல்கிறது.

பொருளாதார எதார்த்தத்தின் 'முற்றிலும் வேறுபட்ட அர்த்தம்' என்பது குறித்து அடோர்னோ வெளிச்சமிடுகின்றார். அவர் அதனை 'புறநிலைத் தன்மை' (objectivity) என அடையாளப்படுத்துகின்றார். அது மிகவும் பயனுள்ள கலைச்சொல் புத்தாக்கம் என எனக்குப் படுகின்றது. மார்க்சிய பதங்களில் கூறினால் அது 'அமைப்பு' (system) குறித்த ஒரு வினா அல்லது பரிவர்த்தனை மதிப்புகளின் உலகம் குறித்த, அதாவது 'மதிப்பின் திட்டவட்ட வடிவமாக்கப்பட்ட' சாரம் பற்றிய ஒரு வினா.

ஹெகலிய மற்றும் 'இரண்டாம்நிலை' அகம்-புறம் இயங்கியல்களின் பொதுவான பண்பு இரண்டிலுமே 'புறம்' அல்லது 'பொருண்மை' காணாமல் போய் விடுகிறது. 'அகம்' மட்டுமே உண்மையில் எஞ்சி நிற்கின்றது. 'அகம்' மேற்கொள்ளும் 'நனவிலி உற்பத்தி' காணமாக புறம் என்பது இருக்கின்றது. இங்கு ஹெகலின் 'கருத்துமுதல்வாதம்' பொருளாதார புறவியல்வாதத்திற்குள் நெருக்குதலுக்கு உள்ளாகின்றது. அது இடது-ரிக்கார்டிய 'விமர்சன பொருளியலாளர்'களின் கருத்து முதல்வாதத்திற்கு சமமானதாக நிறுத்தப்படுகின்றது. மதிப்பு குறித்த கோட்பாடு அந்த வகையில் இரட்டிப்பு / புறவியல் தன்மை கொண்டதாக உள்ளது: அது 'உழைப்பு' என்பதை மரபார்ந்த அகம்-புறம் இருண்மை நோக்கில் 'புறநிலை' அளவாக கையாள்கின்றது. அதே சமயம் மூலதனம் என்பதை தனித்துவமானதும் பொதுவான விதிகள் அமலாகாததுமான (sui generis) பொருண்மையாக கையாள்கின்றது. அதாவது அடோர்னோ புரிந்து கொண்டதைப் போன்ற 'புறநிலை' எனக் கையாள்கிறது. அதாவது, இரண்டாம்நிலை அகம்-புறம் இயக்கவியலின் 'பொருண்மையாக'க் கையாள்கிறது. 'புறநிலை' மதிப்பின் கோட்பாடு எப்போதும் இந்த விதமான 'புறநிலை' நோக்கைக் கொண்டது எனும் மெய்ம்மை, அதன் அகம்சார் விமர்சகர்களாலும் அதன் நவ-ரிக்கார்டிய விமர்சகர்களாலும் தொடர்ந்து பாரமுகம் பெற்றதாகவே உள்ளது.

பொருளாதார நிபுணர்கள் மத்தியில் உள்ள இந்த கண்மூடித்தனம், மரபார்ந்த ஞானவியல் உருவாக்கி வார்த்ததே. ஞானவியல் 'புறநிலை' என்பதற்கு இருக்கும் இரு அர்த்தங்களையும் போதுமான தெளிவோடு வேறுபடுத்திக் காட்ட வல்லமை கொண்டதாக இல்லை. எனவே அது மானுட உள்ளத்திற்கு வெளியிலிருக்கும் 'புறநிலை' எனும் பதத்திற்கு இருக்கும் அர்த்தத்தை மனிதர்களின் கட்டுப்பாட்டிற்கு

அப்பாற்பட்ட இருப்பு என்ற அர்த்தத்தையும் ஒன்று சேர்த்து முடிச்சிடுகின்றது.

அகம்-புறம் இயங்கியல் குறித்த தொடக்ககால எழுத்திலிருந்து மூலதனம் நூல் வரையிலுமான தொடர்ச்சி

அகம்-புறம் இயங்கியலை நேராக நிமிர்த்தி நிற்க வைத்ததும் அதனை மூலதனம் எனும் கருத்தாக்கத்தின் பிரச்சினையோடு ஒன்றிணைத்ததுமே மார்க்சின் படைப்புகளின் அடிப்படைக் கரு. அது அடிப்படைக் கொள்கை அளவிலேயே அதுவரை 'அரசியல் பொருளாதாரம்' என்ற மார்க்சால் [ஏனையோராலும் மொ.பெ/ப.ஆ] அறியப்பட்டதிலிருந்து தன்னை வேறுபடுத்திக் கொண்டது. சமகால பொருளாதார கோட்பாடுகளிலிருந்து தன்னை வேறுபடுத்திக் கொண்டது. அத்தோடு அதற்கு முன்பு பல பிரச்சினைகள் குறித்து எழுதியவற்றையும் ஒரு முகப்புச் சரடு கொண்டு ஒன்று கோர்த்தது. மூலதனம் நூல் 'மூலதனம்' எனும் கருத்தாக்கத்தின் புதிரை அவிழ்க்க முனைந்தது. 'மூலதனத்தின் உண்மையான இயக்கங்கள்' குறித்த ஒரு கோட்பாட்டிற்கு அடிப்படை வழங்க வேண்டி இதனைச் செய்ய முனைந்தது. ஆனாலும் ஏனைய பல ஆய்வுகளுக்காக அது தள்ளி வைக்கப்பட்டது. ஏனைய பிரச்சினைகள் அனைத்தும் இதற்கு கீழானதாக இந்த அடிப்படை கரு துணை கொண்டே வகைப்படுத்தப் பட்டன. இதுதான் மார்க்சின் பகுப்பாய்வின் தனித்துவமான சிறப்பு. எனவே அளவுரீதியானதைக் காட்டிலும் பண்புரீதியான பகுப்பாய்வு முன்னிடம் பெறுவது இயற்கையாக சரியெனக் கொண்டு பகுப்பாய்வு முன்னெடுக்கப்படுகின்றது:

> மூலதனம் என்றும் கருத்தாக்கத்தின் மீதான வினா... நவீன சமூக அமைப்பின் தோற்றப் புள்ளியை ஒட்டி எழும் அடிப்படையான வினா... மூலதனம் எனும் கருத்தாக்கத்தின் துல்லியமான உருவாக்கம் இன்றியமையாதது... ஏனெனில் அதுதான் நவீன பொருளாதாரத்தின் அடிப்படை கருத்தாக்கம்... ஏனெனில் அதுதான் குடிமைச் சமூகத்தின் அடிப்படை மற்றும் [அதன்] அடிப்படை முன்நிபந்தனை (G233, 237)

மூலதனம் எனும் கருத்தாக்கம் குறித்து பண்புரீதியாக, வினா எழுப்ப மேலும் ஒரு நல்ல காரணம் உள்ளது. 'என்ன?' எனும் கேள்வி நேர்க்காட்சி தத்துவத்தால், முறைபாட்டால் தடை செய்யப்பட்ட வினா. அது 'அடிப்படை வினா' என கருதப்பட வேண்டிய வினா. காரணம் என்னவெனில், பணம் எனும் வடிவத்தோடு இருப்பதிலேயே மிகவும் அர்த்தமற்றும் பிடிகொடுக்காமல் வழுவிச் செல்வதுமான

வட்டி எனும் வடிவம் என்பது மூலதனம் என்பதோடு இணைத்து சிந்தனையில் அடங்காதது, புரிந்து கொள்ளவியலாத வடிவம் எனக் கொள்ளப்பட்டது (T3/458). இதனால் 'மூலதனம்' என்பது தெளிவற்ற ஒன்று எனக் கொள்ள வேண்டியிருந்தது (T3/447). இங்கு மார்க்ஸ் விவாதிக்கின்ற நவீன சமூகத்தின் அடிப்படைக் கருத்தாக்கம் என்பது மேலெழுப்பும் சில புதிர்களை நாம் குறிப்பிடலாம். ஸ்மித், மார்க்ஸ், நவ செவ்வியல் கோட்பாடு முதற்கொண்டு 'இன்று' வரை புரிதலுக்குச் சவாலாய் இருந்த ஒரு கருத்தாக்கத்தைக் கூறலாம். ஜோன் ராபின்சன் அந்தப் பிரச்சினையைப் பின்வருமாறு விளக்குவார்:

> முதலாளிகள் தங்கள் காரணிகளை ஒரு திட்டவட்டமான வடிவிலிருந்து... மற்றொன்றாய் மாற்ற முடிந்துள்ளது. அப்படியென்றால் திட்டவட்டமானதும் இருப்பு நிலைப்புற தொடர்வதுமானவை அளிக்கப்படவில்லை. மாறாக, மூலதனத்தின் சாரமான அளவு என்பதே அளிக்கப்பட்டது எனத் தெரிகின்றது. ஒரு குறிப்பிட்ட அளவு 'மூலதனம்' அதன் வடிவம் மாறிய பின்னும் மாறாமல் தொடர்கிறது என்னும் அதன் உரிமைகோரல் இன்றுவரை தீர்க்கப்படாத புதிராகவே தொடர்கின்றது.

மேலும் இதற்கு சற்றும் குறைவில்லாத புரியாத புதிர்களாக 'வாங்கும் சக்தி அடிப்படையில் அளவிடப்படும் எந்தவொரு செல்வவள அளவும்', அல்லது 'திட்டவட்டமான நிலைமூலதன சாதனங்களின் கையிருப்பாகவும்' போன்ற சொற்றொடர்களைக் காண்கிறோம். 'சாரமான அளவுகள்' 'செல்வ வளத்தின் அளவுகள்', 'செல்வப் பெருக்கின் அளவுகள்' போன்ற இந்தச் சொற்றொடர்கள் எல்லாம் பிரச்சினை இல்லாததுபோல் தோற்றம் தரும் 'மூலதனக் கையிருப்பு' எனும் தலைப்பின் கீழ்... இருக்கின்றன.[32] அவற்றுக் கெல்லாம் சில அடையாளக் குறியீடுகள் வழங்கப்பட்டு அவை பொருளாதார மாதிரிகளிலும் இடம் பெறுகின்றன. அந்த மாதிரிகளில் அவை 'மூலதனத்தின் அளவுகள்' என்று தோன்றுகின்றன. இந்த 'அளவுகள்' எவற்றின் அளவுகள் என்பதுதான் தெளிவாக்கப்பட வில்லை'[33] இந்த வகையில் ஜோன் ராபின்சன் கல்விவளாக பொருளாதாரத்தின் உயிர் முடிச்சின் இடத்தை துல்லியமாக கண்டு பிடித்துள்ளதாகக் கோரப்படுகின்றது. ஒரு 'சாரமான அளவு' ஒரு 'திட்டவட்டமான வடிவிலிருந்து' வேறொரு 'திட்டவட்டமான வடிவிற்கு' மாற்றப்படுகின்றது. ஆனாலும் அது 'தானாகவே' இருக்கின்றது'. ஆடம் ஸ்மித் 224 ஆண்டுகளுக்கு முன்பு அது போன்ற கருத்துருவை முன் வைத்தார்:

மூலதனம் ஒரே வடிவத்தில் தொடரும் வரை... வருவாய் எதனையும் உருவாக்குவதில்லை. அது தொடர்ந்து ஒருவரிடமிருந்து ஒரு குறிப்பிட்ட வடிவமாக விடைபெற்று பின் வேறொரு வடிவத்தில் திரும்பி வந்து சேர்கின்றது. இந்த சுற்றோட்டம்... அல்லது மாற்றியமைக்கப்படுவதன் மூலமே அது இலாபகரமாகிறது (பக்கம் 491-லிருந்து)

இந்தப் பத்தி மூலதனம் குறித்த கோட்பாடு குறித்த இளம் மார்க்சின் தேடலை தொடங்கி வைத்ததாகும். இதனை மூலதனம் 2-ம் தொகுதி 10-ம் அத்தியாயத்தில் ('நிலை-மூலதனம், சுழல்-மூலதனம் இவற்றின் தத்துவங்கள்' - மொ.பெ) மீண்டும் காணலாம். இங்கு மூலதனம் பற்றிய செவ்வியல் கருத்தாக்கம் குறித்த விமர்சனத்தை பிந்தையகால மார்க்ஸ் நடத்துகின்றார். ஜோன் ராபின்சன் பொருளியலின் 'தீர்க்கப் படாத புதிர்' என அழைத்தது, பொருளாதாரத்தின் 'பொருளாயதக் கூறு' என்பதிலிருந்து வேறுபடுத்தி 'முறைபாட்டுக் கூறு' என்ற மார்க்சால் அழைக்கப்பட்டது.³⁴ அவர் 'முறைபாட்டுக் கூறு' என்பதிலேயே கவனம் கொண்டிருந்தார். அளவுரீதியான உறவுகளைக் கணக்கிடுவதில் ஆர்வம் கொண்டிருக்கவில்லை. 'பணம் மூலதனமாக மாற்றம் அடைவது குறித்து' எனும் மூலதனம் நூலின் முதல் தொகுதியின் நான்காவது அத்தியாயத்தில் ('மூலதனத்துக்கான பொதுச்சூத்திரம்' - மொ.பெ) 'பொருளாதார வடிவங்கள்' மட்டுமே பரிசீலிக்கப்படுகின்றன என்பதை தெளிவுபடுத்துகின்றார். (K1/161). அந்த சொற்றொடர் பலமுறை திரும்பவும் சொல்லப்படுகின்றது. எடுத்துக்காட்டாக, 'உலகம் தழுவிய மூலதன வடிவங்கள் தான் கவனிக்கப்பட வேண்டியது' அதன் 'உண்மையான நகர்வுகள்' அல்ல (T3/463) என அவர் கூறுவதைக் காட்டலாம். ஆனால் இங்கும் கூட மதிப்பு, பணம் மற்றும் பொதுவாக மூலதனம் ஆகியவை குறித்து செவ்வியல் பொருளாதாரம் பரிசீலிக்கும் போதெல்லாம் கூறியவற்றையே சார்ந்து நிற்பது மார்க்சிற்கு போதுமானதாக உள்ளது. 'அரசியல் பொருளாதாரம் செல்வவளத்தின் ஒரு குறிப்பிட்ட வடிவை ஆய்வு செய்கின்றது' (G736) என பொருளியலுக்கான நோக்கம் பற்றிய மார்க்சிய தீர்மானிப்பு தற்கால கணிதவியல் பொருளியலாளருக்கு உவப்பானதாக இருக்காது. ஆனால் இது அரசியல் பொருளாதாரத்திற்கு அடித்தளமிட்டவர்கள், தங்கள் ஆய்வுப் புலத்தின் இயல்பு மற்றும் பணி வரம்பு குறித்து நவீன நிபுணர்கள் கொண்டிருக்கின்ற கணிதவியல் உறவு எனும் கருத்தைக் காட்டிலும் பொருள் நிறைந்ததும் பொருத்தப்பாடு மிக்கதுமான புரிதலை கொண்டிருந்தார்கள் என்ற உணர்வை உருவாக்கும்.

வடிவங்கள் குறித்த தனது ஆய்வுகளின் போது ஆடம் ஸ்மித் 'பிசியோகிராட்டுகளால்' குறிப்பாக துர்கோவால் வழிநடத்தப்

படுகின்றார். பணத்திற்கும் சரக்கிற்கும் இடையே உள்ள தெளிவற்ற உறவு குறித்து மீண்டும் மீண்டும் குறிப்பிடும்போது ஆடம் ஸ்மித் துர்கோ முன்வைத்த கருத்தையே மனதில் கொண்டுள்ளார். அவரது கருத்தின்படி 'பணம் அனைத்து வகையான மதிப்புகளையும் பிரதிநிதித்துவம் செய்கின்றது, மறுதலையாக அனைத்து வகையான மதிப்புகளும் பணத்தை பிரதிநிதித்துவம் செய்கின்றன.' இது பின்னர் 'பொருளாதாரச் சுற்று' எனப் பெயரிடப்பட்டது, ஏனெனில் இங்கு இரு கோடி பொருண்மைகள் பரஸ்பரம் ஒன்றையொன்று பிரதிநிதித்துவம் செய்கின்றன. ஒன்றின் இருப்பை மற்றொன்று முன்னனுமானம் செய்கின்றன. இது தர்க்கவியல் குழப்பத்தைக் கட்டுவிக்கின்றது என்பது வெளிப்படை. மேலும் இங்கு 'வடிவம் தன்னளவில்' கருத்தாக்க முயற்சிக்கு ஒத்துழைக்க மறுக்கின்றது. துர்கோ முதன் முதலாக முன்வைத்ததாகக் கூறப்படும் 'சாரமான மதிப்பு' எனும் கருத்திற்கு நிச்சயம் பொருந்தும். துர்கோவும் ஆடம் ஸ்மித்தும் பொருளாதாரச் சுற்றோட்டம் குறித்து பிரதான கேள்வியைக் கேட்கின்றனர். அதைப் போல 'மூலதனம்' குறித்த கேள்வியும் அந்தப் பதிலுமே துர்கோ அவர்களையேச் சேரும். ஒரு குறிப்பிட்ட சுற்றோட்டம் - அதாவது மூலதனம் வெவ்வேறு 'வடிவம்' எடுக்கும் விதத்திலான சுற்றோட்டம் குறித்த கேள்வியும் அவரையே சேரும்.

ஆடம் ஸ்மித் இந்த விவரிப்புகளை மேலும் துல்லியமாக்குவதை செய்யாமலில்லை. அதன் விளைவாக மூலதனத்தின் சுழற்சி எனும் கட்டத்தில் 'மதிப்பு', பணம் சரக்கு என்ற இரு துருவங்களின் வடிவிலும் இருக்கும் வல்லமை கொண்டதாக உள்ளது[35] என்பது தெளிவாகின்றது. ஆனாலும் அவரது விளக்கங்கள் வடிவங்கள் குறித்த மார்க்சியப் பகுப்பாய்வை நேரடியாக ஈர்க்கவில்லை. நாம் ஹெகல் குறித்து பார்த்தோம். ஆனால் ஆடம் ஸ்மித்தும் ஆரம்பித்து வைத்த தளத்தில் வடிவங்கள் பகுப்பாய்வை வளர்த்தெடுத்த இரு ஆசிரியர்களை மறந்துவிடக் கூடாது. இதில் டேவிட் ரிக்கார்டோ வர மாட்டார். முதலில் சே (Say)யும் பிறகு சிஸ்மாண்டியும் (Sismondi) இந்தப் பணியைச் செய்தவர்கள். டேவிட் ரிக்கார்டோ அல்ல; சே மற்றும் சிஸ்மாண்டி ஆகியோரே குருண்ட்சவில் (Rohentwurf) மார்க்ஸ் மூலதனம் குறித்த கோட்பாடுகள் பற்றிய ஆய்வுகள் செய்ய உடனடி தூண்டுகோல்களாக இருந்தனர். *(1857/58)*. அத்தோடு பஸ்தியா, புரூதோன் ஆகியோரோடு மார்க்ஸ் நடத்திய விவாத சச்சரவுகளும் (Polemics) இதனை எழுத மார்க்சுக்கு தூண்டுகோல்களாய் இருந்துள்ளன. 'சே' எழுதிய சொற்களை டேவிட் ரிக்கார்டோ தனது நூலில் ஏற்புடன் எடுத்தியம்புகின்றார். எனவே மதிப்பு குறித்த மார்க்சின் பகுப்பாய்வு விளக்கங்கள் தத்துவார்த்த

பார்வைக்கு மட்டும் ஹெகலைச் சார்ந்திருப்பதோடு பொருளாதார நோக்கில் வளர்த்தெடுத்த சேயின் கருத்தாக்கத்திற்கும் நன்றிக்கடன் பட்டுள்ளது எனலாம்.. சே, நாம் அவற்றுக்குள் 'மதிப்பு என்பதை உள்ளடக்கக் கூடிய' வடிவங்கள் குறித்து பேசுகின்றார். மேலும், 'நாம் நடக்கச் செய்யக் கூடிய' 'உருமாற்றங்கள்' ('metamorphoses') குறித்தும் பேசுகின்றார்.[36]

இளம் மார்க்ஸ் எழுதிப் பார்த்த எல்லா கையெழுத்துப் பிரதிகளும் பாதுகாக்கப்பட்டுள்ளதாகக் கூற முடியாது. குறிப்பாக சே, சிஸ்மாண்டி ஆகியோரின் நூல்களில் இருந்து மூலதனம் பற்றிய அவர்களது சித்தரிப்புகளை எடுத்தெழுதியது காணவில்லை. ஆனால், அதுபோன்ற பத்திகளை மார்க்சின் பிற்காலத்து எழுத்துகளில் காண முடிகின்றது. எனவே மூலதனம் குறித்த மார்க்சின் கருத்தாக்கம் உருவாவதற்கான தோற்றுவாய்கள் குறித்து தெளிவாக்க விரும்பும் ஒருவர் இவற்றைக் கணக்கில் கொள்ள வேண்டும். மார்க்ஸ் பொருளாதார இலக்கியம் குறித்த தனது ஆரம்பகால ஈடுபாட்டின்போது பின்வருமாறு எழுதுகின்றார்:

> மூலதனம்... அதில் புற உலகின் இயற்கை தீர்மானகரம் அனைத்தும் அழிக்கப்படுகின்றது. தனியுடைமை சொத்து... அதில் ஒரே மூலதனம் பல்வேறுவகையான இருப்பு நிலைகளிலும் தன் பண்புகளோடு மாற்றம் இன்றி இருக்கின்றது. (Dasein) (P525). முரண்பாடு... தனக்கே எதிராக... சிதைவுண்டு மீண்டும் மூலதனமாகவும் வட்டியாகவும் மாறுகின்றது... உழைப்பு மூலதனத்தின் இயக்கு சக்தியாக... (P529)

மூலதனம் என்பதை முனைப்பாக மார்க்ஸ் விவரிக்குப் போது அல்லது அதனை சுய-உறவு எனக் கூறும்போது அவர் ஏற்கனவே பெரும் பொருளாதார அறிஞர்களின் எழுத்துகளில் கண்டதையே வெளிப்படுத்துகின்றார். இது செவ்வியல் பொருளாதார இலக்கியங்களில் விளக்கியுள்ளபடியான மூலதனம், உழைப்பு ஆகியவற்றுக்கிடையேயான முரண்பாடான உறவிற்கும் பொருந்தும். மையநீரோட்ட சமகால பொருளியலாளர்களுக்கு மாறாக மார்க்ஸ் தனது பொருளியலின் மையமாக 'செல்வவளத்தின் வடிவங்கள்' என்பதன் பகுப்பாய்வு என்பதைக் கொண்டார் என்பதால், நாம் அவர்களது பொருளாதாரக் கொள்கைகளின் வரலாற்றுப் பின்புலத்தைக் கொள்வது அறிந்து கொள்வது அவசியம் ஆகின்றது.

இதுபோன்ற 'சீர்குலைவடைந்த' செல்வ வடிவங்கள் குறித்த பகுப்பாய்வை மார்க்ஸ் செய்ய ஆரம்பித்த அதே 1844-ம் ஆண்டுதான்

ஜான் ஸ்டுவர்ட் மில் இந்த மரபார்ந்த பிரச்சினைகளை புறந்தள்ளும் முயற்சியில் முதன்முறையாக இறங்கினார் என்பது முரணணிதான்.

> செல்வவளம் எனும் கருத்தாக்கத்தை தெளிவற்றதும் குழப்பமானதுமான புகைமூட்டமான இணைப்புகள் சூழ்ந்துள்ளன. அதன் ஊடாகப் பார்க்கும் போது எல்லா வற்றையும் அது அடையாளம் காண முடியாததாக ஆக்குகின்றது. இந்தக் கருத்தாக்கத்தை வேறு சொற்றொடர் களைக் கொண்டு மாற்றி எழுதுவோம்.. செல்வ வளம் என்பது பயனுள்ள அனைத்து பொருட்களையும் அடக்கியது என வரையறுக்கலாம்.[37]

இதற்கு மேலானதொரு விரிவான விவரிப்பைத் தருவதை மில் தவிர்த்து இந்த குழப்பத்தோடு திருப்தியடைகின்றார். மார்க்ஸ் சரக்கு மற்றும் மூலதனத்தின் 'இரட்டைநிலை இருப்பு' அல்லது 'இரட்டை வடிவம்' என்று அழைப்பதையே மில் சுட்டுகின்றார் என்பது வெளிப்படை. அதாவது ஒரு புறத்தில் சரக்கு மறுபுறத்தில் பணம் என செல்வ வளத்திற்கு இரு இருப்புகள் உள்ளன; முந்தையது 'சாரமான' செல்வவளம் அல்லது 'சாரமான வடிவிலான' செல்வ வளம் அடுத்தது, திட்டவட்டமானது அல்லது 'பொருளாயத செல்வவளம்' (G876)

நாம் நினைவில் கொள்ள வேண்டியது, ஜோன் ராபின்சனை உறுத்தியது - ஒரு 'நிலைத்த திட்டவட்டமான காரணி'யாகவும் ஒரு திட்டவட்டம் அல்லாத 'சாரமான அளவாகவும்' மூலதனத்தின் இரட்டைநிலை இருப்புதான். அந்த வகையில் 'திட்டவட்ட வடிவம்' மாறும் போதும் அந்த அளவு மாற்றமின்றி இருக்கின்றது. மில் விட்டொழித்ததால் பொருளியல் இந்த 'இரட்டை நிலை இருப்பு' எனும் முரண்நிலையை குறித்து சிந்திப்பதை நிறுத்தியுள்ளது. மில் இரட்டைநிலை எனும்படி சிக்கலான முடிச்சை அவிழ்க்கும் முகமாக எளிதில் பிடிபடாத இரட்டை நிலையை ஒரு எளிய ஒருமிப்பு கொண்டு புறமொதுக்க முயன்றார். மில் இப்போது 'முதற்கொண்டு உற்பத்திப் பொருள் (Goods) என அழைக்கப்பட வேண்டியதை 'பயனுள்ள பொருட்கள்' என வரையறுத்து 'சரக்கு' எனும் பதத்தை புறமொதுக்க முயற்சித்தார். அவை சரக்கு, பணம் எனும் இரண்டாகவும் வடிவெடுக்கும் என்பதால் அவை அழுத்தம் திருத்தமாக அப்படி அழைக்கப்பட்டன. 'மதிப்புக் கோட்பாட்டின் புரட்சி' என்றெல்லாம் சொல்லப்பட்டது, உண்மையில் செல்வவளத்தின் 'இரட்டை வடிவம்' எனும் கருத்தாக்கத்தை சீரணிக்க மறுப்பதாலும் அறிவார்த்தத்தில் உள்ள இயலாமையாலும் ஏற்பட்டதே ஆகும். இந்த சிரமத்தைப் போக்கத் தேவைப்படும் கடும்

முயற்சியை ஜோன் ராபின்சன் எடுத்துக்காட்டைக் கொண்டு விளக்கலாம். அவரது நூலின் இரண்டாம் அத்தியாயத்தில் செவ்வியல் இலக்கியங்களும் மார்க்சும் கூறும் மதிப்பு குறித்த கருத்தாக்கம் பற்றிய விமர்சனம் உள்ளது. மதிப்பு குறித்த புறவய கருத்தாக்கம் 'ஒரு வெற்று வார்த்தை என்பதற்கு மேல் ஏதுமில்லை'. தனது நூலின் 3-வது அத்தியாயமான 'பயன்பாட்டு கோட்பாடு' (use theory) என்பதற்கு முன்பு 'மூலதனம் என்றும் கருத்தாக்கத்தைக் கையாளவில்லை. அந்த அத்தியாயத்தில் அவர் 'சாரமான அளவு' என்ற மோசமான பதத்தை அறிமுகம் செய்திருந்தார். இந்தக் குறிப்பின் காரணமாக அவர் 'புறநிலை மதிப்பு' எனும் கருத்தாக்கத்தை ஏற்று ஆமோதிப்பார், அதனை அடுத்து வரும் அத்தியாயங்களில் வளர்த்து மேலெடுத்துச் செல்வார் என ஒருவர் எதிர்பார்ப்பார். ஆனால் அவர் தான் கூறிய 'சாரமான அளவு' எனும் பதம் மூலதனத்தை மிக மரபார்ந்த வகையில் மதிப்பு-அளவு (value-quantity) என விளக்குகிறது, துர்கோ காலத்திலிருந்தே இந்த மதிப்பு அவ்வப்போது 'சாரமான மதிப்பு' எனக் குறிப்பிடப் படுவது நடந்து வந்துள்ளது என்பதை மறந்து விட்டது போலவே தோன்றுகிறது... எனவே ஜோன் ராபின்சன் இந்த விவரம் தலைதூக்குவதை அடக்க வேண்டிய கட்டாயத்திற்கு உள்ளாகின்றார். எனவே, தனது 2-ம் அத்தியாயத்தில் ஒரு எள்ளலோடு 'மாயமந்திரத் தோற்றம்' என அவரால் பழிக்கப்பட்ட 'புறநிலையான மதிப்பு' என்பது 'சாரமான அளவு' என்று மீண்டும் வந்து விடுகின்றது. இந்த முறை 'உண்மை மாயமாக்கல்' (real mystification) (13/35) ஆக இடம் பிடிக்கின்றது. இந்த மாயாவதாரத்தை 'சாரமான மதிப்பு' என்று பெயர் சொல்லி அழைக்க அஞ்சுவது போல அவர் 'செல்வவளத்தின் அளவீடு' ('quantum of prosperity') அல்லது 'செல்வத்தின் அளவீடு' போன்ற பதங்களிடம் சரணடைகின்றார். இந்த மாயமான பொருளியல் அளவீடுகள் 'திட்டவட்டமான மூலதன சரக்குகள்' (concrete capital goods) என்பவற்றில் திடீரென்று வந்துதிக்கின்றன அல்லது உருப்பெறுகின்றன. மிகவும் மாயமான நிகழ்வுதான்...

எல்லா மையநீரோட்ட பொருளாதாரக் கோட்பாட்டை விதந்தோதுபவர்கள்போல அல்லது அவர்களைக் காட்டிலும் 'செல்வத்தின் அல்லது மூலதனத்தின் 'திட்டவட்டமான-சாரமான' இரட்டை நிலை பண்பை காண மறுத்து முரண்டு பிடிப்பவராக ஜோன் ராபின்சன் இருக்கின்றார். மார்க்ஸ் அரசியல் பொருளாதாரத்தின் நிலைமாற்றுப் புள்ளி என அடையாளப்படுத்தும் உழைப்பின் 'திட்டவட்ட-சாரமான' இரட்டை நிலைப் பண்பு என்பதும் அதே போன்றே அவரால் புறமொதுக்கப்படுகின்றது. சரக்கு, பணம், மூலதனம் ஆகியவற்றுக்கு இடையேயுள்ள 'உள்ளார்ந்த உறவுகள்'

என்பதை மறுப்பது மதிப்புக் கோட்பாடு அவரால் விலைக் கோட்பாடாக தவறாக கொள்ளப்படுகின்றது. பணக் கோட்பாட்டில் இருந்து வேறுபடுத்துவது, அதற்கும் மேலாக இவற்றை மூலதனத்தின் கோட்பாட்டில் இருந்து பிரிப்பது என்பதில் அவரது மறுப்பும் தவறும் வெளிப்படுகின்றது. இந்தக் கோர்வை குலைப்பும் முழுமையை துண்டாக்குவதும் மையநீரோட்ட பொருளியல் கோட்பாட்டின் முதுகெலும்பின் கட்டமைப்பாக உள்ளது. அதனால்தான் அது ஒரு நூற்றாண்டிற்கு மேலாக மார்க்சிய பகுப்பாய்வோடு ஒத்து வர இயலாததாக இருக்கின்றது. நவீன பொருளாதாரத்தின் வெவ்வேறு பள்ளிகளுக்கு இடையே இருக்கும் பிணைக்குகளும் சச்சரவுகளும் இந்தப் பெரும் வேறுபாட்டோடு ஒப்பிட இரண்டாம் பட்சமானவையே. அவை எதுவுமே செல்வவளத்தின் திட்டவட்டமானதும் சாரமானதுமான இரட்டை நிலைப் பண்பு குறித்து சரக்கு, பணம், மூலதனம் ஆகிய மூன்று விசைகளிலும் இது விரிவது குறித்து போதுமான பகுப்பாய்வைச் செய்ய வல்லமை கொண்டதாக இல்லை. ஆதாவது பொருளாதாரத்தின் 'தீர்வுகாணப்படாத புதிர்' குறித்து ஒரு பகுப்பாய்வு செய்ய வல்லமை கொண்டதாக இல்லை. தங்களது வரலாறு குறித்தே இத்தகைய புரிதலின்மை கொண்டிருப்பது மார்க்ஸ் வடிவங்கள் குறித்து செய்யும் பகுப்பாய்வையும் அவரது 'பொருளாதாரக் கருத்தினங்கள் பற்றிய விமர்சன பகுப்பாய்வு' (B101) ஆகியவற்றையும் புரிந்து கொள்வதற்கோ அல்லது என்ன நடக்கின்றது என்பதை அறிந்து கொள்வதற்குக் கூட வல்லமை இல்லாததாக உள்ளன.

மார்க்ஸ் மிக எளிய வடிவை அதாவது மதிப்பை 'குறிப்பொருள்' (hieroglyph), 'அற்புத வடிவம்', 'பூடகம்' (mystical), 'சீர்குலைவான வடிவம்' (K1/88ff) என்றெல்லாம் விவரித்தார் என்றால் இதனையெல்லாம் ஒரு சார்பற்ற வெறும் விவரிப்பு என்ற வகையில் மட்டும் செய்யவில்லை. அதில் ஒரு விமர்சனக் கூறும் இருக்கிறது. இல்லையென்றால் மார்க்ஸ் தன்னுடைய நூல் 'பொருளாதாரக் கருத்தினங்கள் அமைப்பு முழுமையும் குறித்த பொதுவான விமர்சன பகுப்பாய்வு' (T3/250) என்பதை எப்படி புரிந்து கொண்டிருப்பார்? அப்படியிருந்தாலும் மார்க்சிற்கு 'ஒவ்வொரு கூறும் இருப்பதிலேயே மிகவும் எளியதும் (எடுத்துக்காட்டாக சரக்கு) ஏற்கனவே தலைகீழாக உள்ளது (T3/498) என்றால் இது மூலதனத்திற்கும் அதன் உள்ளார்ந்த இயக்கத்திற்கும் பொருந்தக் கூடியதே, இதனையே சே 'மதிப்பின்' 'உருமாற்றம்' என்று கூறியிருந்தார்.

ஆனால் மார்க்ஸ் விமர்சனபூர்வமாக வளர்த்தெடுத்த 'உருமாற்றம்' ('metamorphosis') என்பதை மட்டுமல்ல, மார்க்சின் 'மூலதனம்' குறித்த வரையறுப்பும் அவர் 'சே' யிடம் இருந்து பெற்றதே. மார்க்ஸ் மூலதனத்தின்

இயக்கம் குறித்து எழுதும் போது ‘அது அதன் உள்ளடக்கம் எதுவாக இருந்தாலும் தன்னளவில் மாறாமல் தொடர்கின்றது’ என்று கூறும் போது அதன் தோற்ற மூலம் சே என்பதைப் புரிந்து கொள்வதில் சிரமம் இல்லை. மார்க்ஸ் அதனை விமர்சனத்தோடுதான் எடுத்துக் கொண்டுள்ளார்:

> ஒரு மூலதனம் அதனளவிலேயே ஒரு தருணத்தில் பண வடிவிலும் மற்றொரு தருணத்தில் கச்சாப் பொருள் எனும் வடிவிலும் அல்லது உற்பத்தி சாதனம் என்ற வடிவிலும் அல்லது உற்பத்தி செய்யப்பட்ட பொருள் எனும் வடிவிலும் இருக்கவியலும். இவை அதனளவிலேயே மூலதனம் அல்ல. இவற்றின் மதிப்பில் மூலதனம் குடிகொண்டுள்ளது.[38]

மூலதனம் குறித்த சேயின் விவரிப்பு துர்கோ, ஸ்மித் ஆகியோர் வழங்கிய விவரிப்பின் ஒரு விளக்கமாக உள்ளது. அது துர்கோ, ஸ்மித் ஆகியோரின் விளக்கத்தை விட தெளிவானதாக உள்ளது என்பது மட்டுமல்லை, அது ஜோன் ராபின்சன் வழங்கும் நவ-செவ்வியல் வரையறுப்பைக் காட்டிலும் தெளிவாக உள்ளது. மூலதனத்தின் ‘சாரமான அளவுகள்’, அவற்றின் வடிவம் மாறும் போதும் மாறாமல் இருக்கின்றன என்ற ஜோன் ராபின்சன் கூறும்போது ஒரு முரண் அணியான இடைவெளியை கொண்டுள்ளார். ஒரு இயந்திரமே அதனளவில் மூலதனம் அல்ல என்ற தெளிவான புரிதலை சே கொண்டிருந்தார். அது அதன் இருப்பின் ஒரு குறிப்பிட்ட வடிவத்தை பிரதிநிதித்துவப்படுத்துகின்றது என்பதில் அவருக்கு தெளிவிருந்தது. சே உள்ளுணர்வோடு, இதனைக் காட்டிலும் இன்னும் சிக்கலான ஆய்வுப் பொருளான மூலதனம் மற்றும் மதிப்பு ஆகிய இரு கருத்தினங்களையும் வேறுபடுத்திப் பார்ப்பதையும் தொட்டுச் செல்கின்றார். அதன் மூலம் மூலதனம் மதிப்பு ஆகியவை அடையும் மாற்றம் குறித்து அவர் சாதாரணமாகச் செய்யும் பதப் பிரயோகமான ‘உருமாற்றம்’ என்று விளக்குகின்றார். மூலதனம் என்பது மதிப்பு அல்ல, அது மதிப்பில் குடியிருப்பது. ஆனாலும் இந்த எதிர்மறை தீர்மானிப்பில் மூலதனம் என்பதன் உண்மையான சாரம் விடைகாணப்படாத ஒரு வினாவாகவே இருப்பது வெளிப்படை.

மூலதனம் ஒரு ஆவி போன்ற இருப்பு கொண்டது எனும் கருத்து நிலைக்கு இட்டுச் செல்லும் மூலதனம் குறித்த ஒரு விவரிப்பை இளம் மார்க்ஸ் எப்படி ஏற்றுக் கொண்டிருக்க முடியும்? ஜோன் ராபின்சன் போல அது முரணணி என்று சொல்லி மட்டும் திருப்தி கொள்ளல் போதாது. அப்படியென்றால் துர்கோ, சே, ரிக்கார்டோ, சிஸ்மாண்டி ஆகிய எல்லோருமே (மொத்தத்தில் செவ்வியல் பொருளாதாரக் கோட்பாடே)

உண்மையில் இல்லாத ஒரு நிகழ்வைக் குறித்துதான் பேசிக் கொண்டிருக்கின்றார்களா? அவர்கள் பொருளாதார ஆவியுருவைக் காணவில்லையா? ஜோன் ராபின்சன் போல, அப்படித்தான் என்றாலும் இது 'சாரமான அளவுகள்' தம்மை ஏதோ திட்டவட்டமான ஒன்றில் ஈடேற்றம் செய்யும் விவகாரம் மட்டுமே, இதுதான் குறைந்தபட்சம் பணம் என்பது குறித்து எல்லாப் பொருளியலாளர்களுக்கும் உள்ள நிலை. இந்த பூதத்தினைக் கையாள வேண்டும் எனும் நிலையில் விடப்பட்டுள்ளோம். அப்படியென்றால் இந்தப் பூதத்தை அதன் சரியான பெயரில் 'சாரமான மதிப்பு' என்றுதான் அழைக்க வேண்டுமா? இல்லை ஜோன் ராபின்சனும் ஏனைய நவ ரிக்கார்டியன்களும் போல அந்த அளவிற்கு குழப்பம் விளைவிக்காத வேறு விவரணைக்கு அடித்துப் பிடித்து அலைய வேண்டுமா?

1844-லிருந்து [*பொருளாதார மற்றும் தத்துவ கையெழுத்துப் பிரதிகள் - மொ.பெ/ப.ஆ*] சரமெடுத்து, *1857/58*ஆம் ஆண்டில் எழுதிய குருண்ட்ரிசவில் மார்க்ஸ் மேலே கூறப்பட்ட ஆசிரியர்கள் மூலதனத்திற்கு அளித்துள்ள ஒரு டஜனுக்கும் மேலான வரையறுப்புகளை பகுப்பாய்வு செய்கின்றார். மார்க்ஸ் 'அவற்றில்' ஆகச் சிறந்த வரையறுப்பை எடுத்து அதனை வளர்த்து மேலெடுக்கின்றார். அதற்கு 'புதிய செயல்பாடுகளை' அது குறித்த தெளிவாக்கத்தின் ஊடாகவே அளிக்கின்றார்.' எனக் கூறும் ஹோர்க்ஹெய்மர் தொடர்கின்றார்: 'பொருள்முதல்வாத அடிப்படையிலான பொருளாதாரம் செவ்வியல் பொருளியல் கட்டமைப்பிற்கு எதிரானதுதான் ஆனாலும் அதன் கருத்தாக்கலில் சிலவற்றை தனக்குள் ஏற்றுக் கொண்டுள்ளது. அதன் கட்டமைப்பிற்குள் அவை புதிய அர்த்தத்துடன் விசைகளாக உள்ளன'.[39] அந்த கருத்தாக்கங்கள் இயற்பியலில் வசதியான சுருக்கக் குறியீடுகள் (abbreviations) போன்றவை அல்ல, ஏனென்றால் அவை எதனோடு இணைந்துள்ளன என்பது குறித்து வாதப் பிரதிவாதங்களை எழுப்புகின்றன. இந்தக் கருத்தாக்கங்கள் எதார்த்த உலகில் இருக்கும் உண்மையான பொருண்மைகளைக் குறிக்கின்றன. ஒரு கோர்வையான கருத்துக் கட்டமைப்பின் பகுதியாகவும் இருப்பவை. எனவே. இந்தப் 'பெயர்கள்' வெறும் 'சுருக்கக் குறியீடுகள்' 'புனைவுப் பதங்கள்' என்பதற்கெல்லாம் மேலான அர்த்தம் பொதிந்தவை. உண்மையில் அவை 'தொடர்ச்சி கொண்ட அலகுகள்', அதாவது உண்மையான தொடர்ச்சி கொண்டவை; புரிதலுக்காக மனதால் உருவாக்கிக் கொள்ளும் கற்பனையான தொடர்ச்சி அல்ல. ஹெகலையும் ஃபயர்பாகையும் பின்பற்றி மார்க்ஸ் பயன்படுத்தும் முறைபாட்டில் 'தெளிவாக்கம்' போன்ற மரபில் வரும் பதங்கள், 'இயக்கவியல் வளர்த்தெடுப்பு

முறைபாடுகள்' (B183) 'மிகவும் உண்மையான புரிதல் தருணங்களை'க் கொண்டுள்ளன.⁴⁰ தெளிவாக்கம் அல்லது கட்டமைப்பாக்கம் புரிதலின் வழியாக 'அனுபவம் சாரா புரிதல்' (non-empirical cognition') என்பதற்கான பொறிகளாக மாறுகின்றன.

உண்மையில் குறைந்தபட்சம் ஜெர்மன் மொழியில் வந்துள்ள எழுத்துகளைப் பொருத்தமட்டிலுமாவது மதிப்பு, பணம், மூலதனம் ஆகியவை குறித்த கோட்பாடுகளில், 'அனுபவம் சாராத கொள்கை என்பதன் சாத்தியம்' குறித்த கேள்விகளை எதிர்கொள்கிறோம் என்பதில் ஒருமித்த கருத்து உள்ளது.⁴¹ 'ஜார்ஜ் சிம்மெல், ஷூம்பீட்டர், அமோன் ஆகியோர் இந்தக் கருத்து குறித்த அசைக்க முடியாத நிலை எடுத்துள்ளனர். 'தோற்றுவாய்கள்', 'உண்மை நிலைகள்' 'அறுதி கொள்கைகள்', 'மெய்மைகள் முழுவதும் கவனிக்கப்பட தேவை யில்லாதவை' போன்றவற்றைக் கூறலாம்.⁴² 'மெய்மைகளை - தரவுகளால் பரிசீலிப்பது நமக்குப் பயன் தரப்போவதில்லை'⁴³ அடோர்னோ தனது கருத்தைப் பின்வருமாறு கூறுகிறார்: 'அனுபவவாதமும் கோட்பாடும் ஒரு தொடரில் ஒன்றாக வைக்கப்படுவது ஒரு போதும் இயலாது... ஆனால் நிரூபணங்கள் சரிதானா என்பது அனுபவத்தின் அடிப்படையில் சீர்தூக்கிப் பார்க்கப்படுகிறது. சரிதான். இந்த அர்த்தத்திலும், பணம், மூலதனம், ஆகியவற்றையும் மதிப்பையும் இணைக்கும் கோட்பாட்டை, 'தத்துவத்துக்கும் அனுபவ அறிவியலுக்கும்' இடையே கிடக்கும் ஆளற்ற பூமியில்தான் நிப்பாட்ட வேண்டும்.⁴⁴ எனவே மார்க்சிய 'தெளிவாக்கம்' எனும் முறைபாட்டிற்கு மாற்று ஏதும் இல்லை. மார்க்சிய தெளிவாக்கம் இன்னும் சோதனை நிலையிலும் முழுமையடையாத நிலையிலும் இருக்கின்றது இன்னும் முக்கியமான மேம்பாடு செய்யப்பட வேண்டும் என்றாலும் இதற்கு மாற்று இல்லை.

உண்மையில் செவ்வியல் பொருளியல் ஆசிரியர்களின் மூலதனம் குறித்த கோட்பாட்டு கதையாடல்களுமே 'தீர்க்கப்படாத புதிர்கள்' கொண்டவையாக 'தெளிவாக்கம்' தேவைப்படுபவையாக இருக்கின்றன எனும் கருத்து ஜோன் ராபின்சனுக்கு மட்டுமல்ல 'அறிவியல் மனப்பான்மை கொண்ட எல்லா பொருளியலாளர்களுக்கும் உள்ளதே. அவற்றின் விளக்கக் கொள்கைகளில் மரபணு மாற்றம் தேவை என்பது அவர்கள் அனைவரது கருத்தாகவும் உள்ளது. கணிதவியல் பொருளியலாளர்கள் கனத்த கருத்தாக்கங்களை அளவீட்டு வகையில் (quantitative) மாற்ற வேண்டும் என வலியுறுத்துகின்றனர். 'சாராம்சவாத' தீர்மானிப்புகள் கண்டு திகைத்து செயல்பாட்டு பொருளியலாளர்கள் தோளைக் குலுக்கி உதட்டை பிதுக்குவதோடு

நின்று விடுகின்றனர். மார்க்சே இந்த தீர்மானிப்புகளின் 'புறநிலை எதார்த்த அர்த்தம்' என வெளிச்சமிடுகின்றார். அவர் இந்த ஆசிரியர்களை அவர்களைக் காட்டிலும் நன்றாகப் புரிந்து கொண்டவராக இருக்கின்றார். மூலதனம் குறித்து சே, சிஸ்மாண்டி ஆகியோர் அளித்த வேறுசில வரையறுப்புகளும் உள்ளன. அவை குறித்து மார்க்ஸ் மீண்டும் மீண்டும் எழுதியுள்ளார். மூலதனம் 'ஒரு போதும் பொருள்வயமானதல்ல' ("essentially always immaterial") என்பது சேயின் கருத்து. 'மூலதனம் பொருள்வயமானது அல்ல, ஆனால் பொருளின் மதிப்பு கட்டுவிப்பது எந்தவித பொருளாயத கூறுமில்லாத மதிப்பு'. (மார்க்ஸ் G216-ல் இருந்து மேற்கோள் காட்டப்பட்டது).

சிஸ்மாண்டி இதற்கும் மேலாகச் செல்கிறார். அவரது கூற்றுப்படி [மூலதனத்தின்] 'நிரந்தர மதிப்பு', 'தன்னை சரக்கிலிருந்து வெட்டித் துண்டாக்கி விடுவித்துக் கொள்கிறது... அது எப்போதும் தன்னுள் ஒரு மீ-பொருண்ம, பொருட்பொதிவற்ற பண்பை தக்கவைத்துக் கொள்கிறது.' வணிகம் நிழலை அதன் நிஜமான உடலில் இருந்து பிரிக்கின்றது. அதன் மூலம் அதனை தனித்துக் கொண்டிருக்கும் சாத்தியப்பாட்டை அறிமுகம் செய்கின்றது (மார்க்ஸ் G172/173-ல் மேற்கோள் காட்டப்பட்டது). 'மூலதனம் ஒரு வர்த்தகக் கருத்து'.[45] 'மூலதனத்தின் மதிப்பு பொருள்வயமற்றது', 'பொருட்பொதிவு எதுவுமில்லாதது', ஒரு 'மீ-பொருண்மவியல்' இயல்பை ஒத்திருப்பது. எனவே அது ஒரு 'கருத்து'. ஆனால் அது ஒரு பொருட்பொதிவு எனும் 'வடிவு' எடுக்க இயலும். அதன் மூலம் ஒரு முனைப்பின் (subject) பண்பைப் பெறவியலும். முனைப்பு, பொருண்மமாகவும் மீண்டும் பொருண்மம் முனைப்பாகவும் மாற்றம் அடைகிறது என்ற சொற்களை அப்படியே உண்மை என்று எடுத்துக் கொள்ள வேண்டியுள்ளது. பணம் என்பதன் முறைபாட்டுரீதியான அம்சம் நிரூபணம் தேவைப்படாத 'அடிமெய்' ஆக, ஒரு விளக்கமில்லா நிகழ்வாக ('Urphnomenon') நம்மை எதிர்கொள்கிறது என்றால் மூலதனத்தின் முறைபாட்டு அம்சம் இங்கு ஒரு 'கருத்து' என முன்வருகின்றது. அது ஏதோ 'பொருள்வயமானதல்ல', 'பொருள் பொதிந்ததல்ல', 'மானுடத்திற்கும் இயற்கைக்கும் அப்பாற்பட்ட பொருண்மை' என்பது போல நம்மை எதிர்நோக்குகின்றது. ஆனால், மூலதனம் வெறும் கருத்தாக மட்டும் இருப்பதில்லை; 'உற்பத்தியின் காரணி' (factor of production) என்றும் அதனை புரிந்து கொள்ள வேண்டியுள்ளது. புலனுணர்விற்கு உட்படுவது புலனூர்விற்கு உட்படாதது ஆகிய இரண்டிற்கும் இடையே இடையாடுவதில் உள்ள பிரச்சினை தீர்க்கப்படாததால் மார்க்ஸ் தன் விமர்சனத்தை முன்வைக்க முழு உரிமையும் பெறுகின்றார். அவர் முன் வைக்கும் விமர்சனம்: 'கருத்துகள்

அல்லது உணரக் கூடிய பொருண்மைகள் ஆகியவற்றை மட்டுமே புரிந்து கொள்ள முடிகிற பொருளியலாளர்களின் நிலைபாடு',[46] அதாவது பொதுவாக பொருளாதார பொருண்மைகளின் புதிர் எனும் கருத்தாக்கத்தை புரிந்து கொள்ள முடியாத பொருளியலாளர் என்பார் மார்க்ஸ். பொருளாதாரப் பொருண்மைகள் 'உணரக் கூடிய மீ உணர்வுப் பொருண்மைகள்' என்பது மார்க்சின் கருத்தாக்கம்.

பொருளியலின் இணை நிறுவனர்களான துர்கோ, ஸ்மித் ஆகியோரின் எழுத்துகளில் இருந்து தாம் புரிந்து கொண்டதை பகுப்பாய்வு செய்து புதிய வெளிப்பாடுகளை முயற்சி செய்த சே, சிஸ்மாண்டி ஆகியோரைப் போலவே மார்க்சும் தனக்கு முந்தைய பொருளியல் இலக்கியத்தில் கண்டதை காத்திரமான முறையில் பகுப்பாய்வு செய்துள்ளார். அப்படியென்றால் செவ்வியல் பொருளாதாரத்தில் உள்ள புதிரான வரையறுப்புகள் குறித்தும், அவை மீண்டெழுந்து வந்து நவீன பொருளியலாளர்களை வதைப்பது குறித்தும் நாம் என்ன நினைப்பது? இப்போது அவற்றோடு சிம்மல் மற்றும் நாப் (Simmel and Knapp) ஆகியோரைத் தொடர்ந்து பணம் குறித்த கோட்பாடுகளில் வந்து சேர்ந்துள்ள புதிய மர்மங்களையும் சேர்க்கலாம். தனது பங்கிற்கு பணம், மூலதனம் ஆகியவற்றின் மாய்மாலமான பண்புகள் குறித்த தீர்மானிப்புகளுக்கு ஏதும் கொடையளிக்காமல் 'பொருளாதாரம்' குறித்த மார்க்சிய விமர்சன பகுப்பாய்வை கண்டு கொள்ளாமல் புறக்கணித்ததை வெறும் விபத்து என எடுத்துக் கொள்ள இயலுமா? பொருளியல் கருத்தாக்கங்களின் மூலதனம் குறித்த கோட்பாடு புதிர்களை உள்ளடக்கியுள்ளது என்பது வெகுகாலமாக தெரிந்ததுதான்; குறிப்பாக மார்க்ஸ் காலத்திலிருந்து எல்லோரும் அறிந்ததுதான். ஆனாலும் அதே பொருளியல் அறிவியல் இன்மையின் அர்த்தம் அல்லது அர்த்தமின்மையின் மீது எந்தப் புதிய வெளிச்சமும் பாய்ச்சப்படவில்லை. பொருளியலாளர்கள் இந்த விவரிப்புகளை கட்டற்ற கற்பனையால் மட்டுமே புரிந்துகொள்ள இயலும் என்பதைக் கோர்வையான முறையில் மறுக்க விரும்பினால் பின் அவர்கள் ஸ்மித், துர்கோ ஆகியோர் அளித்த மூலதனம் குறித்த கோட்பாடுகளில் உள்ள கருத்தாக்கங்கள் குறைந்தபட்சம் ஒரு கரணியமான மையச் சரடையாவது (rational core) கொண்டிருக்கின்றன என்பதற்கான சான்றுகளைத் தரவேண்டும்.

சமகால பொருளியல் - ஒரு கோட்பாடு என்ற வகையில் தன் சுயபுரிதலாக கணித மாதிரிகளை (models) கட்டுவிப்பது மட்டும்தான் தனது பணியாகக் கருதுவது உண்மை என்றால் - தனது கருத்தினங்களின் தோற்றம் குறித்ததொரு விவரணையை அளிக்கத் தேவையான

கருத்தியல் பொறிகளை கொண்டிருக்கவில்லை என்றால் பின் அது ஒரு அளவீட்டு அடிப்படை அறிவியல் என்ற வகையில் பண்புரீதியான பிரச்சினைகளை ஆய்வு செய்யும் தகுதியை இழக்கின்றது. பின் மார்க்சியக் கோட்பாடு ஒன்று மட்டுமே ஆய்விற்கான வழி. பொருளாதாரம் மீதான விமர்சன பகுப்பாய்வு 'பொருளாதாரத்தின் நிலைபாடுகளுக்கும் மேலாக' (2/32) என்ற வகையில் மார்க்சியக் கோட்பாடு அரசியல் பொருளாதாரம் என்பதைத் தாண்டி பொதுவான விமர்சனக் கோட்பாடாக கருத்தினங்கள் மற்றும் சித்தாந்தம் ஆகியவற்றின் விமர்சன பகுப்பாய்வு எனும் நிலைபெறுகின்றது. [தலைகீழாய் நிற்பதை] 'நேராய் நிமிர்த்தி நிப்பாட்டல்' (inversion) 'புறநிலை' (objective) (K1/97) 'புறநிலை பொய்த்தோற்றம்' (G409), 'கரணியம்', 'கண்மூடித்தனமான வடிவம்' - என இன்னும் பல இந்த விமர்சனத்தின் அடிப்படைக் கருத்தாக்கங்கள். இதுதவிர மரபணு மூலம் வரையில் செல்லும் அதன் 'தெளிவாக்கம்' 'வளர்ச்சியுற்ற - வளர்ச்சியுறாத - வளர்ச்சி குன்றிய' எனும் வேறுபாடுகள் 'முழுமை யடைந்த' வடிவங்கள் என்பவை எல்லாம் 'அளவுசார் மாதிரி கோட்பாடுகளின்' பார்வை போல பொருளாதாரம் என்பதற்கு மட்டும் உரித்தானவை அல்ல. இந்த வகையான வேறுபடுத்தல்கள் என்பவற்றை ஆற்றல்களாகக் கொண்ட, தொடர்ச்சியான கோர்வைப்படுத்தல்தான் பொருளாதாரத்தின் விமர்சனத்திற்கு நியாயம் செய்கின்றது. இது கொண்டே மார்க்ஸ், செவ்வியல் பொருளாதாரக் கோட்பாட்டின் புதிரான அடிப்படை கருத்தாக்கங்களின் அர்த்தம் அல்லது அர்த்தமின்மை குறித்து கோர்வையான விளக்கங்களை அளிக்க முடிகின்றது.

சித்தாந்தம் மீதான விமர்சனம் உழைப்பு மதிப்புக் கோட்பாட்டை ஏற்றதும் அதனை உருவாக்கியதும்

ஆரம்பத்திலிருந்தே இளம் மார்க்ஸ் பொருளாதார சிந்தனையின் குறிப்பிட்ட பள்ளிகளின் மீதான விமர்சனத்தில் மட்டும் ஆர்வம் காட்டவில்லை, ஆனால் ஆழமான பரிசீலனை இல்லாத 'அரசியல் பொருளாதாரத்தின் அனுமானங்களின்' மீது அக்கறை செலுத்தினார். கையெழுத்துப் பிரதிகளின் [பொருளாதார மற்றும் தத்துவ கையெழுத்துப் பிரதிகள்] முதல் பாதியில் அவரும், இளம் எங்கெல்சைப் போலவே உழைப்பு மதிப்புக் கோட்பாடு மற்றும் பயனீட்டுக் கோட்பாடு ஆகியவற்றுக்கு இடையேயான சர்ச்சையில் ஒரு பக்கத்தை சார்ந்திருக்க மறுப்பவராகவே இருந்துள்ளார். அவரது விமர்சன பகுப்பாய்வின் பொருண்மம் பொதுவாக பொருளாதாரம்தான். இரண்டாவது பாதியில் இந்த அணுகுமுறை மாறுகிறது. பொருளாதார கையெழுத்துப் பிரதிகளின் இறுதிப் பக்கங்களில் மார்க்ஸ் நிச்சயமாக உழைப்பு

மதிப்புக் கோட்பாட்டிற்கு ஆதரவாக முடிவெடுக்கிறார்: '...உழைப்பு என்பது தனியார் சொத்துடைமையின் சாராம்சம் என்பது பொருளாதார வல்லுநர்களால் நிரூபிக்க முடியாத ஒரு கூற்று, ஆனால் நாம் அதற்கான நிருபணங்களை அளிக்க விரும்புகிறோம்' (P561). சே-வையும், ஹெகலையும் போல மார்க்ஸ் சட்டரீதியான அர்த்தத்தில் தனியார் சொத்துடைமை என்ற கருத்தை பயன்படுத்தவில்லை. 'மதிப்பு என்பது சொத்துடைமையின் குடிமை (burgerliche) இருப்பு' *(1/114)*, மற்றும் 'தனியார் சொத்துடைமையின் இருத்தல்... மதிப்பு ஆக உள்ளது...' (P453). 'தனியார் சொத்துடைமையின் வெளிப்பாடு' என்பது 'உதாரணமாக... மதிப்பு, விலை, பணம்' *(2/33)* - இது தொடர்பாக மூலதனமும் செல்வமும் இரண்டும் கூட குறிப்பிடப்பட்டுள்ளன. எனவே, இந்தச் சூழலில். 'தனியார் சொத்துடைமையின் இயக்கம்' என்பது மூலதன மதிப்பின் இயக்கம். எனவே, இப்போது மதிப்பு எனும் பதம் மூலதனத்தின் மதிப்பு என்ற பொருளில் மேலே உள்ள விளக்கத்திலும் பின்வரும் விளக்கத்திலும் *தனியார் சொத்துடைமை* என்ற பதத்திற்கு பயன்படுத்தப்படுவது அனுமதிக்கப்பட்டால் மார்க்ஸ் தனது ஆரம்ப தயக்கத்திற்குப் பிறகு அவரது நடுநிலையை கைவிட்டு, உழைப்பு மதிப்பு கோட்பாட்டை ஏன் ஆதரித்தார் என்ற கேள்வி எழுகிறது. பொருளியலுக்குள் உள்ளார்ந்த வாதங்கள், அடிப்படை கருத்தினரீதியான பிரச்சினைகளை தீர்க்க முடியாது என்று அவர் கருதினார். 'முரண்பாடுகளில் வாழ்கிற' மற்றும் 'முரண்பாடுகளின் உள்ளே சுற்றித் திரிகிற' பொருளியலாளர் அவரது கொள்கைகளுக்கே உள்ளார்ந்த முரண்பாடுகளைத் தீர்க்க இயலாது : 'பொருளியலாளர்கள் எதையும் தீர்மானிக்க முடியாது' *(1/505*f) என்று எங்கெல்சும் சொல்கின்றார்; தங்களைக் குறித்தும் தங்களின் சொந்த நடத்தை குறித்தும் விழிப்புணர்வே இல்லாமை அவர்களின் நிலைப்பாட்டின் தனிச்சிறப்பாக உள்ளது. பொருளியலாளருக்கு, 'தான் எந்த நோக்கத்திற்கு சேவை செய்கிறோம் என்று அவருக்கே தெரியாது'. உழைப்பு மதிப்புக் கோட்பாட்டை ஆதரிப்பவர்கள் பயனீட்டுக் கோட்பாட்டை ஆதரிப்பவர்களை விடச் சிறப்பாக இல்லை. அவர்கள் இருவருமே 'எதையும் முடிவெடுக்க முடியாமல்' உள்ளனர்; உழைப்பு மதிப்புக் கோட்பாட்டை ஏற்றுக் கொள்ளும் பொருளியலாளரின் விமர்சன பகுப்பாய்வு மட்டுமே 'அவருக்கான நிரூபணங்களை வழங்க இயலும்'. 'உருவாக்க இருப்புநிலை என்ற புனைவை' (P511) அடிப்படையாகக் கொண்ட அவரது சொந்த வாதங்கள், இந்த நோக்கத்துக்கு முற்றிலும் பயனற்றது. விலைக் கோட்பாடாக உள்ள மதிப்புக் கோட்பாடு மார்க்சுக்கு ஆர்வமூட்டுவதாக இல்லை. மார்க்ஸ் அளவீடுகளைப்

பற்றிப் பேசும் அரிதான சந்தர்ப்பங்களில் 'ரிக்கார்டோ பள்ளியை' (P445) கடுமையாக விமர்சிக்கிறார்.

எனவே உழைப்பு மதிப்புக் கோட்பாடு அதன் நிறுவனர்களின் பலவீனமான, தவறான வாதங்களுக்கு எதிராக பாதுகாக்கப்பட வேண்டும் என்றால், பொருளாதாரத்தின் அளவுருக்களுக்குள் அடித்தளம் கொண்டிருக்க முடியாத காரணத்தால் பொருளியலுக்குள் உள்ளார்ந்த வாதங்களைப் பயன்படுத்த முடியாவிட்டால் விவாதம் மிகவும் அறிமுகமில்லாத களத்திற்கு மாற்றப்பட வேண்டும். மார்க்சின் நிரூபண அமைப்பு இப்போது எவ்வாறு பொருந்துகிறது? எங்கே, மற்றும் எந்தச் சூழலில், அவர் மதிப்பை எதிர்கொள்வார்? பொருளாதாரத்தின் உள் விதிகளின்படி இல்லையென்றால், எந்த அடிப்படையில் மதிப்பு அவருக்கு ஒரு பிரச்சனையாக மாறும்? மற்றும் எந்த அடிப்படையில் புதிதாக மாற்றப்பட்ட உழைப்பு மதிப்பு கோட்பாடு தீர்வு வழங்க வேண்டும்?

மார்க்ஸ் பாரிசில் தங்கியிருந்த காலத்தில் படித்த முதல் எழுத்தாளர் சே. இந்தச் செல்வாக்கின் கீழ் மதிப்பின் கருத்தை மார்க்ஸ் கேள்விக்குள்ளாக்கினார். ஆரம்பம் முதலே இதை விலைக் கோட்பாட்டின் அடிப்படையில் அல்லாது மூலதனக் கோட்பாட்டின் அடிப்படையில் செய்தார். இவ்வாறு அவர் 'எளிமையானதாக' அல்லாது 'வளர்ச்சி யடைந்ததாக' அதாவது மூலதனத்தின் மதிப்பாக, மதிப்பைப் பற்றி சிந்திக்கின்றன முதல் எழுத்தாளர் ஆனார். இது குறித்து சே சொல்வதை விடவும் ரிக்கார்டோ குறைவான கவனம் செலுத்துகிறார். மூலதனம் 'மதிப்புகளின் கூட்டுத்தொகை' ஆகும்' என்ற வரையறையை மார்க்ஸ் எடுத்துரைக்கிறார். இந்த வரையறை துர்கோவின் எழுத்துகளிலிருந்து சேயால் எடுத்தாளப்பட்டது. இது வரை உள்ள அனைத்து பொருளியலாளர்களுக்கும் வெறுப்புக்குண்டான மீ-பொருளாதார வகை கருத்தாக, 'இன்னும் முழுமையாக வளர்த்தெடுக்கப்படாத மதிப்பு எனும் கருத்தாக்கம், ஏற்கனவே அனுமானிக்கப்பட்டது', என மார்க்ஸ் குறிப்பிடுகின்றார்.[47]

சே, மதிப்பின் அகநிலைக் கோட்பாட்டாளர் என்ற வகையில் ஆழமான சிந்தனையின்றி விளைவுகள் குறித்துப் பொருட்படுத்தாமல் பிசியோகிராட்டுகளின் பதங்களைப் பயன்படுத்துகிறார்' என பிற்காலத்தில் மார்க்ஸ் குறிப்பிடுவார். (Kl/178). மூலதனத்தின் மதிப்பை ஒப்பீட்டு மதிப்பாகப் புரிந்து கொள்ள முடியாது, அது அகநிலையாகத் தீர்மானிக்கப்பட வேண்டும் என்றால், அப்படி இருக்க வேண்டும். மாறாக, மூலதனம் 'அறுதியான', 'சாரமான' மற்றும் 'புறநிலை' மதிப்பாகவே இருக்க முடியும். அகநிலை மதிப்புக் கோட்பாடுகளின்

இந்தத் தீர்மானிப்புகளில் மதிப்பு தவிர்க்கவொண்ணாத வகையில் ஒரு 'புதிராகவே' உள்ளது. இது நவ-ரிகார்டியனிசத்திற்கும் பொருந்தும். மூலதனத்தின் மதிப்பு அகநிலைக் கருப்பொருளாக இருக்க முடியாது. இதனை பின்னர் எஸ். பெய்லி உடனான சர்ச்சையில் மார்க்ஸ் உறுதியாக நிரூபித்தார்.[48]

1844-ல் அவர் இதை சந்தேகித்திருக்கலாம் என்றாலும், அவர் இங்கே முதன்மையாக பொருளாதாரக் கோட்பாட்டின் மற்றொரு பொதுவான சிந்தனையின்மை குறித்து அக்கறை கொண்டிருந்தார். கையெழுத்துப் பிரதிகளின் முதன்மைப் பகுதியில் மார்க்ஸ் தனது நிலைப்பாட்டை சுருக்கமாகக் கூறுகிறார்:

நாம் அரசியல் பொருளாதாரத்தின் முன்னனுமானங்களுடன் தொடங்கினோம். பரிவர்த்தனை மதிப்பு போன்ற கருத்தாக்கங்களை நாம் அனுமானித்தோம்.... அரசியல் பொருளாதாரம்... எதை உருவாக்க வேண்டுமோ அதை முன்னனுமானிக்கின்றது. அரசியல் பொருளாதார நிபுணர்... அவர் விளக்கம் தர வேண்டிய வேண்டிய மெய்மையையே முன்னனுமானித்துக் கொள்கிறார். (P501f)

மார்க்ஸ் 1844-லேயே 'அரசியல் பொருளாதாரத்தின் நிலைப்பாட்டை' எதிர்த்து தனது முக்கிய ஆட்சேபணையை 'ஏற்கனவே இருக்கும் ஆய்வு செய்யப்பட வேண்டிய நிகழ்வு குறித்த நிலைப்பாடு' (Standpunkt der fertigen Phänomene) என சந்தேகத்திற்கு இடமின்றி உருவாக்குகிறார் என நாம் பார்க்க முடிகிறது. பின்னர் அவர் 'அனுபவவாத தளத்திலிருந்து பெறப்பட்ட கருத்தினங்கள்' 'வளர்த்தெடுக்கப்படவோ' அல்லது 'தருவிக்கப்படவோ' இல்லாமல் 'வானத்திலிருந்து விழுந்த' கருத்தினங்களாக 'உள்நுழைக்கப்படுகின்றன' என்று கூறுவார். இது சேக்கு எந்த அளவு உண்மையோ அதே அளவிற்கு ரிக்கார்டோவிற்கும் உண்மை. அகநிலை மதிப்புக் கோட்பாட்டாளருக்கு எந்த அளவிற்கு உண்மையோ, அந்த அளவிற்கு புறநிலை மதிப்புக் கோட்பாட்டாளருக்கு உண்மை. இந்த மறுப்புடன் ஒப்பிடும் போது உள் கோட்பாட்டு வேறுபாடுகள் பொருட்படுத்த வேண்டாத அளவிற்கு முக்கியமற்றவை ஆகின்றன. உண்மையில் அகநிலைவாத மதிப்புக் கோட்பாடு அல்லது உழைப்பு மதிப்புக் கோட்பாடு ஆகியவற்றால் முன்வைக்கப்படுகின்ற பரிவர்த்தனை மதிப்பு பற்றிய கோட்பாடுகளை எந்த விதத்திலும் மார்க்ஸ் விமர்சிக்கவில்லை - அவை பற்றி குறிப்பிடக் கூட இல்லை. முக்கியமானது என்னவென்றால், இரண்டு சிந்தனைப் பள்ளிகளும் 'பரிவர்த்தனை மதிப்பு என்ற கருத்தாக்கத்தை அனுமானித்துக் கொண்டன', என்பதில் சமமான குற்றவாளிகள் அதாவது, அவை

இரண்டுமே பரிவர்த்தனை மதிப்பு என்ற கருத்துநிலையை ஒரு கருத்தினமாக பயன்படுத்துகின்றன. இரு நிலைப்பாடுகளும் மதிப்பின் 'உள் அடிக்கோளை', அதாவது அதன் இருத்தலுக்கான போதுமான அடிப்படையை கருப்பொருளாக்க மறுப்பது பற்றிய ஆட்சேபணை என்பதில்தான் எல்லாம் கால்கொண்டுள்ளது (T3/135). மதிப்பின் இருத்தலை சுய நிரூபணம் உள்ளதாக ஏற்றுக்கொள்வதில் கால் கொண்டுள்ளது. ஒரு ரிக்கார்டியன் 'மதிப்பின் மாறாத அளவை' குறித்து ஆய்வு செய்யும் போது அவர் எதனுடைய அளவையைத் தேடுகிறாரோ அந்த மதிப்புகளையே அனுமானித்துக் கொள்கிறார். அதாவது அவற்றின் இருப்பை அவர் அனுமானித்துக் கொள்கிறார். ஆனால், மார்க்சுக்கோ 'மதிப்பின் தோற்றம்' (T3/155) எங்கிருந்து என்பதுதான் கேள்வி. மாறாக, ரிக்கார்டோ 'அதனளவில் வடிவம்', குறித்து, மதிப்பாக இருக்கும் மதிப்பு குறித்து 'அலட்சியமாக' இருக்கிறார், அது இயற்கையானது' (G236) எனக் கருதுகின்றார். அவர் அந்த மதிப்பாக இருக்கும் மதிப்புகள் தனிநபர்களால் உணர்வுபூர்வமாக உற்பத்தி செய்யப்படவில்லை என்பதை மறந்துவிடுகின்றார். அவற்றை 'சமூக உருவாக்கம்' (Kl/88) என்று புரிந்து கொள்ள வேண்டும் என்பதை மறந்துவிடுகின்றார். அரசியல் பொருளாதாரத்தின் அடிப்படை கருத்தாக்கங்கள், உழைப்பு மதிப்புக் கோட்பாடு பற்றிய அதன் புரிதல், மதிப்பின் 'தோற்றுவாயை' வெளிப்படுத்தும் பணிக்கு போதுமானதாக இல்லை. அந்த காரணத்தினால் அதன் உள் கரணியத்தைக் கண்டறிவதற்காக மார்க்ஸ் அரசியல் பொருளாதாரத்தின் களத்திற்கு வெளியில் மற்ற பரிசீலனைகளை நாடியுள்ளார். எனக்குத் தெரிந்த மட்டும் உழைப்பு மதிப்பு கோட்பாட்டிற்கு ஆதரவாக, முதல் முறையாக மார்க்ஸ் முடிவு செய்யும் இடத்தில் இது தெளிவாகிறது. நாம், 'தனியார் சொத்து' என்ற வார்த்தைகளை மீண்டும் 'மதிப்பு' என மாற்றினால் அந்தப் பத்தி இவ்வாறு மாறுகிறது:

> ...ஒருவர் மதிப்பைப் பற்றி பேசும்போது, இது மனிதர்களுக்கு வெளியேயும் மனிதர்களிலிருந்து தனித்தும் தாண்டியும் உள்ள விஷயம் என்று கருதப்படுகின்றது. ஒருவர் உழைப்பு குறித்து பேசும்போது, அது மனிதர்களுடன் நேரடியாக தொடர்புடையது என்று தெரிகிறது. இந்தப் புதிய வழியில் கேள்வி கேட்பது அதற்கான பதிலைக் கண்டறிந்ததற்கு சமமாக உள்ளது. (P521f)

என் கருத்துப்படி இந்த சிந்தனைதான் மார்க்சின் உழைப்பு மதிப்புக் கோட்பாட்டிற்கான ஆரம்பம். ஒருவர் மதிப்பை மூலதனத்தின் மதிப்பு எனக் குறிப்பிட்டால், அதன்மூலம் அது மனிதர்களுக்கு வெளியே

இருப்பது, ஆனால் மனிதர்களால் உற்பத்தி செய்யப்படுகிறது என அர்த்தமாகிறது. மார்க்ஸ் மூலதனத்தின் மதிப்பு பற்றி 'பொருளாயதமற்ற' அல்லது 'வணிகக் கருத்துரு' என்று மட்டுமே, வேறு சொற்களில் அதன் அகம்சார்-தன்மையை (Subject Character) மட்டுமே அர்த்தப் படுத்தியிருக்கலாம். மனித குலத்திற்கு வெளியே வாழ்வதும் அதிலிருந்து சுயேச்சையானதும் என (P530) செல்வத்தின் சாராம்சம் குறித்த பழைய கேள்வியைக் கேட்கும் இந்தப் 'புதிய வழியில்' என்ன புதியது என்றால், மதிப்பு இங்கே முதல் முறையாக அதன் இருத்தல் நிலையில் அமைந்துள்ளது அதாவது அதன் இருப்பு இடம்பெயர்ந்தது என்ற உண்மையைக் கொண்டுள்ளது இதனால் மனித அத்தியாவசிய சக்திகளின் மற்ற வடிவங்களின் அதாவது பிளாட்டோனிக், இறையியல் இருப்பமைவுக் கருத்துக்கள் புறநிலைப்படுத்தல்[49] எனும் அதே நிலை அதற்கு ஒதுக்கப்படுகிறது. எனவே இது 'மனிதகுலத்தின் மொத்த செயல்திறன்' (P574), மனிதனின் 'பொதுவான செயல்பாடும், அத்தியாவசிய சக்திகளும்' (P561) என்ற ஃபாயர்பாகின் கருத்தைப் பயன்படுத்த அவசியமான, நிலையான நடவடிக்கையாக இருந்தது. அதாவது செவ்வியல் பொருளாதார நிபுணரின் தீர்க்கப்படாத சிக்கலைத் தீர்க்க, 'அவருக்கு [உழைப்பு மதிப்புக் கோட்பாட்டின் மதிப்பு]' ஆதாரத்தை வழங்குவதாக இருந்தது. (P561): 'மொத்த செயல்திறன்' உழைப்பின் சமூக மொத்தமாகவும் அதற்குச் சொந்தமான பொருண்மையாக்கப்பட்ட 'தோற்ற வடிவங்களாகவும்' (Kl/70) ஆகின்றது; 'மொத்த செயல்திறன்' என்பதன் பொருள் குறிப்பிடத்தக்க அளவில் மாற்றப்படவில்லை ஆனால் வெறுமனே குறிப்பிடப்பட்டுள்ளது.

மதிப்பு பற்றிய போட்டியிடும் பொருளியல் கோட்பாடுகளுக்கு இடையேயான மோதல் பொருளாதாரத்துக்கு வெளியிலான காரணிகளின் உதவியுடன் தீர்க்கப்படுகின்றன. இந்தக் கோட்பாடுகளின் அடிப்படைக் கொள்கைகளான பயன்பாடு, உழைப்பு ஆகியவை 'மதிப்பு மனிதர்களுக்கு வெளியே' இருப்பதற்கான விளக்கமாகவும், அது 'அகற்றப்பட்டிருப்பதற்கான' விளக்கமாகவும், சுருக்கமாக அதன் குறிப்பிட்ட 'வடிவத்துக்கான' விளக்கமாகவும் இருக்க முடியுமா என்பவையே இந்தக் காரணிகள். பொருளியலின் குறுகிய களத்துக்கு அடித்தளம் வழங்குவதற்கு பொருளாதாரம் பற்றிய கோட்பாட்டின் செயல் பரப்பு மேலும் பெரிதாக்கப்பட வேண்டும். மதிப்பின் உள்ளடக்கம் மற்றும் அளவு எனும் முதன்மையான பொருளாதார பிரச்சனையோடு 'சீர்குலைந்த வடிவம்' என்ற சிக்கல் சேர்க்கப்பட்டது. முந்தையவற்றுக்கு ஒத்திசைவான தீர்வைக் கொடுப்பதற்காக இது செய்யப்படுகின்றது. இந்த நடைமுறையின் விளைவாக, பயன்பாடும் பற்றாக்குறையும் என்ற அகநிலை மதிப்புக் கோட்பாட்டின்

தத்துவத்திற்கும் அறிவியலுக்கும் இடையே : விமர்சனக் கோட்பாடாக...

கொள்கைகள், சாரமான, அறுதியான, புறவயமான மதிப்பு வெறுமனே இருப்பதன் 'உள் தளத்தை' புரிந்துகொள்ள போதுமானவையாக இல்லை என்பது தெரிய வருகின்றது. மனிதகுலத்தின் பொதுவான சக்திகள் புறநிலையாக்கப்படுவதாக மதிப்பின் இருப்பை விளக்கும் முகமாக உழைப்பு என்ற கொள்கையை மட்டுமே வளர்த்தெடுக்க முடியும். பொருளாதாரக் கோட்பாடுகள் இப்படித்தான் 1844 இல் மார்க்ஸ் ஹெகலிய இயங்கியலின் 'நேர்மறையான தருணங்கள்' (P583) என்று குறிப்பிட்டதன் மூலம் நிறுவப்படுகின்றன. மனிதர்கள் தங்களுடைய சொந்த பொதுவான சக்திகளை அதாவது 'கூட்டு சக்திகள்' (G481) அல்லது 'சமூக சக்திகள்' (K3/823) எனப்படுபவற்றை தன்னாட்சியான அந்நியமாக்கப்பட்ட இருப்பாக எதிர்கொள்கின்றனர் என்ற மார்க்சின் அடிப்படை சிந்தனை, அனைத்து பொருளியலாளர்களாலும், இதுவரை புறக்கணிக்கப்பட்டது. சமூக மூலதனம், உண்மையான முழுமையான முனைப்பாக, தனிப்பட்ட முனைப்புகளின் விருப்பு வெறுப்புகளிலிருந்து சாரமாக்கப்பட்டதான தன்னாட்சியானதென்ற கருத்தாக்கத்தில் இந்த சிந்தனை நிறைவுறுகிறது. அதன் 'ஆளும் வல்லமை' 'உரிமையாளர்கள் மீது' ஆட்சி செய்கிறது (றி484). இப்போதுதான் மார்க்ஸ் மூலதனத்தின் 'சுய இயக்கம்' அல்லது தன்னாட்சி என்று அழைப்பதன் அர்த்தமும் அதனுடன் அவரது பிற்கால படைப்பின் தலைப்பின் பொருளும், முற்றிலும் தெளிவாகிறது. இந்த புதிய புறப்பாட்டின் தோற்ற மூலம் புறநிலைப்படுத்தப்பட்ட பொதுவான சக்திகள் எனும் ஃபாயர்பாகின் கருத்தாக்கம் ஆகும்.

பொருளாதார புறநிலைத் தன்மையைக் குறித்து பொருளாதார முனைப்பின் மூன்று அணுகுமுறைகள்

சமூகப் பொருளாதாரத்தை மார்க்சிய 'புரட்சிகரமாக்கல்' பற்றிய எந்த அர்த்தமுள்ள விவாதமும் (B144), அரசியல் பொருளாதாரத்தில் (B202; ஆங்கிலம்) இயங்கியலைப் பயன்படுத்துவதற்கான அவரது முதல் முயற்சி குறித்த ஆய்வும், பொருளாதார புறநிலையின் சிக்கலை வெற்றிகரமாக கருத்தாக்கம் செய்ய முயற்சிக்கும் இரண்டு பாரம்பரிய முயற்சிகளின் பின்னணியில் நடத்தப்பட வேண்டும்.

பாரம்பரிய முனைப்பு - பொருண்மை இருமையின் மட்டத்தில் பொருளாதார பொருண்மை

பொதுச் சூழலில் மதிப்பின் சிக்கல் என்பதில் உள்ள பொருளாதார பிரச்சனையை கருப்பொருளாக்க ஜெர்மன் தத்துவ இலக்கியத்தில் பல முயற்சிகள் நடந்துள்ளன - மேக்ஸ் ஷெலர், ஏ.மீனோங், எச்.வைஹிங்கர் மற்றும் எச்.ரிக்கர்ட் போன்றோர் முயன்றுள்ளனர். இவை அனைத்தும் 'மதிப்பு உள்பொதிந்த பொருண்மைகளாகப்' பொருளாதாரப்

பொருண்மைகளைப் புரிந்து கொள்ள முயற்சித்து தோல்வியடைந்தன. ஹெய்டெக்கர் இந்தப் பிரச்சனையை வெளிப்படையாகத் தெளிவாக்கி, 'மதிப்பு கொண்ட முதலீடு என்ற இந்தக் கட்டமைப்பின் தெளிவின்மை' என உறுதியாகக் குறிப்பிடுகின்றார். எனினும் அவரால் புதிரைத் தீர்க்க முடியவில்லை. அந்தப் புதிர்: 'மதிப்பு என்பதன் இருப்பமைவு அர்த்தம் என்ன? இந்த "முதலீடு" மற்றும் முதலீடு செய்யப்படுவதை நாம் எவ்வாறு குணாதிசயப்படுத்துவது?'[50]

நிச்சயமாக, இந்த தோல்வியுற்ற முயற்சிகள் அனைத்தின் தொடக்கப் புள்ளியும் அகநிலை மதிப்புக் கோட்பாட்டின் மறைமுகமான அனுமானம்தான். ஷும்பீட்டர், அதனை 'மதிப்பு எனும் வார்த்தை எதையும் குறிப்பதாக இருந்தால் மதிப்புகள் ஒரு கூருணர்வுக்குள் வாழ வேண்டும்' என முன்மொழிகின்றார். இருப்பினும், அதே பக்கத்தில் அவர் அறியாமலேயே எதிர்நிலையை உருவாக்குகிறார். அதாவது 'வாங்கும் சக்தி என்பதை பொதுவாக பொருட்களின் மீதான சாரமான சக்தி என்று புரிந்து கொள்ள வேண்டும்',[51] என்கிறார். நாம் இங்கு 'புறநிலை மதிப்பை' கையாளுகிறோம் என்பதை நாம் மனதில் கொள்ள வேண்டும். எவ்வாறாயினும், ஈடான மதிப்பு, 'கூருணர்வில்' அமைந்திருக்க வேண்டும்.

இவ்வாறான வகையில், நடைமுறையில் உள்ள கோட்பாடு, கூறுணர்வுக்கு 'உள்ளே'யும் 'வெளியே'யும் இருப்புக்கள் என இங்கே அகநிலை, அங்கே புறநிலை என வெறித்தனமாகத் தாவுகிறது, அது ஒன்றிலிருந்து மற்றொன்றுக்கு மாறும்போது முந்தையதை மறந்து விடுகின்றது. மதிப்பை 'பொதிவது', அதாவது பொருண்மை எனும் புறநிலையில் அகநிலைசார் மதிப்பை பொதிவது, இதன் மூலம் பொருண்மை மதிப்பை 'உள்ளடக்க' வேண்டும் அத்தோடு அதனை 'பிரதிநிதித்துவப்படுத்த' வேண்டும். ஆனால் இது கருத்தினரீதியாக புரிந்துகொள்ள முடியாததாக உள்ளது. மார்க்சியத்தின் நோக்குநிலையில் இதனை அதன் 'வடிவம் எனும் நிலைப்பாட்டில்' இருந்து புரிந்து கொள்ள முடியாது. மதிப்புகள் 'உணர்வில் வாழ வேண்டும்' என்று ஒருவர் வலியுறுத்தினால் - அதன் அர்த்தம் எதுவாக இருந்தாலும் - அவர் அவற்றின் பொருளாயத இருப்பை மறுக்கிறார் என்றே ஆகும். மறுபுறம், ஒருவர் அவற்றின் புறவய இருப்பு கூருணர்வுக்கு வெளியே இருப்பதாக வலியுறுத்துகிறார், 'வாங்கும் சக்தி' 'பரிவர்த்தனை' ஆகிய அவற்றின் பண்புகளின் வலிமையை வலியுறுத்துகிறார் என்றால் அதாவது பொருளாதார ரீதியாக 'பொருள்களின் தங்களுக்கிடையில் உறவு' (T3/145) எனும் புதிரான இருப்பை வலியுறுத்துகின்றார் என்றால்,

அவை 'கூருணர்வில் உள்ளவை' என்பதை மறுதலிக்கின்றார். நிலவும் பொருளியல் கோட்பாட்டிற்கு இந்த இக்கட்டான நிலையில் இருந்து மீள வழி தெரியவில்லை.

தத்துவ இயங்கியல் மட்டத்தில் பொருளாதார பொருண்மை

ஹெய்டெக்கருக்கு, முனைவு-பொருண்மை இருமையின் மட்டத்தில் 'கருத்தினரீதியாக' 'புரிந்து கொள்ள' கடினமாகத் தோன்றும் மதிப்பு என்ற சிக்கலின் தீர்க்க முடியாத தன்மை, என்பது ஐயத்திற்கிடமின்றி இந்த இருமைவாதத்தையே கேள்விக்குள்ளாக்கியவர்களால் உறுதிப் படுத்தப்படுகிறது. ஹெகலைத் தொடர்ந்து, ஜார்ஜ சிம்மலின் பணத்தின் தத்துவம் நூலில் இதைப் பார்க்கலாம். மேலும் ஹெகல், சிம்மல் மற்றும் ஜோஹன் ஜார்ஜ் ஹமான் பாதிப்பில்,[52] புருனோ லிப்ரூக்ஸின் நூலில் இது குறித்து தெளிவான எடுத்துக்காட்டைப் பார்க்கலாம்.[53] அவரைப் பொறுத்தவரை, இன்னும் முனைப்பு-பொருண்மை எனும் இருமையால் தடுக்கப்படுவதாகிய 'பிரதிபலிப்பு தத்துவம்' என்று அழைக்கப்படுவதற்கு, 'பணம் என்றால் என்னவென்று ஒருபோதும் அறிந்து கொள்ள இயலாது'. சரக்கு, பணம் ஆகியவற்றின் இயக்கவியல் தீர்மானிப்புகளை சிம்மலில் மட்டுமல்ல, மார்க்சின் எழுத்துகளிலும் ஒருவர் காணலாம்; ஏறக்குறைய அவர் சரக்காக உற்பத்திப் பொருள், உலகளாவிய தன்மை' 'தனித்துவத்தன்மை' ஆகியவற்றின் உயர்தளப்பாடு என்று கூறுகிறார் (G111). மேலும், இந்தச் சரக்கு, ஒரு 'புலனுணர்வுக்குட்பட்ட- புலனுணர்விற்கு அப்பாற்பட்ட விசயமாக' 'எதார்த்தமான கருத்து', என லிப்ரூக்ஸ் அழைப்பது போன்ற ஒரு 'புறநிலையை மீறும் பொருள்' (übergegenständlicher Gegenstand), இயற்கை அறிவியலின் 'நேர்மறை பொருள்களுக்கு' எதிரான பொருள். ஆனால் கடைசியாக மற்றும் மிக முக்கியமாக, குறிப்பிட்டது 'அதே நேரம்' உலகளாவியது. அதாவது ஹெகலால் வரையறுக்கப்பட்டது போல உலகளாவிய பிரச்சனை அதே பாணியில் பொருளாதாரத்தில் மீண்டும் மீண்டும் வருகிறது. அதாவது, 'புறவயமானது' மற்றும் 'அகவயமானது' என்பவற்றுக்கு இடையே உள்ள வேறுபாடு இயங்கியல்ரீதியாக மறுதலிக்கப்பட வேண்டும். மார்க்சின் வார்த்தைகளில் கூறினால், 'சிங்கங்கள், புலிகள், முயல்கள், மற்ற எல்லா எதார்த்த விலங்குகளுடன் சேர்ந்து இருப்பதாகவும் அதிலிருந்து மாறுபட்டதாகவும் முழு விலங்கு இனப்பிரிவின் அவதாரம் என்பதாகவும் விலங்கு இருக்கிறது. அத்தகைய ஒரு குறிப்பிட்டது உலகளாவியது.'[54] இந்த நேர்வில் இருக்கும் குறிப்பிட்ட, 'புறநிலை எதார்த்தம்', அதன் எதிர்மறையானது, இது ஒரு உலகளாவியது, விலங்கு என்பதையே 'சாரமாக்கியது'. பணம் தற்போதுள்ள

உலகளாவிய இருப்பாக அல்லது ஏற்கனவே உள்ள சாரமாக்கலாக, பொருளாதார முரண்நிலையாக விளக்கப்படுகிறது. பணம் என்பது சாரமான மதிப்பு என்றும் இந்த சாரமானது புறநிலை எதார்த்தமாக உள்ளது என்றும் கூறுவதன் அர்த்தம் இதுதான்.

பொருளாதாரத்தின் பொருண்மையின் வரையறை, மீ பொருண்மை அல்லது 'கருத்துரீதியான உண்மை இருப்பு', என்ற வகையில் பொருளியலுக்கு திரும்பிச் செல்லும் பாலங்கள் இறுதியாக எரிக்கப்பட்டன. இது தொடர்பான 1960-களுக்கு சற்று முந்தைய இலக்கியங்களை மேலோட்டமாக பார்த்தால் போதுமானது. இயங்கியல் தத்துவவாதிகள், மட்டுமல்ல பெரும்பாலான பொருளாதார கோட்பாட்டாளர்கள் 'பணம்' என்ற விஷயத்தை இத்தகைய 'தத்துவ' முறையில் விவரித்துள்ளனர் என்பதைக் காட்ட போதுமானது. உதாரணமாக அந்தக் காலத்தின் மிக முக்கியமான பணக் கோட்பாட்டாளர் ஒருவரை எடுத்துக் கொள்ளுங்கள் அவர் சாதாரணமாக அளவுரீதியான கேள்விகளை மட்டுமே கையாளுபவர். அந்த நாட்களில் ஒரு புதிர் மிகச் சரியாகச் சுட்டிக் காட்டப்பட்டு இருக்கலாம் ஆனால் மேலோட்டமான, மூதுரை முறைக்கு மேலாக அரிதாகவே கையாளப்பட்டது என்று தெரிகிறது.

> பணத்திற்கான அடையாளத்தில், இது புதிராகத் தோன்றினாலும், சாரமான பொருளாதார மதிப்பு எதார்த்தமான தோற்றத்திற்கு கொண்டு வரப்படுகிறது. அது இந்த வகையான சாரமாக் கலை எதார்த்தத்தை நம்பிக்கையற்று துறத்தல் என்று மட்டுமே பார்க்கும் பலரும் சாரமானதிற்கு எந்த வகையான இருப்பையும் வழங்க மறுப்பவர்களும் சிந்திக்க வேண்டிய ஒன்று.[55]

சாரமானது அல்லது மிகவும் பொதுவான சொற்களில் ஒன்று சிந்தனை அல்லது அகநிலை, அதே நேரத்தில் ஒரு 'பொருண்மம்' அல்லது பொதுவான பேச்சு வழக்கில் ஒரு எதார்த்த இருப்பு, சிந்தனை அல்லது கருத்து அல்லாத ஒன்று. 'எதார்த்தம்' என்பது தன்னளவில் சாரமானது என்று கூறப்படுகிறது. உண்மையில் பிரச்சினை மொழி மட்டும்தானா? ஜோன் ராபின்சன் மொழி புரிந்துகொள்ள இயலாதது என்று குற்றம் சாட்டுகிறார். மார்க்சியக் கோட்பாட்டின் மொழி மட்டுமல்ல, இந்த 'எதார்த்தம்' என்பது குறித்த மொழியும் தானே? மாறாக எதார்த்தம் குறித்த அனுபவக் கருத்தை (எனவே, ஒரு பிரதிபலிப்பு தத்துவத்தை) ஜோன் ராபின்சனும் பொதுவாக அளவுசார் பொருளியலும் மிகவும் அப்பாவியாக முன்னனுமானித்தனர். அது, அவசியமாக உள்ளே கொண்டுள்ள இந்தப் பிரச்சினைதான் இந்த

வகையான பொருளியல் பணம் என்பது ஒரு சரக்கா அல்லது மூலதனமா? என்னவென்று ஒருபோதும் அறியாததற்கு காரணம். அத்தகைய பொருளியல், ஏற்கனவே பொருளாதார 'எதார்த்தமே' சாரமானது அல்ல எனப் பிடிவாதமாக இருக்கும்போது, அது சரியென நினைக்கும் அனுபவ ஞானவியலின்படி, அத்தகைய சாரம் சாத்தியமல்ல எனும் போது கோட்பாட்டிற்கும் மெய்மைக்கும், மாதிரிக்கும் எதார்த்தத்துக்கும் இடையே உள்ள உறவை எப்படி அர்த்தத்துடன் விவாதிக்க முடியும்?

தத்துவ - பொருளாதார இயங்கியல் ஒப்பீட்டுச் சட்டகத்தில் பொருளாதார பொருண்மை

அதன் சொந்த திட்டத்தை முடிக்க இயலாது; அது எப்படி முடியும் என்பது தெளிவாக இல்லை; பொருளாதார கருத்தினங்களின் மரபணு கணக்கை வழங்குவதில் எவ்வாறு வெற்றி பெற இயலும் என இரண்டாவது அணுகுமுறைக்கு மிகவும் சக்திவாய்ந்த ஆட்சேபணை வெளிப்படையாக உள்ளது; ஹெகலிடம் போலவே - சிம்மல் மற்றும் லிப்ரூக்ஸைக் குறிப்பிடவே வேண்டியதில்லை - மூலதனத்தின் கருத்தினங்கள் பற்றி எந்த முக்கியத்துவமும் கொண்ட விளக்கத்தை நாம் கற்றுக்கொள்வதில்லை அவை ஹெகலைப் போலவே அவை எளிய நிகழ்வாக ஒரு 'பிளாட்டோனிக் கருத்துரு' நிலையிலேயே உள்ளன. மதிப்பு எனும் கருத்தினத்தைப் பொறுத்தவரையில் ஹெகல் தனது சொந்த முக்கிய நுண்மாண் நுழைபுலத்தைப் பயன்படுத்த இயலாது என்று தோன்றுகிறது. அதாவது ஒவ்வொரு உடனடி நடவடிக்கையும் இடையாடல் செய்யப்படுகிறது: முனைப்பின் புறநிலையாக்கமாக மதிப்பைப் பெற முடியும் என்பதற்குப் பதிலாக அவர் அனுபவ விஷயங்களை சார்ந்துவிடுகின்றார். ஹெகலைப் பொருத்தவரை பொருளியலின் இருத்தலைப் போலவே 'பரிவர்த்தனை மதிப்புகளின் உலகம்' எப்பொழுதும் ஏற்கனவே இருப்பதாக அனுமானிக்கப்படுகிறது, அத்தோடு சமூகரீதியானதன் உலகமும் இருப்பதாக எடுத்துக்கொள்ளப் படுகின்றது.

ஹெகலின் இயங்கியல் மானுடவியல்-பொருளியல் இயங்கியல் ஆக மாற்றம் அடைதல்

தன்னுணர்வின் புறநிலையாக்கமாக இருப்பதை விட, பொருளாதாரத்தின் வெளிப்பாடுகள் ஒரு மண்ணுலக முனைப்பின் புறநிலையாக கருதப்பட வேண்டும், ஃபாயர்பாக் அவற்றை 'பொதுவான சக்திகள்' என்று அழைக்கிறார், அவை இப்போது உழைப்பின் 'கூட்டு சக்திகள்' என திட்டவட்டமாக்கலைப் பெறுகின்றன. 'முழுமையான மனித, உலகளாவிய அடிப்படையில்' *(1/502)* இந்த சக்திகள் அவை '[அவற்றின்] கால்கொண்டுள்ள மனிதர்களில்

உண்மையான மனிதர்களில் அடையாளம் காணப்படுகின்றன, அவரது சொந்த வேலையாக முன்வைக்கப்படுகின்றன' (1/231). இந்த வழியில் மட்டுமே 'ஹெகலிய இயங்கியலின் நேர்மறையான கூறுகள் காப்பற்றப்படும். அதாவது 'பொருளாயத உலகத்தின் அந்நியப்படுத்தப் பட்ட தீர்மானிப்பை அழித்தல்' (P583), 'மனிதகுலத்தை விட்டுத் தனியேயும் வெளியேயும் வாழும்' பொருளாதாரப் பொருண்மங்களை அழித்தல், நிலைகெட்ட உலகப் பொதுவானவை முனைப்பாக உருமாற்றம் அடைவதை அழித்தல் என்ற திட்டத்தை காப்பாற்ற முடியும்.

இந்த மாற்றம் அனைத்து மதிப்புகளின் முதன்மையான ஆதி மூலப்பொருள் உள்ளது என்ற கருத்தைத் தேவையற்றதாக ஆக்குகிறது. உண்மையில் அத்தகைய மற்றொரு இருப்பமைவு, ஒரு புதிய முதல் தத்துவமோ அல்லது உலகநோக்கோ தேவையில்லாத அடித்தளம் மேல் கட்டுமானம் எனும் கருத்தியலுக்கு கூடுதலான தேவையற்ற அதீதமாக இருக்கும். அடித்தளம் மேல்காட்டுமானம் எனும் இந்த கருத்தியல் வெற்றிகரமாகவும் முழுமையாகவும் பொருளாதாரம் பற்றிய விமர்சன பகுப்பாய்வில் கால் கொண்டுள்ளது.

இளம் மார்க்சின் பொருள்முதல்வாதத்தை விட மிக முக்கியமானது இங்கிருந்து இறுதிவரை அவரது வாழ்க்கைப் பணியின் அடிப்படையை உருவாக்கும் சிந்தனை ஆகும். அந்த சிந்தனை: அதாவது 'அனைத்து பொருளாதார கருத்தினங்களும் இரண்டு காரணிகளிலிருந்து' (P521) [வளர்க்கப்பட வேண்டும்] என்ற சிந்தனை. அவை தனியார் சொத்து என்பதன் உள்ளார்ந்த 'சாரத்தின் பதற்றம்' (gespanntes Wesen). இது தனியார் சொத்தின் 'புறநிலை வெளிப்பாடுகள்' ஒருபுறம், அதன் 'அகநிலை சாராம்சம்' - மொத்த செயல்திறனாக உழைப்பு - மறுபுறம் என இவற்றுக்கிடையேயான முரண்பாடு. பொருளாதாரத்தின் அனைத்து கருத்தினங்களும் இதைப் பற்றி பேசும்போது இரண்டு ஆதிநிலைகளின் அடித்தளங்கள் அல்லது காரணிகள் ஆகியவற்றின் 'வளர்ந்த வெளிப்பாடுகள்' என்று புரிந்து கொள்ள வேண்டும்.

இந்த வளர்ச்சியின் இறுதி முனை மூலதனம். இது 1844 ஆம் ஆண்டிலேயே, 'தனியார் சொத்தின் முழுமையாக்கப்பட்ட வெளிப்பாடு' (P533) எனப் புரிந்து கொள்ளப்பட்டது எனக் காட்டலாம். பல 'குறைவான முக்கியத்துவம்' கொண்ட தீர்மானிப்புகள் அவற்றின் 'நிறைவு' ஆக இலக்குசார் ரீதியாக பிந்தையதை நோக்கி இயக்கப்படுகின்றன. முதலிலிருந்து மூலதனத்தின் மதிப்பு உண்மையான, முழுமையான மதிப்பாகப் பார்க்கப்படுகிறது. செவ்வியல் பொருளாதாரத்தின் பரிவர்த்தனை மதிப்பு அதன் 'வளர்ச்சியடையாத ஒரு வெளிப்பாடு'

மட்டுமே. எதிர்மறை அர்த்தத்தில் மதிப்பின் உருவாக்கம் பற்றிய கருத்தாக்கத்தை, எதிர் இலக்குசார் அர்த்தத்தில் - மார்க்ஸ் 'முழுமையான, தனியார் சொத்து... மனிதர்கள் மீதான அதன் ஆதிக்கத்தின் நிறைவு' என்பதன் புறநிலை வெளிப்பாடாக பார்க்கிறார். (P533) - இது அவர் பொருளாதாரத்தின் மாதிரிக் கோட்பாட்டிலிருந்து பிரியும் இடமாகும். அவர் முதலில் தனது கோட்பாட்டை 'அரசியல் பொருளாதாரம் பற்றிய விமர்சனக் கோட்பாடு' என நிறுவுகிற இடம் ஆகும். எனவே இந்த கருத்தாக்கத்தின் சிந்தனை அடிப்படை ஏற்கனவே 1844 இல் நிறுவப்பட்டது; பிந்தைய படைப்புகள் இந்த சிந்தனையை மேலும் வளர்க்க மட்டுமே செய்தன.

தத்துவ-பொருளாதார இயங்கியலில் அடிப்படைக் கருத்தாக்கங்களின் கட்டுவிப்பு தொடர்பான பாரம்பரிய பிரச்சனைகள் திரும்புதல்

இந்த இறுதிப் பகுதியில், இந்த கட்டுரையின் உள்ளடக்கத்தை மீள்பார்வை செய்வோம். சமகால பொருளாதாரமா அல்லது மார்க்சியப் பொருளாதாரமா? எது அதன் பொருண்மைக்கு போதுமான ஒரு கலைச்சொல் தொகுப்பை உருவாக்கியது? என்ற பிரச்சனையுடன் தொடங்கினோம். கல்விப்புல பொருளியல் கட்டுண்ட நிலையிலேயே இருந்து வருகிறது என்று வெளிப்பட்டது. ஏனென்றால் அது பாரம்பரிய இருமைவாதத்தின் கட்டுகளில் உள்ளது அகம் அல்லது முனைப்பு - குவா ரெஸ் கோகிடான்ஸ் (qua res cogitans) புறம் அல்லது பொருண்மம் - குவா ரெஸ் எக்ஸ்டென்சா (qua res extensa) என்னும் தளையிலேயே தொடர்கின்றது. ஒரு 'சாரமான' அகற்றும் சக்தி 'திட்டவட்டமான' பொருட்களுடன் 'கட்டுண்டிருக்கிறது அவற்றில் அது பொருள்வயமாகின்றது என்று கூறுவதன் அர்த்தம் என்ன என்பதை பொருளியல் கரணியமாக எடுத்துக் கூற முடியாது. ஆனால் நிச்சயமாக, பாரம்பரிய தத்துவத்திற்கும் ஞானவியலுக்கும் கூட இந்த 'பொருட்களில்' மதிப்பின் 'பொதிவு' உள்ளது. ஹெய்டெக்கரின் சொற்களில், புரிந்துகொள்ள முடியாத கருத்தினமாக ஒரு 'தெளிவற்ற' கட்டமைப்பாக உள்ளது. எனவே இந்த வகையான பொருளியல் சமூக-பொருளாதார களத்தில் 'எதார்த்தம் முற்றிலும் வேறுபட்ட அர்த்தத்தைக் கொண்டுள்ளது' என்ற சந்தேகிக்கின்றன. ஆனால் இந்த சிந்தனையை நேர்மறையாக வளர்த்தெடுக்க முடியாமல் உள்ளது.

இங்கு தேவைப்படுவது அகம்-புறம் அல்லது முனைப்பு-பொருண்மம் இருண்மையின் கலைப்புதான் என்று தோன்றுகிறது ஆயினும் இயங்கியல் சார்ந்த கோட்பாட்டால் இந்த பொருட்களின்

தன்னாட்சியை விளக்க முடியாது அல்லது அவற்றைப் புறநிலைப் படுத்தலின் விளைபொருளென மரபணு விளக்கத்தைக் கொடுக்க முடியாது.

வடிவங்களைப் பற்றிய மார்க்சின் பகுப்பாய்வு இந்தத் திசையில், ஒரு ஆரம்ப கட்டமாகும். ஏனெனில் இது தன்னுணர்வைக் காட்டிலும் சமூகத்தின் பொதுவான சக்திகளை ஆய்வுப் பொருண்மையாகக் கொண்டுள்ளது. அகம்-புறம் அல்லது முனைப்பு-பொருண்மம் எனும் கருத்தாக்க இருண்மையானது இப்போது 'மனித சக்தி, அதாவது உழைப்பு'க்கும் 'மானுடத்திற்கும் இயற்கைக்கும் வெளியிலான பொருளாதாரப் பொருளுக்கும்' இடையே உள்ள வேறுபாட்டைக் குறிக்கிறது. இருப்பினும், இந்தப் பாரம்பரியப் பதங்களை மார்க்சின் எழுத்துகளில் கண்டுபிடிப்பது சாத்தியம்; அதற்கும் மேலாக இந்த விதிமுறைகளின் பயன்பாட்டை, மற்ற எல்லாவற்றிற்கும் மேலாக, அடோர்னோவின் எழுத்துகளில் காணலாம். மீண்டும் மீண்டும் வரும் அறிவுசார் ஆய்வுகளின் சூழலில் இது காட்டப்பட்டுள்ளது. மார்க்ஸ் பொருளாதார கருத்தினம் ஒரு 'சிந்தனையின் புறநிலை எதார்த்த வடிவம்' என அடையாளப்படுத்துவதில் இது காட்டப்படுகின்றது (Kl/90). ஒரு கட்டத்தில் அவர் வெளிப்படையாகக் கூறுகிறார்: 'அவர்களது சொந்த உழைப்பின் சமூக வடிவங்கள் - [அவை] எப்போதும் அகநிலை-புறநிலையானவை.'[56]

எனவே இந்த வடிவங்கள் வெறும் அகநிலை அல்ல, அதாவது வெறும் தூய சிந்தனை அல்ல, அல்லது ஏதோ வெறும் புறநிலை அல்ல; மாறாக அவை இரண்டும் ஆகும். இது ஹெகலின் தூய உணர்வு (Spirit) பற்றிய கருத்தாக்கத்தின் இன்றியமையாத அம்சம்; 'தூய உணர்வு என்பது எப்போதும் அகநிலை-புறநிலை'யாக உள்ளது.[57] இருப்பினும், இறுதி பகுப்பாய்வில் இந்த ஒற்றுமையின் புறநிலை விசை தன்னுணர்வின் பொருண்மையாக்கத்தின் விளைவாக காட்டப்படுகிறது. ஆனால் சமூக உழைப்பு என்ற உணர்வில் முனைப்பு என்ற பொருளில் இல்லவே இல்லை.

முனைப்பு-பொருண்மை இருண்மையின் இரண்டு வடிவங்கள் எப்படி இயங்கியல் இடையாடலில் இருக்கின்றன என்ற கேள்வியின் விடை இன்றுவரை தெளிவாக இல்லை: கேள்வி சரியாகக் கேட்கப்படுவது கூட இல்லை. நிச்சயமாக நாம் இங்கே அதிகமாக விவாதிக்க முடியாது. ஆனால் சில பூர்வாங்க பரிசீலனைகளையும் கருத்தியல் தெளிவுபடுத்தல்களையும் காணலாம். மார்க்ஸ் தனது 'வளர்த்தெடுத்தலின் இயங்கியல் முறை' (B183) என்று அழைத்ததைப் பற்றிய புரிதலை நோக்கி இது கொண்டு செல்லும். ஆனால் அவர்

எழுத்துபூர்வமாக ஒரு போதும் எழுதவில்லை. மார்க்ஸ் திட்டமிட்டிருந்த ஆனால் வெளியிடப்படாத படைப்பான 'Abriss über Dialektik' (B311) (Outline of dialectics- *இயங்கியலின் கோட்டுச் சித்திரம்)* கையெழுத்துப் பிரதிகளை எங்கல்ஸ் வீணாகத் தேடியது அறியப்பட்ட செய்தியே.

இதுவரை அடோர்னோ மட்டுமே இந்த கேள்வி திறக்கும் பிரச்சனைகளை முறைபாட்டுத் தெளிவோடு விவரித்துள்ளார் எல்லாவற்றிற்கும் மேலாக 'சமூகவியல் மற்றும் அனுபவம்சார் ஆய்வு' என்ற கட்டுரையிலும் அவரது *எதிர்மறை இயங்கியல்* (Negative Dialectics) நூலின் 'உலக தூய உணர்வு மற்றும் இயற்கை வரலாறு' என்ற அத்தியாயத்திலும் இதைச் செய்துள்ளார். என் கணிப்பில், இந்தப் பிரச்சினை மையத்தைச் சுற்றி நான்கு மைய சிந்தனைகளை வரையலாம்:

(1) எனக்குத் தெரிந்து, மார்க்ஸ் பொருளாதார கருத்தினங்களின் 'புறநிலை மாயை' (KI/97) எனக் குறிப்பிடுவதை கருப்பொருளாக்கிய ஒரே எழுத்தாளர் அடோர்னோ மட்டுமே;

(2) சமூகத்தின் 'ஈதர்' பற்றிய அடோர்னோவின் சித்தரிப்பில், கருத்தினங்களின் தன்மை முதலில் ஹெகலிய தூய உணர்வு கருத்தாக்கத்துடனும் பாரம்பரியமான அகநிலை-புறநிலை இயங்கியல் பற்றிய கருத்துடனும் தொடர்புடையது

(3) '...ஒரு பொருண்மை தன்னைப்பற்றி கொண்டுள்ள கருத்தாக்கங்கள்' என்று 'அந்தப் பொருண்மை தானே இருக்க விரும்பும் கருத்தாக்கங்கள்' எனும் அடோர்னோவின் கருத்து.[58]

(4) 'புறநிலை கரணியமின்மை' என்ற கருத்து.[59]

ஒருவேளை சிலர், சமூக-பொருளாதார கருத்தினங்களின் தொடர்ந்து மாறும் தன்மை என்ற 'ஐந்தாவது மைய சிந்தனை உள்ளது' எனலாம். அது தத்துவ-பொருளாதார பிரச்சினைக்கு சமமான பொருத்தம் உள்ளது என்றும் சொல்லலாம். அதை இங்கே விவரிக்க முடியாது.

இந்த ஐந்து முக்கிய கருப்பொருள்கள் எதுவும் முறை மீதான 3வது ஜெர்மன் வாதப்பிரதிவாதமாக, பல ஆண்டுகள் நீடித்த 'பாசிட்டி விஸ்மஸ்ஸ்ட்ரெய்ட் (positivismusstreit) என அறியப்பட்டவற்றால் கையாளப்படவில்லை. இது எல்லாவற்றிற்கும் மேலாக நேர்மையற்றது ஏனெனில் *ஜெர்மன் சமூகவியலில் நேர்காட்சிவாத சர்ச்சை* (The Positivism Dispute in German Sociology) [60] வெளியீட்டில் சேர்க்கப்பட்ட அடோர்னோவின் தொடக்ககால கட்டுரை 'சமூகவியல் மற்றும் அனுபவ ஆராய்ச்சி', (Sociology and Empirical Research) இங்கு மிக முக்கியமானது.

இந்தப் பிரச்சினைகளுக்குத் தீர்வு காண்பதில் தோல்விக்கான காரணம், அடோர்னோ, மார்க்சைப் பற்றி எழுப்பிய சமூகப் பொருளாதார கட்டுவிப்பின் சிக்கல்கள் மீதான தீண்டாமையே.

அடோர்னோ அவரது கட்டுரையில் உள்ள பின்வரும் பத்தியில் மைய சிக்கலை விளக்குகின்றார்:

> சமூக எதார்த்தத்தைப் பற்றி ஏதோ கருத்தியல் உள்ளது என்று சொல்வது ஒரு கருத்துமுதல்வாதியாக இருப்பதற்கு சமமானதல்ல. ஒரு விசயத்தில் அதனை இறுதி செய்யும் ஒன்று அதிலேயே இருக்கிறது என்று அர்த்தம்... பரிவர்த்தனை என்ற செயல் சரக்குகளை ஒரு சாரமாக குறுக்கும் செயல்... இந்த மாற்றம் எந்த வகையிலும் மரபார்ந்த அர்த்தத்தில் சடப்பொருளில் நடக்கும் மாற்றம் அல்ல... பரிவர்த்தனை மதிப்பு, பயன் மதிப்பு போன்றதல்ல, அது ஒரு வெறும் சிந்தனை... ஆனால் தேவை என்பதன் மீது அரசாளக்கூடியது... எதார்த்தத்தின் மீது அரசாளும் மாயை... அதே சமயம் இந்த மாயை என்பது மிக எதார்த்தமானது... இயற்கை அறிவியலிருந்து முற்றிலும் வேறுபட்ட தர்க்கம் கொண்ட கருத்தியலான ஒன்று. இயற்கை அறிவியலில் எந்தவொரு குறிப்பிட்ட காரணியையும் அதன் பண்புகளாகச் குறுக்குவது சாத்தியம்.[61]

சாரமான மதிப்பு, இது அடோர்னோவிற்கு 'மெய்மையற்ற'. அல்லது 'எதிர்மறை புறநிலை',[62] என்பதன் மைய அமைப்பு ஆகும். ஒருபுறம் அகநிலை - 'ஒரு சிந்தனையாக மட்டும் இருக்குமொன்று'- மறுபுறம் புறநிலை - அது 'மிக மிக எதார்த்தமானது' எனும் நிலை, 'கருத்துரீதியாக அது காரியத்தில் ஆதிக்கம் செலுத்துகிறது தானே' - 'எதார்த்தம் [அது] தன்னளவில் சாரமானது'.[63] மதிப்பு என்பது 'பொருள்', புறநிலை, ஆனாலும் மாயை, அதாவது, அகநிலை, அது சமூகத்தின் கூருணர்வின் ஒரு விளைபொருளாகும் ஒரு மீநிகழ்வு (Urphenomenon) அல்ல, அது அனுபவ நிருபணம் தேவையற்ற அடிமெய் (a priori) அல்ல, நிச்சயமாக முதலாம் இயற்கை இல்லை.

'சாரமான அளவுகள்' (abstract quantities) என்பது எதார்த்தத்தின் அகநிலை சார்ந்ததா அல்லது புறநிலை சார்ந்ததா என்ற கேள்வி எழும் போது, நாம் பாரம்பரியமான அகம்-புறம் அல்லது முனைப்பு-பொருண்மை எனும் இருண்மைவாதத்தை கடந்துவிட்டோம் என்பது திடீரென்று தெளிவாகிறது. - நாம் இங்கு வரைபடத்தில் 0-S2 தொடர்பு பற்றித்தான் குறிப்பிடுகிறோம் -இயற்கை விஞ்ஞானி பணம்

மற்றும் மூலதனத்தின் இயற்கை பக்கத்தை அதாவது, அவர் காகிதம் அல்லது இயந்திரங்களை ஆய்வு செய்யலாம். ஆனால் அவற்றின் (சாரமான) மதிப்பை அவர் ஒருபோதும் கண்டறிய மாட்டார். எனவே மதிப்பு ஏதோ சிந்தனையாகவோ அல்லது அகநிலை சார்ந்ததாகவோ இருக்க வேண்டும். மறுபுறம் பொருளியலாளர் 'சுற்றோட்டம்', 'போக்குவரத்து', 'சேர்த்து வைத்தல்' 'அழிவு', 'உற்பத்தி', 'அளவீடு', போன்றவற்றில் பௌதீகப்பொருட்களில் 'பொதிவாகும்' இந்த ஏதோ ஒன்றைத் தேடுகின்றார். எனவே அது ஏதோ ஒரு சிந்தனை, ஏதோ அகநிலை ஆக இருக்க முடியாது; மாறாக புறநிலையாக உள்ளது, இந்த அர்த்தத்தில் பொருண்மையாக உள்ளது.

பாரம்பரிய அகம்-புறம் அல்லது முனைப்பு-பொருண்மம் உறவு-வரைபடத்தில் உள்ள 0-S2 உறவு குறித்த தீர்க்கப்படாத முறைபாட்டுச் சிக்கல்கள் எண்ணற்றவை உள்ளன. ஒருவர் எப்படி எல்லா பொருளியலாளர்களும் ஏற்றுக்கொள்ளும் மதிப்பு என்ற கருத்தாக்கத்தை உருவாக்க முடியும்? உருவாக்க முடியுமா என்ற கேள்விகளில் இது உச்சம் கொள்கின்றன. அத்தகைய பொருளியலாளர் மதிப்பின் அகநிலை கோட்பாட்டு முகாமில் இருக்கிறாரா அல்லது புறநிலை, மதிப்பு கோட்பாடு, அல்லது நவரிகார்டிய முகாமில் இருக்கிறாரா என்பதைப் பொருட்படுத்தாமல் இந்த கருத்தாக்கத்தை ஒப்புக்கொள்ள முடியுமாறு அதனை வரைய முடியுமா? மார்க்ஸ் தனது சொந்தக் கோட்பாடு அத்தகையது என முன்வைத்தார் என்பதில் சந்தேகமில்லை. மார்க்ஸ் 'மதிப்பின் சர்வப்பொது உலகளாவிய பண்பு' பற்றி வெளிப்படையாகப் பேசுகிறார். 'ஒரு தீர்மானகர சரக்கில் பொருளாயத இருத்தல்', என்பதோடு அது முரண்பட வேண்டும் (B110). அவர் மேலும் விளக்கும்போது எளிமையான 'மதிப்பு' என்பது 'திட்டவட்டமான பொருளாதார தீர்மானிப்புகள்' என்பதிலிருந்து - மூலதனத்தின் கருத்தாக்கத்திலிருந்து - சாரமாக்கப்பட்டது' என்று கூடுதலாக விதிக்கும் போது அவர் உழைப்பு மதிப்புக் கோட்பாட்டின் தனித்த மதிப்பைப் பற்றி பேசவில்லை என்பது தெளிவாகிறது. மாறாக, ஒருவர் 'மதிப்பு'-சேமக்கலம் (Value Reservoir) 'மதிப்பு'-உருவாக்கம் போன்ற சொற்களை பயன்படுத்தும் போது மனதில் கொள்ளும் 'மதிப்பு' என்பது தெளிவாகிறது.

நாம் உண்மையில் (சாரமான) மதிப்பு ஒருபுறமும், வேலை அல்லது பயன்பாடு/பற்றாக்குறை மறுபுறமும் வேறுபடுத்துகிறோம். வேலை என்பது வேலை, மதிப்பு அல்ல, அது மறுதலையாகவும் பொருந்தும். இதன் விளைவாக, அனைவரும் அறியாமல் பயன்படுத்தும்

மதிப்பு பற்றிய அம்சங்கள் நிச்சயமாக இருக்க வேண்டும். பொருளியல் இதனை ஒருபோதும் முறையாகப் புரிந்து கொள்ளவில்லை, மேலும் உதாரணமாக ரிக்கார்டோவை 'மதிப்பின் கருத்தியல் தீர்மானத்தின் வெவ்வேறு விசைகளை வளர்த்தெடுக்கவில்லை' என்று மார்க்ஸ் இடித்துரைக்கின்றார். இவை அவரது படைப்பில் 'வெறும் மெய்மைமைகளாக இடம்பெறுகின்றன' என்றும் கூறுகின்றார். (T2/162).

இந்த முக்கியமான விமர்சனபூர்வமான கேள்வியை இப்போது மார்க்சுக்கு எதிராகத் திருப்ப வேண்டும். ரிக்கார்டோவிடம் அவர் கோருவதைச் செய்வதில் அவர் எங்கே வெற்றி பெறுகிறார்? இந்தக் கேள்வி மார்க்சின் படைப்பில் உள்ள மிகக் கடுமையான குறையைச் சுட்டிக் காட்டுவதாக நான் நினைக்கிறேன்.

மதிப்பு குறித்த ஒரு 'புறநிலைக் கருத்தாக்கத்தை' 'விசைகளின் மொத்தத்தை', மதிப்பு பற்றிய ஒரு சர்வப்பொது வரையறுப்பை வளர்த்தெடுக்க அவர் அழைப்பு விடுப்பது சரிதான். ஆனால் அவர் நம்மிடம் ஒப்படைத்த அவரது எழுத்து இந்த இலக்கை அடைவதில் பின்தங்கியுள்ளது; அது ஒரு துண்டு மட்டுமே. அடோர்னோவைப் போலவே, மார்க்சும் 'பொருள் தன்னளவில் கொண்டுள்ள' அதாவது ஒரு புறநிலை கருத்தாக்கத்தை உருவாக்கக் கோருகின்றார். இல்லையெனில், மதிப்பின் 'உலகளாவிய பண்புகள்' அவற்றின் 'பொருளாயத இருத்தலோடு' முரண்பட வேண்டும் என்று கோருவது அர்த்தமுள்ளதாக இருக்காது. இந்த இரண்டு துருவங்களுக்கு இடையே ஏற்பட்ட பதற்றம் மட்டுமே 'இயங்கியல் முறையிலான வளர்ச்சியை' முதன்மையாக நியாயப்படுத்த முடியும். மேலும், புறநிலை மதிப்பு கோட்பாடு ஒன்று மட்டுமே 'சிந்தனையாக இருக்கும் ஒன்று', ஆனால் 'மிகவும் எதார்த்தமானது' என்ற உலகளாவியதாக இருக்கின்ற ஒன்றைப் பற்றி பேசக்கூடியதாக இருக்கவியலும் அளவில், ஒரு பொருண்மையின் உள்ளார்ந்த கருத்தாக்கத்துக்கும் அந்தப் பொருண்மைக்குமே இடையே ஒரு முரண்பாடு உண்மையில் இருக்கலாம் என்று வாதிட முடியும். இந்தத் தேற்றம் மார்க்சின் 'இயக்கவியல் வளர்த்தெடுப்பு முறைக்கு' பின்னால் உள்ளது. அவர் அதை குருண்ட்ரிச நூலில் விரிவாக பயன்படுத்தினார். எல்லா வற்றிற்கும் மேலாக அவர் தனது கொள்கையில் உறுதியாக நின்றார் என்பது வேறெங்கேயும் விட அவர் பணத்தின் 'இருத்தல் நிலையை' உலகப் பணமாக அதன் செயல்பாட்டில் இருந்து வேறுபடுத்துவதில் தெளிவாகிறது. உலகப் பணம் என்ற பணத்தின் செயல்பாட்டில் மட்டுமே அதன் 'இருத்தல் நிலை' (K/156) அதன் கருத்தாக்கத்திற்கு போதுமானதாக உள்ளது

என்பதில் துலங்குகிறது. அதே கொள்கையை பணம் அதன் செயல்பாட்டில் 'புதையல்' அல்லது மதிப்பின் பாதுகாப்பிற்கான வழிமுறையாக உள்ளது, 'பணத்தின் அளவுரீதியான வரம்புகளுக்கும் பண்புரீதியான பணத்தின் வரம்பின்மைக்கும்' இடையில் ஒரு முரண்பாடு உள்ளது (K/147) என்ற அவரது விளக்கத்திலும் காட்டலாம். *1859 ஆம் ஆண்டு அரசியல் பொருளாதாரம் பற்றிய விமர்சன பகுப்பாய்வுக்கு ஒரு பங்களிப்பு,* எனும் அவரது படைப்பிலிருந்து இதே போன்ற பகுதி மார்க்ஸ் மதிப்பின் ஒரு புறவயமான கருத்தாக்கத்தை அனுமானிக்கிறார் என்பது இன்னும் தெளிவாகத் தெரிகிறது: 'பரிவர்த்தனை மதிப்பின் அளவு வரம்பு அதன் பண்புரீதியான உலகளாவிய தன்மையோடு முரண்படுகிறது,... அது [பணம்] எந்த அளவிற்கு பரிவர்த்தனை மதிப்பு என்ற அதன் கருத்தாக்கத்திற்கு ஏற்ப உள்ளது என்பது... பரிவர்த்தனை மதிப்பின் அளவைப் பொறுத்தது'. *(13/109).* மீண்டும் *மூலதனம்* நூலின் நான்காவது அத்தியாயத்தில் உபரி மதிப்பின் அளவுகளை 'வரம்பிற்குட்பட்ட பரிவர்த்தனை மதிப்பின் தெரிவிப்புகள்' (Kl/166) என வகைப்படுத்தும் போது, அவர் மீண்டும் மதிப்பு பற்றிய ஒரு புறநிலை கருத்தை மனதில் கொண்டுள்ளார் என்பது மிகவும் தெளிவாகின்றது.

இருந்தாலும் குருண்ட்ரிச உடன் ஒப்பிடுகையில் 'இயங்கியல் உருவாக்க முறையின்' அசல் பொருள் குறைந்துவிட்டது என்பதில் எந்த சந்தேகமும் இல்லை. இந்த முறையை அதன் அசல் வடிவில் மீட்டுருவாக்குவதற்கான சாத்தியம் மதிப்பின் உலகளாவிய தன்மை எனும் பிரச்சனையின் திருப்திகரமான தீர்வைப் பொறுத்தது..

குறிப்புகள்

[TN = **ஆங்கில மொழிபெயர்ப்பாளரின் குறிப்பு**]

1. T. குட்மான் டி இப்சன், *பொலிடிஷ யோகனோமீ* (G. Gutmann, D. Ipsen, 'Politische Ökonomie') (Frankfurst am Main., 1977), pp.242,253

2. ஜோன் ராபின்சன், *'டீ ஆர்பைட்ஸ்வெர்ட்தியரீ அல்ஸ் அனலிடிஷ சிஸ்டம்', ஆர்பைட் உண்ட் விர்ட்ஷாஃப்-ல்* (Joan Robinson, 'Die Arbeitswerttheorie als analytisches System', in 'Arbeit und Wirtschaft') (Wien, 1977), Jg. 3, p. 346

3. கே. விக்செல், *யூபர் வெர்ட், காபிடல் உண்ட் ரெண்ட* (K. Wicksell, 'Über Wert, Kapital und Rente') (Jena, 1893) (Aalen 1969) p. IV.

4. ஜி. லூகாக்ஸ், *வெர்க்க* (G. Lukacs, Werke) Bd. 2,2. Aufl.(Neuwied, 1977), pp. 684,354.

5. எச். மார்க்யூஸ், *ஃபிலாசஃபி உண்ட் கிரிடிஷ தியரி* (H. Marcuse, 'Philosophie und kritische Theory'), *குல்டூர் உண்ட் கெசல்ஷாஃப்ட்* ('Kultur und Gesellschaft) l' Frankfurt a. M. 1965, p. 102.

6. *எம். ஹோர்க்ஹெய்மர், கிரிடிஷ தியரீ* (M. Horkheimer, 'Kriktische Theorie'); (Frankfurt am Main, 1968), vol. II, p. 192.

7. *எச். மார்க்யூஸ்* (H. Marcuse), op.cit., pp. 103,102.

8. *எம். ஹோர்க்ஹெய்மர்* (M. Horkheimer), op.cit., p. 195

9. *எச். மார்க்யூஸ்* (H. Marcuse), op.cit., p. 102

10. ஜே ராபின்சன், *டோக்ட்ரினன் டெர் விர்ட்ஷாஃப்விஸ்சன்ஷாஃப்ட்*, (J. Robinson, 'Doktrinen der Wirtschaftswissenschaft') (Munchen, 1965), p.109.

11. *கார்ல் மார்க்சின் படைப்புகள் பின்வரும் வகையில் சுட்டப்படுகின்றன: அடைப்புக்குறிக்குள் உள்ள எண்கள், மார்க்ஸ்-எங்கெல்ஸ்-வெர்க்கஅவுஸ்காப, (ஈஸ்ட்-பெர்லின்)* தொகுதியையும் பக்கத்தையும் குறிக்கின்றன. (Marx- Engels-Werkausgabe (East-Berlin). K = *மூலதனம்* Kapital (Capital), T = *உபரி மதிப்புக் கோட்பாடுகள்* Theorien uber den Mehrwert (Theories on Surplus Value), P = *பாரிசியன் அல்லது பொருளாதார தத்துவார்த்த கையெழுத்துப் பிரதிகள்* - Pariser oder Okonomisch-philosophische Manuskripte (Parisian or economic-philosophical manuscripts) (East Berlin) B = *மூலதனம் பற்றி* - Über 'Das Kapital' ('On Capital'), எச் ஸ்கம்ப்ராக்ஸ் தொகுத்த கடிதங்கள் (H. Skambraks), (East-Berlin, 1985). MEGA = *மார்க்ஸ்/எங்கெல்ஸ் தொகுதி நூல்கள்* - Marx/Engels/Gesamtausgabe, (East-Berlin). G = *குருண்ட்ரிச* - Grundrisse zur Kritik der politischen Okonomie (East-Berlin, 1953).

12. ஜே ராபின்சன், *டீ ஆர்பைட்ஸ்வெர்ட்தியோரீ....* (J. Robinson, Die Arbeitswerttheorie...), op.cit., p. 346.

13. தியோடர் டபிள்யூ அடோர்னோ, *கெசாம்மெல்ட ஷ்ரிஃப்டன்* (Theodor W. Adorno, 'Gesammelte Schriften'), vol. 8 (Frankfurt a. M., 1972), p. 559.

14. Op.cit., p. 317

15. Op.cit., p. *199*. இதையும் பார்க்கவும் : டி. டபிள்யூ. அடோர்னோ, 'சோட்சியாலஜிஷ எக்ஸ்கர்ச', இன்ஸ்டிட்யூட் ஃப்யூர் சோசியால்ஃபோர்ஷுங் தொகுத்தது (T.W. Adorno, 'Soziologische Exkurse", edited by the Institut flir Sozialforschung) (Frankfurt a. M., 1956), p. 28.

16. டி. டபிள்யூ. அடோர்னோ, *கெசாமல்ட ஷ்ரிஃப்டன்*, (T.W. Adorno, Gesammelte Schriften), vol. 8, p. 316

17. Op.cit., pp. 316,549.

18. Op.cit., p. 548

19. Op.cit., pp. 200,239,570.

20. *கெசாமல்ட ஷ்ரிஃப்டன்* (Gesammelte Schriften), vol. 6, p. 198.

21. எச். மார்க்யூஸ், *வெர்னுன்ஃப்ட் உண்ட் ரெவ்ல்யூஷன் - ஹெகல் உண்ட் டீ என்ட்ஸ்டேஹுங் டெர் கெசல்ஷாஃப்ட்ஸ்தியோரீ* (H. Marcuse, 'Vernunft und Revolution - Hegel und die Entstehung der Gesellschaftstheorie') (Neuwied, 1962), p. 248.

22. எம். *ஹோர்க்ஹெய்மர்* (M. Horkheimer), op.cit., vol. II, p. 197.

23. எல் கோஃப்ளர், *கெஷிஷ்ட உண்ட் டயலக்டிக். சூர் மெதோடன்லேர டெர் டியலக்டிஷன் கெஷிஷ்ட்பெட்ராஹ்டுங்* (L. Kofler, 'Geschichte und Dialektik. Zur Methodenliehre der dialektischen Geschichtsbetrachtung') (Hamburg, 1955), p. 199. See furthermore pp. 130, 162ff, 183.

24. TN: சுற்றுவட்டம் (circumstances) என்ற சொல் இங்கு ஜெர்மன் Umstände என்ற சொல்லுக்கு பயன்படுத்தப்பட்டுள்ளது. அதனை சுற்றுச்சூழல் அல்லது பொருளாயத நிலைமைகள் என்பதில் இருப்பதைப் போல நிலைமைகள் என்றும் புரிந்து கொள்ளலாம்.

25. Op.cit., p. *123*. கூடுதலாகப் பார்க்கவும் ஸ்டானிஸ்லா வாரின்ஸ்கி (Stanislaw Warynski) *(லியோ கோஃப்ளரின் புனைபெயர்* Leo Kofler*), டி விஸ்சன்ஷாஃப்ட் வான் டெர் கெசல்ஷாஃப்ட்* ('Die Wissenschaft von der Gesellschaft') (Bern, 1944), p. 148

26. ஸ்ட், வரின்ஸ்கி (St. Warynski), op.cit., p. 67

27. ஜே ஷூம்பீட்டர், *தஸ் வேசன் உண்ட் டெர் ஹவுப்ட்இன்ஹல்ட் டெர் தியரோடிஷன் நேட்சியோனால்யோகனோமீ* (J. Schumpeter, 'Das Wesen und der Hauptinhalt der theoretischen Nationalökonomie'); (new print) (Berlin, 1970), pp. 47, 26, 57. மேலும் பார்க்கவும் pp. *38,49, 540.*

28. TN: இங்கு பயன்படுத்தப்பட்ட gegenständlicher Schein என்ற சொற்றொடர் வேண்டுமென்றே முரண்பாடானது. Schein என்பதற்கு மாயை, மயக்கம், தோற்றம் என்று பொருள் (illusion, semblance, appearance),

29. TN: *fertigen Gebilde* என்ற ஜெர்மன் பண்புச் சொல், *சாதிக்கப்பட்டது* என்ற பொருளில் *முடிந்தது* என்ற பொருள்படுகிறது.

30. ஜி.டபிள்யூ.எஃப். ஹெகல், *ஃப்ரூய பொலிடிஷ சிஸ்டேம* (G.W.. F. Hegel, 'Fruhe politische Systeme'), ஜி கோப்ளர் தொகுத்தது (G. Gobler) (Frankfurt/ BerlinNienna), p. 274.

31. ஏ அமோன், *ஓப்யக்ட் உண்ட் குருண்ட்பெக்ரிஃப டெர் தியோரெடிஷன் நேட்சியோனல்யோகோனோமீ* (A. Amonn, 'Objekt und Grundbegriffe der Theoretischen Nationalökonomie), 2nd print (Leibzig, 1927), p. 431.

32. ஜ ராபின்சன், *டோக்ட்ரினன் டெர் விர்ட்ஷாஃப்விஸ்சன்ஷாஃப்ட்* (J. Robinson, Doktrinen der Wirtschaftswissenschaft (p. 76f (TN: இங்கு ஜெர்மன் சொற்றொடர் Kapitalbestgände),

33. Op . cit., p. 85.

34. MEGA II/4.1/p. 80.

35. துர்கோ, *பெட்ராஹ்டுங் யூபர் டீ பில்டுங் உண்ட் வெர்டெய்லுங் டெர் ரெய்ஷ்டுமர்* (Turgot, 'Betrachtung über die Bildung und Verteilung der Reichtumer') (East-Berlin, 1981), pp. 134f, 166, 120, 177.

36. சே, ரிக்கார்டோவிலிருந்து மேற்கோள் *காட்டப்பட்டது, யூபர் டீ குருண்ட்சேட்ச* டெர் பொலிட்டிஷன் யோகனோமி (Say, quoted from Ricardo, 'Uber die Grundsätze der politischen Ökonomie') (East-Berlin, 1979),p. 213.

37. ஜான் ஸ்டூவர்ட் மில், *ஐனிக உன்கெலோஸ்ட ப்ரோப்ளேம டெர் பொலிடிஷன் யோகோனோமீ* (John Stuart Mill, 'Einige ungeloste Probleme der politischen Ökonomie') (Frankfurt, 1976), p.152.

38. MEGA II/4.. 1/p.7Sf.

39. ஹோர்க்ஹெய்மர், *கிரிட்டிஷ தியரி* (Horkheimer, Kritische Theory), op.cit., vol.l,p.268.

40. Op.cit., vol. 1, p. 223; vol.2, p. ll2f.

41. எச். மோல்லர், *தஸ் ப்ரோப்ளேம் டெர் வெர்டெய்லுங்* (H. Moller, 'Das Problem der Verteilung'), *வெல்ட்விர்ட்ஷாஃப்டிஷஸ் ஆர்கைவ்* ('Weltwirtschaftliches Archiv'); vol. 43, p. 538.

42. ஷும்பீட்டர், டோக்மென்கெஷிஷ்ட்லிஷ அவுஃப்சிட்ச (Schumpeter, 'Dogmengeschichtliche Aufsiitze') (Tübingen, 1954), p. 90.

43. ஏ அமோன், 'காசல்ஸ் சிஸ்டேம் டெர் தியோரெடிஷன் நாட்யோனால்' யோகனோமீ (A. Amonn, 'Cassels System der Theoretischen Nationalokönomie), *ஆர்க்கைவ் ஃப்யூர் சோட்சியால்விஸ்சன்ஷாஃப்ட்* ('Archiv fur Sozialwissenschaft und Sozialpolitik')-™, vol. 51, p. 334.

44. அடோர்னோ, *கெசாமல்ட ஷ்ரிஃப்டன்* (Adorno, Gesammelte Schriften), vol. 8, p. 198.

45. MEGA II/4.1/p. 76.

46. MEGA II/3.1/p. 133

47. MEGA IV/2/p. 319.

48. ஒப்பிடவும்: T3/129; 149; 153; and K2/110..,

49. TN: ஹெகல், மார்க்ஸ் ஆகியோரின் முக்கியமான மொழிபெயர்ப்புகளைப் பின்பற்றி, Veräusserung என்பதை புறநிலையாக்கம் என்று மொழி பெயர்க்கிறோம். அது ஹெகலிய இயக்கவியலின் சட்டகத்தை முன்னனு மானிக்கிறது. நேரடி மொழிபெயர்ப்பில் அது வெளிப்புறமாக்கம் என்று பொருள்படுகிறது, அதனை அந்நியமாக்கம் அல்லது செலவீடு என்றும் புரிந்து கொள்ளலாம்.

50. மார்ட்டின் ஹெய்டெக்கர், *செய்ன் உண்ட் ஜய்ட்* (Martin Heidegger, 'Sein und Zeit') (Tübingen, 1976), p. 68. ஜான் மேக்வாரி, எட்வர்ட் ராபின்சன் மொழிபெயர்ப்பு, *பீயிங் அண்ட் டைம்* (John Macquarrie and Edward Robinson, 'Being and Time'), Oxford, (Blackwell) 1962,p. 96.

51. ஜே ஷும்பீட்டர், *தியோரீ டெர் விர்ட்ஷாஃப்ட்லிஷன் என்ட்விக்ளுங்* (J. Schumpeter, 'Theory der wirtschaftlichen Entwicklung') (München, 1962), p.. 72.

52. யோஹான் ஜார்ஜ் ஹாமன், *ஷ்ரிஃப்டன் சுர் ஸ்ப்ராஹ* (Johann Georg Hamann, 'Schriften zur Sprache') (Frankfurta. M., 1967): 'பணம், மொழி ஆகியவை எவ்வளவுக்கு சர்வப்பொதுவாக இருக்கின்றவோ அவ்வளவுக்கு அவற்றைப் பற்றிய ஆய்வு ஆழமாகவும் சாரமாகவும் உள்ளது... அவற்றைப் பற்றிய கோட்பாடுகள் ஒன்றை மற்றொன்று விளக்குகின்றன. எனவே, அவை ஒரே அடித்தளத்தை பகிர்வதாகத் தெரிகிறது' (p. 97). முதன்முதலில் ஹாமன் முன்வைத்த இது போன்ற ஒப்பீடுகளை மார்க்ஸ் எதிர்த்தார். (c.f.: G 180).

53. புரூனோ லீப்ருக்ஸ், *ஸ்ப்ராஹ உண்ட் பெவுஃப்ஸ்டெய்ன்* (Bruno Liebrucks, 'Sprache und Bewufsststein'), vol. 1 (Frankfurta. M., 1964) .

54. MEGA II/5/p. 37.

55. *ஈ. லூகாஸ், கெல்ட் உண்ட் க்ரெடிட்,* (E.Lukas, 'Geld und Kredit') (Heidelberg, 1951), p. 14.

56. MEGA II/4.1/p. 122.

57. *புரூனோ லீப்ருக்ஸ், ஸ்ப்ராஹ உண்ட் பெவுஃப்ஸ்டெய்ன்* (Bruno Liebrucks, Sprache und Bewufsststein), vol. 5, p. 188.

58. *அடோர்னோ, கெசாமல்ட ஷ்ரிஃப்டன்* (Adorno, Gesammelte Schriften), vol. 8, p. 197.

59. Op.cit., p. 359.

60. Th.W. *அடோர்னோவும் பிறரும், டெர் பாசிடிவிஸ்முஸ்ட்ரெய்ட் இன் டெர் டாய்ச்சன் சோட்சியோலோகீ* (Adorno and others, 'Der Positivismusstreit in der deutschen Soziologie) (Neuwied, 1969).

61. *அடோர்னோ, கெசாம்ல்ட ஷ்ரிஃப்டன்* (Adorno, Gesammelte Schriften), vol. 8, p. 209f.

62. Op.cit., vol. 6, p. 191,31

63. Op.cit., vol. 6, p. 206.

3. சமூகக் கட்டுவிப்பும் முதலாளித்துவ அரசின் வடிவமும்

- வெர்னர் போன்ஃபெல்ட்

அறிமுகம்

1970-களின் இறுதியில், அரசு உருவாக்கம் பற்றிய சொற்போரின் சூடு தணிந்த பிறகு,[1] 1980-களின் தொடக்கத்தில் கிட்டத்தட்ட எல்லா மேற்கத்திய முதலாளித்துவ நாடுகளிலும் அரசு அதிகாரம் பழமைவாதக் கட்சிகளின் கைக்கு மாறியபோது அரசு பற்றிய ஆர்வம் மீண்டும் உயிர் பெற்றது. முதலாளித்துவ அரசு பற்றிய சமீபத்திய ஆய்வுகள் மீது (பின்-)ஃபோர்டிசம் பற்றிய சொற்போர் தாக்கம் செலுத்தியது (பார்க்கவும் ஹிர்ஷ்/ரோத் - Hirsch/Roth 1986).[2] (பின்)ஃபோர்டிச அரசு பற்றிய விவாதத்தின் நோக்கம், அரசுக்கும் பொருளாதாரத்துக்கும் இடையேயான உறவில் ஏற்பட்ட மாற்றங்களைப் புரிந்து கொள்வதற்காக அரசு பற்றி மேலும் திட்டவட்டமான கருத்தாக்கத்தை உருவாக்குவது. அதில் பங்கேற்றவர்கள், அரசு உருவாக்கம் பற்றிய சொற்போரை நிராகரிப்பதை முக்கியமாகக் கொள்ளாமல் அதனை முதலாளித்துவ வளர்ச்சி பற்றிய கோட்பாட்டுக்குக் கீழ் உள்ளடக்குவதை நோக்கமாகக் கொண்டிருந்தனர். இதன் மூலம், மார்க்சிய சச்சரவுகளில் நிரந்தர கருப்பொருளாக இருக்கும் கட்டமைப்புக்கும்-போராட்டத்துக்கும் இடையிலான உறவு, சமகால மாற்றங்களின் பின்புலத்தில் மேலும் திட்டவட்டமாக விவாதிக்கப்படுகிறது. (பின்-)ஃபோர்டிசம் பற்றிய சொற்போரின் முக்கியமான பலவீனம், கட்டமைப்புக்கும் போராட்டத்துக்கும் இடையேயான இணைப்பைப் பிரித்து விடுவது தான் என்று நான் வேறு இடத்தில் வாதிட்டிருக்கிறேன் (பார்க்கவும் போன்ஃபெல்ட் - Bonefeld 1987a). அரசு உருவாக்கம் பற்றிய சொற்போரில் ஹிர்ஷின் பங்களிப்பில் இந்த பலவீனம் ஏற்கனவே இருந்தது. (பார்க்கவும் ஹாலவே - Holloway 1988).

[அரசு உருவாக்கம் பற்றிய சொற்போர் என்பது நவீன முதலாளித்துவ பொருளாதார அமைப்புக்குள்ளாக அரசும் அதன் சட்டகமும் உருவாவதை விளக்குவதற்கும் அதன் மூலம் முதலாளித்துவ உற்பத்தியின் கட்டமைப்பில் இருந்து பொருளாதாரத்துக்கும் அரசியலுக்கும் இடையேயான

உறவை தருவிப்பதற்கும் 1970-களில் செய்யப்பட்ட மார்க்சிய, நவ-மார்க்சிய முயற்சிகளைக் குறிக்கிறது - விக்கிபீடியா: மொ.பெ]

கட்டமைப்புக்கும் போராட்டத்துக்கும் இடையிலான உறவு என்ற பிரச்சினைக்களமான விஷயம் முதலாளித்துவத்தைப் புரிந்து கொள்வதற்கான எந்த முயற்சிக்கும் மையமான கேள்வியாக உள்ளது. இந்த ஆய்வுக் கட்டுரையில், முதலாளித்துவ அரசுடனான உறவில் கட்டமைப்பும் நிகழ்முறையும் என்ற பிரச்சினை தொடர்பாக சில கருத்தாக்கரீதியான கேள்விகளை பரிசீலிப்பதன் மூலம், (பின்)ஃபோர்டிச சொற்போரைப் பற்றிய எனது மதிப்பீடு சாத்தியமாக்கிய விவாதத்தை நான் முன்னெடுத்துச் செல்லவிருக்கிறேன். கட்டமைப்புகளை வர்க்கப் பகைநிலையின் இருத்தல் நிலையாகப் பார்க்க வேண்டும் என்றும், எனவே வர்க்கப் போராட்டத்தின் விளைவாகவும் முற்கோளாகவும் பார்க்க வேண்டும் என்றும் நான் வாதிடப் போகிறேன்.

இந்தக் கட்டுரை பின்வருமாறு வடிவமைக்கப்பட்டுள்ளது: "அரசு பற்றிய சொற்போர்களில் கட்டமைப்பும் போராட்டமும்" என்ற பிரிவு, அரசு உருவாக்கம் பற்றிய சொற்போரில் ஹிர்ஷின் பங்களிப்பில் வெளிப்பட்ட வகையில் பிரச்சினையை சுருக்கமாக அறிமுகப் படுத்துகிறது. (பின்-)ஃபோர்டிசம் பற்றிய சொற்போரில் செல்வாக்கு படைத்ததாக நிரூபிக்கப்பட்ட 'கட்டமைப்பு மார்க்சியம்' பற்றிய ஒரு சுருக்கமான விளக்கமும் இந்தப் பிரிவில் சேர்க்கப்பட்டுள்ளது. அதைத் தொடர்ந்து, முதலாளித்துவ சமூகத்தின் வர்க்கப் பகைநிலையின் இருத்தல் நிலையாக முதலாளித்துவ அரசு பற்றிய விளக்கம் தரப்படுகிறது. இந்தப் பிரிவில் சமூக வடிவம், அரசின் காத்திரமான சாரமாக்கல் என்ற இரண்டு உட்பிரிவுகள் உள்ளன. முதல் உட்பிரிவில் மார்க்சிய கருத்தினங்களின் கட்டுவிப்பை பரிசீலிக்கிறோம், இரண்டாவது உட்பிரிவில் அரசுடன் தொடர்புபடுத்தி இந்தக் கட்டுவிப்பை பரிசீலிக்கிறோம். தொகுப்புரையில், வாதத்தை தொகுத்துச் சொல்கிறோம், கீழே அறிமுகப்படுத்தப்படும் சொற்போர்களுக்கு எதிராக வாதத்தின் கண்டுபிடித்தல்களை நிறுத்துகிறோம்.

அரசு பற்றிய சொற்போர்களில் கட்டமைப்பும் போராட்டமும்

ஹிர்ஷ் அரசின் உருவாக்கத்தைத் தருவிப்பது அரசை முதலாளித்துவ உற்பத்தி உறவுகளின் அடிப்படையில் புரிந்து கொள்வதை நோக்கமாகக் கொண்டிருந்தது. கூட்டுத்துவ சமூக ஒழுங்கமைப்பை சமூகத்தில்

இருந்தே பிரித்து விடுவதுதான் அரசை ஒரு முதலாளித்துவ அரசாகக் கட்டுவித்தது என்கிறார் ஹிர்ஷ் *(1978)*. இந்தச் சாரமாக்கல் அரசை சமூகத்துக்கு வெளியில் உள்ள ஒரு சக்தியாக முன்வைக்கிறது, அது ஆள்பவர்களையும் ஆளப்படுபவர்களையும் அவர்களிலிருந்து சுயேச்சையான ஆதிக்க வடிவத்துக்கும் சமூக ஒழுங்கமைப்பின் வடிவத்துக்கும் கீழ்ப்படுத்துகிறது. இந்தப் பிரித்தல் சமூக உறவுகளின் இருத்தல் நிலையாக, இயக்க நிலையாக புரிந்து கொள்ளப்பட்டது. அரசு என்பது மூலதனத்துக்கும் உழைப்புக்கும் இடையேயான வர்க்க உறவின் வடிவமாக புரிந்து கொள்ளப்பட்டது. அரசு பற்றிய ஹிர்ஷின் அணுகுமுறை முதலாளித்துவ அரசின் வரலாற்றுரீதியான இருத்தலை ஒரு நிகழ்முறையாகப் புரிந்து கொள்வதை சாத்தியமாக்கிய வகையில், வர்க்கப் பகைநிலை என்ற திட்டவட்டமான எதார்த்தம்தான் அந்த நிகழ்முறையின் வரலாற்று வடிவமாக இருந்தது.

கட்டமைப்புக்கும் வர்க்கப் பகைநிலைக்கும் இடையிலான உறவு புறநிலையானது இல்லை, மாறாக (வர்க்கப் போராட்டத்தின் வரலாற்று விளைவான) பொருண்மைக்கும் (அதன் சொந்த வரலாற்று முற்கோளால் மாற்றியமைக்கப்பட்டு அதனைத் தாண்டி நிற்கும் வர்க்கப் போராட்டமான, பார்க்கவும் லூகாக்ஸ் - Lukacs *1968*) முனைப்புக்கும் இடையேயான வரலாற்று நிகழ்முறை (இயங்கியல் உறவு) என்று ஹிர்ஷின் தர்க்கம் உணர்த்தினாலும், அவர் கட்டமைப்புக்கும் போராட்டத்துக்கும் இடையிலான இந்த உள்உறவை மேலும் ஆய்வு செய்யத் தவறுகிறார். அரசின் வரலாற்றுரீதியான வளர்ச்சிக்கு வர்க்கப் போராட்டத்தின் முக்கியத்துவத்தை வலியுறுத்துவதால் ஏற்படும் சாத்தியப்பாட்டை அவர் முன்னெடுத்துச் செல்லத் தவறுகிறார் : "முதலாளித்துவ வளர்ச்சியின் போக்கு இயந்திர கதியாகவோ அல்லது ஏதோ ஒருவகை இயற்கை விதியாலோ தீர்மானிக்கப்படவில்லை, மாறாக, அதன் பொது விதிகளின் சட்டகத்துக்குள் முனைப்புகள் மற்றும் வர்க்கங்களின் செயல்பாட்டாலும் அதனால் விளையும் நெருக்கடியின் திட்டவட்டமான நிலைமைகளாலும் அவற்றின் அரசியல் விளைவு களாலும் முதலாளித்துவ வளர்ச்சி தீர்மானிக்கப்படுகிறது" (ஹிர்ஷ்- Hirsch *1978* pp. *74-5*). புறநிலையான விதிக்கும் போராட்டத்துக்கும் இடையிலான பதற்றம் 'சட்டகத்தில்' என்ற சொல்லில் தெரிவிக்கப் படுகிறது (பார்க்கவும் ஹாலவே/பிக்கியாட்டோ-Holloway/Picciotto *1978*). பொருண்மைத்தன்மை (முதலாளித்துவ வளர்ச்சியின் புறநிலையான விதிகள்), வர்க்கப் போராட்டத்துக்கு எதிராக நிறுத்தப்படுகிறது. புறநிலை விதிகளில் ('என்ற சட்டகத்தில்') இருந்து வர்க்கப் போராட்டத்தை பிரிப்பதன் மூலம், வரலாற்றின் இயக்கசக்தியான வர்க்கப் போராட்டம் முன்தீர்மானிக்கப்பட்ட, புறநிலையாகத் தரப்பட்ட முதலாளித்துவ

சமூகக் கட்டுவிப்பும் முதலாளித்துவ அரசின் வடிவமும் 173

வளர்ச்சிக்குக் கீழ்ப்படுத்தப்படுகிறது. அரசு செயல்பாடுகளின் வளர்ச்சியை ஹிர்ஷ் (Hirsch 1976, 1977) கையாள்வதில் இந்த இருமை வாதம் தெளிவாக வெளிப்படுகிறது. கட்டமைப்பும் போராட்டமும் பற்றிய ஹிர்ஷின் இருமைவாத பார்வை புலண்ட்ஸஸின் கருத்தை ஒத்தது.

அரசுக் கோட்பாட்டுக்கு புலண்ட்ஸஸ் செய்த பங்களிப்பு (Poulantzas 1973), பொருளாதாரரீதியானதிலிருந்து ஒப்பீட்டளவில் தன்னாட்சியான மட்டத்தில் அரசை கருத்தாக்கம் செய்வதற்கு முக்கிய அழுத்தம் கொடுக்கிறது (இது பற்றிய மதிப்பீட்டுக்கு பார்க்கவும் கிளார்க் - Clarke 1977, 1978).[3] ஹாலவே/பிக்கியாட்டோ (Holloway/Picciotto 1977, 1978) சொல்வது போல, மூலதனம் நூலின் கருத்தாக்கரீதியான விவாதம் பொருளாதாரத் துறையின் வரம்புக்குள் மட்டுமே கோட்பாடாக்கம் செய்யப்படுவதாக புலண்ட்ஸஸ் பார்க்கிறார். எனவே, முதலாளித்துவ அரசு பற்றிய கோட்பாடு அரசியல் துறைக்கான புதிய கருத்தாக்கங்களை (மேலாதிக்கம், அரசியல்ரீதியான வர்க்கத் தன்மை) வளர்த்தெடுக்க வேண்டும். இந்த அணுகுமுறையின் நோக்கம் பொருளாதாரத்துடனான உறவில் அரசியல் கட்டமைப்புரீதியாக போதுமானதாக இருப்பதை அடையாளம் காண்பது. கட்டமைப்புரீதியில் போதுமானது என்பது பொருளாதாரத்துடனான உறவில் அரசு 'ஒப்பீட்டளவில் தன்னாட்சியானதாக' இருக்க வேண்டும் என்பதைக் குறிக்கிறது. இந்தப் புரிதல் அடித்தளம்-மேல்கட்டுமானம் உருவகத்தில் (பார்க்கவும் மார்க்ஸ் - Marx 1981)[4] கால் கொண்டது. பல்வேறுபட்ட சமூக மற்றும் அரசியல் நேர்வுகளுக்குள்ளாக மூலதனத்துக்கும் உழைப்புக்கும் இடையிலான உறவின் 'உள்ளுறைத் தன்மை' என்ற கேள்வி, வேறுபட்ட கட்டமைப்புகளின் வரலாற்று ரீதியான ஒத்திசைவு பற்றிய கேள்வியாகக் குறுக்கப்படுகிறது. வெவ்வேறு கட்டமைப்புகளை இணைப்பதையும் ஒருபடித்தானதாக்குவதையும் மூலதனத்தின் மேலாதிக்க பிரிவு சாதிப்பதாக பார்க்கப்படுகிறது. அரசு என்பது ஒத்திசைவின் அனைத்தும் தழுவிய காரணியாக பார்க்கப்படுகிறது (பார்க்கவும் புலண்ட்ஸஸ் - Poulantzas 1973). வர்க்கப் போராட்டம் ஒரு முக்கியமான ஆனால் இரண்டாம் நிலை வகிபாகத்தைக் கொண்டிருந்தது. அது, வரலாற்றுரீதியாக குறிப்பான சூழலிணைவுகளில் அரசு கட்டமைப்பின் வளர்ச்சியையும் அதன் குறிப்பிட்ட சீரமைவையும் தீர்மானிக்கிறது. அமைப்புரீதியாக, ஒப்பீட்டளவில் தன்னாட்சியான பொருண்மைகளின் இருத்தல், புறநிலையாக தரப்பட்ட வளர்ச்சி விதிகளைப் பின்பற்றுகிறது. முதலாளித்துவத்தின் கட்டமைப்புரீதியான சீரமைவுக்குத் துணை நிலையானதாக வர்க்கப் போராட்டம் பார்க்கப்பட்டது. மார்க்சின் எழுத்துக்களைப் பின்பற்றி, இணைந்து இருக்கும் பின்வருவனவற்றை அமைப்புரீதியாக ஒன்று

சேர்ப்பதுதான் புலண்ட்ஸஸின் பிரச்சினை: பிரிக்கப்பட்ட கட்டமைப்புகளின் வெளிப்புறமாக்கப்பட்ட, அமைப்பு ரீதியான இருத்தலை கோட்பாடாக்குவதும், இந்தக் கட்டமைப்புகளை வளர்க்கும் அவற்றை ஒன்றோடொன்று உறவுபடுத்தும் அவை மாற்றி அமைக்கப்படுவதோடு இடையாடும் சமூக நிகழ்முறை ஒன்றை அறிமுகப்படுத்தும் முயற்சியும்.

கட்டமைப்புக்கும் போராட்டத்துக்கும் இடையேயான இயங்கியலுக்கு ஜேசப்பின் பங்களிப்பு, புலண்ட்ஸசின் அணுகு முறையை விமர்சித்தவர்களுக்கு பதிலளிக்கும் விதமாக, அந்த அணுகு முறையை அடிப்படையாகக் கொண்டு அதனை வளர்த்தெடுப்பதற்கு முயற்சிக்கிறது (பார்க்கவும் ஜேசப் Jessop 1985). புலண்ட்ஸசின் அணுகுமுறையை அடிப்படையாகக் கொண்டு அரசியல்ரீதியானதற்கும் பொருளாதாரரீதியானதற்கும் இடையிலான உறவு தொடர்பான 'சூழலிணைவு' (அல்லது 'சார்புநிலை') அணுகுமுறைக்கு ஆதரவாக ஜேசப் வாதிடுகிறார். அதன் மிகத் தீவிரமான பதிப்பில், போராட்டத்தை செயல்திட்டத்தோடு சமப்படுத்துவதோடு மட்டுமின்றி, வர்க்கப் போராட்டத்தை மூலதன செயல்திட்டங்களுடனும் சமப்படுத்துகிறார் (பார்க்கவும் ஜேசப் 1983, 1985, 1986, 1988). புலண்ட்ஸஸில் தீர்மானகர கட்டமைப்புகள் (உதாரணமாக, கடைசிக் கணக்கில் பொருளாதார ரீதியானது அரசியல்ரீதியானதை தீர்மானிப்பது) என்ற பிரச்சினையை தீர்ப்பதற்கு, 'கட்டமைப்புரீதியான பிணைத்தல்' பற்றிய கோட்பாடு அல்லது 'இணைப்பாக்கம்' பற்றிய கோட்பாட்டை ஜேசப் முன் வைக்கிறார் (ஜேசப் - Jessop 1986). முதலில் சொன்னது, லூமான் (Luhmann) வளர்த்தெடுத்தது போன்ற அமைப்பு-கோட்பாட்டு பகுப்பாய்வுடன் தொடர்புடையது; பின்சொன்னது அதே போன்ற பகுப்பாய்வின் மார்க்சிய பதிப்பு, ஆனால் அதே நேரம் முதலில் சொன்னது எதிர் கொண்ட முட்டுச்சந்தை தவிர்ப்பதாகச் சொல்லப் படுகிறது (பார்க்கவும் ஜேசப் 1986).[5]

ஜேசப்பைப் பொறுத்தவரை, அரசியல் அமைப்பை புரிந்து கொள்ளும் பணி என்பது, செயல்பாட்டுவாதத்திற்குள் விழுந்து விடாமல், அரசியல் ரீதியானதற்கும் பொருளாதாரரீதியானதற்கும் இடையிலான 'அவசியம்-இல்லாத இணையுறவை' கோட்பாடாக்கம் செய்வதாகும். (பார்க்கவும். ஜேசப் - Jessop 1986). அதிலிருந்துதான், அரசு பற்றிய சார்புநிலை அணுகுமுறை மீது ஜேசப் அக்கறை கொள்கிறார். 'வெவ்வேறு சமூக துணைஅமைப்புகள் சுற்றுச்சூழலில் இருந்து முழுமையாக பிரிக்கப்படவில்லை (பிரிக்க முடியாதவை) என்றாலும்,

அவை பல வகைகளில் சுற்றுச்சூழலைச் சார்ந்திருந்தாலும், அவற்றின் *தனித்துவமான* (sui generis) செயல்பாடுகள் தொடர்பான' நுண்ணறிவுகளை அரசு பற்றிய சார்புநிலை அணுகுமுறை, வழங்குகிறது (பார்க்கவும் ஜேசப் - Jessop 1986, p.93). 'இணைப்பாக்க நிலை' என்ற நிபந்தனை இதனை அறிவியல்ரீதியான நடைமுறைத்தன்மைக்கு மாற்றுகிறது. இணைப்பாக்க நிலை என்பது வரலாற்றுரீதியில் திட்டவட்டமான நிலைமைகளில் அரசியல்ரீதியான, பொருளாதாரரீதியான, சித்தாந்த ரீதியான அமைப்புகள் ஒன்று சேர்க்கப்படுவதை அனுமதிக்கிறது. அது, இந்த மூன்று அமைப்புகளையும், தீர்மானகர வடிவங்களில் வரலாற்றுரீதியில் குறிப்பான சூழலிணைவாக ஒன்றுபடுத்துவதை அனுமதிக்கிறது. வெவ்வேறு அமைப்புகள் இணையான மற்றும் இட்டுநிரப்பும் இணைக்கப்பட்ட நிலைக்குள் ஒருங்கிணைக்கப்படும் பொறியமைவாக மூலதனத்தின் மேலாதிக்க செயல்திட்டம் உள்ளது. ஏதோ ஒரு வகையில் மறைக்கப்பட்ட ஒன்று சேர்க்கும் முகமையின் திட்டப்பணியாக ஒருங்கிணைக்கப்படுவது வரை சமூக அமைப்பின் துண்டாக்கப்பட்ட பகுதிகளுக்கு எந்த ஒருமையும் இருப்பதில்லை. ஒரு வெற்றிகரமான மேலாதிக்க திட்டப்பணி, பொருளாதார வளர்ச்சிக்கான குறித்த உருவத்துக்கு தேவையான விளைவுகளுக்கு வழி வகுக்கிறது என்று ஜேசப் கூறுவதாகத் தெரிகிறது. அரசியல் துறை அதன் சுய-தீர்மானித்த, மூடப்பட்ட செயல்பாடு மூலமாக பொருளாதார அமைப்புக்குத் தேவையானவற்றை வழங்குவதாகப் பார்க்கப்படுவதால் (பார்க்கவும் ஜேசப் - Jessop 1986), இந்த இணைத் தொடர்பு வரலாற்றுரீதியாக துல்லியமாக வளர்ச்சியடைவது வெவ்வேறு நிறுவனங்களை ஒன்றாக இணைக்கும் (முன்வந்தது) மேலாதிக்கச் செயல்பாடுகளை முன்னெடுக்கும் செயல்திட்ட விசைகளைப் பொறுத்தது (ஜேசப் - Jessop 1983, 1985). இது முதலாளித்துவ மறுவுற்பத்தி பற்றிய செயல்வாத, தன்னார்வவாத கருத்து (பார்க்கவும் கிளார்க் - Clarke 1983; போன்ஃபெல்ட் - Bonefeld 1987a).

திட்டவட்டமானதில் சாரமானது இருப்பதும் மறுதலையாக சாரமானதில் திட்டவட்டமானது இருப்பதும் பற்றிய மார்க்சின் (1973) சொற்றொடரை கட்டமைப்புவாத ரீதியில் புரிந்து கொள்ள ஜேசப் முயற்சிக்கிறார். இந்த உறவின் கட்டமைப்புவாத பதிப்பில் சாரமானதையும் திட்டவட்டமானதையும் ஒன்று சேர்த்து வைக்கும் பொறியமைவாக பார்க்கப்பட்ட இடைநிலை கருத்தாக்கங்களை அறிமுகப்படுத்துவது அவசியமாகிறது.[6] 'மூலதனத் தர்க்கவியலாளர் களால் கட்டமைக்கப்பட்ட மூலதனத்தின் சாரமான, ஒற்றைத்தன்மை யிலான, இன்றியமையாததாக்கப்பட்ட இயக்க விதிகளும் தேவைகளும் மேலும் திட்டவட்டமான, போட்டியிடும், எதேச்சையான தர்க்கங்களின்

தொடராக [ஒன்று சேர்க்கப்படுகின்றன]' (ஜேசப் - Jessop 1985, p. *344*). இதுதான், இயக்கங்களின் அத்தியாவசியமாக்கப்பட்ட விதிகளை முன் வைக்கிறது என்ற கட்டமைப்புவாதத்துக்கு எதிரான குற்றச்சாட்டின் அடிப்படை. மேலும், அரசை கைப்பற்றி குறிப்பான வரலாற்று இணைப்பாக்கும் முறையை வடிவமைக்கும் நோக்கத்தில் மேலாதிக்க நலன்கள் கட்டமைக்கப்படுவது என்ற வகையில் தன்னார்வவாதம் என்ற குற்றச்சாட்டும் வைக்கப்படுகிறது. (விமர்சன பகுப்பாய்வுக்கு பார்க்கவும் கிளார்க் - Clarke *1983*). முதலாளித்துவ வளர்ச்சியின் புறநிலை விதிகளின் வளர்ச்சி தரும் உந்துதல்களை, வெவ்வேறு மூலதன 'தர்க்கங்கள்' அகநிலை பாணியில் பின்பற்றுவதன் எதிர்வினைரீதியிலான பிரதிபலிப்புரீதியான வகைமுறைகளை விளக்கி அவற்றை ஒன்று சேர்ப்பதன் மூலம் கட்டமைப்பு உறவுகளைப் பற்றிய கருத்தாக்கத்தின் குறைபாடுகளை களைய முடியும். இதன் விளைவாக, மூலதனம் இனிமேலும் சமூக எதார்த்தம் முழுவதையும் ஊடுருவிய வர்க்கப் போராட்டமாக இருக்கவில்லை. மாறாக, சமூக எதார்த்தம் பல்படி காரணங்களாலும் விளைவுகளாலும் தீர்மானிக்கப்படுகிறது, மூலதனத்தின் ஆதிக்கவகையிலான மேலாதிக்க தர்க்கத்தை சுமத்துவதன் மூலம் அவை ஒருங்கிணைக்கப்படுவது உறுதிசெய்யப்படுகிறது. கட்டமைப்புரீதியான வளர்ச்சியின் தீர்மானிக்கப்பட்ட வடிவங்களுக்குள் ஒரு மூலதனம் இன்னொரு மூலதனத்துக்கு எதிராக நலன்களின் அடிப்படையில் நடத்தும் போராட்டத்திலிருந்து அந்தத் தர்க்கம் தருவிக்கப்படுகிறது. முதலாளித்துவ வளர்ச்சியின் புறநிலை விதிகள் வளர்ந்து செல்வதுடன் வர்க்கப் போராட்டம் ஊடாடுவதாக புலண்ட்ஸஸ் குறிப்பிடுகிறார். அதே நேரம், சமூகச் செயல்பாட்டின் பொறியமைவை வெவ்வேறு 'மூலதன தர்க்கவியலாளர்களின்' தனிநபராக்கப்பட்ட பன்மைவாத ஒதுக்கல்-நலன்களின் அடிப்படையில் ஜேசப் பார்க்கிறார். (பார்க்கவும். ஜேசப் - Jessop *1985*). இதிலிருந்து விளையும் கலவைவாதம் வெவ்வேறு நேர்வுகளின் துண்டாக்கத்தை ஒரு வினைவிளைவுத்தொடர் உறவாக புரிந்து கொள்கிறது (பார்க்கவும் போன்ஃபெல்ட் - Bonefeld 1987a; சைக்கோபீடிஸ் - Psychopedis *1991*).

ஹிர்ஷும் ஜேசப்பும் முக்கியமான பங்கேற்பாளராக இருந்த (பின்) ஃபோர்டிச அரசு பற்றிய சொற்போரில், கட்டமைப்புக்கும் நிகழ் முறைக்கும் இடையேயான தீர்க்கப்படாத பதற்றம், 'கட்டமைப்புக்கும் நிகழ்முறைக்கும் இடையேயான முரணியக்கம்' பற்றிய ஜேசப்பின் புரிதலின் அடிப்படையில் விவாதிக்கப்பட்டது. திரட்டல் முறைக்கும் அரசின் ஒழுங்காற்றல் வடிவங்களுக்கும் இடையே இணை தொடர்புடைய, எனவே செயல்ரீதியான உறவு உள்ளது என்ற அனுமானம் நெருக்கடி என்பது கட்டமைப்புரீதியான செயல்பாட்டு

குலைவு (இணைக்கும் முறையின் சிதைவு) என கோட்பாட்டுரீதியாக புரிந்து கொள்கிறது. நெருக்கடி என்பது 'புறநிலையாகத் தரப்பட்ட' முதலாளித்துவ வளர்ச்சி விதியின் போக்கு என்ற தற்போது நிலவும் கருத்துநிலை, புறநிலையாக தரப்பட்ட மீட்சி, அதாவது, (பின்) ஃபோர்டிசம் போன்ற வேறுபட்ட வரலாற்று வடிவத்தில் கட்டமைப்பு ரீதியான ஒழுங்கும் இணைத்தொடர்பும் மீண்டும் பிணைக்கப்படுவது என்ற கருத்துநிலையாக மாறுகிறது (விமர்சன பகுப்பாய்வுக்கு பார்க்கவும் ஹாலவே - Holloway *1988*). சமூகத்துக்கு இணையாக அரசின் வகிபாகம் மறுகட்டமைக்கப்படுவது என்ற சட்டகத்துக்குள், சமூக எதார்த்தம் தவிர்க்கவியலாமல் மாறுவதை வெறுமனே முடுக்கி விடுவதாகவும் அல்லது பின்னுக்கு இழுப்பதாகவும், வர்க்கப் போராட்டம் துணைநிலை வகிபாகத்தைக் கொண்டிருப்பதாகப் பார்க்கப்படுகிறது (ஹிர்ஷ்/ரோத் - Hirsch/Roth *1986*). கட்டமைப்புரீதியாக முன் தீர்மானிக்கப்பட்ட வளர்ச்சிக்குள்ளாக அரசை கைப்பற்றுவதற்கான வெவ்வேறு மூலதன பிரிவுகளின் முயற்சிகளில் அவற்றுக்கு இடையேயான போராட்டம் அடிப்படையானது; இணைக்கப்பட்ட முறை மீண்டும் பிணைக்கப்படுவதை எதேச்சையான நிகழ்முறையாக ஆக்குகிறது (ஜேசப்). கட்டமைப்புக்கும் வர்க்கப் போராட்டத்துக்கும் இடையேயான இணைப்பைப் பிரிப்பது சமூக வளர்ச்சி பற்றிய, நிலைத்த கட்டமைப்புகளை மட்டும் அடையாளம் காண முடிகிற, விவரிக்கும், பரிந்துரைக்கும் புரிதலை அடிப்படையாகக் கொண்டுள்ளது. (பார்க்கவும் போன்ஃபெல்ட் - Bonefeld 1987a; கெர்ஸ்டன்பெர்கர் - Gerstenberger *1989*). அது ஒரு பண்புரீதியான மாற்றத்தை, திடீர் தொடர்பின்மையாக, கட்டமைப்புகளுக்கு இடையே பெரும் தாவலாக, உதாரணமாக ஃபோர்டிசத்தில் இருந்து பின்-ஃபோர்டிசத்துக்கு தாவுவது என விளக்க வேண்டியதாகிறது; அதனை, ஒரு நிகழ் முறையாக, வர்க்கப் போராட்டத்தினுள்ளும் வர்க்கப் போராட்டத்தின் ஊடாகவும் நிகழும் பண்புரீதியான மாற்றங்களின் தொடர்வரிசையாக விளக்க முடிவதில்லை.

ஒரு மதிப்பீடு

அரசு பற்றிய இந்த அணுகுமுறைகளுக்கு மாறாக, 'கட்டமைப்புகள்' என்பவை மூலதனத்துக்கும் உழைப்புக்கும் இடையிலான வர்க்கப் பகைநிலையின் இருத்தல் நிலைகள் என்று நான் காட்ட விரும்புகிறேன். 'முதலாளித்துவ வளர்ச்சியின் விதிகள்' என்பவை வர்க்கப் போராட்டத்தின் இயக்கத்தைத் தவிர வேறில்லை. 'முதலாளித்துவ வளர்ச்சியின் விதிகள்' என்பவை செயல் நிலையில் உள்ள ஒரு சாரமாக்கல், ஒரு வரலாற்று எதார்த்தம், ஒரு நிகழ்முறை மற்றும் மூலதனத்துக்

குள்ளாக உழைப்பு இருப்பதன் ஒரு இயக்கம் *(பார்க்கவும் ஹாலவே-*Holloway *1988;* கிளார்க் - Clarke 1988a; குன் - Gunn *1989, 1990).*

கட்டமைப்புக்கும் நிகழ்முறைக்கும் இடையிலான இணைப்பைப் பிரித்து விடுவதை நிராகரிப்பது முதலாளித்துவ சமூக மறுவுற்பத்தியில் ஒரு குறிப்பிட்ட வகிபாகத்தைக் கொண்டிருப்பதாக அரசைப் புரிந்து கொள்வதை நிராகரிப்பதாகாது. எனினும், முதலாளித்துவ அரசின் வகிபாகம் அதன் சமூக வடிவத்தால் (மூலதனத்துக்கும் உழைப்புக்கும் இடையேயான வர்க்கப் பகைநிலை) தீர்மானிக்கப்பட்டதாகவும் வர்க்கப் போராட்டத்தின் ஒரு வரலாற்று நிகழ்முறையாகவும் விவாதிக்கப்படும். வெளிப்பார்வைக்குத் தெரியும் 'அரசின் தன்னாட்சி' (அது எவ்வளவு சார்புநிலையாக இருந்தாலும் சரி; குறிப்பிட்ட அளவிலான 'சார்புநிலையை' அது எவ்வளவுதான் நியாயப்படுத்துவத்தினாலும் சரி) என்பதற்குப் பதிலாக, அரசியலும் பொருளாதாரமும் முரண்படும் ஒருமையை கட்டுவிப்பதாக விவாதிக்கப்படும். இந்த ஒருமை ஒரே அச்சில் வார்க்கப்பட்டதாக இல்லை. மாறாக, அது ஒரு முரண்பாட்டின் இயக்கம். அதில் ஒருமை வேற்றுமை மூலமாக தன்னை வெளிப்படுத்திக் கொள்கிறது, மறுதலையாக வேற்றுமை ஒருமை மூலமாக தன்னை வெளிப்படுத்திக் கொள்கிறது. பொருளாதாரமும் அரசியலும் பிரிக்கப்படுவதும் மட்டுமின்றி அவற்றின் உள்உறவின் வரலாற்றுரீதியான சேர்க்கையும், வர்க்கப் போராட்ட நிகழ்முறையாக மட்டுமே எதார்த்தமானவை.

முதலாளித்துவ அரசின் வடிவமும் உள்ளடக்கமும்

சமூக வடிவமும், அரசியலுக்கும் பொருளாதாரத்துக்கும் இடையேயான ஒருமையில் வேற்றுமையும்

மார்க்சின் கருத்துப்படி *(1973),* நம்மைச் சுற்றிய சமூக நேர்வுகள் (உதாரணமாக பொருளாதாரமும் அரசும்) பல்படித்தான தீர்மானிப்பு களைக் கொண்டிருக்கின்றன. சமூக நேர்வுகளுக்கு இடையேயான உறவின் 'உள்ளுறை இயல்பை' நிறுவுவதற்காக அவற்றிற்கு இடையேயான 'உள் தொடர்புகளை' கண்டறிவதுதான் நமது பணி (மார்க்ஸ் - Marx 1983, p. *28).* சமூக நேர்வுகளுக்கு இடையேயான உள் தொடர்பைக் கண்டறிவது என்பது காத்திரமான சாரமாக்கலை தேடுவதாகும் (கீழே பார்க்கவும்). அது அவற்றின் சமூக எதார்த்தத்தை, ஒன்றிலிருந்து ஒன்று வேறுபட்ட அதே நேரம் ஒன்றுபட்ட சிக்கலான வடிவங்களாக, உள் தொடர்புடையவையாக உருவாக்குகிறது. இந்த உள் தொடர்பை கோட்பாடாக்கம் செய்வதற்கு, கோட்பாட்டுரீதியான அணுகுமுறையானது சமூக நிகழ்முறைகளை ஒருமையில் வேறுபடுவதாக

ஆக்கும் பொதுவான காரணியை கட்டமைக்கும் வரலாற்று நிகழ் முறையை குறிப்பிட வேண்டும். சமூக இருத்தலின் 'உள் இயல்பை' புரிந்து கொள்வதற்கான முயற்சிக்கு, சிந்தனையின் பொருண்மைக் குள்ளாகவே (மனித உறவுகளின் சமூக-வரலாற்று வடிவம்) செயல்படும் சிந்திக்கும் வழி தேவை. கருத்தாக்கரீதியான சமூக எதார்த்தத்தை அதன் முறையான இயக்கத்தில் புரிந்து கொள்வதற்கான தன் முயற்சியில் இயங்கியல் தன் பொருண்மையை வெளியிலிருந்து அணுகாமல் உள்ளிருந்து அணுகுகிறது (பார்க்கவும் நெக்ட் Negt *1984*). இயங்கியல் சிந்தனை தன் பொருண்மைக்குள்ளாகவும் அதன் ஒரு உறுப்பாகவும் தன்னை கருத்தாக்கம் செய்கிறது (பார்க்கவும் லூகாக்ஸ்-Lukacs *1968*; குன் - Gunn *1987b, 1989, 1991*). சமூக இருத்தல் பற்றிய அத்தகைய கருத்தாக்கம் சமூக உறவுகளின் இருத்தல் நிலையை உருவாக்கும் தனித்தனியானவையாகத் தோற்றமளிக்கும் வாழ்வின் மெய்ம்மைகள் பற்றிய புரிதலைத் தேடுகிறது. 'முழுமையாக்கப்பட்ட முதலாளித்துவ அமைப்பில் ஒவ்வொரு பொருளாதார உறவும் அதன் முதலாளித்துவ பொருளாதார வடிவில் மற்ற ஒவ்வொரு பொருளாதார உறவையும் முன்னனுமானிக்கிறது, முன்வைக்கப்படும் ஒவ்வொன்றும் முன்னனுமானமாகவும் இருக்கிறது, எல்லா உயிர்ம அமைப்புகளிலும் இதுதான் நிலைமை. ஒரு உயிர்ம அமைப்புக்கு அதன் மொத்தத்தன்மை யிலேயே முன்னனுமானங்கள் உள்ளன, அதன் வளர்ச்சி அதன் மொத்தத்தன்மையை அடையும்போது அது எல்லா வளர்ச்சியையும் தனக்கே கீழ்ப்படுத்திக் கொள்கிறது, அல்லது தன்னிடம் இல்லாத உறுப்புகளை தன்னிலிருந்தே உருவாக்குகிறது. இப்படித்தான் அது வரலாற்றுரீதியாக மொத்தத்தன்மையை அடைந்தது. இந்த மொத்தத் தன்மையாக மாறும் இந்த நிகழ்முறை அதன் நிகழ்முறையின், அதன் வளர்ச்சியின் ஒரு விசையாக அமைகிறது' (மார்க்ஸ் - Marx 1973, p.278). இத்தகைய தர்க்கம் கருத்தாக்க பகுப்பாய்வுக்கும் வரலாற்று பகுப்பாய்வுக்கும் இடையே ஒரு உட்புற உறவைக் கொண்டுள்ளது.

ஒவ்வொரு நேர்வும் மற்ற நேர்வுகளுடனான உறவில்தான் இருக்கிறது, அல்லது, வேறு சொற்களில், மற்ற நேர்வுகளிலும் அவற்றின் ஊடாகவும்தான் இருக்கிறது. ஒவ்வொரு நேர்வும் முரண்பாட்டின் இயக்கமாக மட்டுமே இருக்கிறது, அதாவது, அதன் சொந்த வரலாற்று ரீதியான கட்டுவிப்பின் இயக்கமாகவே இருக்கிறது. இதிலிருந்துதான் தீர்மானகர மறுதலித்தல் அல்லது மனித உறவுகளின் சமூக வடிவம் என்ற கேள்வி எழுகிறது. நேர்வுகள் ஒன்றுக்கருகில் ஒன்றாக, பார்வைக்கு சுயேச்சையான பாணியில் இருக்கும் அதே நேரம் ஒன்றின் ஊடாக ஒன்று இருப்பதை சாத்தியமாக்கும் உறவை கட்டுவிப்பது என்ன; அவற்றை பரஸ்பர சார்புநிலையாகவும் தீர்மானகர மறுதலிப்பாகவும்

மாற்றும் உறவாக, ஒவ்வொன்றும் சுயேச்சையாக இருத்தலை அசாத்திய மாக்கும் உறவாக அவற்றை கட்டுவிக்கும் வரலாற்று தீர்மானிப்பு என்ன? எனவே, ஒன்றுக்கொன்று சுயேச்சையானதாக இருப்பதாகத் தோற்றமளிக்கும் பொருளாதாரரீதியானதும், அரசியல்ரீதியானதும், ஒன்றுடன் மற்றொன்று ஒற்றை நிகழ்முறையின் உறுப்புகளாக உள்ளன. இந்தப் புரிதலில் இருந்து, தத்தமது வடிவங்களுக்குள்ளாகவும் பரஸ்பர உறவிலும் முரண்பாடாக இருக்கும் அவற்றின் இருத்தலுக்குள் ஊடுருவியிருக்கும் சமூக உறவு பற்றிய கேள்வி எழுகிறது. இந்த வாதத்தின்படி, அரசு, பொருளாதாரம் போன்ற பல்வகை நேர்வுகள், புறநிலையாக தொடர்புடைய பொருண்மைகளாக ஒன்று மற்றதை தீர்மானிப்பதாகவும் மற்றும்/அல்லது ஆதிக்கம் செலுத்துவதாகவும் இருக்கவில்லை, மாறாக, அவற்றை கட்டுவிக்கும் உறவின் இருத்தல் வடிவங்களாக அவை இருக்கின்றன. இங்கு எழும் கேள்வி, குறிப்பிட்ட வடிவங்களை (உதாரணமாக அரசியல்ரீதியானதும் பொருளாதார ரீதியானதும்) ஒன்றில் இருந்து மற்றொன்று வேறுபட்டதாக ஆக்கும் அதே நேரத்தில், அவற்றை ஒன்றுபடுத்தி எனவே அவற்றை சமூக இருத்தலின் இட்டுநிரப்பும் வடிவங்களாக ஒன்றோடு ஒன்று உறவுபடுத்தும் காத்திரமான சாரமாக்கல் பற்றியது. இவ்வாறாக, காத்திரமான சாரமாக்கல் என்பது சமூக நேர்வுகளிலேயே உள்உறவாக உள்ளது; அவற்றை கட்டுவிக்கும் நிகழ்முறையின் உள் இயல்பாக உள்ளது. மார்க்சின் படைப்புகளில் வரலாற்றுரீதியில் குறித்த தன்மையிலான, முதலாளிவர்க்க சமூகத்தில் குறித்த வரலாற்று இருத்தல் வடிவத்தில் எல்லா சமூக நேர்வுகளையும் தழுவிய முரண்படும் உறவாக பொருட்களுக்கு இடையிலான உறவை கட்டுவிக்கும் காத்திரமான உறவு உற்பத்தியின் சமூக உறவுகள், அதாவது மூலதனத்துக்கும் உழைப்புக்கும் இடையிலான வர்க்கப் பகைநிலை. இவ்வாறாக, வர்க்கப் பகைநிலை இருக்கும் இருத்தல்/இயக்க நிலைகளாக சமூக நேர்வுகள் கட்டுவிக்கப்படுகின்றன. இந்த வாதம் இன்னும் தெளிவான மொழியில் கீழே முன்னெடுக்கப்படுகிறது.

உழைப்பின் சமூகரீதியான தீர்மானிப்புதான் மார்க்சின் தொடக்கப்புள்ளி. மார்க்ஸ் உழைப்பை (Marx 1973, p.361) 'உயிருள்ள, வடிவம் கொடுக்கும் நெருப்பாக' பார்த்தார். 'அது பொருட்களின் மாறிச்செல்லும்தன்மையாக, தற்காலிகத்தன்மையாக உள்ளது, அவை உயிருள்ள உழைப்பு நேரத்தினால் உருவாக்கப்படுவதாக உள்ளது'. உழைப்பின் இந்தப் பொதுவான தீர்மானிப்பை அதன் வரலாற்றுரீதியில் திட்டவட்டமான வடிவில் குறிக்க வேண்டும், தீர்மானமற்றதிலிருந்து (இயக்கநிலையாக உழைப்பு) தீர்மானமானதற்கு (உழைப்பின் இயக்கநிலையின் சமூக வடிவம்), வடிவற்றதில் இருந்து (உழைப்பின்

பொது இயக்கநிலை) வடிவத்திற்கு (இயக்கநிலையின் குறிப்பிட்ட வரலாற்று சமூக வடிவம்) (பார்க்கவும் எல்சன் Elson 1979, pp.*129-130*) கருத்தாக்கம் செய்வதன் மூலம், முதலாளித்துவ சமூகத்தில், மூலதனத்தின் ஆதிக்கத்தின்கீழ் உபரி-மதிப்பின் உற்பத்தி (சுரண்டல்) என்ற குறிப்பிட்ட சமூகப் பின்புலத்தின் உள்ளாகவும் அதன் ஊடாகவும் உழைப்பு என்பது சாரமான உழைப்பினால் (வேலை செய்வதற்கான -ர்வப்பொதுத் திறனும் ஆற்றலும், ஒருபடித்தான உழைப்பு) `ப்பிடப்பட்டதாக மார்க்ஸ் புரிந்து கொண்டார். முதலாளித்துவ சமூகத்தில் உழைப்பின் தீர்மானிக்கும் சக்தியின் வரலாற்று குறித்தத்தன்மை, பரிவர்த்தனைக்கும் உற்பத்திக்கும் இடையேயான (முரண்படும்) ஒருமையோடு, அதாவது, தனியார் உழைப்பு சாரமான உழைப்பின் பொது இறைச்சிப்பொருளாக குறைக்கப்படும் சரக்குகளின் பரிவர்த்தனையோடு தொடர்புடையது. உழைப்பை சாரமான உழைப்பாக, தனியார் பின்புலத்தில் சமூக உழைப்பாக சமூகரீதியில் தீர்மானிப்பது, மற்றவர்களின் உழைப்பை கைப்பற்றுவதை அதிகரிப்பதன் மூலம் சாரமான செல்வத்தை விரிவாக்குவது என்ற அடிப்படையில் சுய-மதிப்புப் பெருக்குவதாக மூலதனத்தைத் தீர்மானிக்கிறது; அதாவது, உழைப்பை சுமத்துவதன் மூலமும், உழைப்பின் உற்பத்திப் பொருளை பணத்தால் அளவிடுவதன் மூலமும். 'முதலாளித்துவ உற்பத்தி முறையின் தனிச்சிறப்பு என்பது உபரி-மதிப்போ, அல்லது சாரமான உழைப்போ, அல்லது மதிப்பு வடிவமோ இல்லை, மாறாக மதிப்பின் இறைச்சிப் பொருளான சாரமான உழைப்புடன் மதிப்பு வடிவத்தை ஒருங்கிணைப்பதன் மூலம், உழைப்பு நிகழ்முறையை மூலதனத்தின் மதிப்புப் பெருக்கத்துடன் ஒன்றுபடுத்துவதன் மூலம், உபரி உழைப்பைக் கைப்பற்றுவதும் வினியோகிப்பதும் சரக்குகள் பண வடிவில் பரிவர்த்தனை செய்து கொள்ளப்படுவதன் ஊடாக சாதிக்கப்படுகிறது.' (கிளார்க் Clarke 1989, p.*136*; கிளார்க் Clarke *1980*; எல்சன் Elson *1979* ஐயும் பார்க்கவும்). முதலாளித்துவம், வாழ்க்கை நிலைமைகளின் மீது மதிப்பு வடிவத்தை சுமத்தும் முதன்மை வடிவமாக பணம் பொதுத்தன்மையை அடைகிறது, சமூக மறுவுற்பத்தி மூலதனத்தின் மறுவுற்பத்திக்கு கீழ்ப்படுத்தப்படும் உச்ச அதிகாரமாக பணம் பொதுத்தன்மையை அடைகிறது. இதிலிருந்து பணத்தை மதிப்பு என்ற சமூக நிகழ்முறையின் முன்னனுமானமாகவும், முற்கோளாகவும் விளைவாகவும் கையாள்வதன் மூலம், மதிப்புக் கோட்பாட்டையும் பணக் கோட்பாட்டையும் ஒன்று மற்றொன்றை முன்னனுமானிக்கும், ஒன்று மற்றொன்றின் விளைவாக இருக்கும் உறுப்புகளாக ஒன்றுபடுத்த முடிகிறது (பார்க்கவும் பக்ஹவுஸ் Backhaus *1974, 1986*).[7] முதலாளித்துவ

சமூகத்தினுள், ஒட்டுமொத்த மூலதனத்தின் சுற்றுக்குள்ளாக உழைப்பின் மீது ஆதிக்கமாக சாரமான உழைப்பு என்ற கருத்தினம் பொதுவாக்கப் படுகிறது. முதலாளித்துவ சமூகத்தில் உழைப்பின் தீர்மானிப்பை கட்டு விக்கும் சமூக உறவு, அவசிய உழைப்புக்கும் உபரி உழைப்புக்கும் இடையிலான உறவு, அதாவது, (சமூக) வேலைநாளை கட்டுவிக்கும் மூலதனத்துக்கும் உழைப்புக்கும் இடையிலான வர்க்கப் பகைநிலை. உழைப்பின் தீர்மானிக்கும் சக்தி[8] உழைப்பை செயலில் ஈடுபடுத்துவதற்கான மூலதனத்தின் சக்தியாகத் தோற்றமளிக்கிறது (மூலதனம் உற்பத்தித் திறனுள்ளதாக இருப்பது பற்றி பார்க்கவும் மார்க்ஸ் Marx **1973**). ஆனால், மூலதனத்தின் தீர்மானிக்கும் அதிகாரம் மதிப்பின் இறைச்சிப் பொருளாக உழைப்புக்குள்ளும் அதன் ஊடாகவும் தான் இருக்கிறது. மூலதனம் தனது சொந்த சமூக இருத்தலின் உறுப்பாக உழைப்புக்கு வரம்பிட முடிவது வரையில் தொழிலாளி வர்க்கத்தின் கட்டுவிக்கும் சக்தி மூலதனத்தின் கட்டுவிக்கும் சக்தியாக திருப்பி நிறுத்தப்படுகிறது. எனவே, மூலதனத்தின் அதிகாரம் என்பது சுயமதிப்புப் பெருக்கும் மதிப்பாக மூலதன நிகழ்முறைக்குள் ஒரு உறுப்பாக, உழைப்பின் தீர்மானிக்கும் சக்தியை கைப்பற்றும் சமூக அதிகாரத்தின் குறிப்பான வரலாற்று வடிவம் ஆகும்.

மூலதனத்துக்கும் உழைப்புக்கும் இடையிலான சமூக பகைநிலை வர்க்கங்களுக்கு இடையிலான உறவாகும், வர்க்கங்களின் உறவாக ஆதிக்கத்துக்கும் சுரண்டலுக்கும் உள்ளாகவும் அவற்றுக்கு எதிராகவும் உள்ள உறவாகும் அல்லது வேறு சொற்களில், உழைப்பின் தீர்மானிக்கும் சக்தியை வாழ்க்கை நிலைமைகளின் மீது மதிப்பு வடிவத்தை சுமத்தும் மூலதனத்தின் அதிகாரமாக திருப்பி நிறுத்துவதற்கு உள்ளாகவும் எதிராகவும் உள்ள உறவாகும். உற்பத்திச் சாதனங்களையும் உழைப்புச் சக்தியையும் ஒன்று சேர்த்து இயக்குவதற்கான மூலதனத்தின் கட்டளையிடும் அதிகாரம்தான் இந்தத் திருப்பி நிறுத்தல் - உழைப்பின் தீர்மானிக்கும் சக்தியை மூலதனத்தின் சொந்த இருத்தலின் விசையாகக் கட்டுவிக்கும் மூலதனத்தின் திறனை அடிப்படையாகக் கொண்ட கட்டளையிடும் அதிகாரமாகும் : விரிவாக்கப்பட்ட உபரி மதிப்பு உற்பத்தி மூலம் மதிப்பை சுய-மதிப்புப் பெருக்கம் செய்வதாகும். வர்க்கங்களுக்கு இடையேயான உறவு, (மறுவுற்பத்தியின் சமூக எதார்த்தமாக வடிவத்தில் எவ்வளவுதான் அன்னியமாக்கப்பட்டதாக இருந்தாலும்) புறநிலையாக் கலுக்கும் (ஆளப்படுபவர்களுக்கும் ஆள்பவர்களுக்கும் இடையேயான உறவாக) புரட்சிகர பிரித்தலுக்கும் இடையேயான முரண்படும் இயக்கமாக வெளிப்படுகிறது. எதிரெதிரான வர்க்கங்களின் பரஸ்பர சார்புநிலையாக (மறுவுற்பத்தியின் சமூக வடிவமும் சுரண்டல் மற்றும் ஆதிக்கத்தினுள்ளும் அவற்றின் ஊடாகவும் பொருண்மையாக்கலும்)

பகைநிலை என்ற பதத்தில் இந்த முரண்பாடு தெரிவிக்கப்படுகிறது. மூலதனம் உழைப்பின் உள்ளாகவும் அதன் ஊடாகவுமே இருக்கிறது என்பதால் உழைப்பு நிகழ்முறை, மதிப்புப் பெருக்க நிகழ்முறை ஆகியவற்றின் ஒருமையாக உற்பத்தி நிகழ்முறை என்பதன் மூலம் காட்டப்படும் ஒடுக்குதலின் முரண்படும் தன்மை காத்திரமானது (பார்க்கவும் மார்க்ஸ் Marx *1983*). இதிலிருந்து ஆதிக்கம் செலுத்துவதாக (மூலதனத்தின் மதிப்புப் பெருக்கமாக வேலை சுமத்தப்படுதல்) பொருண்மை (சமூக மறுவுற்பத்தி) உருவாகிறது. சமூகப் பகைநிலைக்கு வெளியே எந்த இயக்கமும் இல்லை. மூலதனத்துக்குள்ளாக உழைப்பு இருப்பதின் உள்ளாகவும் அதன் ஊடாகவும் முரண்பாட்டின் இயக்கமாக சமூக இருத்தல் கட்டுவிக்கப்படுகிறது. தொழிலாளி வர்க்கம் அதனளவில் அதே முரண்படும் நிகழ்முறையின் உறுப்பாகும். தொழிலாளி வர்க்கம் மூலதனத்துக்குள்ளாகவும் அதற்கு எதிராகவும் இருக்கிறது, அதே நேரம் மூலதனமோ உழைப்பிற்கு உள்ளாகவும் அதன் ஊடாகவும் மட்டுமே இருக்கிறது. தொழிலாளி வர்க்கத்தின் முரண்படும் இருத்தல், மூலதனத்துக்கு எதிராகவும் அதன் இருத்தலின் ஒரு உறுப்பாகவும் உழைப்பு என்ற மூலதனத்தின் ஆதிக்கத்துக்கான அதன் எதிர்நிலையிலும், மூலதனத்தின் வடிவில் சமூக மறுவுற்பத்தியின் ஒரு உறுப்பாக அதன் இருத்தலிலும் வெளிப்படுகிறது. வர்க்கம் என்பது சமூகவியலாளர்களால் குறிப்பிட்ட தன்மைகள் வழங்கப்பட்டு, வழங்கப்பட்ட வர்க்கத் தன்மையின் அடிப்படையில் சமூகரீதியாக பிரிக்கப்படும் மனிதர்களின் குழு இல்லை. மாறாக, வர்க்கம் என்பதை சமூகரீதியான சுய-தீர்மானத்தை மறுக்கும் ஆதிக்கத்தின் உள்ளாகவும் அதற்கு எதிராகவும் நடக்கும் போராட்டத்தின் உறவாக அணுக வேண்டும் (பார்க்கவும் குன் Gunn 1987c). போராட்டத்தின் உறவாக, செயல்நிலையில் உள்ள சமூக எதார்த்தத்தின் காத்திரமான சாரமாக்கலாக, கடந்து நிற்றலுக்கும் (தொழிலாளி வர்க்கத்தின் சுய-தீர்மானிப்பு என்ற வகையில் மூலதனத்துக்கு உள்ளாகவும் அதற்கு எதிராகவும் உள்ள நிகழ்முறையாக புரட்சி) ஒன்றுபடுத்தலுக்கும் (மூலதன வடிவத்தில் சமூக மறுவுற்பத்தியின் உறுப்பாக உழைப்பு என்ற வகையில் சீர்திருத்தவாதம்) இடையேயான இயக்கமாக வர்க்கம் முரண்படும் இருத்தலை பெறுகிறது. கடந்து நிற்றலும் ஒன்றுபடுத்தலும் தனித்தனியாக இருக்கவில்லை, அவை ஒற்றை நிகழ்முறையின் இயக்கமாக சமூகச் செயல்பாடு பிரதிநிதித்துவப்படுத்தும் இயங்கியல் தொடர்வரிசையின் எதிரெதிர் துருவங்களாக இருக்கின்றன (பார்க்கவும் நெக்ட்/க்ளூக - Negt/Kluge *1971*). கடந்து நிற்றலும் ஒன்றுபடுத்தலும் இயங்கியல் தொடர்வரிசையின் கடைக்கோடி துருவங்களாக

முரண்படும் நிகழ்முறையை கட்டுவிக்கின்றன, அது போராட்ட நிகழ்முறைக்கே இடம் கொடுக்கிறது அதனளவில் வர்க்கத்தின் சமூகரீதியான சேர்க்கைக்கு இடம் கொடுக்கிறது (நெக்ரி).

வர்க்கத்தின் உள்ளாகவும் அதன் ஊடாகவும் உள்ள ஆதிக்கமாக சமூக மறுவுற்பத்தியின் முரண்படும் ஒருமையின் வரலாற்று வளர்ச்சிதான் ‘மந்திரிக்கப்பட்ட வக்கிரமாக்கப்பட்ட’ முதலாளித்துவ உலகத்தை தொடர்ச்சியாக அகற்றும் மீட்டுருவாக்கும் வகையில் சமூகத்தை கட்டுவிக்கிறது (பார்க்கவும். மார்க்ஸ் Marx 1966, p. *830*). இந்த நிகழ்முறை மீது மூலதனத்தின் சுய-முரண்படும் இருத்தல் நிலை, அதாவது அவசிய உழைப்பு நேரத்துக்கும் உபரி உழைப்பு நேரத்துக்கும் இடையிலான உறவை புரட்சிகரமாக்குவதற்கான, அதன் மூலம் உபரி-உழைப்பு நேரத்தை அதிகரிப்பதற்கான மூலதனத்தின் தொடர்ச்சியான தேவை தாக்கம் செலுத்துகிறது. ஆனால், அவசிய உழைப்பின் எதிர்நிலையாக மட்டுமே உபரி-உழைப்பு இருக்கிறது. இங்குதான் மூலதனத்தின் சுய-முரண்படும் இருத்தல் நிலை மிகத் தீவிரமான அடிப்படையில் வெளிப்படுகிறது : மதிப்பின் எனவே உபரி-மதிப்பின் இறைச்சிப்பொருளாக உள்ள உயிருள்ள உழைப்பை மூலதனம் முழுமையாகச் சார்ந்துள்ளது. இந்தப் பகைநிலைப் போக்கின் ஊடாகச் செயல்படுவது, அவசிய உழைப்பை ஒழித்துக் கட்டுவதை நோக்கிச் செயல்படுமாறு மூலதனத்தை கட்டாயப்படுத்து கிறது, உழைப்பின் உள்ளாகவும் அதன் ஊடாகவுமே இருக்கிறது என்ற மூலதனத்தின் இருத்தலை பலவீனப்படுத்துகிறது. மூலதனம் உயிருள்ள உழைப்பிலிருந்து தன்னை தன்னாட்சியாக்கிக் கொள்ள முடியாது; சாத்தியமான ஒரே தன்னாட்சி உழைப்பின் தரப்பில்தான் உள்ளது. மூலதனத்தின் ஆதிக்கம் என்பது அதன் சொந்த சுய-முரண்படும் இருத்தல் நிலையின் நிகழ்முறையாகும். இந்த முரண்பாடு சமூகரீதியாக இடையாடுவது முரண்பாட்டையே ஒழித்துக் கட்டி விடுவதில்லை, மாறாக, இந்த முரண்பாடு தற்காலிகமாக இயங்க முடிகிற ஒரு இணக்க நிலையை வழங்குகிறது. இந்த இடையாடுதல் மூலதனத்துக்கும் உழைப்புக்கும் இடையிலான வர்க்க முரண்பாடு சந்தை உறவுகளாக தெரிவிக்கப்படும் சமூக எதார்த்தத்தின் வடிவத்தை கட்டுவிக்கிறது. உழைப்பின் இந்த ஒழுங்குபடுத்தல், உழைப்பை ’கூலி உழைப்பு’ என்ற வடிவத்தில் கட்டுவிக்கிறது. கூலி உழைப்பு முதன்மையாக உழைப்புக்கான கூலி வருவாயாலும், சந்தையில் சமத்துவமான சுதந்திர பரிவர்த்தனை உறவாகவும் வரையறுக்கப்படுகிறது (பார்க்கவும் மார்க்ஸ் Marx 1983, ch. 19; Marx 1966, ch. *48*). உழைப்பு, சுரண்டலின் அடிப்படையாக இருக்கும் கூலி உழைப்பு என்ற வகையிலான

இருத்தலை பெறுகிறது (அதாவது முறைபாடுரீதியாக சுதந்திரமான, சமத்துவமான சரக்குகளின் பரிவர்த்தனையாக மதிப்பின் வடிவம்), அதே நேரம், அது உபரி-மதிப்பு உற்பத்தியின் (சுரண்டலின்) குறிப்பான தன்மையை 'இல்லாமல் செய்கிறது' (பார்க்கவும் மார்க்ஸ் *1966*, p. *814*). கூலி உழைப்புக்குள்ளாகவே உயிருள்ள உழைப்பை அடக்கி விடும் முயற்சி, வர்க்கமாக உழைப்பின் இருத்தலை கலைத்து, உயிருள்ள உழைப்பை மூலதனத்தின் உறுப்பாக அறுவடை செய்கிறது. மூலதனத்திலிருந்து உழைப்பின் (புரட்சிகரமான) தன்னாட்சியாக்கத்தை குலைப்பதற்கும் மதிப்புப் பெருக்கத்தின் உள்ளாகவும் அதன் ஊடாகவும் சமூக எதார்த்தமாக உழைப்பை ஒழுங்கமைப்பதற்கும் முயற்சிப்பது, சாதிக்கப்பட்ட மெய்ம்மையாக இல்லாமல், வர்க்கப் போராட்டத்திற்கே உள்ளாகவும் அதன் ஊடாகவும் உள்ள முரண்பாட்டு நிகழ்முறையாகும். எனவே, அகற்றுவதையும் கட்டுவித்தலையும், ஒவ்வொரு உறுப்பும் மற்றதை முன்னனுமானிக்கும் அதே நேரத்தில் ஒவ்வொரு உறுப்பும் மற்றதன் விளைவாக உள்ள ஒரே நிகழ்முறையின் உறுப்புகளாக, முரண்பாடாக உள்ள ஒருமையாக பார்க்க வேண்டும்.

சார்புநிலைக்கும் சுயேச்சை நிலைக்கும் இடையேயான முரண்பாட்டின் இயக்கமாக வர்க்கப் பகைநிலையை புரிந்து கொள்வதன் மூலமும், சமூக நேர்வுகளை வர்க்கப் பகைநிலையின் இருத்தல் நிலையாகவும் இயக்க நிலையாகவும் கருத்தாக்கம் செய்வதன் மூலமும், 'சமூக வடிவத்தில்' உள்ளார்ந்திருக்கும் முரண்பாடு, அதே நேரம், சமூக நேர்வுகளுக்கு உள்ளாகவே முரண்பாடாகவும் (உதாரணமாக, அரசின் சுய-முரண்படும் வடிவம்), சமூக நேர்வுகளுக்கு இடையேயான முரண்பாடாகவும் (உதாரணமாக பொருளாதார ரீதியானதற்கும் அரசியல்ரீதியானதற்கும் இடையில்) ஆகிறது. இந்தக் காரணத்தினால்தான் மார்க்சியம் ஒடுக்குதல்/ஆதிக்கம் செலுத்துவது பற்றிய கோட்பாடோ, பொருளாதாரக் கோட்பாடோ இல்லை, அது சமூக எதார்த்தத்தின் முரண்பாடுகளைப் பற்றிய கோட்பாடு, அதனளவில் ஆதிக்கத்தின் முரண்பாடு வரலாற்றுரீதியாக இயங்குவது பற்றிய கோட்பாடு. உற்பத்தியின் சமூக உறவுகளை, மூலதனத்துக் குள்ளாக உழைப்பு இருப்பது என்ற அடிப்படையில் நான் குறிப்பிடப் போகிறேன். ஏனென்றால், பின்சொன்னது முன்சொன்னதன் அர்த்தத்தை இன்னும் வெளிப்படையாக தெரிவிக்கிறது.

அரசின் வடிவத்தை புரிந்து கொள்வதற்கு, 'காத்திரமான சாரமாக்கல்' என்ற கருத்துநிலையை இன்னும் வலுவாக சித்தரிக்க வேண்டும். ஒவ்வொரு சமூக நேர்வும், மூலதனத்துள்ளாக உழைப்பின் இருத்தல்

நிலையாகவும் வரலாற்று நிகழ்முறையின் இயக்க முறையாகவும், ஒன்று மற்றொன்றின் முன்னனுமானமாகவும் முற்கோளாகவும் வைக்கப்பட்டுள்ளன என்று மேலே நான் வாதிட்டேன். காத்திரமான சாரமாக்கல் சமூகத்தின் திட்டவட்டமான இருத்தலையும் வளர்ச்சியையும் புரிந்து கொள்கிறது. 'காத்திரமான சாரமாக்கலை', மார்க்ஸ் 'அரூபமான பொருள்முதல்வாதம்' என்று விமர்சித்த அனுபவரீதியான சாரமாக்கலாக புரிந்து கொள்ளக் கூடாது. (Marx 1983, p.352, fn.2). 'எதார்த்தத்தில், சமயத்தினது மாயப் படைப்புகளின் மண்ணுலகக் கருவைப் பகுப்பாய்வின் மூலம் கண்டுபிடிப்பது அவ்வளவு கடினமன்று. ஆனால் உள்ளபடியே நிலவுகிற வாழ்க்கை உறவுகளிலிருந்து அவ்வுறவுகளுக் குரிய விண்ணுலக வடிவங்களை வகுத்தமைப்பது மெத்தக் கடினமாகும். இந்த இரண்டாவது வழிமுறைதான் பொருள்முதல்வாத வழிமுறையாகும்; ஆதலால், அறிவியல்ரீதியான வழிமுறையாகும். இயற்கை அறிவியலின் அரூபமான பொருள்முதல்வாதத்தின் [abstract materialism] - வரலாற்றையும் அதன் நிகழ்முறையையும் ஒதுக்கி விடுகிற இந்தப் பொருள்முதல்வாதத்தின் - பலவீனங்கள், இயற்கை விஞ்ஞானிகள் அவர்களது தனித்துறையின் எல்லைகளைக் கடந்து வந்து வெளியிடுகிற அரூபமான, சித்தாந்தக் கருத்தமைவுகளில் தெளிவாகப் புலப்படுகின்றன.' [மூலதனம் முதல் பாகம், தமிழ்ப் பதிப்பு, பக்கம் 506, அடிக்குறிப்பு, -மொ.பெ.]. அனுபவரீதியான சாரமாக்கலுக்கு மாறாக, சமூக நேர்வுகளின் உள்தொடர்பைக் கண்டறிவதே காத்திரமான சாரமாக்கலாகும், மூலதனம் என்ற கருத்தாக்கத்தினுள்ளாக உழைப்பின் இருத்தல் என்ற இந்த உள்தொடர்பு சமூக நேர்வுகளை கட்டுவித்து, இந்த உள்தொடர்பின் இருத்தல் நிலையாகவே அவை ஒன்றோடொன்று கொண்ட உறவை கண்டறிவதாகும். அனுபவவாத சாரமாக்கல், பொருட்களின் பொதுவான சாரத்தை அடையாளம் காண்பதன் மூலம் அவற்றுக்கான அடித்தளத்தை வழங்குகிறது, காத்திரமான சாரமாக்கல் பொருட்களுக்கு இடையிலான இடைஉறவாக, அந்தப் பொருள்களையே கட்டுவிக்கும் ஒன்றாக, சாரத்தைப் புரிந்து கொள்ள முயற்சிக்கிறது. கூடுதலாக, அனுபவரீதியான சாரமாக்கலைப் போல இல்லாமல் காத்திரமான சாரமாக்கல், (சமூக உறவுகளின் உள் வடிவாக) செயல்பாட்டின் உள்ளாகவும் அதன் ஊடாகவும் இருக்கிறது, இந்த சாரமாக்கலை செய்யப் பயன்படுத்தும் கோட்பாட்டின் உள்ளாக மட்டும் இல்லை. எனவே, காத்திரமான சாரமாக்கலைப் பயன்படுத்துவது, சமூக எதார்த்தத்தில் இருந்து சாரமாக்குவதற்கு மாறாக சமூக எதார்த்தத்தை அதன் உள்ளாக சாரமாக்குகிறது,[9] சமூக எதார்த்தமாகவும் அதன் ஊடாகவும் அதன் உள்ளாகவும் சமூக எதார்த்த நிகழ்முறையாகவும்

அதன் ஊடாகவும், உள்ளாகவும் திட்டவட்டமாகவும் செயல்பாட்டிலும் இருக்கும் சாரமாக்கலைக் கட்டுவிக்கிறது. உதாரணமாக, மேலும் நடைமுறைரீதியான பதங்களை சேர்க்க வேண்டிய 'தீர்மானகர வடிவம்' பற்றிய ஜேசப்பின் புரிதல் பரிந்துரைப்பதாகத் தெரிவது போல, திட்ட வட்டமான வரலாற்றுரீதியான வளர்ச்சியில் இருந்து பிரிக்கப்பட்ட சமூக வடிவம் இருக்க முடியாது. (விமர்சன பகுப்பாய்வுக்கு பார்க்கவும் குன் Gunn *1989, 1991*)

மார்க்சைப் பொறுத்தவரையில் (Marx 1983, p. *106*), சமூகப் பகைநிலை தானாகவே இருக்க முடியாது. பகைநிலை உறவுகள் எப்போதுமே வடிவங்களில்தான் (மதிப்பு வடிவம், பண வடிவம், அரசின் வடிவம்) தம்மை வெளிப்படுத்திக் கொள்கின்றன. பகைநிலை உறவுகள் இணக்கமாக இருப்பதுதான் வடிவம் என்று இங்கு பார்க்கப்படுகிறது, அதனளவில், 'முரண்பாடுகள் இணக்கப்படுத்தப் படும் வழி பொதுவாக' வடிவம்தான் (மார்க்ஸ், Marx 1983, p. *106*). பகைநிலை உறவுகள் 'அக்கம்பக்கமாக இருப்பதை' (மார்க்ஸ், Marx 1983, p. *106*) அனுமதிக்கும் இயங்காற்றல் படைத்த பகைநிலை உறவின் இருத்தல் நிலையை அது குறிப்பதால் 'ஊடாட்டம்' என்ற பதம் (பார்க்கவும் குன் Gunn *1987, 1989;* சைக்கோபீடிஸ் - Psychopedis *1988;* போன்ஃபெல்ட் - Bonefeld 1987b) இங்கு இன்றியமையாத முக்கியத்துவம் கொண்டது. சமூகப் பகைநிலை வடிவங்களில் இருப்பது, பகைநிலை உறவுகளின் முரண்களை 'பலவீனப்படுத்தி விடுவதில்லை' (முன்வந்தது). மாறாக, இந்த வடிவங்கள் இந்த உறவின் இருத்தலை கட்டுவிக்கின்றன, இந்தக் கட்டுவிப்பு வரலாற்றுரீதியாக இருக்கிறது, அதனை வரலாற்றுரீதியான பாணியில் பகுப்பாய வேண்டும். இருந்தாலும், சைக்கோபீடிஸ் பதிவு செய்தது போல் (Psychopedis 1988, po. *75-6*), 'சாரமானதற்கும் திட்டவட்ட மானதற்கும் இடையேயான ஊடாட்டத்தின் நோக்கம் உழைப்பு என்ற சாரமான கருத்தினம் முதலாளித்துவ சமூகத்தை *முன்னனுமானிக்கிறது* என்பதைக் காட்டுவதாகும். (அதாவது உழைப்பு என்ற கருத்துநிலையில் உள்ள சாரமான காரணி, முதலாளித்துவ சமூகத்தில் உழைப்பு விதிவிலக்கின்றி எதார்த்தமாகவே சாரமாக்கப்படுவதை முன்னனு மானிக்கிறது)'. இதிலிருந்து தர்க்கரீதியானதற்கும் வரலாற்று ரீதியானதற்கும் இடையிலான இடையுறவு பிறக்கிறது. 'மிகப் பொதுப்படையான சாரமாக்கல்கள், சாத்தியமான மிகச் செறிவான வளர்ச்சியில் இருந்துதான் எழுகின்றன என்பது ஒரு விதி. அங்கு ஒரு பொருள் பல பொருட்களுக்கு, எல்லா பொருட்களுக்கும் பொதுவானதாகத் தோன்றுகிறது' (மார்க்ஸ், Marx 1973, p. *104*). "எதார்த்தமானது" அல்லது 'சாரமானதில்' இருந்து சிந்திக்காமல்

தொடங்கி கருத்தினங்களை உருவாக்க முடியாது, மாறாக, தரப்பட்ட வற்றின் உள்ளுணர்வு மற்றும் பிரதிநிதித்துவத்தின் "தொகுப்புநிலை நிகழ்முறை"யின் வளர்ச்சியின் அடிப்படையில் மட்டுமே உருவாக்க முடியும் என்று காத்திரமான சாரமாக்கல் முறைபாட்டுரீதியாக அறுதியிடுகிறது' (நெக்ரி, Negri 1984, p. 47). கோட்பாடாக்கத்தின் இந்த முறை அதன் பொருண்மையின் முறையான இயக்கத்தினுள்ளாக செயல்படுகிறது, அதனை 'ஒரு முன்னனுமானமாக மனதில்' அது வைத்துக் கொள்ள வேண்டும் (மார்க்ஸ் 1973, p.102). சமூக எதார்த்தத்தை இந்த வழியில் கருத்தாக்கம் செய்வது, உலகம் என்பது 'மனித உள்ளத்தால் பிரதிபலிக்கப்பட்டு, சிந்தனை வடிவங்களாக மாற்றப்படுகிற பொருளுலகமே அன்றி வேறில்லை' [மூலதனம் முதல் பாகம், தமிழ்ப்பதிப்பு, பக்கம் 40, மொ.பெ] என்ற கருத்துருவுக்கு வழிவகுக்கிறது (Marx 1983, p. 29). ஒட்டுமொத்த சமூக எதார்த்தத்தையும் கட்டுவிக்கும் மூலதனத்துக்கும் உழைப்புக்கும் இடையிலான பகைநிலை (சுய முரண்படும்) இணக்கப்படுத்தப்படுவது பற்றிய கட்டுவிப்பையும் இயக்கத்தையும் பற்றிய புரிதலை காத்திரமான சாரமாக்கல் நாடுகிறது.

வர்க்கப் பகைநிலையின் முதன்மை என்பது தர்க்கரீதியான முன்னனுமானுமானம் ஆகும், அதே நேரம் வரலாற்றுரீதியான முன்னனுமானமும் ஆகும் என்பது இதிலிருந்து பெறப்படுகிறது. ஆதித்திரட்டல் நிகழ்முறையின் போது மக்கள்திரளில் பெரும்பாலா னவர்கள் உற்பத்திச் சாதனங்களில் இருந்தும் வாழ்வுச் சாதனங்களில் இருந்தும் பிரிக்கப்படுவதற்கு வழிவகுத்த வரலாற்றுரீதியான போராட்டத்தில் இந்த உறவு கால் கொண்டிருந்தது என்பதால் மூலதனத்துக்கும் உழைப்புக்கும் இடையிலான சமூக உறவு என்பது ஒரு வரலாற்றுரீதியான முன்னனுமானம் ஆகும். (Marx 1983-ஐப் பார்க்கவும்). வாழ்வின் நிலைமைகளை தீர்மானிக்கும் சமூக வடிவமாக மூலதனம் தன்னை கட்டுவித்துக் கொள்வதற்கு முன்னர், உழைப்பாளர்கள் உற்பத்திச் சாதனங்களில் இருந்து பிரிக்கப்படுவது சாதிக்கப்பட வேண்டும். சுரண்டலின் முதலாளித்துவ முறையும், ஆதிக்கத்தின் முதலாளித்துவ முறையும் இந்த வரலாற்றுரீதியான முன்னனுமானத்தின் மீது அமைந்துள்ளன. அதே நேரம், மக்கள் பெருந்திரளினர் உற்பத்திச் சாதனங்களில் இருந்தும் வாழ்வுச் சாதனங்களில் இருந்து பிரிக்கப் பட்டிருக்கும் வரலாற்றுரீதியான முன்னனுமானம் முதலாளித்துவ வளர்ச்சியின் போது, 'மூலதனத்தின் இருத்தலுக்கான இன்றியமையாத நிபந்தனையாக' மறுவுற்பத்தி செய்யப்பட வேண்டும். (பார்க்கவும் மார்க்ஸ் Marx 1983, p. 536; போன்ஃபெல்ட் Bonefeld 1988 ஐயும் பார்க்கவும்). ஆதித்திரட்டலின்போது நிகழ்ந்த வர்க்கப் போராட்டத்தின்

சமூகக் கட்டுவிப்பும் முதலாளித்துவ அரசின் வடிவமும் 189

வரலாற்றுரீதியான விளைவு, வரலாற்றுரீதியான முன்னனுமானமாக திரும்பி நிற்கிறது, மூலதனத்துக்கும் உழைப்புக்கும் இடையிலான வர்க்கப் பகைநிலையின் வரலாற்றுரீதியான இருத்தலுக்கான முற்கோளாகவும் முன்நிபந்தனையாகவும் செயல்படுகிறது, முதலாளித்துவ ஆதிக்கத்தின் சமூக வடிவம் தொடர வேண்டுமானால் இந்த முற்கோள் முதலாளித்துவ மறுவுற்பத்தியின் இயக்கத்தின் போது மறுவுற்பத்தி செய்யப்பட வேண்டும். சாதிக்கப்பட்ட முதலாளித்துவத்தின் நோக்குநிலையில் இருந்து, கருத்தாக்க அணுகுமுறை அதன் முறையான இயக்கத்தினுள்ளாக முதலாளித்துவ சமூக-வரலாற்றுரீதியான இருத்தல் நிகழ்முறையின் வரலாற்றுரீதியான எதார்த்தத்துடன் பிணைக்கப்பட்டுள்ளது. மூலதனத்துக்கும் உழைப்புக்கும் இடையிலான வர்க்கப் பகைநிலையின் இருத்தல் நிலையாக சமூக எதார்த்தத்தை தெளிவுபடுத்தும் காத்திரமான சாரமாக்கலால் இந்த நிகழ்முறை தீர்மானிக்கப்படுகிறது. இந்த வர்க்கப் பகைநிலையே முதலாளித்துவ வடிவிலான சமூக மறுவுற்பத்திக்கு வழிவகுத்த வரலாற்றுரீதியான நிகழ்முறைகளின் விளைவுதான். எனவே, விளைவு (முதலாளித்துவ சமூக உறவுகள்), அதன் வரலாற்றுரீதியான உருவாக்கத்தை முன்னனுமானிக்கிறது. முதலாளித்துவ வரலாற்று நிகழ்முறையின் செயல்பாட்டின் ஊடாக அது தொடர்ந்து மறுவுற்பத்தி செய்யப்பட வேண்டும். பின் சொன்னது இப்போது வரலாற்று விளைவாக இல்லாமல் கருத்தாக்க ரீதியில் வரலாற்று முன்னனுமானமாக செயல்படுகிறது. சாதிக்கப்பட்ட முதலாளித்துவத்தின் நோக்குநிலையில் இருந்து, இந்த வரலாற்று முன்னனுமானம் தலைகீழான வடிவில் பொதுத்தன்மையை அடைகிறது: வடிவங்களை கருத்தாக்கம் செய்வதை 'அவை வரலாற்றில் தீர்மானகரமாக இருந்த வரிசைக்கிரமப்படி எடுத்துக் கூறுவது தவறானதாகும். மாறாக, நவீன முதலாளித்துவ சமூக முறையில் அவை ஒன்றுடன் ஒன்று கொண்ட உறவு இந்த வரிசைக் கிரமத்தை தீர்மானிக்கிறது. இது அவற்றின் வரிசைக்கிரமமாக இயல்பாகத் தோன்றுவதற்கு எதிர்மாறானது. வரலாற்று வளர்ச்சியின் தொடர் வரிசைக்கிரமத்துக்கும் எதிர்மாறானது.' *(மார்க்ஸ்* Marx 1973, p. *107).* ஆதித் திரட்டலின் வரலாற்று விளைவாக மூலதனத்தினுள் உழைப்பு இருப்பது முதலாளித்துவத்தின் சமூக எதார்த்தத்தின் வரலாற்று மற்றும் கருத்தாக்க முன்னனுமானமாக திரும்பி நிற்கிறது. கீழே விவாதிக்கப் போவதுபோல, அரசியல்ரீதியானது முதலாளி வர்க்கப் புரட்சியின் வரலாற்றுரீதியான நிகழ்முறை என்பதிலிருந்து சாரமான உழைப்பு என்ற கருத்தினத்தின் பின்புலத்துக்குள்ளாக, அதாவது மறுவுற்பத்தியின் சமூக வடிவத்துக்குள்ளாக ஆதிக்கமாக தீர்மானிக்கப்படும் வரலாற்று வடிவமாக திரும்பி நிற்கிறது.

மூலதனத்தின் ஆதிக்கத்தின் வளர்ச்சி வர்க்கப் பகைநிலையின் முரண்பாடான ஒருமையை இடம் மாற்றி விடும், கட்டுவிக்கும் நிகழ்முறையை ஊக்குவிக்கிறது, வடிவங்களின் ஒவ்வொரு தொகுதியும் மூலதனத்துக்கும் உழைப்புக்கும் இடையிலான பகைநிலை இயங்கக் கூடிய இருத்தல் நிலை ஒன்றை வழங்குகிறது. சுரண்டலின் மீது கட்டப்பட்ட செல்வத்தின் சமூக வடிவமாக சாரமான உழைப்பின் முரண்படும் இருத்தல் உபரிமதிப்பு உற்பத்தியின் முரண்படும் இருத்தலின் ஒவ்வொரு இடையாடலையும் அதை கீழே தள்ளிவிடும் புள்ளி வரை தள்ளுகிறது, அது முரண்பாடுகளின் புதிய தொகுதியை தோற்றுவிக்கிறது. உற்பத்தி அரசை நோக்கியும் உலகச் சந்தையை நோக்கியும் நகர்த்தப்படுவதுதான் சாரமான உழைப்பின் மிக வளர்ச்சியடைந்த இருத்தல் நிலை.

தொகுப்பாக, கிளார்க் வாதிட்டபடி (Clarke 1978, 1982) மூலதனத்துக்கும் உழைப்புக்கும் இடையிலான சமூக உறவுகளின் அடித்தளம் பொருளாதாரத்துக்கும் அரசுக்கும் வெளியே நிபந்தனை யின்றி அமைந்துள்ளது. அல்லது இன்னும் துல்லியமாக, அடித்தளம் பொருளாதாரத்துக்கும் அரசுக்கும் வெறுமனே வெளியே மட்டும் இருக்கவில்லை, மாறாக, அது சமூக எதார்த்தமாக மூலதனத்தின் 'சுற்றினுள் ஊடுருவிப் படர்ந்துள்ளது' (கிளார்க், Clarke 1980, p. 10). இதைச் சொன்ன பிறகு, 'வர்க்க உறவுகள் எடுத்த அரசியல், பொருளாதார, சித்தாந்த வடிவங்களுக்கு முன்னதாக வர்க்க உறவு என்ற கருத்தாக்கம் தான் (வர்க்க உறவுகளுக்கு இந்த வடிவங்களில் இருந்து சுயேச்சையாக எந்த இருத்தலும் இல்லை என்றாலும்) நடைமுறைசார் பன்மை வாதத்துக்கான கோட்பாட்டை கைவிடாமல் பொருளாதாரத்துக்கும் அரசியலுக்கும் இடையிலான உறவின் சிக்கல்நிலையையும் அவற்றின் உள்ளிணைப்புகளையும் அடிப்படை வர்க்க உறவின் இட்டுநிரப்பும் வடிவங்களாக மார்க்சிய பகுப்பாய்வு கருத்தாக்கம் செய்வதை சாத்தியமாக்குகிறது' (கிளார்க் 1978, Clarke 1978, p. 42) என்பது பெறப்படுகிறது. இதிலிருந்து மூலதனத்துக்கும் உழைப்புக்கும் இடையிலான அடிப்படை வர்க்கப் பகைநிலையின் இயக்கத்தின் வெவ்வேறு நிலைகளை அரசியல் உறவுகளும் பொருளாதார உறவுகளும் உணர்த்துகின்றன என்பது பெறப்படுகிறது. இறுதியாக, வர்க்கப் பகைநிலையின் எதார்த்தமாக, முதலாளித்துவ சமூகம் முரண்பாட்டின் இயக்கமாக மட்டுமே இருக்கிறது, முரண்பாட்டின் வளர்ச்சி வர்க்கப் போராட்டத்தின் விளைவால் தீர்மானிக்கப்படுகிறது.

சமூக மறுவுற்பத்தியின் முதலாளித்துவ வடிவத்தின் சாரமான உழைப்பு என்ற கருத்தினத்தின் முறையான இயக்கம் ஆதிக்க நிலையாக

பொதுப்படையாக்கப்படுவதற்குத் தேவையான சமூகப் பின்புலம் என்ன? முதலாளித்துவ சமூக மறுவுற்பத்தி என்பது தலைகீழ் வடிவிலான சமூக மறுவுற்பத்தி : சமூகப் பின்புலத்திலான தனியார் உற்பத்தி. தனியார் உற்பத்தியின் சமூகத் தன்மை சமூகம் உணர்வுரீதியாக திட்டமிட்டதன் விளைவு இல்லை என்பதால், பின்சொன்னது தனியார் துண்டாக்கத்தின் தலைகீழ் வடிவில்தான் (சரக்கு உற்பத்தி) இருக்கிறது என்பதால், தனியார் உற்பத்தியின் சமூகத்தன்மை தனிமனித உற்பத்தியாளர்களை புறநிலையான மற்றும் சுயேச்சையான நிகழ்முறையாக எதிர்கொள்கிறது. மார்க்ஸ் வாதிட்டது போல (மார்க்ஸ் 1974, ஜீ. 909) அதுதான் சமூகப் பின்புலத்தில் தனிமனிதர்களாக இருப்பதற்கான நிலைமை. இதிலிருந்துதான், மானுட இருத்தலின் இறைச்சிப் பொருளாக உழைப்பு ஒரு குறிப்பிட்ட சமூக வடிவத்தை எடுக்கிறது. வேலை செய்வதற்கான ஒருபடித்தான அளவுரீதியான திறனாக உழைப்பின் இருத்தல் சமூகத் தன்மையை பெறுகிறது, அல்லது சரக்குகளை உற்பத்தி செய்யும் தனிமனிதர்களை சமூக மூலதனத்தின் சுற்றுக்குள்ளாக சமூக அதிகாரமாக எதிர்கொள்ளும் சாரமான உழைப்பாக சமூக வடிவம் பெறுகிறது. 'மிகப் பொதுவான சாரமாக்கல்' சாரமான உழைப்பை உற்பத்தி செய்வதாக, அதாவது மதிப்பை உற்பத்தி செய்வதாக நடைமுறையில் இருக்கும் பொதுத்தன்மையை அடைகிறது. முதலாளித்துவ உற்பத்தி பயன்-மதிப்பின் உற்பத்தி இல்லை, அது மதிப்பின் உற்பத்தியும் உபரி-மதிப்பின் உற்பத்தியும் ஆகும் (பார்க்கவும் நெக்ரி 1984), உபரி-மதிப்பின் உற்பத்தி மட்டுமில்லை, உற்பத்தியின் சமூக உறவுகளை சமூகரீதியில் மறுவுற்பத்தி செய்வதும் ஆகும். (பார்க்கவும் கிளார்க் Clarke 1982). மதிப்பின் சமூக நிகழ்முறையில் சுய-மதிப்புப்பெருக்கமடையும் அதன் சுய-முரண்படும் நிகழ்முறையில் மூலதன மதிப்பு எடுக்கும் வடிவங்கள் திறனுடை மூலதனம், சரக்கு மூலதனம், பண மூலதனம். சமூக மூலதனத்தின் சுற்று, உழைப்பை ஓய்வின்றி கைப்பற்றுவதுடன் ஊடாடுவதன் மூலமாக மட்டுமே இருக்க முடியும். 'மூன்று வகைச் சுற்றுகளையும் [பண மூலதனம், சரக்கு மூலதனம், திறனுடை மூலதனம்] சேர்த்துப் பார்த்தால், நிகழ்முறையின் முற்கோள்கள் விளைவாய்த் தெரிகின்றன; நிகழ்முறையே உருவாக்கிய முற்கோள்களாகத் தெரிகின்றன. ஒவ்வொரு உறுப்பும் தொடக்க நிலையாகவும் இடைநிலையாகவும், மீள்நிலையாகவும் தெரிகிறது. நிகழ்முறை முழுவதும் உற்பத்தி நிகழ்முறை சுற்றோட்ட நிகழ்முறை ஆகியவற்றின் ஒருமையாகத் தெரிகிறது. உற்பத்தி நிகழ்முறை சுற்றோட்ட நிகழ்முறையின் இடைக்கண்ணியாகிறது, சுற்றோட்ட நிகழ்முறை

உற்பத்தி நிகழ்முறையின் இடைக்கண்ணியாகிறது' [மூலதனம் இரண்டாம் பாகம், தமிழ்ப்பதிப்பு, பக்கம் 131-மொ.பெ.] (மார்க்ஸ் Marx 1978, p. 180). இவ்வாறாக, ஒவ்வொரு குறிப்பான மூலதனத்தின் இயக்கமும் அதனளவில் அதன் வடிவத்தின் பொதுத்தன்மையின் குறிப்பிட்ட உறுப்பாகவே உள்ளது. மதிப்பை ஒரு இயக்கமாகவே புரிந்து கொள்ள முடியும், ஒரு நிலைத்த பொருளாக புரிந்து கொள்ள முடியாது. மதிப்பின் இயக்கத்தை வெறும் சாரமாக்கலாக புரிந்து கொள்வது என்பது 'தொழில்துறை மூலதனத்தின் இயக்கமே இந்தச் சாரமாக்கலின் செயல்நிலைதான்' [மூலதனம் இரண்டாம் பாகம், பக்கம் 138-மொ.பெ.] என்பதை மறந்து விடுவதாகும் (மார்க்ஸ் 1978, p. 185). மதிப்பின் இறைச்சிப் பொருளாகவும் சுரண்டல் நிகழ்முறையின் போது மதிப்புப் பெருக்கச் சாதனமாகவும் உழைப்புடன் மதிப்பின் வெவ்வேறு வடிவங்கள் வெவ்வேறு முறையில் உறவுடையவை. எனவே, மதிப்பின் இயக்கம், விதிவிலக்கின்றி (sans phrase) உற்பத்தியும் (இயந்திர சாதனத்தில் மூலதனம் பொருண்மையாக்கப்படுவது எனவே முடக்கப்படுவது) அதே நேரத்தில் விதிவிலக்கின்றி நகரும்தன்மையும் (சாரமான செல்வத்தின் சமூக அவதாரமாக பணம் என்ற வடிவில் மதிப்பு) இரண்டின் இயங்கியல் தொடர்வரிசை வடிவில் இருக்கிறது. இந்த இயங்கியல் தொடர்வரிசை முரண்பாட்டின் நிகழ்முறையாக இருக்கிறது, அதற்குள் மதிப்பின் வெவ்வேறு வடிவங்கள் சேர்ந்திருக்கின்றன, அதற்குள் குறிப்பிட்ட மூலதனங்கள் மதிப்பின் ஒரு வடிவத்தில் இருந்து இன்னொரு வடிவத்துக்கு அடுத்தடுத்து நகர்ந்து மாற்றமடைகின்றன. திறனுடை மூலதனம், சரக்கு மூலதனம், பண மூலதனம் ஆகியவற்றை மதிப்பு தனது ஓய்வற்ற விரிவாக்க நிகழ்முறையில் எடுக்கும் வடிவங்களாக பார்ப்பதன் மூலம் அவற்றின் தனித்தன்மை வேறுபாட்டில் ஒருமையாக மட்டுமே இருக்கிறது, எனவே ஒத்திசைவுகள் நிரம்பிய முரண்பாடான இயக்கமாகவே இருக்கிறது. மூலதனம் 'வடிவத்தை தொடர்ந்து மாற்றுவது என்ற உருவில் சுற்றியோடுகிறது, அதன் இருத்தல் ஒரு நிகழ்முறை, அது அதன் வடிவத்தின் ஒருமை, அது பணமும் சரக்கும் பொதுமைத்தன்மையின் வடிவத்திலிருந்து குறித்ததன்மையின் வடிவத்துக்கு தொடர்ந்து மாறுவது' (ரெய்ஷெல்ட் - Reichelt 1978, p.48). இந்த நிகழ்முறையின் அடித்தளம் மதிப்பின் இறைச்சிப் பொருளாக உயிருள்ள உழைப்பு ஆகும், அது சமூக மூலதனத்தின் சுற்றுக்கு உள்ளும் அதன் ஊடாகவும் சமூக இருத்தலைப் பெறுகிறது.

மதிப்பு ஒரு வடிவத்தில் இருந்து இன்னொரு வடிவத்துக்கு மாறிச் செல்வது உற்பத்தியையும் சுற்றோட்டத்தையும் ஒரு நிகழ்முறையின் வெவ்வேறு கூறுகளாக ஒருங்கிணைக்கிறது. ஒவ்வொரு உறுப்பும்

உழைப்பைச் சுரண்டுவதிலும் அதன் ஊடாகவும் மற்ற உறுப்பின் விளைவும் முன்னனுமானமும் ஆகும். மூலதனத்தின் மொத்த இயக்கமும் சமூக மூலதனமாக இருக்கிறது, அதற்குள் வெவ்வேறு மூலதனங்கள் ஒரே நிகழ்முறையின் தனித்தியங்கும் உறுப்புகளாகவே இருக்கின்றன (வேற்றுமையில்-ஒருமை; ஒன்று மற்றொன்றின் விளைவும் முன்னனுமானமும்) எனவே, உற்பத்தியும் சுற்றோட்டமும் ஐக்கியத்தில் உள்ள எதிர்மறைகள், ஓய்வற்ற முதலாளித்துவ உறவாடலுக்கான தடைகளை தகர்க்கின்றன, 'மதிப்புப் பெருக்கமடைவதை தீர்மானிக்கும் நோக்கமாகவும் உந்தும் நோக்கமாகவும்' கொண்ட ஒரு இணைப்பு. (மார்க்ஸ் Marx *1978*, p.*180*). கைப்பற்றப்பட்ட உழைப்பு சுற்றோட்டத்தில் சமூகரீதியாக உறுதிப்படுத்தப்படுவது, அவற்றின் பெறுமானத்தின் அடிப்படையில் குறிப்பிட்ட மூலதனங்களை, பணத்தில் தெரிவிக்கப் படும் சமூகரீதியில் அவசிய உழைப்பு நேரத்தின் இயங்காற்றல் ரீதியான வரம்புகளுடன் சமூகரீதியாக ஒப்பிடுவதை (Vergleichung) (சராசரி இலாபவீதத்தை கைவரப்பெறுவது) உள்ளடக்கியது. முதலாளித்துவ உற்பத்தி என்பது தனியார் வடிவத்தில் சமூக உற்பத்தியாக இருப்பதால், சமூகரீதியாக தனித்திருக்கும் (தனியார்) உழைப்பு எப்படி சமூக ரீதியானதாக மாற்றப்படுகிறது என்பதுதான் கேள்வி. மதிப்பின் சமூக நிகழ்முறையையும், எல்லாப் பொருட்களையும் பணத்தின் அடிப்படையில் அளவிடுவதையும் புரிந்து கொள்வதற்கான திறவு கோல் இந்தக் கேள்வியில் உள்ளது. வரலாற்றுரீதியில் இயங்காற்றல் ரீதியானதும் மதிப்பின் சமூக நிகழ்முறையின் மாறிக் கொண்டிருக்கும் சேர்க்கைக்குள்ளாகவும் மட்டுமே, அதாவது சமூக உழைப்பு என்ற வகையில் உழைப்பை கையகப்படுத்துவதன் மூலம் மட்டுமே, மூலதனம் தனியார் மூலதனமாக இருக்கிறது. குறிப்பிட்ட மூலதனங்கள் இந்த நிகழ்முறையின் உறுப்புகள் மட்டுமே, பண மூலதனத்தின் நிலை யின்மையின் உள்ளாகவும் அதன் ஊடாகவும் ஒவ்வொரு குறிப்பிட்ட மூலதனத்துக்கும் அதன் இயக்கநிலை உணர்த்தப்படுகிறது. பண-மூலதனத்தின் சுற்று, மார்க்சின் கருத்துப்படி (Marx 1978, p. *140*) 'தொழில்துறை மூலதனச் சுற்றுக்கான வடிவங்களில் மிகவும் எடுப்பானதாகத் தெரிவது இனமாதிரியாகத் திகழ்வது' [மூலதனம் இரண்டாம் பாகம், தமிழ்ப்பதிப்பு, பக்கம் 79-மொ.பெ.]. மதிப்பின் சமூக மொத்ததன்மையின் இயக்கமாக சமூக மூலதனம் பண மூலதனத்தின் சுற்றின் உள்ளாகவும் அதன் ஊடாகவும்தான் எதார்த்த இருத்தலை பெறுகிறது. பின் சொன்னதுதான் 'குறிப்பிட்ட மூலதனங்களுக்கு சமூகத்தன்மை வெளிப்படுத்தப்படும் வடிவமாகும்' (கிளார்க் Clarke 1978, p. *65*).

பண மூலதனத்தில் மதிப்பின் பொருளாயத இருத்தலின் வேறுபாடுகள் அழிக்கப்பட்டு விடுகின்றன. பண மூலதனம், 'வேறுபடுத்தப்படாத, ஒருபடித்தான மதிப்பு வடிவத்தை' தெரிவிக்கிறது (பார்க்கவும். கிளார்க் Clarke 1978). அதனளவில் பண மூலதனம் 'மதிப்பின் உச்சநிலை தெரிவிப்பாகும்'; அதாவது சரக்கு வடிவத்தின் (பரிவர்த்தனை மதிப்பு) மூலமாக வேலையை (சாரமான உழைப்பை) சுமத்தும் மூலதனத்தின் திறனைத் தெரிவிப்பதாகும். (மராசி Marazzi 1976, p.92). எனவே, பண மூலதனம் என்பது முதலாளித்துவத்தில் உழைப்பின் 'செயல்நிலையில் உள்ள சாரமாக்கலின்' உச்சபட்சத் தெரிவிப்பாகும். 'செயல்நிலையில் உள்ள இந்த சாரமாக்கல்' பண மூலதனத்தின் சுற்றில் (M...M') அதன் இருத்தலின் மிக முதன்மையான வடிவத்தைப் பெறுகிறது, இந்தச் சுற்று மூலதனம் அர்த்தமற்ற முறையில் சுருக்கிக் குறைக்கப்படுகிறது (மார்க்ஸ் Marx 1966, p.391) [மூலதனம் மூன்றாம் பாகம், தமிழ்ப் பதிப்பு, பக்கம் 534 - மொ.பெ. இருப்பினும் குறிப்பிட்ட மூலதனங்களின் இருத்தலை இல்லாமல் செய்து விடுவதில்லை. மாறாக, அவற்றின் மீது அவற்றின் சொந்த இருத்தலின் சமூகத் தன்மையை சுமத்துகிறது, அதே நேரம் 'உழைப்புடனான உறவை நீக்கி விடுகிறது' (பார்க்கவும் மார்க்ஸ் Marx 1976, p. 456). அதே நேரம் பண மூலதனம் உழைப்பின் உள்ளாகவும் அதன் ஊடாகவும்தான் இருக்கிறது (M...P...M'). பண மூலதனத்தின் மதிப்பு சரக்குகளுடனான உறவில் அது பிரதிநிதித்துவப்படுத்தும் மதிப்பின் ஊடாக தீர்மானிக்கப்படவில்லை, மாறாக, அதன் உடைமையாளருக்கு அது உற்பத்தி செய்யும் உபரி-மதிப்பினால் தீர்மானிக்கப்படுகிறது (பார்க்கவும் முன்வந்தது). இதன்மூலம், மேற்பார்வைக்கு, பண மூலதனத்தின் சுய-மதிப்புப் பெருக்கத் திறனில் தோன்றும் சாரமான செல்வத்தின் நிகழ்முறையின் அவதாரமாக, மதிப்பின் இறைச்சிப் பொருளாக உழைப்புக்கும் அது பண மூலதனத்தின் சுற்றில் மறைக்கப்படுவதற்கும் இடையேயான முரண்பாடு, தோன்றுகிறது. பணத்தின் அடிப்படையில் உபரி-மதிப்பு உற்பத்தியின் முரண்பாடான ஒருமையின் கட்டுவிப்பு, சமூக வடிவத்தை கட்டுவிக்கும் பகுதிகளாக உழைப்பின் தீர்மானிக்கும் சக்தியை பிரதிநிதித்துவப்படுத்துகிறது.

சாரமான உழைப்பின் சமூக நிகழ்முறையாக செல்வம் தீர்மானிக்கப்படுவதை சித்தரிக்கும் சமத்துவம், உற்பத்தித் திறன், ஒடுக்குதல், பொருள்தன்மை (Dinglichkeit) ஆகியவற்றின் கரணியமான தெரிவித்தலே பண மூலதனம். 'சுயநலம் நாடும் நலன்களின் பொதுமைப்படுத்தலே பொதுநலனாக உள்ளது. எனவே, பரிவர்த்தனை என்ற பொருளாதார வடிவம், அதில் ஈடுபடும் முனைப்புகளின்

முழுமையான சமத்துவத்தை முற்கோளாகக் கொண்டிருக்கும் போது, தனிமனிதரின் சுதந்திரமும் புறநிலையான பொருளாயத சுதந்திரமும் தான் பரிவர்த்தனையை தூண்டும் உள்ளடக்கம். பரிவர்த்தனை மதிப்புகள் அடிப்படையிலான பரிவர்த்தனையில் சமத்துவமும் சுதந்திரமும் மதிக்கப்படுவது மட்டுமின்றி, பரிவர்த்தனை மதிப்புகளின் பரிவர்த்தனைதான், எல்லா சமத்துவத்துக்கும் சுதந்திரத்துக்கும் மெய்யான திறனுடை அடிப்படையாக உள்ளது (மார்க்ஸ் Marx 1973, p. 245). சமத்துவத்தின் தெரிவிப்பாக, கூலி உழைப்பின் அடிப்படையில் தொழிலாளி வர்க்கத்தை கட்டுவிக்கும் பரிவர்த்தனையின் ஒரு உறுப்பாக பணம் செயல்புரிகிறது. ஆயினும், மூலதனத்துக்கும் உழைப்புக்கும் இடையிலான பரிவர்த்தனை சந்தையில் நடக்கும் எளிமையான பொருளாதார பரிவர்த்தனை மட்டும் இல்லை. மாறாக, கூலி என்பது உழைப்பின் விலை இல்லை, வேலை செய்யும் திறனான உழைப்புச் சக்தியின் விலை. உழைப்புச் சக்தியின் சாத்தியத்தை கைவரச் செய்வது சந்தையின் எல்லைகளுக்கு வெளியே நடக்கும் உழைப்பு நிகழ்முறை. எனவேதான், உழைப்புக்கும் உழைப்புச் சக்திக்கும் இடையே இன்றியமையாத வேறுபடுத்தலை மார்க்ஸ் செய்கிறார். உழைப்புக்கும் உழைப்புச் சக்திக்கும் இடையிலான ஒருமையில் பிரித்தல், சமத்துவத்தை ஆதிக்கத்தின் இருத்தல் நிலையாக தெரிவிக்கும் பணத்தின் முரண்படும் சக்தியைக் காட்டுகிறது. உபரி-மதிப்பு உற்பத்தியின் முரண்பாடுகளில் இருந்து ஒதுக்கப்பட்ட அதே நேரம் இந்த முரண்பாடு களின் உச்சநிலை தெரிவிப்பாக உள்ள பணம் என்ற கருத்தாக்கம், வர்க்கப் பகைநிலை என்ற சமூக எதார்த்தத்தின் திட்டவட்டமான தெரிவிப்பாகும். சாரமான உழைப்பு என்ற கருத்தினத்தின் சுய-முரண் படும் இருத்தலின் தனிச்சிறப்பான வடிவத்தை பணம் முன்வைக்கிறது. 'மதிப்பின் சமூக உறவுகளின் விகாரமான முகத்தை நேரடியாகக் காட்டும் ஆதாயம் பணத்துக்கு உள்ளது; அது சுரண்டலுக்காக ஆணையிடப்பட்டு ஒழுங்கமைக்கப்பட்ட பரிவர்த்தனையாக மதிப்பை நேரடியாகக் காட்டுகிறது' (நெக்ரி Negri 1984, p.23). முறைபாடான சமத்துவ உறவாக பணம் சொத்துடைமை உறவுகளின் சமத்துவமின்மையைக் காட்டுகிறது, முறைபாடான சமத்துவத்தை ஆதிக்க உறவாக பிரதிநிதித்துவப்படுத்துகிறது. பணம் மதிப்பின் அளவையாகவோ, பரிவர்த்தனை ஊடகமாகவோ, மூலதனமாகவோ செயல்படும்போது அது மதிப்பின் சமூக நிகழ்முறையை கைவரச் செய்து பிரதிநிதித்துவப் படுத்துகிறது. இந்தச் சமூகநிகழ்முறை மூலதனத்தின் பண்பினால் கட்டுவிக்கப்பட்டதாகத் தோன்றுகிறது, சமூக எதார்த்தத்துக்கு வடிவம் கொடுக்கும் சக்தியாக உழைப்பின் பண்பினால் கட்டுவிக்கப்

பட்டதாகத் தோன்றுவதில்லை. மதிப்பின் வடிவமாக உள்ள பணம், ஒடுக்கும் முடக்கும் அதே நேரம் முரண்படும் வழியில் உழைப்பை சுமத்தும் மூலதனத்தின் திறனுடை அதிகாரத்தை அளவிடுகிறது. சமூக மூலதனத்தின் சுற்றில் தனித்தியங்கும் ஒரு உறுப்பாக உள்ள பண மூலதனத்தின் சுற்றில், உழைப்பின் சமூகரீதியில் பயன்படும் தன்மை ஒழித்துக் கட்டப்படும் அளவுக்கு உழைப்பு திட்டவட்டமான உழைப்பாக இருப்பதை (சரக்குகளின் பயன்-மதிப்பு என்ற அம்சத்தை) ஒதுக்கித் தள்ளும் எதார்த்தமாக மூலதனம் உள்ளது. பண மூலதனம் என்ற அர்த்தமற்ற ஆனால் முதன்மையான வடிவில் உழைப்பு தனது இருத்தல் நிலையைப் பெறுகிறது. மூலதனத்தின் பொதுமைப்படுத்தப் பட்ட முதன்மையான வடிவம் பண மூலதனம் ஆகும் (பார்க்கவும் கிளார்க் Clarke 1978). 'குறிப்பிட்ட எதார்த்தமான மூலதனங்களில் இருந்து வேறுபட்டதாக பொதுவாக மூலதனம்தான் அதன் எதார்த்தமான இருத்தல்... உதாரணமாக, இந்தப் பொது வடிவில் மூலதனம், தனிப்பட்ட முதலாளிகளின் உடைமையாக இருந்தாலும், மூலதனமாக அதன் முதன்மை வடிவத்தில், வங்கிகளில் குவிக்கப்படுகிறது அல்லது அவற்றின் மூலமாக வினியோகிக்கப்படுகிறது ரிக்கார்டோ சொல்வது போல, உழைப்பின் தேவைகளுக்கு ஏற்ப அவ்வளவு சிறப்பாக வினியோகிக்கப்படுகிறது. (மார்க்ஸ் Marx 1973, p.449). நிகழ்முறையில் உள்ள சாரமான உழைப்பின் வடிவங்களின் தொடர்வரிசையில் இருந்து ஒருமையில் தனித்ததாக மட்டுமே இருக்கும் மூலதனத்தின் வெவ்வேறு கூறுகளை மதிப்பின் சுய-முரண்படும் சமூக நிகழ்முறை கொண்டுள்ளது. எனவேதான், ஒரு நிகழ்முறைக்கு 'உட்புறமான ஆனால் அவசியமான' வேறுபடுத்தலான வர்க்கப் பகைநிலை என்ற சமூக எதார்த்தம் உருவாகிறது.

இந்த நிகழ்முறையின் மையமான முரண்பாடு உற்பத்திக்கும் பரிவர்த்தனைக்கும் இடையேயான முரண்பாடோ, அல்லது உருவாக்கப்பட்ட மதிப்புக்கும் (உள்ளுறை மதிப்பு) (சமூகரீதியில் அவசியமான உழைப்பாக) கைவரப்பெற்ற மதிப்புக்கும் இடையேயான முரண்பாடோ இல்லை. இந்த நிகழ்முறையின் மையமான முரண்பாடு மூலதனத்துக்கும் உழைப்புக்கும் இடையிலான வர்க்க உறவில் கட்டு விக்கப்படுகின்றது. மதிப்பு சமூகரீதியாக உற்பத்தி செய்யப்படுவதன் பின்புலமாக சமூக உற்பத்தியை தனியார் உற்பத்தியாக தலை கீழாக்குவதும் தனியார் உற்பத்தியாளரின் முதுகுக்குப் பின்னால் தனியார் உற்பத்தியின் சமூகத்தன்மை ஈடேற்றம் பெறுவதும் உள்ளது. தடையற்ற மூலதனத் திரட்டலின் நெருக்கடி-பீடித்த நிகழ்முறைக்கும் (சுய-மதிப்புப் பெருக்கும் நிகழ்முறையாக மதிப்பு) சராசரி இலாப வீதத்துடன் மதிப்பை கைவரப்பெறுவதன் மீது இருக்கும் சந்தைத்

தளைகளால் தெரிவிக்கப்படுவதாக மூலதனத்தின் வரலாற்று வரம்புகளுக்கும் இடையேயான முரண்பாடு, ஒவ்வொரு தனியார் உற்பத்தியாளரும் செயல்நிலையில் இருக்கும் சாரமான செல்வம் என்ற நிகழ்முறைக்கு இணங்குமாறு கட்டாயப்படுத்துகிறது. அதன் மூலம் உழைப்பின் உற்பத்தித் திறனை விரிவாக்கப்பட்ட மதிப்புப் பெருக்கத்தின் ஒரு விசையாக தீர்மானிக்கும் வகையில் செயல்படும்படி கட்டாயப்படுத்துகிறது. ஒவ்வொரு தனிப்பட்ட மூலதனமும் அதன் மதிப்பிறக்கத்தை தவிர்க்க வேண்டுமானால், மூலதனத் திரட்டலின் போக்கில் ஒப்பீட்டு உபரி-மதிப்பை உருவாக்குவதோடு நில்லாமல் அதனை அதிகரிக்கவும் வேண்டியுள்ளது. எனவே, ஒவ்வொரு தனிப்பட்ட மூலதனமும் உற்பத்தி நிகழ்முறையில் இருந்து உழைப்பை வெளியேற்றும்படி கட்டாயப்படுத்தப்படுகிறது, அவசிய வேலை நேரத்தை ஆகக் குறைந்த அளவுக்குக் குறைக்க முயற்சிக்கும்படி கட்டாயப்படுத்தப்படுகிறது. இந்த நிகழ்முறை 'அவசிய உழைப்புக்கும் உபரி உழைப்புக்கும் இடையேயான உறவுடன்', அதாவது வேலை நாளை கட்டவிக்கும் பகுதிகளுக்கும் அதனைக் கட்டுவிக்கும் வர்க்க உறவுக்கும் இடையிலான உறவுடன் (நெக்ரி Negri 1984, p. 72) தொடர்புடையது. சாரமான உழைப்பின் இறைச்சிப் பொருளாக உள்ள உயிருள்ள உழைப்பிற்கு எதிர்நிலையாகத்தான் மூலதனம் இருக்கிறது.

மூலதனத்தின் வடிவிலான சமூக உற்பத்தியின் முரண்பாடு, மதிப்பு என்ற சமூக எதார்த்தத்தின் இறைச்சிப்பொருளுடன், அதாவது மூலதனத்துக்குள்ளாக உழைப்பு இருப்பதுடன் தொடர்புடையது. மூலதனத்தின் சுய-முரண்படும் இருத்தல் உற்பத்தி நிகழ்முறையை மாற்றி அமைப்பது தொடர்பான வர்க்கப் போராட்டத்தின் ஊடாகவும், நமக்கு முக்கியமானதாக உள்ள சுற்றோட்டத்தின் மூலமாக உற்பத்தியை விரிவுபடுத்துவதன் ஊடாகவும் தற்காலிகமாக 'இயல்பாக்கப் படுகிறது'. கையகப்படுத்தலை விரிவாக்குவதற்கும் சமூக எதார்த்தத்தை ஒருபடித்தானதாக்குவதற்கும் உள்ள கட்டாயம் மூலதனம் உற்பத்தியை உலகச் சந்தைக்கு நகர்த்தும் போக்கு என்ற எதார்த்தமாக வெளிப் படுகிறது. அதே நேரத்தில், உலகச் சந்தை என்ற திட்டவட்டமான எதார்த்தத்தில் சாரமானதன் இருத்தல் நிலை, முதலாளித்துவ மறுவுற்பத்தியின் ஒட்டுமொத்த நிகழ்முறையிலும் முன்னனுமானிக்கப் படுகிறது, அதற்கு முற்கோளாக உள்ளது. மிகவும் வளர்ச்சியடைந்த வடிவம் (அதாவது உலகச் சந்தை) 'மூலதனம் என்ற கருத்தாக்கத்தி னுள்ளாகவே நேரடியாக தரப்பட்டுள்ளது' (மார்க்ஸ் Marx 1973, p. 163). உலகச் சந்தை சமூக மறுவுற்பத்தியின் முன்னனுமானத்தையும் அதன் துணை அடுக்கையும் கட்டுவிக்கிறது (மார்க்ஸ் Marx 1973, p. 228). உலகச் சந்தை சாரமான உழைப்பின் மிகவும் வளர்ச்சியடைந்த இருத்தல்

நிலையை முன்னனுமானிக்கிறது. உலகச் சந்தையானது, 'உற்பத்தி அதன் எல்லா கூறுகளுடனும் ஒரு மொத்தமாக முன்னனுமானிக்கப் படும், ஆனால் அதே நேரம் அதன் எல்லா முரண்பாடுகளும் செயலுக்கு வரும்' இடமாக உள்ளது. (மார்க்ஸ் Marx 1973, p. 227). மூலதனத்தை உற்பத்தி செய்வதாக சமூக மறுவுற்பத்தியை தலை கீழாக்குவது முழுமையடைந்து விட்டது: காத்திரமான சாரமாக்கல் கருத்தாக்கரீதியாக இடமாற்றப்படுவதன் விளைவாக, உலகச் சந்தை சாரமான செல்வத்தின் முற்கோளாக மாற்றமடைகிறது. உலகச் சந்தை மூலதனத்துக்குள்ளாக உழைப்பு இடம் பெறுவதன் இருத்தல் நிலையை கட்டுவிக்கிறது. அதன் மூலம் வாழ்வின் நிலைமைகள் மூலதனத்துக்கும் உழைப்புக்கும் இடையிலான பகைநிலைப் போக்கின் ஆகச் செறிவான திட்டவட்டமான வளர்ச்சியான உலகச் சந்தைக்குக் கீழ்ப்படுத்தப்படு கின்றன. சுரண்டலில் கால் கொண்ட சாரமான செல்வ நிகழ்முறையின் ஆக அதிகமான விரிவாக்கத்தினுள், அதன்படி, உலகச் சந்தையில் அமைந்துள்ள சமூக மூலதனத்தின் சுற்றுக்குள்ளாக பணமூலதனத்தின் சுற்றின் சர்வதேசத் தன்மையின் காரணமாக மதிப்பின் வடிவம் என்ற வகையில் பணத்தின் அதிகாரம் விரிவடைவதும் அடங்கியுள்ளது. இங்கு முன்வைக்கப்பட்ட கருத்தாக்க நிலைப்பாட்டில் இருந்து, உற்பத்திக்குள் மூலதனத்துக்குள்ளாக உழைப்பு இருப்பதை உலகச் சந்தைக்குள் மூலதனத்துக்குள்ளாக உழைப்பு இருப்பதாக மாற்றுவதன் மூலம், வாழ்வின் நிலைமைகள் சாரமான உழைப்பு என்ற கருத்தினத்தின் மிகவும் செறிவாக வளர்ச்சியடைந்த வடிவத்துக்குக் கீழ்ப்படுத்தப்படுகின்றன. எனவே, சமத்துவம், அடக்குமுறை, பணமூலதனத்தின் சுற்றின் (சர்வதேச தன்மையின்) வடிவத்தில் மதிப்பின் பொருள்தன்மையின் உச்சநிலை தெரிவிப்புக்கு ஆகியவற்றுக்கு தேசிய பொருளாதாரங்களின் வளர்ச்சி கீழ்ப்படுத்தப்படுகிறது. உலகச் சந்தை உருவாக்கப்படுவது, தேசிய பொருளாதாரங்களில் வேலையைச் சுமத்துவதற்கான முற்கோளாக மாறுகிறது (பார்க்கவும்- வி. பிரவுன்ம்யூல் V. Braunmühl 1978).

சில தாக்கங்கள்

தர்க்கரீதியான மற்றும் வரலாற்றுரீதியான முன்னனுமானமாக, 'தனிப்பட்ட முதலாளிகளும் தொழிலாளர்களும் இருப்பதற்கான சமூக நிலைமையாக', அரசியல் ஆதிக்கமும் 'சுரண்டலும் இருக்கும் அடிப்படையாக' வர்க்கப் பகைநிலையின் முதன்மை என்ற கருத்துநிலை (கிளார்க் Clarke 1982, p.80), பல்வேறுபட்ட நேர்வுகளுக்கு, குறிப்பாக பொருளாதாரத்துக்கும் அரசியலுக்கும் இடையிலான

உறவுகளின் சிக்கல்நிலையை கருத்தாக்கம் செய்வதை சாத்தியமாக்குகிறது. கூடுதலாக, அடிப்படை வர்க்க உறவின் இட்டுநிரப்பும் இருத்தல் வடிவங்களாக பல்வகை வடிவங்களின் உள்ளிணைப்புகளை பகுப்பாய்வதற்கான கருத்தாக்கக் கருவியை அது வழங்குகிறது. (பார்க்கவும் கிளார்க் Clarke *1978*). அரசியல் உறவுகள் பொருளாதார உறவுகளுடன் (முதலாளித்துவத் திரட்டலுக்காக அரசின் செயல்பாடுகள் என்று அழைக்கப்படுபவை) முதன்மையாக பொருந்துவதில்லை, அவற்றை மறுவுற்பத்தி செய்வதில்லை. மாறாக, ஒரே அடிப்படையான வர்க்க பகைநிலையின் வேறுபட்ட வடிவங்களில் ஒன்றாக அரசியல் ரீதியானது பொருளாதாரரீதியானதை இட்டு நிரப்புகிறது. எனினும், அரசியல்ரீதியானது பொருளாதாரரீதியானதை இடையாடப்பட்ட வடிவத்தில்தான் இட்டு நிரப்புகிறது. அரசு என்பது முதலாளித்துவ சமூகத்தில் உள்ள அரசாக இல்லை, மாறாக மூலதனத்துக்கும் உழைப்புக்கும் இடையிலான வர்க்கப் பகைநிலையின் கூறாக உள்ளது. (பார்க்கவும் ஹாலவே/பிக்கியாட்டோ Holloway/Picciotto *1977*). இவ்வாறாக, அரசியல்ரீதியானதை புரிந்து கொள்வது என்பது வர்க்கப் பகைநிலை எடுக்கும் வெவ்வேறு வடிவங்களின் பிரித்தலில் ஒருமையையும் இந்த பகைநிலையின் செயல்பாட்டு நிகழ்முறையையும் பகுப்பாய்வதாகும்.

வர்க்க உறவு எடுக்கும் உறவுகளுக்கு மேலாக வர்க்கப் பகைநிலை முதன்மை கொண்டுள்ளது என்ற தேற்றம், மூலதனத்துக்குள்ளாக உழைப்பு இடம் பெறுவதன் இருத்தல் நிலைகளை பார்ப்பதை இலக்காகக் கொண்டிராத வெவ்வேறு அம்சங்களின் சமூகவியல் ஆய்வுகள் என கட்டமைப்புவாத வாதங்களையும் ஃபோர்டிச வாதங்களையும் நிராகரிக்கிறது. மேலே அறிமுகப்படுத்தப்பட்ட சொற்போர்களிலிருந்து மாறுபட்டதாக, வர்க்கப் பகைநிலையின் முதன்மை என்ற கருத்துநிலை கட்டமைவுகள் இல்லை என்று கூறுகிறது. ஒரு வகையில் அவை இருக்கின்றன என்பதில் சந்தேகமில்லை, ஆனால் அவை வர்க்கப் பகைநிலையின் இருத்தல் நிலையாக, எனவே சமூக நிகழ்முறையாக மட்டுமே இருக்கின்றன, சமூக நிகழ்முறையாக மட்டுமின்றி வர்க்கப் பகைநிலையின் வரலாற்றுரீதியான செயல்பாட்டின் விளைவுகளாகவும், எனவே வர்க்கப் போராட்டத்துக்கான வரலாற்றுரீதியான முற்கோள்களாக இருக்கின்றன. அவற்றளவில் கட்டமைப்புகள் மானுட உறவுகளை இறுகலாக்கும் பொருட்களாக இருக்கின்றன. முதலாளித்துவ அரசின் வரலாற்றுரீதியாக சாதிக்கப்பட்ட கட்டமைப்புகள் (பார்க்கவும் நெக்ரி Negri *1988*, கீனிசிய நலவாழ்வு அரசு பற்றி) மூலதனத்தின் மீதும் அரசின் மீதும் வர்க்கப் போராட்டத்தின் வரலாற்றுரீதியான

வளர்ச்சியின் ஊடாக சுமத்தப்பட்ட கட்டமைப்புகள், அவை மதிப்பின் விரிவாக்கப்பட்ட மறுவுற்பத்தியின் பின்புலத்துக்குள் உழைப்பு வரம்பிடப்படும் வழியை மீட்டுருவாக்கும்படி அரசைக் கட்டாயப் படுத்தின.

முதலாளித்துவ சமூக எதார்த்தத்தின் எதார்த்தமான வரலாற்று நிகழ்முறை பற்றிய கருத்தாக்கரீதியான புரிதலை, மதிப்புப்பெருக்க பின்புலத்துக்குள்ளாக அதாவது செயல்நிலையில் உள்ள சாரமான உழைப்பின் பின்புலத்துக்குள்ளாக கருத்தாக்கம் செய்ய வேண்டும், இந்தக் கருத்தாக்கம் முதலாளித்துவத்தின் வரலாற்றுரீதியான முன்நிபந்தனையை வர்க்கப் பகைநிலையின் வரலாற்றுரீதியான விளைவாகவும் முன்நிபந்தனையாகவும் திருப்பி நிறுத்துகிறது - 'மனித உடற்கூறியலில் மனிதக்குரங்கின் உடற்கூறியலை புரிந்து கொள்வதற்கான திறவுகோல் உள்ளது' (மார்க்ஸ் 1973; சைக்கோபீடிஸ் Psychopedis 1988-ஐயும் பார்க்கவும்). மூலதனத்துக்குள்ளாக உழைப்பு இடம் பெறுவதன் உருவாக்கம் வரலாற்றுரீதியான முன்நிபந்தனை. அது அதன்பிறகு முதலாளித்துவ சமூக எதார்த்தத்தின் முற்கோளாக மாற்றப்படுகிறது, அந்த முற்கோள் அதனளவில் மூலதனத்தின் வரலாற்றுரீதியான நிகழ்முறைக்கு முன்நிபந்தனையாக இருக்கிறது. மூலதனம் உழைப்பின் மீதான தனது கட்டுப்பாட்டை தொடர்ந்து மீட்டுருவாக்கும் தொடர்ச்சியான இயங்காற்றலான முயற்சி முதலாளித்துவத்தின் நிலைத்தன்மைக்கான முன்நிபந்தனை, இந்த நிலைத்தன்மை மூலதனத்தின் வரலாற்றுரீதியான முற்கோளை மறுவுற்பத்தி செய்வதை அடிப்படையாகக் கொண்டுள்ளது. மூலதனம் என்ற கருத்தாக்கத்தினுள்ளாக உழைப்பு இடம் பெறுவதன் தொடர்ச்சி நடைமுறைரீதியான வரலாற்றுரீதியான தொடர்ச்சியின்மையாகத்தான் இருக்கிறது (பார்க்கவும் Bonefeld 1987c; Negri 1984).

அரசியலுக்கும் பொருளாதாரத்துக்கும் இடையிலான தோற்ற ரீதியிலான பிளவு பொருட்களுக்கு ('கட்டமைப்புகளுக்கு') இடையேயான உறவாக தோன்றுகிறது. எனவே, அது முதலாளிவர்க்க சமூகத்தின் மாய்மாலமாக்கலின் ஒரு பகுதி (பார்க்கவும் ஹாலவே Holloway 1980; தொகுதி-II ல் ஹாலவேயின் பங்களிப்பையும் பார்க்கவும்). சமூக எதார்த்தம் இவ்வாறு மாய்மாலமாக்கப்படுவது சமூகத்தின் உள்தொடர்பு பற்றி கோட்பாடாக்கம் செய்வதை அவசியமாக்குகிறது - 'பொருட்களின் புறநிலை தோற்றமும் அவற்றின் சாரமும் நேரடியாக ஒத்திருந்தால் எல்லா அறிவியலுமே தேவை யற்றதாகி விடும்' (மார்க்ஸ் 1966, p. 817). இருந்தாலும், இந்த

மாய்மாலங்கள்தான் ஃபோர்டிசம் பற்றிய சொற்போர் உள்ளிட்ட கட்டமைப்புரீதியான 'மார்க்சியத்தின்' தொடக்கப் புள்ளியாக எடுத்துக் கொள்ளப்படுகின்றன:'அகநிலை உறவுகள் மறைக்கப்பட்டிருந்தாலும், அவை வெகுமக்கள் உணர்வால் புரிந்து கொள்ளக்கூடியவையே' (பார்க்கவும் முன்வந்தது). அதனை உருவாக்கும் அதனை செயல் முறைக்கு உட்படுத்தும் பகைநிலையை வலியுறுத்தாமல் சமூக எதார்த்தத்தை ஒரு முழுமையாக ஏற்றுக் கொள்வது, [தனித்தியங்கும் உறுப்புகளை] அவற்றின் ஒருமையில் புரிந்து கொள்ளாமல் இருப்பதாகும். இந்த உடைப்பு எதார்த்தத்தில் இருந்து பாடப் புத்தகங்களுக்கு வராதது போல, பாடப் புத்தகங்களில் இருந்து எதார்த்தத்துக்கு போனது போல, கருத்தாக்கங்களை இயங்கியல் ரீதியாக சமன் செய்வதுதான் வேலை எதார்த்த உறவுகளை புரிந்து கொள்வது இல்லை என்பதாக' (மார்க்ஸ் Marx 1973, p.*90*). கட்டமைப்புவாதத்தின் 'அரூபமான பொருள்முதல்வாதமும்', (பின்) ஃபோர்டிச விவாதங்களில் அதற்கு புத்துயிர் கொடுக்கப்பட்டிருப்பதும் சிந்திக்கும் முறையால் மாய்மாலமாக்கப்பட்ட வடிவங்களை மறுவுற்பத்தி செய்வது மட்டுமில்லை; அது தனது சிந்தனைக்கான பொருண்மைக்குள்ளாக இயங்கவும் இல்லை. எதார்த்தத்தை சாரமாக்கல் ஊடாக உறுதி செய்யும் அபாயத்தையும் எடுக்கவில்லை, அந்த எதார்த்துக்குள்ளாகவே இருக்கும் சாரமாக்கல், செயல்பாட்டில் இருக்கும் சாரமாக்கல், அது.

சமூகக் கட்டுவிப்பும், முதலாளித்துவ அரசின் வடிவமும்

சாரமான உழைப்பை முதலாளித்துவ மறுவுற்பத்தியின் சமூக உறவின் பொதுமையாக்கலாக வரலாற்றுரீதியாக கட்டுவிப்பது, அரசை வரலாற்றுரீதியாக கட்டுவிப்பதை முன்னனுமானிக்கிறது. மூலதனம் நூலின் தொடக்க அத்தியாயங்கள் மதிப்பு விதி என்ற எதார்த்தத்தின் வரலாற்று நிகழ்முறையாகவும் முற்கோளாகவும் அரசு இருப்பதை முன்னனுமானிக்கின்றன. பிரபுத்துவ தளையை உடைத்தெறிவது[10] என்பது மதிப்பு உற்பத்தி என்ற எதார்த்தத்தை கட்டுவிக்கும் பின்வரும் சமூக நிலைமைகளை நிறுவும் வரலாற்று நிகழ்முறையாகும் : நேரடி வன்முறை மூலமாக இல்லாமல் சட்ட உறவுகளுக்கு கட்டுப்படும் சுயேச்சையான தனிமனிதர், வட்டாரரீதியாக ஒன்றுபடுத்தப்பட்ட சந்தைகள், அரசியல் முத்திரையுடன் கூடிய பணம் (பார்க்கவும் மார்க்ஸ் Marx *1973, 1983*), சொத்துடைமைக்கு அரசியல் பாதுகாப்பு, உழைப்பு விதி செயல்படுவதற்கான உள்கட்டமைப்பு சாதனங்களை வழங்குவது ஆகியவை. இந்த, முறைபாடானதாக இருந்தாலும், எதார்த்தமாக உள்ள

அரசின் தீர்மானிப்பு குறிப்பிட்ட செயல்களை அரசு தனக்குத் தானே எடுத்துக் கொண்ட வரலாற்று வளர்ச்சியை உள்ளடக்கியது.[11] அரசின் வரலாற்றுரீதியான வளர்ச்சி, ஆதிக்கத்தின் தனியாள் உறவுகளை அரசியல்ரீதியாக புரட்சிகரமாக மாற்றியமைப்பதிலிருந்து, முதலாளி வர்க்க சமூகத்தை அரசியல்ரீதியாக இயல்பானதாக்குவதாக மாற்றமடைகிறது. உரிமைகளை சட்டரீதியாக நியமமாக்குவதன் பக்கச்சார்பின்மை, முதலாளித்துவ சமூகக் கட்டுவிப்பு (தனிமனித சுதந்திரமும் சமத்துவமும்) முறையான இயக்கத்தினுள்ளாக பிரபுத்துவ தளைகளில் இருந்து விடுவிக்கப்படுவதை மீண்டும் உறுதி செய்கிறது. முதலாளித்துவத்தில், முறையான சுதந்திரமும் சமத்துவமும் செயல்படக் கூடிய பொது நிலைமைகளை கட்டுவிப்பது, பரிவர்த்தனை மற்றும் உற்பத்தி உறவுகளில் இருந்து தனித்தியங்கும் ஒரு வடிவத்தில் சாரமாக்கப்பட்டுள்ளது. (பார்க்கவும் - ஹாலவே/பிக்கியாட்டோ 1978). ஒவ்வொரு தனிநபருக்கும் உள்ள (சொத்து) உரிமைகளை முறையாக அங்கீகரிக்கும் வகையில் சொத்துடைமையாளர்களுக்கு இடையே சமூக உறவாடலுக்கான நியதியை அரசு அமல்படுத்துகிறது. சமூகத்துடன் அரசின் இந்த உறவு, தனிமனிதர்கள் நியதியாக்கப்பட்ட உரிமைகளை பெற்றுள்ள சாரமான தனிமனிதர்களாக இருக்கின்றனர் என்பதை உள்ளடக்கியது, அவர்கள் அதனளவில், சாரமான குடிமக்களாக நடத்தப்படுகின்றனர் (பார்க்கவும் பிளாங்க்/யுர்கன்ஸ்/ கஸ்டன்டீக் - Blanke/Jurgens/Kastendiek 1978; ஹாலவே Holloway 1980). இவ்வாறு நடத்தப்படுவது, கூலி உழைப்பாக வர்க்கத்தை கையாள்வதை அரசியல்ரீதியாக இட்டு நிரப்புகிறது. சொத்துடைமை உரிமையை மீண்டும் உறுதி செய்வது 'வர்க்கத்தின் இருத்தலை மறுக்கிறது' (பார்க்கவும் குன் Gunn 1987a). அரசின் வடிவம்-தீர்மானித்த செயல்பாடு எதார்த்தத்தில் இருப்பது, அதனளவில் அரசுக்கு நியாயத்தன்மையை வழங்குகிறது (பார்க்கவும் அக்னோலி Agnoni 1975). இந்தச் செயல்பாடுகளை சமுதாயத்தின் கூருணர்வுரீதியான முடிவின் மூலம் வழங்க முடியாது, ஏனென்றால் சமுதாயம் என்பது சரக்கு உற்பத்தி சமூகங்களின் தனிச்சிறப்பான சமூகப் பின்புலத்தினுள் தனிமனிதர் என்ற தலைகீழ் வடிவத்தில்தான் இருக்கிறது.

எனினும், சொத்துடைமை உரிமையை அங்கீகரிப்பதற்கு பின்னால் இரண்டு அர்த்தத்தில் சுதந்திரமான உழைப்பாளரும் (பார்க்கவும் மார்க்ஸ் 1983, pp 166, 668) மூலதனத்தின் கரங்களில் சமூக உற்பத்திச் சாதனங்களும் வாழ்வுச் சாதனங்களும் குவிக்கப்பட்டிருப்பதும் உள்ளன. முறையான சமத்துவத்துக்கும் முறையான சுதந்திரத்துக்கும் பின்னால் மூலதனத்தின் வடிவத்தில் சமூக மறுவுற்பத்தி, மதிப்பு உற்பத்தி (அதாவது உபரி-மதிப்பு உற்பத்தி; பார்க்கவும் நெக்ரி Negri

1984) உள்ளது. உரிமைகளை முறையாக பாதுகாப்பது என்பது சுரண்டலுக்கு காத்திரமான உத்தரவாதம் தருவதாக திருப்பி நிறுத்தப்படுகிறது (பார்க்கவும் குன் Gunn 1987d), அரசை 'மதிப்புப் பெருக்க நிகழ்முறையின் பின்புலத்துக்குள்ளாக' ஒரு உறுப்பாக குறிப்பிடுகிறது. (பார்க்கவும் கிளார்க் Clarke 1978). எனவே, சமூகச் செயல்பாடாக அரசின் வடிவம் அதனளவில் அரசியல் விடுதலை உரிமையாக உள்ள மானுட உரிமைகளை தொடங்கி வைப்பதை சாதிப்பதிலிருந்து (அதிகாரத்தின் நேரடி உறவுகளை புரட்சிகரமாக மாற்றியமைப்பது) சொத்துடைமை உரிமையின் சமூக எதார்த்தமாக வேலையை சுமத்துவதாக மாறுகிறது, அது அதனளவில் சமூக விடுதலையை மறுதலிக்கிறது. சமூக மறுவுற்பத்தியை மூலதனத்தின் மறுவுற்பத்தியாக கட்டுவிப்பதில் மதிப்பை சுமத்துவதிலும் சுமத்தப்பட்ட வேலையைச் சுற்றி வாழ்வை ஒழுங்கமைப்பதிலும் ஒரு தனித்தியங்கும் உறுப்பாக அரசை ஈடுபடுத்துகிறது. அரசின் வடிவம், முறையான சமத்துவமும் முறையான சுதந்திரமும் அரசியல் ஆதிக்கமாக இருப்பதை இணக்கப்படுத்தும் அடிப்படையில் பொதுமையாக்கப்படுகிறது. அது 'சந்தையின் குடியரசை', முறையான சுதந்திரமும் முறையான சமத்துவமும் சுரண்டலின் இருத்தல் நிலையாக, அரசியல்ரீதியாக ஒழுங்கமைப்பதாக முன்வைக்கப்படுகிறது. சொத்துடைமை உரிமையை அரசியல்ரீதியாக உத்தரவாதப்படுத்துவது, அரசை ஒரு வலுவான அரசாக தீர்மானிக்கிறது. மூலதனத்துக்கும் உழைப்புக்கும் இடையிலான சமூக பகைநிலையை சட்டத்தின் அதிகாரத்தின் மூலம் கட்டுப்படுத்துவதற்கு அது சொத்துடைமை உரிமையின் கரணியத்தையும் சமத்துவத்தையும் சமூகத்தின் மீது சுமத்துகிறது.[12] இவ்வாறாக, உபரி மதிப்பு உற்பத்தியின் முரண்படும் ஒருமை சுரண்டலின் சமூக எதார்த்தத்தை சொத்துடைமை உரிமைகளின் முறையான சுதந்திரத்தையும் முறையான சமத்துவத்தையும் உத்தரவாதம் செய்வதற்கு உள்ளாகவும் அதன் ஊடாகவும் அரசின் வடிவத்துக்கு மாற்றப்படுகிறது. அரசின் உள்ளாகவும் அரசின் ஊடாகவும் உரிமைகளை உருவாக்குவதையும் அமல்படுத்துவதையும் செய்யும் சமூக நிகழ்முறை சொத்துடைமை உரிமைகளின் வடிவத்திற்கு உள்ளாகவும் அதன் ஊடாகவும் இடையாடுகிறது.

எதார்த்தமாகவும் உற்பத்தியின் சமூக உறவுகளின் நிகழ்முறையாகவும் அரசை சமூகரீதியாக இவ்வாறு வரலாற்று முன்நிபந்தனையாக தீர்மானிப்பது அரசை ஒரு 'கற்பனையான சமுதாயமாக' வரையறுக்கிறது (பார்க்கவும் மார்க்ஸ்/எங்கெல்ஸ் Marx/Engels 1958). அது குறிப்பிட்ட நலனை (தனியார் உற்பத்தியும் சுரண்டலும்) சர்வப் பொதுவான நலனுக்குள் (சமூக மறுவுற்பத்தியும் சந்தையின் குடியரசாக

மனித உரிமையும்) உள்ளடக்குகிறது. உபரி மதிப்பு உற்பத்தியின் முரண்படும் ஒருமை 'புறநிலையாக', 'சமுதாயத்தின் அன்னியமாக்கப் பட்ட வடிவமாக' அரசின் வடிவத்தில் சமூக இருத்தலாக இடையாடுகிறது (பார்க்கவும் மார்க்ஸ்/எங்கெல்ஸ் Marx/Engels *1958*). முதலாளித்துவ வர்க்க உறவுகளின் வரலாற்றுரீதியான நிகழ்முறையில் அரசு தீர்மானிக்கப்படுவது, அதே நேரத்தில், சட்ட ஒழுங்கை சுமத்துவதான அதன் காத்திரமான தன்மையை முன் வைக்கிறது : மேட்டிமை உரிமைகளின் இடத்தில் அரசு உரிமைகளை வைக்கிறது; சித்தமும் அதிகாரமும் என்ற உறவுகளின் இடத்தில் சட்டரீதியான உறவுகளை வைக்கிறது; முற்றதிகாரத்தின் இடத்தில் சட்டம் ஒழுங்காக வன்முறையை குவிக்கிறது; மோதல் உறவுகளின் இடத்தில் சமூக உறவாடலின் ஒப்பந்தரீதியான உறவுகளை வைக்கிறது. சர்வப் பொதுவானது அரசின் வடிவில் திரட்டப்படுவது அரசை 'முதலாளி வர்க்கச் சமூகத்தின் திரட்டலாக' முன்னனுமானிக்கிறது (மார்க்ஸ் Marx 1973, p. *108*). உற்பத்திச் சாதனங்கள் மீதான கட்டுப்பாட்டை அரசின் வடிவத்துக்கு மாற்றுவது அரசின் இந்த கட்டுவித்தலில் அமைந்துள்ளது. முறைபாடாக சமமான சொத்துடைமையாளர்களை சட்டரீதியாக நியமமாக்குவதன் உள்ளாகவும் ஊடாகவும் ஒழுங்கை சுமத்துகிறது. மதிப்பு என்ற ஒன்றாக செல்வத்தின் சமூக நிகழ்முறை இவ்வாறாக இடமாற்றப்பட்டு மதிப்பின் சமூக எதார்த்தம் அமைந்திருக்கும் உரிமைகளையும், சமத்துவத்தையும் சுதந்திரத்தையும் பாதுகாக்கும் வடிவத்தில் அரசியல்ரீதியாக கட்டுவிக்கப்படுகிறது[13] 'அரசின் வடிவத்தில் முதலாளிவர்க்க சமூகத்தின் வன்முறை இயல்பை திரட்டுவது' (பார்க்கவும் அக்னோலி Agnoli *1986*), ஒவ்வொரு சரக்குடைமையாளருக்கும் சொத்துடைமை உரிமையை அவர் களிலிருந்து சுயேச்சையான ஒரு வடிவில் உத்தரவாதப்படுத்தி அங்கீகரிக்கிறது. சமூகரீதியானதில் இருந்து தனித்ததாக அரசியல் ரீதியானதை குறிப்பானதாக்குவது, திட்டமான பொது வடிவங்களின் அதாவது பணவியல் அல்லது சட்டரீதியான சாதனங்கள் அல்லது நேரடி வன்முறை ஊடாக மட்டுமே அரசு தனிமனிதருடன் ஒரு சமூக பின்புலத்தில் உறவுகொள்ள முடியும் என்று உணர்த்துகிறது. அதன் மூலம் தனிமனிதரின் இருத்தலை சட்டத்தின் ஆட்சிக்குள்ளாக ஒரு சாரமான குடிமகனாக சுமத்துகிறது.

முறைபாடான சுதந்திரமும் சமத்துவமும் சாதிக்கப்பட்ட மெய்ம்மையாக உருவெடுக்காமல், வர்க்கப் பகைநிலையின் நிகழ்முறையாக உருவெடுக்கின்றன. முறைபாடான சுதந்திரமும் சமத்துவமும் அரசின் வரலாற்றுரீதியான முன்னனுமானத்தையும் அதன் வரலாற்றுரீதியான முற்கோளையும் விளைவையும் உருவாக்கு

கின்றன. அரசின் இருத்தல் நிலை சட்டத்தின் அடிப்படையில் சமூக மறுவுற்பத்தியை சமூக ரீதியில் மாற்றியமைப்பதை நோக்கிய வரலாற்றுப் போக்கை தன்னுள் அடக்கியுள்ளது. இங்குதான் உபரி-மதிப்பை உற்பத்தி செய்யும் நிகழ்முறை அரசியல் ஆதிக்க வடிவில் பொதுமைப்படுத்தப்படுகிறது. உபரி-மதிப்பு உற்பத்தியின் இயக்காற்றல் ரீதியான ஒருமை மூலதனத்துக்கும் உழைப்புக்கும் இடையிலான பகைநிலையை ஒழித்து விடுவதில்லை, மாறாக முறைபாடாக சமமான, ஆனால் ஒன்றையொன்று விலக்கும், சொத்துடைமை உரிமைகள் (பார்க்கவும்: மார்க்ஸ் *1983*, வேலை நாள் பற்றி) பரிவர்த்தனை உறவுகளை அரசியல் ஆதிக்க உறவுகளாக கட்டுவிக்கும் அளவில் உபரி மதிப்பு உற்பத்தி செய்யப்படுவதன் முரண்படும் ஒருமையின் ஒவ்வொரு இடையாடலையும் தொடர்ந்து அதன் மேல்சுமத்தப்படுவது வரை தள்ளுகிறது. அதில் வர்க்க மோதலின் மீது சட்டரீதியான உறவுகளை சுமத்துவது அடங்கியுள்ளது. எனவே, சமூக மோதலின் சமூக இயல்பாக்கல், ஒழுங்குபடுத்தல், அடிபணியவைத்தல் ஆகியவற்றின் அரசியல் திரட்டலாக அரசு இருக்கிறது, அது முறையான உரிமைகளுடன் பொருந்தும் வடிவங்களில் சமூகத்தில் இருந்து பிரிக்கப்பட்ட அதே நேரம் சமூகத்தினுள்ளாக இருக்கும் வன்முறை மூலம் இந்த உரிமைகளை பாதுகாப்பதற்கு பொருத்தமான வடிவங்களில் உள்ளது. சமூகத்தில் இருந்து அரசு பிரிக்கப்படுவதில் முதலாளித்துவத்தின் வளர்ச்சியின் ஊடாக அரசு குறிப்பிட்ட செயல்களை தனக்கென எடுத்துக் கொள்வது அடங்கியுள்ளது. 'அரசாக்கப்படுவதன்' வரலாற்று ரீதியான போக்கு, மூலதனமும் உழைப்பும் காத்திரமாக சாரமாக்கப் படுவதிலும், திட்டவட்டமான வர்க்கப் போராட்டமாக சாரமான போக்கின் திட்டவட்டமான வரலாற்று தருணத்தின் விளைவிலும் முன்னனுமானிக்கப்படுகிறது. சமூக உறவுகளை சட்டரீதியாக்குவது (கூடவே அரசியல் மேற்பார்வை யிடுதலும்) அதே நேரம் அவற்றின் அரசுபூர்வமாக்கலையும் உள்ளடக்கியுள்ளது, அரசியல்ரீதியாக மேற்பார்வையிட்டு சட்டரீதியாக கட்டுப்படுத்தப்பட்ட மோதல்-அற்ற வடிவங்களில் உற்பத்தியின் சமூக உறவுகளின் வளர்ச்சியை இலக்காகக் கொண்டுள்ளது இந்த அரசுபூர்வமாக்கல் (பார்க்கவும் அக்னோலி Agnoli *1975;* பிளாங்க்/யுர்கன்ஸ்/கஸ்டன்டீக் Blanke/Jürgens/Kastendiek *1978*). 'மதிப்பின் நிகழ்முறை எந்த சமூக நிலைமைகளின் ஊடாகவும் அவற்றின் உள்ளாகவும் உள்ளதோ அவற்றை ஒழுங்கமைப்பது, இங்கு ஆதிக்க நிலையான அரசின் உள்ளடக்கமாக புரிந்து கொள்ளப்படுகிறது. இந்த உள்ளடக்கம் அரசை முதலாளித்துவ சமூக உறவுகளின் வரலாற்று விளைவாக, எதார்த்தமாக, நிகழ்முறையாக தீர்மானிப்பதில்

முன்னனுமானிக்கப்படுகிறது. சமூகரீதியானதில் இருந்து அரசியல் ரீதியானது பிரிக்கப்படுவது சமூகத்திற்குள்ளாக செயல்படுகிறது. இதிலிருந்து வடிவத்துக்கும் உள்ளடக்கத்துக்கும் இடையேயான முரண்பாடு, தனியாகப் பிரிக்கப்பட்ட அரசு 'சமுதாயமாக' முறைபாடான சுதந்திரத்தையும் முறைபாடான சமத்துவத்தையும் கொண்ட பொதுமைப்படுத்தலை சுமத்துகிறது. அதன் உள்ளடக்கம் 'உழைப்பு அடிமைத்தனத்தை நிரந்தரமாக்குவது' (பார்க்கவும் மார்க்ஸ் Marx 1969, p. 33). 'அரசின் தன்னாட்சியாக்கப்பட்ட அதிகாரம்' (பார்க்கவும் மார்க்ஸ் Marx 1974, p. 882) வடிவம்-தீர்மானித்த உள்ளடக்கத்தைக் கொண்டுள்ளது, அது அரசை மதிப்பு நிகழ்முறையில் நேரடியாக மீண்டும் இணைக்கிறது. இவ்வாறாக, வடிவத்துக்கும் உள்ளடக்கத்துக்கும் இடையேயான முரண்படும் ஒருமையாக அரசு கட்டுவிக்கப்படுகிறது (பார்க்கவும் கிளார்க் Clarke 1977), அது பிரிக்க முடியாத ஒரு தொகுதி, ஏனென்றால் செயல்பாட்டில் அது ஒரு இயங்கியல் தொடர்வரிசையாக அமைகிறது.

சமூக மறுவுற்பத்தித் துறையில் உழைப்பின் விருப்பார்வத்தை சமூகரீதியாக இயல்பாக்குவதும் அமைதிப்படுத்துவதும் மூலதனத்துக்கும் உழைப்புக்கும் இடையேயான தனியார் ஒப்பந்தத்தின் வரம்புக்கும் உழைப்பு மூலதனத்துக்கு வெறும் மதிப்புப் பெருக்க சாதனமாக இருப்பதற்கும் அப்பாற்பட்டது. மதிப்புப்பெருக்கத்தின் ஒரு கூறாக தொழிலாளி வர்க்கத்தின் சக்தியை அறுவடை செய்ய முயற்சிக்கும், உழைப்பின் மறுவுற்பத்தியை சமூகரீதியில் ஒழுங்கமைப்பதை, மூலதனத்துக்கும் உழைப்புக்கும் இடையேயான வர்க்கப் பகை நிலையின் தனித்த உறுப்பாக மட்டுமே அரசால் கையாள முடியும். அந்த உறுப்புக்குள், உபரிமதிப்பு உற்பத்தியின் முரண்படும் ஒருமை பொருளாதார உறவை இட்டு நிரப்பும் அரசியல் உறவாக இருக்கிறது. சட்ட ஒழுங்கு என்ற வடிவத்துக்குள் வர்க்க மோதலை அமைதிப் படுத்துவது, வேலை நாளை முறைப்படுத்துவது தொடர்பாக, 'இறுதியில் சட்ட ஒழுங்குமுறைகளின் சங்கிலிகளால் மூலதனம் கட்டப்படுவதை' ஏற்படுத்தியது. [மூலதனம், முதல் பாகம், தமிழ்ப்பதிப்பு பக்கம் 330-மொ.பெ (மார்க்ஸ் Marx 1983, p. 233). உபரி-மதிப்பு உற்பத்தியின் முரண்படும் ஒருமை (முறைபாடான சுதந்திரமாகவும் சமத்துவமாகவும் அதன் இருத்தல் நிலையில்) அரசுக்கு மாற்றப்படுவது, மூலதனத்தின் இருத்தல் நிலைமைகளை அதாவது உயிருள்ள உழைப்பை பாதுகாக்கும் உற்பத்தியின் சமூக உறவுகளின் ஒரு உறுப்பாக அரசைக் குறிப்பிடுகிறது. தொழிலாளி வர்க்கத்தின் இருத்தல், தொழிலாளி வர்க்கத்தின் விருப்பார்வங்களை மதிப்பின் வரம்புகளுக்குள் இயல்பாக்குவது இரண்டின் அடிப்படையில்

உயிருள்ள உழைப்பு பாதுகாக்கப்படுவது, தனிப்பட்ட மூலதனமாக மூலதனத்தில் இருந்து பிரிக்கப்பட்டு, மூலதனத்துக்கும் உழைப்புக்கும் இடையிலான சமூக உறவின் இருத்தல் நிலையாக அரசின் அமைப்புடன் பொருந்துகிறது. இவ்வாறாக, 'சட்ட ஒழுங்குமுறையின் சங்கிலி' சமூக உறவாக தனியான மூலதனமாக அதன் எதார்த்தமான இருத்தலில் மூலதனத்துக்கு எதிராக உயிருள்ள உழைப்புக்கு மூலதனத்தின் பொதுத் தேவையை வெளிப்படுத்துகிறது. அரசு இல்லாமல் மூலதனம் இருக்க முடியாது. எனவே, அரசு தனது வரலாற்று வளர்ச்சியின் ஊடாக மதிப்பின் இறைச்சிப் பொருளை (உயிருள்ள உழைப்பு) பாதுகாப்பதை தனதாக்கிக் கொண்டது என்ற வகையில் அரசின் வடிவத்தை சுரண்டலின் தனித்த இருத்தல் நிலையாகப் பார்க்க வேண்டும்; மூலதனத்தின் வரம்புகளுக்குள் உழைப்புச் சக்தியை மறுவுற்பத்தி செய்வதை மூலதனம் சார்ந்திருப்பதற்கு அரசு நடுவுறுப்பாக அமைகிறது. அரசு தனதாக்கிக் கொண்ட இந்த செயல்பாடுகளின் இயங்கியல் நிகழ்முறையில் அரசு தனது வரலாற்று இருத்தலைப் பெறுகிறது. உபரி மதிப்பு உற்பத்தியின் முரண்பாடான ஒருமை அரசியல் வடிவில் கையாளப்படும் ஒன்றாக, ஆதிக்கத்துக்கு உள்ளாகவும் எதிராகவும் சமூக மறுவுற்பத்தியாக, அரசின் வளர்ச்சியை பார்க்க வேண்டும்.

உழைப்புச் சக்தியை ஒழுங்கமைக்கும் செயல்பாடுகளை (வீட்டுவசதி, கல்வி, திறன்கள், மருத்துவம், சமூக மறுவுற்பத்தி, ஒழுங்கு, வாழ்க்கை நிலைமைகள், சட்ட ஏற்பாடுகள், சட்ட உரிமைகளை அமல்படுத்துவது, ஓய்வுநேரத்தை ஒழுங்குபடுத்துவது) அரசு தனக்கே ஒதுக்கிக் கொள்ளும் போக்கும் அதே போல மூலதனத்துக்கும் அரசுக்கும் உள்ள வரலாற்றுரீதியான வரம்புகளுக்குள் தொழிலாளி வர்க்கத்தின் விருப்பார்வங்களை கையாள்வதும் உபரி-மதிப்பின் உற்பத்தியும் மூலதனத்தின் ஆதிக்கமும் என்ற அரசிற்கே உரிய முன்நிபந்தனையால் வரம்பிடப்படுகிறது. முதலாளித்துவத்தில் உழைப்பின் ஒரு இருத்தல் நிலையாகவே அரசு உள்ளது. (பார்க்கவும் அக்னோலி - Agnoli 1975). 'மூலதனத்தின் அதிகாரத்தையும் உழைப்பின் அடிமைநிலையையும் நிரந்தரமாக்குவதை' அரசு மட்டுறுத்துவது, உழைப்பைப் பொறுத்தவரை அரசை அடக்குமுறைக்கான கருவியாகவும் அதே நேரம் முதலாளித்துவத்தில் அதன் இருத்தலுக்கான கருவியாகவும் முன் வைக்கிறது (பார்க்கவும் அக்னோலி Agnoli 1975). 'நமக்குத் தேவை யானவற்றை அரசு வழங்குகிறது, ஆனால், அடக்குமுறைதன்மையிலான ஒரு வடிவத்தில் வழங்குகிறது (பார்க்கவும். லண்டன் London 1980). முதலாளித்துவ ஆதிக்கத்தின் தனிச்சிறப்பாக உள்ள அரசியல் விடுதலைக்கு மாறாக குடியுரிமை என்ற பெயரால் அது சமூக

விடுதலையை மறுக்கிறது, வன்முறை மூலம் கலைக்கிறது. அரசின் இந்த முரண்பாடு ஒரு சாதிக்கப்பட்ட மெய்ம்மை இல்லை, வர்க்கப் போராட்ட நிகழ்முறை. எனவே, அரசின் வர்க்கத்தன்மையை வெறுமனே குறிப்பிடுவது மட்டும் போதாது. மாறாக, வர்க்கத் தன்மையை வர்க்க ஆதிக்கத்தின் குறிப்பான வடிவமாகவும் நடைமுறையாகவும் பகுத்தாய வேண்டும். (பார்க்கவும் ஹாலவே Holloway *1980;* Holloway/Picciotto *1978*). எனவே, வர்க்கப் போராட்டத்தை அனுமதிப்பதாகவும் இருக்க வேண்டும். வர்க்க மோதலை முதலாளித்துவ வடிவங்களிலான சட்டத்தன்மைக்குள் அறுவடை செய்யவும் தொழிலாளி வர்க்கத்தின் விருப்பங்களை அரசின் (மூலதனத்தின்) வரம்புக்குள்ளாகவே மட்டுப் படுத்துவதற்கும் அரசு (மூலதனமும்) முயற்சிப்பது, சமூக உறவுகளை சட்டரீதியாக்குவதை மட்டும் உணர்த்தவில்லை; அது தொழிலாளி வர்க்கத்தின் விருப்பார்வத்தை அங்கீகரிப்பதையும் அவர்களின் விருப்பார்வத்தை தொழிலாளி வர்க்கம் வர்க்கமாக இருப்பதை மறுக்கும் வழியில் அதன் போராட்டத்தை அரூபமான குடியுரிமை வடிவங்களின் ஊடாகக் கையாள்வதையும் உள்ளடக்கியது.

இவ்வாறாக, அரசு என்பதை முதலாளித்துவ சமூகத்தின் வன் முறையான தன்மையின் திரட்டலாக, அதன் வரலாற்று முன்னனு மானமாகவும், அதன் வரலாற்று முற்கோளாகவும் இரண்டாகவும் அவற்றின் விளைவாகவும் புரிந்து கொள்ள வேண்டும். ஃபாசிசத்தின் போது அரசின் வரலாற்றுரீதியான சேர்க்கையை 'அரசின் விதிவிலக்கான வடிவமாக' பார்க்க முடியாது (புலண்ட்ஸஸ் Poulantzas *1974*). ஃபோர்டிசத்தின் நெருக்கடியின் போது அரசு 'மறு-எதேச்சதிகார மயமாக்கல்' என்று அழைக்கப்படுவதையும், பின்-ஃபோர்டிசத்தில் அரசின் எதேச்சதிகாரத் தன்மை வலுப்படுத்தப்படுவதையும் (ஜேசப், ஹிர்ஷ் - Jessop, Hirsch) முதலாளித்துவத்தின் பண்புரீதியான புதிய கட்டமாகவும் பார்க்க முடியாது. மாறாக, அரசின் வன்முறை தன்மை, வர்க்கப் பகைநிலை அடிப்படையிலான சமூக மறுவுற்பத்தியின் முன்னனுமானமாகவும், முற்கோளாகவும், விளைவாகவும் இருக்கிறது, பண்புரீதியில் முதலாளித்துவ வளர்ச்சியின் புதிய கட்டத்தில் ஒரு விதிவிலக்கான வடிவமாக இருக்கவில்லை. 'சமூகத்தின் திரட்டப்பட்ட ஒழுங்கமைக்கப்பட்ட சக்தியாக' (மார்க்ஸ் Marx 1983, p. *703*) அரசின் வடிவம் வரலாற்றுரீதியாக தீர்மானிக்கப்படுவதும் சேர்க்கையாவதும் வர்க்கப் போராட்டத்தின் நிகழ்முறை, அதில் உழைப்பின் மீது கட்டுப்பாட்டை நீட்டிக்கவும் மறுஉறுதி செய்யவும் தேவையான அரசியல் முயற்சி அடங்கியுள்ளது. முதலாளித்துவ வளர்ச்சியின் குறிப்பான வரலாற்றுரீதியான வடிவங்களை காலவரிசைப்படுத்துவதில் சிரமங்களை எதிர் கொள்ளும் போது (இந்தத் தொகுதியில் கிளார்க்கின்

பங்களிப்பை பார்க்கவும்), அரசியல் வன்முறையின் குறிப்பான வடிவங்களை அரசியல் அதிகாரத்தை குடிமைரீதியாகத் தோன்றும் வகையில் பயன்படுத்தும் கட்டங்களுடன் வேறுபடுத்துவது, முதலாளித்துவ அரசு வடிவத்தின் பொதுத் தன்மையை புறக்கணிக்கிறது. முதலாளித்துவ உற்பத்தி முறையில் வேறுபட்ட வடிவங்களின் சமூகவியல் (புலண்ட்ஸசிலும் Poulantzas, (பின்-)ஃபோர்டிசம் பற்றிய சொற்போரிலும் இருந்தது போல), வர்க்கப் போராட்டத்தின் போக்கில் அரசு தனக்காக கைப்பற்றிக் கொள்ளும் குறித்த அம்சங்களையும் செயல்களையும் அத்தியாவசியமாக்குவதைக் கொண்டுள்ளது. அரசின் எதேச்சாதிகார தன்மை பற்றிய கேள்வியும் சமூகரீதியானதற்கு எதிராக அதன் வரலாற்றுரீதியான திட்டவட்டமான வகிபாகமும் சமூக மோதலின் முற்கோளாக அரசை வரலாற்றுரீதியாக முன்னனுமானிப்பதை சேர்க்கையாக்குவதிலும் (மறு சேர்க்கையாக்குவதிலும் சிதைப்பதிலும்) அக்கறை கொண்டது (இந்தத் தொகுதியில் கிளார்க்கின் பங்களிப்பைப் பார்க்கவும்). உழைப்பின் விருப்பார்வங்களை சரிசெய்யும் ஒடுக்குமுறை மூலம் மதிப்பு நிகழ்முறையை சந்தையின் குடியரசு முன்கூட்டியே நிலைப்படுத்துவது, அரசின் 'முன்கூட்டிய எதிர்ப்புரட்சியில்' பொதுத் தன்மையை அடைகிறது. (அக்னோலி Agnoli *1975*). அதாவது, வாழ்க்கை நிலைமைகளின் மீது மதிப்பு வடிவத்தை மறுபடியும் சுமத்துவதை அடைகிறது. 'வன்முறையை பயங்கரவாதமாக பயன்படுத்துவதில் சார்புநிலை அடங்கியிருத்தல்' (பார்க்கவும் ஹிர்ஷ் Hirsch *1978*) உழைப்பின் ஒழுக்கக் குலைவு, சமூக அமைதியின்மை, மூலதனத் திரட்டலுக்கு 'ஒவ்வாத' வாழ்க்கைத் தரங்களை பெற்று விடுவதில் வெளிப்படும் தொழிலாளி வர்க்கத்தின் வலிமை ஆகியவற்றின் எதார்த்த சாத்தியத்துக்கு எதிராக அரசின் சொந்த அரசியல் சட்டத்தின் (அதாவது முதலாளித்துவ ஆதிக்கத்தின்) வரலாற்றுரீதியான முற்கோளை சுமத்துவதைக் கொண்டுள்ளது. வன்முறையை இப்படி பயன்படுத்துவது மூலதனத்தின் வடிவில் சமூக மறுவுற்பத்தியை பாதுகாப்பதைக் கொண்டுள்ளது, அது 'முதலாளிவர்க்க சமூகத்தின் அமைதிநிறைந்த, நாகரீகமான, முறையாக சட்ட மற்றும் ஜனநாயக வடிவிலான தோற்றத்தை' பராமரிப்பதன் மூலம் செய்யப்படுகிறது (பார்க்கவும் ஹிர்ஷ் Hirsch *1978*). அரசின் வடிவத்தில் ஏற்படும் வளர்ச்சி அரசியல் மற்றும் சித்தாந்த மாற்றங்களின் பிரதிபலிப்பாகவும் இல்லை, பொருளாதார நெருக்கடியின் வெறும் விளைவாகவும் இல்லை, மாறாக மூலதனத் திரட்டலின் நெருக்கடி-பீடித்த வளர்ச்சியை எதிர்கொள்ளும் போது முதலாளித்துவ அரசின் சுய-முரண்படும் வடிவத்தின் இயக்க நிலையாகவும் அதனளவில் மூலதனத்துக்குள்ளாக

உழைப்பின் கட்டுவிக்கும் சக்தியின் நிகழ்முறையாகவும் உள்ளது. மூலதனத்தின் வரம்புகள் அதே நேரத்தில் அரசின் வரம்புகளாகவும் உள்ளன : மூலதனத்துக்குள்ளாக உழைப்பு இடம் பெறுவது. அரசின் செயல்பாடுகள் 'அதன் சொந்த இருத்தலுக்கான இந்த முன் நிபந்தனையாலும் [மூலதன உறவு மறுவுற்பத்தி செய்யப்படுவது] மூலதனத்தின் தொடர்ச்சியான திரட்டலை உறுதி செய்யவும் (அல்லது உறுதி செய்ய முயற்சிப்பதும்) தேவையினாலும் வரம்பிடப்பட்டு கட்டமைக்கப்படுகின்றன' (ஹாலவே/பிக்கியாட்டோ Holloway/ Picciotto 1978, p. *25*). இந்த ஆதிக்கத்தை அரசின் மட்டத்தில் புதிதாக கோட்பாடாக்கம் செய்ய வேண்டியதில்லை, ஏனென்றால், முதலாளித் துவத்தின் வரலாற்றுரீதியான வளர்ச்சியின் போது அரசு கையகப்படுத்திய அதிகாரங்கள் ஏற்கனவே 'ஒரு குறிப்பிட்ட சமூகத்தினுள் சேர்க்கப் பட்டுள்ளன' (கிளார்க் Clarke 1978, p. *64*).மேலும் ஏனென்றால் அது ஒட்டுமொத்த சமூக எதார்த்தத்தின் வரலாற்று முன்நிபந்தனையாக ஏற்கனவே இருக்கிறது.

மூலதனத்திற்குள்ளாக உழைப்பு இடம் பெறுவதன் இருத்தல் நிலையாக அரசைப் பார்த்தால், அரசை மூலதனத்தின் முகமையாக புரிந்து கொள்ள முடியாது. சமூக மறுவுற்பத்தியின் சமூக வடிவத்தை மறுவுற்பத்தி செய்வதை உத்தரவாதப்படுத்துவதற்கு அப்பால் ஒவ்வொரு குறிப்பிட்ட மூலதனத்துக்கும் பொருத்தமான பொது நிலைமைகளை அரசு வழங்க முடியாது. ஏனென்றால், ஒவ்வொரு மூலதனமும் மற்ற மூலதனங்களுடன் அதனை கட்டுவிக்கும் ஒற்றை நிகழ்முறையின் உறுப்பாக மட்டுமே இருக்கிறது. மதிப்பின் வாழ்க்கைச் சுழற்சியுடன் ஒருமையில் வேற்றுமையின் நிகழ்முறையாக மட்டுமே சமூக மூலதனம் இருக்கிறது. முதலாளித்துவ மறுவுற்பத்தி மிகை மூலதனத் திரட்டலும் நெருக்கடியும் என்ற வடிவத்தை எடுப்பதற்கு, ஒவ்வொரு தனிப்பட்ட மூலதனமும் மறுதலிப்பு (மதிப்பிறக்கம்) மற்றும் அறுதியிடலின் (சரசாரி இலாபவீதம்) அடிப்படையில் மதிப்பின் சமூக நிகழ்முறையின் ஒரு உறுப்பாக ஈடுபட்டிருக்க வேண்டும். சமூக மூலதனத்தின் சுற்றுக்குள்ளாக (பார்க்கவும் மார்க்ஸ் Marx 1978, ch. *1-4*) இடையாடப்பட்டதாகவும் சேர்க்கப்பட்டதாகவும் தனித்தன்மைக்கும் சர்வப்பொதுத்தன்மைக்கும் இடையில் (பார்க்கவும் ரெய்ஷெல்ட் Reichelt *1978*) மதிப்பு மாறி விடுவதன் தொடர்ச்சியான மறுவுற்பத்தியை அரசும் மூலதனமும் சார்ந்துள்ளன. எனவே, அரசின் வரலாற்றுரீதியான வளர்ச்சியை குறிப்பிட்ட கொள்கைகள் சேவை செய்யும் குறிப்பான நலன்களில் இருந்து தருவிக்க முடியாது (உதாரணமாக, வெவ்வேறு மூலதன தரக்கவியலாளர்களின் மேலாதிக்க நலன்களை ஜேசப் குறிப்பிடுவதில்

இருப்பதைப் போல). மாறாக, அரசின் வடிவத்தை வர்க்க உறவின் இருத்தல் நிலையாகப் பார்க்க வேண்டும், அந்த வர்க்க உறவு மூலதனத்தின் சுற்றை கட்டுவித்து அதற்குள் பரவியுள்ளது. இதன் விளைவாக, அரசின் வடிவம், செயல்நிலையில் உள்ள உழைப்பின் சாரமான கருத்தினத்தின் அரசியல் இருத்தல் நிலையாக இருத்தலைப் பெறுகிறது. இதன் பிறகு, அரசின் இந்தக் கட்டுவிப்பு மூலதனத்துக் குள்ளாக உழைப்பின் கட்டுவிக்கும் ஆற்றலின் ஆகச் செறிவான திட்டவட்டமான வளர்ச்சியின் திரட்டலாக உலகச் சந்தைக்கு பெயர்க்கப்படுகிறது.

பொருளாதாரத்துக்கும் அரசியலுக்கும் இடையிலான உள் தொடர்பை ஒருமையில் வேறுபட்டதாக அதன் பொருள்முதல்வாத கட்டுவிப்பில் புரிந்து கொள்ள வேண்டுமானால், மதிப்புப் பெருக்க பின்புலத்துக்குள்ளாக அரசின் இயக்க நிலையை உலகச் சந்தையின் பின்புலத்துக்குள் பார்க்க வேண்டியுள்ளது. (பின்-)ஃபோர்டிச அரசு பற்றிய சொற்போரில், உலகச் சந்தை அரசின் மீது கொள்கைகளை சுமத்தி, அரசு தனது இருத்தலின் வரலாற்று வடிவத்தை மறுகட்டமைப்பு செய்யும்படி கட்டாயப்படுத்துவதாகப் புரிந்து கொள்ளப்படுகிறது. உலகச் சந்தை கட்டளையிடுவதாக உள்ளது என்பதில் ஐயமில்லை, ஆனால், அதன் இருத்தல் அதனளவில் அதிகாரமாக இல்லை, அது உபரி-மதிப்பு உற்பத்தியின் முரண்படும் ஒருமையின் கட்டுவிப்பாக உள்ளது. உலகச் சந்தையின் கட்டளைகள் என்று அழைக்கப்படுபவை, உழைப்பின் உள்ளாகவும் அதன் ஊடாகவும் மட்டுமே பெறப்படும் மூலதனத் திரட்டலின் நெருக்கடி-பீடித்த வளர்ச்சியின் கட்டளைகள் ஆகும். உலகச் சந்தையின் கட்டளை, வர்க்கப் போராட்டத்தை அவசிய உழைப்புக்கும் உபரி-உழைப்புக்கும் இடையேயான மோதலில் இருந்து உலகச் சந்தையின் வடிவத்துக்குள்ளாக அதே முரண்பாட்டை பெயர்த்து விடுகிறது. அரசின் வடிவம், மூலதனத்தின் சர்வதேச இயக்கத்திற்கு துணைநிலையான ஒரு உறுப்பாகும், அதாவது, வர்க்கப் பகைநிலையின் காத்திரமான சாரமாக்கலின் ஆகச் செறிவான சாத்தியமான திட்டவட்டமான வளர்ச்சிக்கு துணைநிலையாக்கு வதாகும். (பார்க்கவும் வி. பிரவுன்ம்யூல் V. Braunmühl 1976, 1978). 'சர்வதேசரீதியில் செயல்படும் சமூக மூலதனத்தின் இருத்தல் நிலையின்' முறையான இயக்கத்துக்குள்ளாக அரசு கட்டுவிக்கப் படுகிறது (பார்க்கவும் வி. பிரவுன்ம்யூல் V. Braunmühl 1978, p. 176). உலகச் சந்தையானது சமூக மறுவுற்பத்தியின் முரண்பாடுகளின் இருத்தல் நிலையை, மூலதனத் திரட்டல் உலகளாவிய அளவில் குவிக்கப்படுவதை, அதாவது கைப்பற்றப்பட்ட உழைப்பை மறுதலிப்பதையும் அறுதியிடுவதையும் கட்டுவிக்கிறது. 'ஒவ்வொரு

தேசிய பொருளாதாரத்தையும் சர்வதேசத்தின் குறிப்பான ஒன்றாகவும் அதே நேரம் உலகச் சந்தையின் ஒருங்கிணைந்த பகுதியாக மட்டும்தான் போதுமான அளவு கருத்தாக்கம் செய்ய முடியும். தேசிய அரசை இந்தப் பரிமாணத்தில் மட்டும்தான் பார்க்க முடியும்' (வி. பிரவுன்ம்யூல் V. Braunmühl 1976, p. 276; எனது மொழிபெயர்ப்பு).

மூலதனத்துக்கும் உழைப்புக்கும் இடையிலான வர்க்கப் பகைநிலையின் கருத்தாக்க (மற்றும் நடைமுறை) இயக்கம், உபரி-மதிப்பு உற்பத்தியின் முரண்படும் ஒருமையின் இன்னும் ஒரு பெயர்த்தலைக் கொண்டுள்ளது. மதிப்பின் உச்ச தெரிவிப்பாக உள்ள பண மூலதனம், உலகச் சந்தை என்ற உச்சபட்ச சாத்தியமான வெளிக்கு அதன் நகரும் தன்மையை விரிவாக்குகிறது. சமூக மூலதனத்தின் நிகழ்முறைக்குள்ளாக சேர்க்கையாக்கப்பட்ட வெவ்வேறு மதிப்பு வடிவங்கள் சேர்ந்திருப்பதும் அவற்றின் தொடர்வரிசையும் கொண்டிருக்கும் முரண்பாடு, உலகச் சந்தையில் குவிந்துள்ள திறனுடை மூலதனத் திரட்டலில் இருந்து பண மூலதனத் திரட்டலை தன்னாட்சியாக்குவதன் (Verselbständigung) சாத்தியமாக்கல் ஆகும். இந்த தன்னாட்சியாக்கம் உற்பத்தி நிகழ்முறையின் (அதாவது உழைப்பு நிகழ்முறையும் மதிப்புப் பெருக்க நிகழ்முறையும் என்ற) முரண்படும் ஒருமையை இதே முரண்பாட்டை திறனுடை மூலதனத்துக்கும் வட்டி மூலதனத்துக்கும் இடையிலான முரண்பாடாக கட்டுவிப்பதற்கு இடம் மாற்றி விடுவதைக் கொண்டுள்ளது, (அதாவது, 'தொழிற்சாலைக்கும் கடன் அமைப்புக்கும் இடையிலான' முரண்பாடு; மராசி Marazzi 1976, p. 92). இந்த நிகழ்முறை கடன் முறையின் வளர்ச்சியின் ஊடாக முக்கியமாகக் கட்டுவிக்கப்படுகிறது. அதில் 'பணம் இனிமேலும் வெறும் சேர்ப்பாக இருக்கும் நிலையை விட்டொழித்து மூலதனமாகச் செயல்பட முயற்சிக்கிறது. ஆனால், அந்தப் பணம் அதன் உடைமையாளரின் வசமிருந்து பிற முதலாளிகளின் கைக்கு மாறி இப்படிச் செயல்பட முற்படுகிறது.' (மார்க்ஸ் 1978, p. 261). [மூலதனம் இரண்டாம் பாகம், தமிழ்ப்பதிப்பு, பக்கம் 238 - மொ.பெ]. மூலதனத்தின் சுய-முரண்படும் தன்மை வட்டியில் பண மூலதனத்தின் உடைமையாளருக்கும் உற்பத்தியை நிர்வகிப்பவருக்கும் இடையேயான உறவாக தோற்றத்தில் 'சுயேச்சையான வடிவத்தை' பெறுகிறது (மார்க்ஸ் Marx 1966, p. 382). உபரி மதிப்பின் முரண்படும் ஒருமை பெயர்க்கப்படுவது உபரி-மதிப்புடன் வட்டி இலாபம் கொண்டிருக்கும் உறவை பார்வையிலிருந்து அகற்றி விடுகிறது. ஆயினும், வட்டி இலாபம் உபரி-மதிப்பின் இருத்தல் நிலையாக மட்டுமே இருக்கிறது. எனவே, சமூக எதார்த்தம் உழைப்பிற்கு உள்ளாகவும் அதன் ஊடாகவும் முரண்படும் ஒருமை M...M' ல் -

'மூலதனத்தின் அர்த்தமற்ற வடிவம். உற்பத்தி உறவுகள் வக்கரிப்புக்கு உள்ளாகிப் பொருளுருவம் பெறுதல் இங்கே உச்சநிலையை அடைகிறது. மூலதனம் அதன் எளிய வடிவமாகிய வட்டி-மூலதன வடிவில் அதன் மறுவுற்பத்தி நிகழ்முறையையே பின்தள்ளி முன் செல்கிறது' [மூலதனம் மூன்றாம் பாகம், தமிழ்ப்பதிப்பு, பக்கம் 535-மொ.பெ] - தன்னை மறுவுறுதி செய்து கொள்ளும் ஒரு இயக்கமாகவே கட்டுவிக்கப்படுகிறது (மார்க்ஸ் Marx 1966, p. 392). பண மூலதனம் நிலைப்புருவாக்கப்பட வேண்டுமானால் திறனுடை மூலதனத் திரட்டல் வெற்றியடைய வேண்டும், அதே நேரம் கடனை உழைப்பின் மீதான திறனுடை அதிகாரமாக மாற்றுவது தோல்வியடைவது, திறனுடை மூலதனத்தை இலாபகரமாக கைவரப்பெறுவதற்கான சந்தையின் வரம்புகளை கடன் கட்ட முடியாததும் திவாலாவதும் என்ற வடிவில் உறுதி செய்கிறது. அதே நேரம், திறனுடை செயல்பாடு நின்று போவது கடன் உறவுகள் குலைந்து போவதை அச்சுறுத்துகிறது, அதன் மீதுதான் சமூக உறவுகள் அமைந்திருக்கின்றன. மிகவும் முதன்மையான, அர்த்தமற்ற மூலதனத்தின் வடிவத்தை நிலைப்புருவாக்குவதற்காக உழைப்பும் திறனுடை மூலதனமும் தியாகம் செய்யப்பட வேண்டும், அதன் மூலம் வங்கிகள் கடன்களை திருப்பிச் செலுத்தத் தவறாமலேயே பெருமளவு இழப்புகளை விழுங்கிக் கொள்வது சாத்தியமாகிறது. அதே நேரம் பணத்தின் பலிபீடத்தில் உபரி மதிப்பின் உற்பத்தியை தியாகம் செய்வது மூலதனத்தின் அர்த்தமற்ற வடிவம் எந்த அடிப்படையிலும் எதன் மூலமாகவும் இருக்கிறதோ அந்த அடிப்படையை அழித்து விடுகிறது. பணவியல் திரட்டலுக்கும் திறனுடை மூலதனத் திரட்டலுக்கும் இடையேயான ஒருமை அவற்றின் அழிவுரீதியான பிரித்தல் மூலமாக அதன் உள்ளாக தன்னை மறுவுறுதி செய்து கொள்கிறது. உற்பத்தி நிகழ்முறையின் (உழைப்பு நிகழ்முறையும் மதிப்புப் பெருக்க நிகழ்முறையும்) முரண்படும் இருத்தலை பணத்தின் முதன்மை நிலைக்கு கீழ்ப்படுத்துவது, வர்க்கப் போராட்டத்தின் வடிவமாக, உற்பத்தி நிகழ்முறையின் முரண்படும் இருத்தலை கடனுக்கும் மூலதனத்தின் செயல்பாட்டுக்கும் இடையிலான முரண்பாடாக இடம் மாற்றி விடுகிறது. உபரி-மதிப்பு உற்பத்தியின் முரண்படும் ஒருமை இடம் மாற்றப்படுவது, சமூக ஆணையின் அடிப்படையை பொருட்படுத்தாதது, ஏனென்றால் அதன் செல்வ வடிவம் அர்த்தமற்ற உள்ளடக்கம் கொண்டது (பயன்-மதிப்பின் உற்பத்தி); உழைப்பு நிகழ்முறையில் இருந்து மதிப்புப் பெருக்க நிகழ்முறையை பிரித்து விடுவதைத் தவிர வேறெதுவும் இல்லை (பார்க்கவும் மார்க்ஸ் Marx 1983, p. 48).

மூலதனத் திரட்டலின் நெருக்கடி-பீடித்த வளர்ச்சிக்குள்ளாக, முதலாளித்துவ அரசின் வளர்ச்சி நேரடி வடிவில் சமூக அமைதியின்மை மூலமாகவும் பணவியல் தளைகளின் ஊடாக இடையாடபப்பட்ட வடிவிலும் கையாளப்படுகிறது. அரசின் வளர்ச்சிக்கான அடிப்படை, வாழ்வு நிலைமைகளின் மீது மதிப்பு வடிவத்தை சுமத்துவது தொடர்பான சமூக மோதல் ஆகும். மதிப்பு வடிவமாக பணத்தின் சக்தியின் மூலமாகத்தான் முதலாளித்துவ சமூக மறுவுற்பத்தியின் கட்டாயங்கள் அரசுக்கு தம்மை உணர்த்துகின்றன.[14] மூலதனத்துக்கும் உழைப்புக்கும் இடையிலான பகைநிலை பணவியல் அழுத்தத்தின் வடிவத்திற்கு பெயர்க்கப்படுவது அரசின் தலையீட்டைக் கொண்டுள்ளது. ஏனென்றால், தேசிய நாணயத்துக்கு அரசு (மத்திய வங்கியாளராக அரசு) பொறுப்பாக உள்ளது. பண மூலதனத்துக்கும் அரசுக்கும் இடையிலான உறவை உபரி மதிப்பு உற்பத்தியின் முரண்படும் ஒருமை 'அரசுக்கு தன்னை ஊடாடப்பட்ட வடிவில் உணர்த்தும்' (கிளார்க் *1978*, p. *66*) உறவாக பார்ப்பது, வர்க்கப் பகைநிலையின் எதார்த்தமான நிகழ்முறையின் பொருளாயத தொடர்ச்சியின்மையைக் காட்டுகிறது : வட்டி அடிப்படை அரிக்கப்படுவது, அன்னியச் செலாவணி சமநிலை பிரச்சினைகள், வரி வருவாயின் குறிப்பிட்ட விகிதாச்சாரத்தின் மீதான உரிமை கோரலாக இருக்கும் பொதுக் கடன் குவிக்கப்படுதல் (பார்க்கவும் கிளார்க் Clarke 1988a). இந்த அழுத்தங்கள் உபரி மதிப்பு உற்பத்தியின் முரண்படும் ஒருமை முதலாளித்துவ அரசு வடிவத்துக்கு மேலாக, மூலதனத்தின் பண வலிமையின் சாரமான சராசரியின் உள்ளாகவும் ஊடாகவும் தன்னை மறுவுறுதி செய்து கொள்வதை காட்டுகிறது. மூலதனத்தின் பண வலிமை செயல்படுவதை புரிந்து கொள்ள வேண்டுமானால், நாம் 'நெருக்கடியின் பணவியல் பிம்பத்தில் இருந்து சமூக உறவுகளின் நெருக்கடி பற்றிய பகுப்பாய்வுக்கு இறங்க வேண்டும், சுற்றோட்ட நெருக்கடியில் இருந்து அவசிய உழைப்புக்கும் உபரி-உழைப்புக்கும் இடையிலான உறவின் நெருக்கடிக்கு இறங்க வேண்டும்' (நெக்ரி Negri 1984, p. 25). வர்க்கப் போராட்டத்தின் பகைநிலைப் போக்கு அதன் சொந்த இருத்தலின் இறைச்சிப் பொருள் அகற்றப்பட்டு விட்டதாகத் தோன்றும் மதிப்பின் ஆளுருவமான பணத்தின் வலிமையில் குவிக்கப்பட்டுள்ளது.

கடன் அமைப்பு சீர்குலைவதையும் திறனுடை செயல்பாட்டையும் உழைப்பையும் பணத்தின் பலிபீடத்தில் தியாகம் செய்வதையும் தவிர்ப்பதற்கு, அடிப்படையாக, வாழ்க்கை நிலைமைகளின் மீது பணத்தின் அதிகாரத்தை மறுபடியும் சுமத்துவது பயன்படுத்தப்படுகிறது.[15] இந்த மறுசுமத்தலில் அரசு சமூக இருத்தலின் பொதுத்தன்மையை (மதிப்பு உற்பத்தி) சமூகத்தின் மேலாக மூலதனத்தின் முதன்மை

வடிவத்தினுள்ளாகவும் அதன் ஊடாகவும் சுமத்துகிறது. (பார்க்கவும் கிளார்க் 1988a; Marazzi 1976). இந்த நிகழ்முறையில், அரசின் சுய-முரண்படும் வடிவம் 'இணக்கங்களின் இறுதிப் புகலிடமாக', அரசின் வரலாற்று கட்டுவித்தல் அமைந்திருக்கும் முறைபாடான சமத்துவம் முறைபாடான சுதந்திரம் ஆகியவற்றின் இணக்கங்களாக, பொதுமைப் படுத்தப்படுகிறது. (பார்க்கவும் மார்க்ஸ் *1973*, p. *886*). இணக்கங்களின் இறுதி புகலிடமாக அரசு இவ்வாறாக 'சமுதாய நலனை' பிரதிநிதித் துவப்படுத்துகிறது, சமூகத்துக்கு மேலான பணத்தின் வடிவிலான சமத்துவத்தின் அருவருப்பூட்டும் முகத்தை சுமத்துகிறது. கட்டளை யிடுவதாக உள்ள பணத்தின் கூட்டுத்துவ பிரதிநிதியாக அரசு இருத்தலை அடைகிறது: வாழ்வின் நிலைமைகள் பணவியல் இறுக்கத்துக்கு கீழ்ப்படுத்தப்படுவது, அதன் முன்நிபந்தனையாகவும் முற்கோளாகவும் விளைவாகவும் சட்டம் ஒழுங்கை கட்டுப்படுத்து வதை பயன்படுத்துகிறது. பணவியல்வாதத்தால் பிரதிநிதித்துவப் படுத்தப்படும் அரசின் இந்த வளர்ச்சி முதலாளி வர்க்க சமூகத்தின் காத்திரமான சாரமாக்கலில் முன்னனுமானிக்கப்படுகிறது, இந்த முன்னனுமானம் இப்போது வர்க்கப் போராட்டத்துக்கான முற்கோளாக செயல்படுகிறது (பார்க்கவும் மராசி Marazzi 1976; கிளார்க், Clarke 1988a).

தொகுப்புரை

கட்டமைப்புக்கும் போராட்டத்துக்கும் இடையிலான உறவு உள்ளுறையானது என்று காட்டுவது இந்தக் கட்டுரையின் நோக்கம். சமூக எதார்த்தத்தை அதன் 'முறையான இயக்கத்தில்' புரிந்து கொள்ள முயற்சிப்பது (பார்க்கவும் நெக்ட் Negt *1984*), கட்டமைப்புகளை வர்க்கப் பகைநிலையின் இருத்தலின் வரலாற்று வடிவங்களாகவும் வர்க்கப் பகைநிலை இருக்கும் வடிவங்களின் உள்ளாகவும் ஊடாகவும் பார்ப்பதன் மூலம் அவற்றை மாயைநீக்கம் செய்கிறது. கம்யூனிஸ்ட் அறிக்கையில் மார்க்ஸ் பிரகடனப்படுத்துவது போல வரலாறு என்பது வர்க்கப் போராட்டத்தின் வரலாறுதான்; எனினும், 18-ம் புரூமேரில் அவர் கூடுதலாக சொல்வது போல, முந்தைய போராட்டத்தின் விளைவுகளால் மனித செயல்பாட்டின் மீது சுமத்தப்பட்ட நிபந்தனைகளின் கீழ் வர்க்கப் போராட்டம் நடக்கிறது, அவை வர்க்கப் போராட்டத்துக்கே ஒரு முற்கோளாகவும், ஒரு புதிய அடிப்படையாகவும் செயல்படுகின்றன. இதன் விளைவாக, முதலாளித்துவத்தின் புறநிலை விதிகளை முதலாளித்துவ சமூகங்களில் வர்க்கப் பகைநிலை எந்த வடிவங்களின் உள்ளாகவும் ஊடாகவும் இருக்கிறதோ அவற்றின் அடிப்படையில் விவாதிக்க வேண்டும். இந்நிலையில், 'புறநிலை

விதிகள்' என்று பேசுவது, சமூக உறவுகளை பொருட்களுக்கு இடையிலான உறவுகளாக மாய்மாலரீதியாக இறுகலாக்குவதைக் கொண்டுள்ளது. மூலதனம் நூலில் மார்க்ஸ் விமர்சிக்கும் மாய் மாலத்துக்குள்ளாகவே விழுந்து விடாமல் முதலாளித்துவ வளர்ச்சியின் விதிகளுக்கும் வர்க்கப் பகைநிலைக்கும் இடையில் வேறுபடுத்திப் பார்ப்பது சாத்தியமற்றது.

கட்டமைப்பையும் போராட்டத்தையும் இவ்வாறு பிரித்து விடுவது (ஹிர்ஷ்), உள் இயல்பாக ஒன்றாக இருப்பவற்றை பிரிப்பதாகும், அல்லது எதார்த்தமானதாகவும் உயிருள்ளதாகவும் இருப்பதை பிரிப்பதாகும். புறநிலையான விதிகளின் வளர்ச்சிக்கும் போராட்டத்துக்கும் இடையே வேறுபடுத்துவது, சமூக மறுவுற்பத்தியின் நெருக்கடியை (அதன் தீர்வையும்) தவிர்க்க முடியாத நிகழ்முறையாகப் பார்ப்பதாகும். அது பொருளாதார மற்றும் அரசியல் துணை அமைப்புகளின் இணையான உறவை கட்டமைப்புரீதியாக குலைத்து விடுவது அல்லது ஒருங்கிணைத்து விடுவதாக பார்க்கப்படுவது. வளர்ச்சியின் புறநிலை விதிகளின் செயல்பாட்டின் விளைவாக போராட்டத்தை புரிந்து கொள்வது, நெருக்கடியையும் அல்லது அதன் தீர்வையும் தவிர்க்கவியலாதவையாக முன்னனுமானிக்கிறது, வரலாற்றை வர்க்கப் போராட்டத்தின் வரலாறாக பார்க்கும் மார்க்சிய புரிதலை உள்ளுறையாக நிராகரிக்கிறது. அத்தகைய தர்க்கம் இயல் திட்டவாதவகையிலானது, ஏனென்றால், நெருக்கடி ஒரு மாறிச் செல்லும் காலகட்டமாக பார்க்கப்படுகிறது. அதற்குள் முதலாளித்துவ வளர்ச்சியின் புறநிலை விதிகள் செயல்படுவது, ஆதிக்கத்தின் புதிய நிலை உருவாவதை வரையறுக்கிறது. அது மூலதனத் திரட்டலின் இணையான புதிய ஆட்சிக்கு பொருத்தமானது. வர்க்கப் போராட்டத்தின் வகிபாகம் இந்தச் சட்டகத்துக்குள்ளாக கறாராக வரம்பிடப்படுகிறது (ஹிர்ஷ் - Hirsch).

சமூக உறவுகளின் வடிவமாக முதலாளித்துவ அரசை கருத்தாக்கம் செய்யும் போது, போராட்டத்துக்கும் கட்டமைப்புக்கும் இடையிலான உறவு பற்றிய ஜேசப்பின் மற்றும் ஹிர்ஷின் கருத்துநிலையை நிராகரிக்க வேண்டும். சமூக முரண்பாட்டின் இயக்கமாக அரசைப் புரிந்து கொள்வது, 'கட்டமைப்புரீதியாக போதுமானதன்' அடிப்படையில் வெவ்வேறு நேர்வுகளை கட்டமைப்புவாதரீதியாக கருத்தாக்கம் செய்வதை நிராகரிக்கிறது. வர்க்கப் பகைநிலையின் அரசியல் வடிவமாக அரசு இனிமேலும் பார்க்கப்படாத நிலையில், சிக்கலான வரலாற்று நிகழ்முறைகளை உண்மையிலேயே 'பன்முக

தீர்மானிப்புகளின் சிக்கலான விளைவாகத்தான் பகுப்பாய்வு' செய்ய முடியும். (ஜேசப் முதலானோர், 1988, p. 53). சமூக 'வடிவத்தை', உற்பத்தியின் சமூக உறவுகளின் இருத்தல் நிலையாக அல்லாத வழியில் புரிந்து கொண்டதும், இந்த உறவுகளை பொருளாதார உறவுகளாக முறைப்படுத்துவதுதான் எஞ்சியுள்ளது, அதே நேரம் அரசியல் உறவுகளை பொருளாதார உறவுகளுடனான உறவில் ஒப்பீட்டளவில், தீவிரமான அளவில் இல்லை என்றாலும், பொருளாதார உறவுகளில் இருந்து தன்னாட்சியானவையாக கோட்பாடாக்கம் செய்ய வேண்டியிருக்கும் (பார்க்கவும் ஜேசப் 1986). ஜேசப்பில் சமூக எதார்த்தத்தின் கட்டுவித்தல், 'அரசியல் களத்துக்கும் சித்தாந்த களத்துக்கும் தனித்தனியான தர்க்கங்களை' பின்பற்றுகிறது, அறிவியல் சிந்தனையை, சித்தரிக்கும் அடிப்படையில், 'பல்வேறு இருமன நிலைகள், அபாயங்கள், நிச்சயமின்மைகள், சிக்கல்நிலைகள்', உருவாகும் மூல உத்திகள், முயற்சித்துப் பார்க்கும் உத்திகள் முதலானவற்றை எதிர் கொள்ளும் போது மூலதனத்தின் செயல்திட்டப் பாதையை பின்பற்ற கட்டாயப்படுத்துகிறது. (ஜேசப் முதலானோர், 1988 p.8). வர்க்க உறவுகள் மற்ற பொறியமைவுகள்/காரணங்களில் (உற்பத்தியில் உறவுகள்) ஒன்றாக (செயல்திட்டரீதியாக) குறுக்கப்பட்டு விட்டதால், முதலாளித்துவத்தின் பொருளாயத உலகம் வெவ்வேறு 'மூலதன தர்க்கவியலாளர்களுக்கு' இடையேயான போராட்டத்தின் அமைப்புரீதியான காரணமாக உருவெடுக்கிறது, அது (ஒதுக்கப்படும்) நலன்களால் தீர்மானிக்கப்படுகிறது. இந்தப் புரிதல், சமூக எதார்த்தத்தை கட்டமைப்புரீதியான வளர்ச்சியும் (தனிநபராக்கப்பட்ட) முனைப்புத்தன்மையும் இணைந்த ஒன்றாகப் பார்ப்பதை அடிப்படையாகக் கொண்டுள்ளது. வர்க்கப் பகைநிலையை முதன்மையான உறவாக கருதுவதை நிறுத்தியதும், மூலதனத்துக்கும் உழைப்புக்கும் இடையிலான சமூகப் பகைநிலை போட்டியிடும் சமூக சக்திகளின் பன்மைவாதமாக தோன்றுகிறது. முதலாளித்துவ மூல உத்திகளை வர்க்கப் போராட்டத்துடன் ஜேசப் சமப்படுத்துவதன் விளைவு வரலாற்றை வர்க்கப் போராட்டத்தின் வரலாறாக புரிந்து கொள்வதை நிராகரிப்பதாகும். வடிவப் பகுப்பாய்வுக்கு எதிராக இருக்கும் அதே நேரம் அதற்கு ஆதரவை பிரகடனப்படுத்தும் ஜேசப் கட்டமைப்புரீதியான முரண்பாடுகளை மட்டுமே அங்கீகரிக்கிறார். செயல்நிலையில் உள்ள சமூக எதார்த்தத்தின் சாரமாக்கலாக உழைப்பின் கட்டுவிக்கும் சக்தி அதன் மூலம் விலக்கப்படுகிறது. ஆதிக்கத்துக்குள் உள்ளார்ந்த முரண்பாட்டை புரிந்து கொள்வது படுகுழிக்குள் தள்ளப்படுகிறது. அதற்கு பதிலாக, காரணமும் விளைவும் பற்றிய

ஒரு தனிநபர்வாத பகுப்பாய்வை செய்ய வேண்டியிருக்கிறது, அதன் இருப்பினரீதியான ஆழம், 'இந்த நிகழ்வுகளை குறிப்பான சூழல்களில் உருவாக்கும் மேலும் அடிப்படையான பொறியமைவுகளும் வினைவிளைவுத் தொடர் சக்திகளும் நிகழ்வுகளின் எதார்த்தப் போக்குக்குக்கீழே ஊடுருவிப் பார்க்கும் கோட்பாட்டுரீதியான திறனாகும்' *(ஜேசப் முதலானோர். 1988,* p. *28;* பாஸ்கர் Bhaskar *1989-* ஐயும் பார்க்கவும்). இதன் விளைவாக, 'தாட்சரிசத்தை' ஒரு 'பல்தெய்வ' அணுகுமுறையின் மூலம் அணுகுவதுதான் சிறந்தது *(ஜேசப் முதலானோர் 1988).* ஏனென்றால் பல்வகை காரணங்களும் விளைவுகளும் உள்ளன, எனவே 'பல தாட்சரிசங்கள்' உள்ளன. *(பார்க்கவும் ஜேசப் முதலானோர் 1988,* p.9). சமூக எதார்த்தம் பற்றிய அத்தகைய கோட்பாடாக்கம் இறுதியில் கூறியது கூறலாகவே உள்ளது என்ற அபாயத்தை தன்னுள்ளேயே கொண்டுள்ளது. எல்லாவற்றுக்கும் முதலாவதாக எதார்த்தத்தின் புறநிலை தோற்றம் (பல்வகை காரணங்கள்) கேள்வியின்றி ஏற்றுக் கொள்ளப்படுகிறது, பின்னர் எதார்த்தத்தின் இந்தப் புறநிலை தோற்றத்தின் ஒளியில்தான், சமூக வளர்ச்சி மதிப்பிடப்படுகிறது (பார்க்கவும் குன், Gunn *1989).* பல்வகை தீர்மானிப்புகளை/காரணங்களை அவற்றின் உள்உறவில் புரிந்து கொள்வது எப்படி என்பதுதான் மார்க்சின் முன் இருந்த கேள்வி. எதார்த்தத்தின் புறநிலை தோற்றத்தை கருத்தாக்க தொடக்கப் புள்ளியாக எடுத்துக் கொள்வது (ஜேசப்பில் இருப்பது போல பல்வகை காரணங்கள்; ஹிர்ஷில் இருப்பது போல கட்டமைப்பையும் போராட்டத்தையும் பிரிப்பது), சமூக எதார்த்தத்தை கட்டுவிக்கும் சமூக உறவுகளை வலியுறுத்தாமல் அதைச் செய்வது கோட்பாட்டு ரீதியாக அரசியல் பொருளாதாரம் மீதான விமர்சனப் பகுப்பாய்வு தொடங்க வேண்டிய இடத்தில் முடிந்து விடும் அபாயத்தைக் கொண்டுள்ளது.

குறிப்புகள்

1. ஹாலவே/பிக்கியாட்டோ Holloway/ Picciotto *1978;* கிளார்க் Clarke *1991* ஆகியவற்றில் முக்கியமான அறிமுகங்களுடன் தேர்வு செய்யப்பட்ட கட்டுரைகளைப் பார்க்கவும் *1978; 1991.*

2. போன்ஃபெல்ட்/ஹாலவே Bonefeld/Holloway *1991* தேர்ந்தெடுத்த கட்டுரைகளைப் பார்க்கவும்.

3. புலண்ட்ஸசில் Poulantzas *(1980),* விவாதம் ஹிர்ஷின் அணுகுமுறையின் திசையில் நகர்கிறது.

4. அடித்தளம்/மேற்கட்டுமான உருவகத்தின் அடிப்படையில் அரசை கருத்தாக்கம் செய்வது பற்றி பார்க்கவும் ஜேசப் Jessop *(1982).* அரசு கோட்பாட்டில் பரவலாக பயன்படுத்தப்படும் மார்க்சின் அடித்தளம் மேல்கட்டுமானம் உருவகம், அதாவது

மேல்கட்டுமானம் பொருளாதார அடித்தளத்தில் இருந்து உருவாகிறது என்பது, அரசைப் பொறுத்தவரையில் தவறாக இருப்பதோடு மட்டுமின்றி, மார்க்சின் கோட்பாட்டுக்கே கூட விரோதமாக உள்ளது. கட்டமைப்புவாத மார்க்சியத்தின் அடித்தளம் மேல்கட்டுமானம் உருவகத்தின் வெற்றி, மார்க்சின் ஆய்வின் சாரமாக (காத்திரமான சாரமாக்கல்) நான் பார்ப்பதற்கு மேலாக மூலதனம் முதல் பாகத்தில் மார்க்ஸ் அரூபமான பொருள்முதல்வாதம் என்று கூறுவதன் வெற்றியாக உள்ளது. ஆனால், இந்த வெற்றி புலண்ட்ஸசின் பிந்தைய ஆய்வில் *(1980)* பார்க்கக் கூடிய இரண்டின் சிதைவாக உள்ளது. அதில் அவர் பொருளாதார அடித்தளத்தில் இருந்து இல்லாமல் உற்பத்தியின் சமூக உறவுகளில் இருந்து அரசை தருவிக்க முயற்சிக்கிறார்.

5. சமூக உறவுகளை கட்டமைப்புரீதியான பொருண்மைகளாக முறைப்படுத்தும் ஜேசப்பின் முயற்சி உற்பத்தியின் சமூக உறவுகள் மீது அக்கறை கொண்டுள்ளது. உற்பத்தியின் சமூக உறவுகளை பொருளாதார உறவுகளைக் கொண்டதாக வரம்பிட்டிருப்பதாக ஜேசப் பார்க்கிறார். உற்பத்தியின் உறவுகள், அவற்றின் தரப்பில் உற்பத்தியில் உறவுகளாகவும் உற்பத்தியின் உறவுகளாகவும் முறைப்படுத்தப்படுகின்றன (பார்க்கவும் ஜேசப் Jessop 1986, p. 5). முன்சொன்னதில் உற்பத்தியின் கட்டமைப்புரீதியான பொருண்மைக்குள்ளாக வர்க்கங்களின் செயல்படும் உறவைக் கொண்டிருப்பதாக, அதாவது தொழிற்சாலையில் மூலதனத்துக்கும் உழைப்புக்கும் இடையிலான உறவு இருப்பதாகச் சொல்லப்படுகிறது (ஜேசப் Jessop *1986*). பின்சொன்னது வளங்களை ஒதுக்கும் உறவுகளையும் 'தீர்மானகர வடிவங்களில் உபரி உழைப்பை கையகப்படுத்துவதையும்' குறிக்கிறது. (ஜேசப் Jessop 1986, p. 5). அத்தகைய பார்வை மார்க்சிய கோட்பாடாக்கத்தின் பார்வையில் நேரடியாகவே தவறானது. மதிப்பின் சமூக நிகழ்முறையை இருக்கும் உழைப்புச் சக்தியை உற்பத்தியின் பல்வேறு துறைகளுக்கு இடையே வினியோகிப்பதற்கான பொறியமைவாக பார்க்கும் புரிதலை ஜேசப் பரிந்துரைக்கிறார். அது அதன் தரப்பில் உற்பத்தி நிகழ்முறையில் செயல்பாடுகளைக் கொண்டுள்ளது (இது போன்ற பார்வைக்கு பார்க்கவும் அல்தூசர் Althuser 1975, p. 167; 1977, p. 87). மதிப்பு விதி என்பது, உழைப்பை சமூகரீதியாக வினியோகிக்கும் விதி என்ற அல்தூசரின் தவறான புரிதலை ஜேசப் உறுதிப்படுத்துவது, உழைப்பின் குறிப்பிட்ட சமூக வடிவத்தைப் பற்றி (அதாவது காத்திரமான சாரமாக்கல்) நமக்கு எதையும் தெரிவிக்கவில்லை. 'அத்தகைய ஒரு முறை நிலையான கட்டமைவுகளை மட்டுமே அடையாளம் காண முடியும், ஒரு பண்புரீதியான மாற்றத்தை திடீரென நடக்கும் தொடர்ச்சியின்மையாக, கட்டமைப்புகளுக்கு இடையே ஒரு குவான்டம் பாய்ச்சலாக முன்வைக்க கட்டாயப்படுத்தப்படுகிறது; பண்புரீதியாக மாறிக் கொண்டிருக்கும் தொடர்வரிசையான நிகழ்முறையாக முன்வைப்பதில்லை' (எல்சன் Elson 1979, p. 141). மதிப்பு விதி பற்றிய ஜேசப்பின் புரிதல் முறைபாடானது (வினைவிளைவுத்தொடர் உறவுகள்), விளக்கும் சக்தி அற்றது. மதிப்பு விதியை நுட்பரீதியாக புரிந்து கொள்வதுதான் எஞ்சுகிறது.

6. மார்க்சிய கருத்தினங்களின் நிலையையும் முதல் நிலை மற்றும் இரண்டாம் நிலை கோட்பாட்டுக்கு இடையேயான உறவையும் பற்றி பார்க்கவும் குன் Gunn **1989**. குன் வாதிடுவது போல, அவை ஒவ்வொன்றும் மற்றதை முன்னனுமானிக்கின்றன. எனவே, இடைநிலை கருத்தாக்கங்களை, ஹிர்ஷும் ஜேசப்பும் செய்வது போல புகுத்துவது, பிரிக்க முடியாத பகுப்பாய்வின் மட்டங்களை வேறுபடுத்துகிறது.

7. மார்க்சின் கருத்துப்படி Marx (1983. p. 141) பணத்தின் உலகளாவிய நகர்வு 'சாரமான மனித உழைப்பின் நேரடி சமூக ஆளுருவமாக உள்ள சரக்கின் தன்மையை முழுமையாக அடைகிறது'.

8. ஆங்கிலத்தில், சக்தி (Power) என்ற கருத்தாக்கம், பிற மொழிகளில் தனித்தனியாக தெரிவிக்கப்படும் மிகவும் வேறுபட்ட அர்த்தங்களைத் தழுவியது: potentia versus potestas or Vermögen versus Macht. இந்த வேறுபாடு வெவ்வேறு கடைக்கோடி களுக்கிடையே ஒரு இயங்கியல் தொடர்வரிசையை காட்டுவதால் அது முக்கியமானது: potentia (or Vermögen) என்பது சமூக செயல்நிலை கட்டுவிப்பது, potestas (or Macht) சமூக எதார்த்தத்தின் குறிப்பிட்ட நிலையான பரிமாணத்தின் அடித்தளத்தில் வரலாற்றை சமூகரீதியாக படைப்பதைக் குறிக்கிறது. (பார்க்கவும் நெக்ரி Negri 1989, p. 49). எனவே, தொழிலாளி வர்க்கத்தின் 'அதிகாரம்' பற்றி பேசும் போது, மூலதனத்துக்குள்ளாக சமூக செயல்நிலையை கட்டுவிக்கும் அதன் சக்தியை மனதில் கொண்டிருக்க வேண்டும், இயங்கியல் தொடர்நிலையின் கடைக்கோடி துருவங்களில் இணைக்கப்பட்டிருந்தாலும் அது வரலாற்றைப் படைக்கும் சக்தியில் இருந்து தனித்தது.

9. 'பற்றி சாரமாக்கல்' என்ற சொல் எதார்த்தமான சமூக நிகழ்முறைகளில் இருந்து அவை இருக்கும் சமூக வடிவங்களுக்கு வளர்ச்சியடைவதைச் சுட்டுகிறது. (பார்க்கவும் மார்க்ஸ் Marx *1983;* லூகாக்ஸ் Lukacs *1968*). காத்திரமான சாரமாக்கல் என்பது, திட்டவட்டமானதற்குள் இருப்பதாக சாரமானது மற்றும் மறுதலையாக சாரமானதற்குள் இருக்கும் திட்டவட்டமானது என்ற மார்க்சின் Marx *(1973)* கருத்துநிலையை ஒத்தது.

10. இங்கு 'பிரபுத்துவம்' என்பது அதன் பகுப்பாய்வுரீதியான பொருளிலும் பொதுவான பொருளிலும் பயன்படுத்தப்படுகிறது: அதாவது தனியாள் ஆதிக்க உறவுகளின் உள்ளாகவும் ஊடாகவும் சமூக உறவுகளை கட்டுவிப்பது. பிரபுத்துவ சமூகம் பற்றியும் முதலாளித்துவ சமூக உறவுகளின் தோற்றத்தையும் பற்றிய விவாதத்துக்கு இந்தத் தொகுதியில் கெர்ஸ்டென்பெர்கரின் (Gerstenberger) பங்களிப்பைப் பார்க்கவும்.

11. சுதந்திரமாக விடப்பட்டால் வங்கியாளர்கள், கடன் வழங்குவதை மிகையாக விரிவாக்கி மிகைமூலதனத் திரட்டலை தூண்டி விடுவார்கள். அரசின் வரலாற்றுரீதியான வளர்ச்சி கடனின் வளர்ச்சியை கட்டுப்படுத்துவதற்கான அதிகாரத்தை தனக்கென கைப்பற்றிக் கொண்டது. இந்த அதிகாரங்கள், அரசின் பணவியல் மற்றும் நிதித்துறை கொள்கைகளுக்கான அடிப்படையை வழங்குகின்றன. (பார்க்கவும், *1844* வங்கிச் சட்டம் பற்றி மார்க்ஸ் Marx *1966*).

12. 'யூதர்கள் பிரச்சினை' பற்றி மார்க்ஸ் எழுதியதைப் பார்க்கவும். சொத்துடைமை உரிமை என்பது பல உரிமைகளில் ஒன்று மட்டுமில்லை, அது பெருநோக்கு ரீதியிலான உரிமை என்று அவர் தெளிவுபடுத்துகிறார்.

13. எனினும், சொத்துடைமை உரிமையை பாதுகாக்கும் அதே நேரம், மூலதனத்தால் கைப்பற்றப்பட்ட உழைப்பை ஈடேற்றம் செய்வதை உத்தரவாதம் அளிக்க அரசுக்கு எந்த அதிகாரமும் இல்லை. மூலதனத்துக்கும் உழைப்புக்கும் இடையிலான சமூக உறவின் இருத்தல் நிலைதான் அரசு. அதனளவில், சாரமான செல்வத்தின் நிகழ்முறையின் ஒரு தனித்த உறுப்பு.

14. தாராளவாதத்தில், உரிமை என்பது, சமூக எதார்த்தத்தை சாரமாக்குவதாக இல்லாமல் சமூக எதார்த்தத்தில் இருந்து பிரிப்பதாக மட்டுமே வெறுமனே

பார்க்கப்படுகிறது, ஏனென்றால், பொருண்மைக்கும் முனைப்புக்கும் இடையிலான சமூக ஒருமை முதலாளிவர்க்க உரிமையின் சர்வப்பொதுத் தன்மையால் ஒழுங்குபடுத்தப்படுகிறது, அது சட்டம் பற்றிய தத்துவத்தை பரிந்துரைக்கும் தத்துவமாக அனுமதிக்கிறது, அதாவது, உரிமைகளை நிறுவுவதை மனித இருத்தலின் மிக உயர்ந்த சமூக கருத்தாக்கமாக அனுமதிக்கிறது.

15. உலகளாவிய மிகைதிரட்டலுக்கும் கடனின் அடிப்படையில் சமூக மூலதனத்தின் சுற்று கட்டுவிக்கப்படுவதற்கும் எதிரில் முதலாளித்துவ அரசின் சுய-முரண்படும் வடிவம் என்ற பிரச்சினை தொடர்பான அடுத்த கட்ட ஆய்வுக்கான முறையாக்கப்படாத தொகுப்பு இதைத் தொடர்கிறது. இந்த மட்டத்தில், வர்க்கப் பகைநிலையில் இருந்து பிரித்த நிலையில் இந்தப் பிரச்சினைகளை விவாதிக்கும் ஃபோர்டிச மற்றும் கட்டமைப்புவாத கோட்பாடுகளை இந்த வாதம் விமர்சிக்கிறது.

16. கீனிசியனிசத்தின் நெருக்கடியும் பணவியல்வாதத்தின் எழுச்சியும் இத்தகைய பணத்தின் அதிகாரத்தை மீண்டும் சுமத்துவதையே கொண்டிருப்பதாக சொல்வது பற்றி பார்க்கவும் கிளார்க் Clarke 1988a.

நூல் பட்டியல்

அக்னோலி Agnoli (1975) *Überlegungen zum biirgerlichen Staat*, (B.erlin),

அக்னோலி Agnoli (1986) 'Zwanzig Jagre danach: die Transformation der Demokratie' in PROKLA, no. 62 (Berlin).

அல்தூசர் Althusser (1975) *Reading Capital* (London).

அல்தூசர் Althusser (1977) *Lenin and Philosophy and other Essays* (London).

பக்ஹவுஸ் Backhaus (1974) 'Materialien zur Rekonstruktion der Marxschen Werttheorie', in *Gesellschaft* 1 (Frankfurt).

பக்ஹவுஸ் Backhaus (1986) 'Zum Problem des Geldes als Konstituens oder Apriori der ökonomischen Gegenständlichkeit', in PROKLA, no. 63 (Berlin).

பாஸ்கர் Bhaskar (1989) *Reclaiming Reality*, (London).

பாஸ்கர் Bhaskar et. al. (1988) Bhaskar/Arthur/BentonJElliott/Lovering/ Osborne, 'Philosophical Underlabouring', in *Interlink*, no. 8 (London).

பிளாங்க்/யுர்கன்ஸ்/கஸ்டன்டீக் Blanke/Jürgens/Kastendiek (1978) 'On the Current Marxist Discussion on the Analyses of the Form and Function of the Bourgeois State', in Holloway/Picciotto (1978).

போன்ஃபெல்ட் Bonefeld (1987a) 'Reformulation of State Theory,' in *Capital & Class*, no. 33, (London), reprinted in போன்ஃபெல்ட் Bonefeld/

Holloway(1991). போன்ஃபெல்ட் Bonefeld (1987b), 'Marxism and the Concept of Mediation', in *Common Sense*, no. 2, (Edinburgh).

போன்ஃபெல்ட் Bonefeld (1987c) 'Open Marxism', in *Common Sense*, no. 1, (Edinburgh).

போன்ஃபெல்ட் Bonefeld (1988) 'The Permanence of primitive Accumulation', in *Common Sense*, no. 6 (Edinburgh).

போன்ஃபெல்ட்/ஹாலவே Bonefeld/Holloway (eds.) (1991) *Post Fordism and Social Form*, (London)

கிளார்க் Clarke (1977) 'Marxism, sociology and Poulantzas' Theory of the State' in *Capital & Class*, no. 2 (London), reprinted in கிளார்க் Clarke (1991).

கிளார்க் Clarke (1978) 'Capital, Fractions of Capital and the state, "Neo-Marxist" Analysis of the South African State', in *Capital & Class*, no. 5 (London). கிளார்க் Clarke (1980) 'The Value of Value: Rereading Capital', in *Capital & Class*, no. 10 (London).

கிளார்க் Clarke (1982) *Marx, Marginalism and Modern Sociology*, (London).

கிளார்க் Clarke (1983) 'Comment on Jessop', in *Kapitalistate*, no. 10/11.

கிளார்க் Clarke (1988a) *Keynesianism, Monetarism and the Crisis of the State* (Aldershot).

கிளார்க் Clarke (1988b) 'Overaccumulation, class struggle and the regulation approach', in *Capital & Class,* no. 36 (London) reprinted in போன்ஃபெல்ட் Bonefeldl Holloway.(1991).

கிளார்க் Clarke (1989) Review article on M. Itoh's 'Basic Understanding of Capitalism'in *Capital & Class*, no. 37 (London).

கிளார்க் Clarke (1991) *The State Debate*, edited by கிளார்க் Clarke (London).

எல்சன் Elson (1979) 'The Value Theory of Labour', in Elson (ed.) *Value. The Representation of Labour in Capitalism* (London).

கெர்ஸ்டன்பெர்கர் Gerstenberger (1989) 'Marxist State Theory Revisited', paper presented to the annual Conference of the *Conference of Socialist Economists* Sheffield, July 1989.

குன் Gunn (1987a) 'Marxism and Mediation', in *Common Sense*, no. 2 (Edinburgh).

குன் Gunn (1987b) 'Practical Reflexivity in Marx', in *Common Sense*, no. 1 (Edinburgh).

குன் Gunn (1987c) 'Notes on Class', in *Common Sense*, no. 2 (Edinburgh).

குன் Gunn (1987d) 'Rights', in *Edinburgh Review*, no. 77, (Edinburgh).

குன் Gunn (1989) 'Marxism and Philosophy: the conceptual status of Marxist categories in the light of Critical Realist Critique', *Capital & Class*, no. 37 (London).

குன் Gunn (1991) 'Marxism, Metatheory and Critique', in போன்ஃபெல்ட் Bonefeld/Holloway (1991).

ஹிர்ஷ் Hirsch (1976) 'Bemerkungen zum theoretischen Ansatz einer Analyse desbürgerlichen Staates', in *Gesellschaft* 8/9 (Frankfurt).

ஹிர்ஷ் Hirsch (1977) 'Kapitalreproduktion, Klassenauseinader setzungen und Widerspruche im Staatsapparat', in *Handbuch V Staat*, edited by BrandeslHoffmann/Jürgens/Semmier (Koln).

ஹிர்ஷ் Hirsch (1978) 'The State Apparatus and Social Reproduction: Elements of a Theory of the Bourgeois State', in Holloway/Picciotto (1978).

ஹிர்ஷ் Hirsch/Roth (1986) *Das neue Gesicht des Kapitalismus. Volume Fordismus zum Post-Fordismus* (Hamburg).

ஹாலவே Holloway (1980) 'State as Class Practice', in *Research in Political Economy*.

ஹாலவே Holloway (1988) 'The Great Bear, Post-Fordism and class struggle: a comment on போன்ஃபெல்ட் Bonefeld and Jessop', in *Capital & Class*, no. 36 (London) reprinted in போன்ஃபெல்ட் Bonefeld/ஹாலவே Holloway (1991).

ஹாலவே Holloway/Picciotto (1977) 'Capital, Crisis, and the State', in Capital & Class no. 2 (London), reprinted in கிளார்க் Clarke (1991).

ஹாலவே Holloway/Picciotto (1978) (eds.) State and Capital, A Marxist Debate (London)

ஜேசப் Jessop (1982) *The Capitalist State* (Oxford).

ஜேசப் Jessop (1983) 'State forms, social Basis and Hegemonic Projects', in *Kapitalistate*, no. 10/11 (1983).

ஜேசப் Jessop (1985) *Nicos Poulantzas, Marxist Theory and Political Strategy* (Basingstoke).

ஜேசப் Jessop (1986) *The Economy, The State, and the Law, Theories of Relative Autonomy and Autopoietic* Closure (European University Institute, Florence).

ஜேசப் Jessop (1988) 'Regulation theory, post Fordism and the state: more than a reply to Werner Bonefeld', in *Capital & Class*, no. 34 (London) reprinted in BonefeldlHolloway (1991).

ஜேசப் Jessop (1988b) *Regulation Theories in Retrospect and Prospect*, (University of Bielefeld, Zentrum fur interdisziplinare Forschung, BIelefeld).

ஜேசப் Jessop et.al. (1988) Jessop, Bonnet, Bromley, Ling, *Thatcherism, a Tale of Two Nations*, (London).

லண்டன் London (1980) *In and Against the State* (London).

லூகாக்ஸ் Lukacs (1968) *Geschichte und Klassenbewussbstein* (Frankfurt)

மராசி Marazzi (1976) 'Money in the World Crisis: The New Basis of Capitalist Power', in Zerowork. Political Materials 2 (New York.

மார்க்ஸ் Marx (1966) *மூலதனம் மூன்றாம் பாகம்* (Capital vol III, London, Lawrence and Wishart).

மார்க்ஸ் Marx (1969) *பிரான்சில் வர்க்கப் போராட்டம் 1848-1850* ('Die Klassenkampfe in Frankreich 1848-1850', in MEW 7, Berlin East).

மார்க்ஸ் (Marx) *(1963) குருண்ட்ரிச* (Grundrisse, Middlesex, Penguin).

மார்க்ஸ் Marx (1974) *குருண்ட்ரிச* (Grundrisse) ஜெர்மன் பதிப்பு (Berlin East).

மார்க்ஸ் Marx (1976) *உபரி மதிப்புக் கோட்பாடுகள் தொகுதி 3* (Theorien Uber den Mehrwert, vol. III, MEW 26.3 (Berlin East))

மார்க்ஸ் Marx 1978 *மூலதனம் இரண்டாம் பாகம்* (Capital vol. II, Middlesex, Penguin).

மார்க்ஸ் Marx (1981) *அரசியல் பொருளாதார விமர்சன பகுப்பாய்வுக்கு பங்களிப்பு* ('Zur Kritik der Politschen Okonomie", in MEW 13, Berlin East).

மார்க்ஸ் Marx (1983) *மூலதனம் முதல் பாகம்* (Capital vol. 1, London, Lawrence and Wishart).

மார்க்ஸ் Marx/Engels (1958) ஜெர்மன் சித்தாந்தம் ('Die deutsche Ideologie', in MEW 3, Berlin East).0

நெக்ரி Negri (1984) *Marx Beyond Marx, Lessons on the Grundrisse,* (Massachusetts, Bergin & Garvey).

நெக்ரி Negri (1988) 'Keynes and Capitalist Theories of the State Post-1929', in Toni Negri *Revolution Retrieved,* edited by Red Notes Italian Archive (London).

நெக்ரி Negri (1989) *The Politics of Subversion* (London).

நெக்ட் Negt (1984) 'Was ist und zu wechem Zweck benötigen wir heute eine Erneuerung des Marxismus? Rede zurn hundersten Todestag von Karl Marx', in PROKLA, no. 55 (Berlin).

நெக்ட்/க்ளுக Negt/Kluge (1971) *Öffentlichkeit und Erfahrung* (Frankfurt).

புலண்ட்ஸஸ் Poulantzas (1973) *Political Power and Social Classes* (London).

புலண்ட்ஸஸ் Poulantzas (1974) *Fascism and Dictatorship* (London).

புலண்ட்ஸஸ் Poulantzas (1980) *State Power Socialism* (London).

சைக்கோபீடிஸ் Psychopedis (1988) 'Notes on Mediation Analysis', in *Common Sense,* no 5(Edinburgh June 1988).

சைக்கோபீடிஸ் Psychopedis (1991) 'Crisis Theory in contemporary Social Sciences', in Bonefeld/Holloway (1991).

ரெய்ஷெல்ட் Reichelt (1978) 'Some remarks on Flatow and Huisken's Essay "On the Problems of the Derivation of the Bourgeois State"', in Holloway/Picciotto (1978).

வி. பிரவுன்ம்யூல் V. Braunmühl (1976) 'Die Internationale Organisiertheit der bürgerlichen Gesellschaft', in *Gesellschaft* 8/9 (Frankfurt).

வி. பிரவுன்ம்யூல் V. Braunmühl (1978) 'On the Bourgeois nation State within the World Market Context', in Holloway/Picciotto (1978).

4. உலகளாவிய மூலதனத் திரட்டலும் முதலாளித்துவ அரசு வடிவத்தை காலவரிசைப்படுத்துவதும்

-சைமன் கிளார்க்

காலவரிசைப்படுத்துவது என்ற பிரச்சினை

முதலாளித்துவ உற்பத்தி முறையை காலவரிசைப்படுத்துவது, அரசியல் சந்தர்ப்பவாதத்தை நியாயப்படுத்துவதற்காக வரலாற்றின் எதேச்சைத்தன்மையை வலியுறுத்தும் அனுபவவாதத்துக்கும், வறட்டுத்தனமான அடிப்படைவாதத்தை நியாயப்படுத்துவதற்காக முதலாளித்துவ உற்பத்தி முறையின் இயக்கத்தின் மாறாத விதிகளை வலியுறுத்தும் குறுக்கல்வாதத்துக்கும் இடையே ஒரு இடைநிலைப் பாதையை கண்டுபிடிப்பதற்கான முயற்சி. முதலாளித்துவ உற்பத்தி முறையை காலவரிசைப்படுத்துவது 'இடைநிலைக் கட்டமைப்புகளை' வரையறுப்பதற்கான வழியை வழங்குவதாகக் கருதப்படுகிறது. அந்த இடைநிலைக் கட்டமைப்புகள் குறிப்பிட்ட வரலாற்று சகாப்தத்துடன் தொடர்புடைய ஒழுங்குகளையும் அமைப்புரீதியான அம்சங்களையும் தீர்மானிக்கின்றன; அதன் மூலம் தற்போதைய சூழல் இணைவில் தலையிடுவதற்கான அரசியல் போர்தந்திரத்துக்கான அறிவியல்ரீதியான அடித்தளங்களை வழங்குகின்றன.

ஆதிக்கம் செலுத்தும் மூலதனத் திரட்டல் வடிவங்களை காலவரிசைப்படுத்துவது கடந்த காலங்களில் முன்வைக்கப்பட்ட பல்வேறு காலவரிசைப்படுத்தல்களின் அடிப்படையாக இருந்திருக்கிறது. ஆனால், அத்தகைய காலவரிசைப்படுத்தல்களின் முதன்மை நோக்கம் மாறிக் கொண்டிருக்கும் மூலதனத் திரட்டல் வடிவங்களை மாறிக் கொண்டிருக்கும் அரசு வடிவங்களுடனும் மாறிக் கொண்டிருக்கும் அரசியல் வர்க்கப் போராட்ட வடிவங்களுடனும் தொடர்புபடுத்துவதாக இருந்தது. எனினும், ஆதிக்கம் செலுத்தும் காலவரிசைப்படுத்தல்கள் அடிப்படையாகக் கொண்டிருக்கும் அரசு பற்றிய இந்த எளிமைப் படுத்தப்பட்ட கருத்தாக்கங்கள், அவற்றின் கோட்பாட்டு ஒத்திசைவையும் அவற்றின் அனுபவரீதியான பொருத்தப்பாட்டையும், அவற்றின் முடிவுகளின் அரசியல் பொருத்தப்பாட்டையும் பலவீனப்படுத்தி

யுள்ளன. இது, அரசு ஏகபோக முதலாளித்துவம் பற்றிய மரபார்ந்த கோட்பாட்டுக்கு உண்மையாக இருப்பது போலவே, 'ஒழுங்காற்றல் கோட்பாடும்', 'மூலதனத் திரட்டலின் சமூகக் கட்டமைப்புகள்' என்ற அணுகுமுறையும் முன் வைத்த சமீபத்திய காலவரிசைப்படுத்தலுக்கும் உண்மையாக உள்ளது, இவை அனைத்தும் அரசு பற்றிய எளிய முறைபாட்டு கோட்பாட்டை அடிப்படையாகக் கொண்டுள்ளன. இது அரசின் செயல்பாட்டை மூலதனத்தின் நலன்களில் வெளிப்படுத்தப் படும் மூலதனத் திரட்டலின் செயல்பாட்டுரீதியான தேவைகளுக்கு சேவை செய்வதாகக் குறுக்கி விடுகிறது; குறைந்தபட்சம் கொள்கை யளவிலாவது, முதலாளித்துவத் திரட்டலின் முரண்பாடுகளை தீர்ப்பதற்காக தலையிடுவதன் மூலம் அரசு இந்தத் தேவைகளை நிறைவேற்ற முடியும் என்று அனுமானித்துக் கொள்கிறது. அரசு பற்றிய இந்தக் குறுகிய கருத்தாக்கம் மூலதனத் திரட்டலில் உள்ளார்ந்துள்ள முரண்பாடுகளை போதுமான அளவு கோட்பாட்டாக்கம் செய்யாததுடன் இணைந்துள்ளது. அரசு இந்த முரண்பாடுகளை தீர்த்துவிட முடியும் என்ற முன்னனுமானத்திற்கு இது அடிப்படையாக உள்ளது.

இந்த ஆய்வுக் கட்டுரையின் நோக்கம், மூலதனத் திரட்டலின் முரண் படும் வடிவத்தைப் பற்றிய மேலும் போதுமான கோட்பாடாக்கமும் முதலாளித்துவ அரசு பற்றிய மேலும் நுணுக்கமான கோட்பாடாக்கமும், முதலாளித்துவ உற்பத்தி முறை மற்றும் முதலாளித்துவ அரசு வடிவத்தின் மேலும் பொருத்தமான காலவரிசைப்படுத்தலுக்கான அடித்தளத்தை வழங்க முயற்சிப்பதும். 1970-களின் அரசு பற்றிய சொற்போரில் இருந்து நான் தொடங்குகிறேன். முதல் பார்வையில் முன்னோக்கிச் செல்வதற்கான பலனுள்ள வழியை அந்தச் சொற்போர் வழங்குவதாகத் தெரிகிறது. ஆனால், அது முதலாளித்துவத் திரட்டலில் உள்ளார்ந்துள்ள முரண்பாடுகள் பற்றிய போதுமான விளக்கத்தை வழங்கத் தவறியது. அரசுக்கும் மூலதனத் திரட்டலின் முரண்படும் வடிவத்துக்கும் இடையிலான உறவு பற்றிய மாற்று விளக்கத்தின் அடிப்படையில், கோட்பாட்டுரீதியாக ஒத்திசைவாகவும், அனுபவரீதியாக சாத்தியமானதாகவும் தெரியும் முதலாளித்துவ அரசு வடிவத்தை காலவரிசைப்படுவதற்கான கோட்டுச் சித்திரத்தை நான் வழங்குகிறேன். இறுதியாக, முன்வைக்கப்பட்ட காலவரிசைப்படுத் தலை மேலும் விமர்சனரீதியாக பரிசீலிக்கிறேன். காலவரிசைப் படுத்தலின் காத்திரமான பலவீனங்கள் இந்த முயற்சியிலேயே உள்ளார்ந்துள்ள கோட்பாட்டுத் தவறுகளையும் முறைபாட்டுத் தவறுகளையும் பிரதிபலிக்கின்றன என்று முடிவு செய்கிறேன்.[1]

மிகை மூலதனத்திரட்டலும் வர்க்கப் போராட்டமும் அரசும்

1970-களின் அரசு பற்றிய சொற்போர் ஒரே நேரத்தில் தர்க்க ரீதியானதாகவும் வரலாற்றுரீதியானதுமான பகுப்பாய்வை வளர்த்தெடுக்க முயற்சித்தது. அது அரசு பற்றிய காலவரிசைப்படுத்தலுக்கு இட்டுச் செல்லும் என்று எதிர்பார்க்கப்பட்டிருக்கலாம். எதார்த்தத்தில், அத்தகைய முயற்சிகள் தொடக்கத்திலேயே தோல்வியடைந்து விட்டன. ஏனென்றால் அத்தகைய காலவரிசைப்படுத்தலுக்கான அடிப்படையாக, ஒத்திசைவான கொள்கை ஒன்றைக் கண்டறிவது அசாத்தியமாக இருந்தது. ஜோக்கிம் ஹிர்ஷ் (Joachim Hirsch) முதலாளித்துவ அரசு வடிவத்துக்கான ஒரு காலவரிசைப்படுத்தலை முன் வைத்தார்.[2] அதன் கட்டங்கள், இலாபவீதம் வீழ்ந்து செல்லும் போக்கை எதிர்த்து செயல்படும் வெவ்வேறு போக்குகள் ஒன்றிணைவதுடன் தொடர்புடையவை, ஆனால் அவர் இந்த அணுகுமுறையை விரித்துரைக்கவே இல்லை. ஹாலவேயும் பிக்கியாட்டோவும், வர்க்கப் போராட்டத்தின் முதன்மைக்கு அவர்கள் கொடுத்த முக்கியத்துவத்துக்கு ஏற்ற வகையில், முதலாளித்துவ அரசு வடிவத்தின் வளர்ச்சியில் மூன்று கட்டங்கள் அடங்கிய கோட்டுச்சித்திரத்தை வழங்கினர். இந்தச் சித்திரம், ஆரம்பகட்ட புறநிலை உறவில் தொடங்கி, அறுதி உபரி-மதிப்பின் உற்பத்தி கட்டத்தின் ஊடாக, ஒப்பீட்டு உபரி-மதிப்பின் உற்பத்தி கட்டம் வரை மூலதனத்துக்கும் உழைப்பு நிகழ்முறைக்கும் இடையேயான உறவோடு தொடர்புடையது. அக்லியேட்டாவின் (Aglietta) காலவரிசைப்படுத்தலை மேலோட்டமாக ஒத்த கால வரிசைப்படுத்தல் என்று இதைப் புரிந்து கொண்டாலும், ஹாலவேயும் பிக்கியாட்டோவும் அதனை அவ்வாறு பயன்படுத்தவில்லை, மாறாக, முதலாளித்துவ அரசு வடிவத்தின் வெவ்வேறு அம்சங்களின் முற்போக்கான வளர்ச்சி பற்றிய வரலாற்று விளக்கத்துக்கான அடிப்படையாக அதனைப் பயன்படுத்தினர். அவை முதலாளித்துவ அரசின் வளர்ச்சியடைந்த வடிவத்தின் உறுப்புகளாக தொடர்ந்து இணைந்திருக்கின்றன.[3] முதலாளித்துவ அரசு வடிவத்தின் கால வரிசைப்படுத்தல் பற்றி நடந்த விவாதங்கள் பெரிய அளவு முன்னேற வில்லை, அவை முற்றதிகார அரசின் தன்மை என்ற பிரச்சினையில் சிக்கிக் கொண்டன.[4] பின்னர் ஹிர்ஷ் அரசு கோட்பாடு பற்றிய தனது மீள்வரையறைக்கான அடிப்படையாக 'ஒழுங்காற்றல் அணுகு முறையின்' முறைபாட்டு காலவரிசைப்படுத்தலை எடுத்துக் கொண்டார். ஒழுங்காற்றல் அணுகுமுறைக்குள் அரசு பற்றிய மேலும் நுணுக்கமான கோட்பாட்டை ஒருங்கிணைத்த பெருமை ஹிர்ஷின் ஆய்வுக்கு உண்டு. எனினும், ஒழுங்காற்றல் அணுகுமுறையின்

கோட்பாட்டுப் போதாமைகளையும் வரலாற்றுப் போதாமைகளையும் சரி செய்வதற்கு அது எதையும் செய்யவில்லை.[5]

இந்த ஆய்வுக் கட்டுரையில் முதலாளித்துவ அரசு வடிவத்தை காலவரிசைப்படுத்துவதற்கான ஒரு மாற்று அணுகுமுறையின் கோட்டுச் சித்திரத்தை தர விரும்புகிறேன். அது மூலதனத் திரட்டலில் உள்ளார்ந்துள்ள முரண்பாடுகள் பற்றிய மாற்று விளக்கத்தின் அடிப்படையிலானது. போட்டியின் அழுத்தத்தால் தனிப்பட்ட மூலதனங்கள் மீது சுமத்தப்படும் திரட்டலுக்கான உந்து சக்தி உற்பத்திச் சக்திகளை வரம்பின்றி வளர்த்துச் செல்லும் மூலதனத்தின் போக்கு என்ற வாதம் எனது தொடக்கப் புள்ளி. முதலாளித்துவப் பொருளியலாளர்கள் நம்மை நம்பச் சொல்வது போல, முதலாளிகள் போட்டியை எதிர்கொள்ளும் போது சந்தையின் வரம்புகளுக்கு பணிந்து உற்பத்திக்கு வரம்பிட்டுக் கொள்வதில்லை, மாறாக, வர்த்தகத்தை விரிவுபடுத்துவதன் மூலமும், பின்தங்கிய உற்பத்தி முறைகளை ஒழித்துக்கட்டி அவற்றின் இடத்தைப் பிடிப்பதன் மூலமும் புதிய சந்தைகளை உருவாக்க முயற்சிக்கின்றனர், வேலை நாளை நீட்டுவதன் மூலமும் கூலிகளை வலுவந்தமாகக் குறைப்பதன் மூலமும் உழைப்பை தீவிரப்படுத்துவதன் மூலமும் எல்லாவற்றுக்கும் மேலாக உற்பத்தி முறைகளை மாற்றி அமைப்பதன் மூலமும் செலவுகளைக் குறைக்க முயற்சிக்கின்றனர். உற்பத்திச் சக்திகளை தொடர்ந்து வளர்த்துச் செல்லும் மூலதனத்தின் போக்கு, உலகச் சந்தையை வளர்ப்பது உற்பத்தியின் முதலாளித்துவ சமூக உறவுகளை உலகளாவிய அளவில் விரிவுபடுத்துவது என்ற மூலதனத்தின் போக்குக்கு ஆரம்ப கட்டங்களில் இருந்தே அடிப்படையாக இருந்தது. எனினும், சந்தையின் வரம்புகளைப் பொருட்படுத்தாமல் உற்பத்திச் சக்திகளை வளர்க்கும் போக்கு, உலகளாவிய மிகை மூலதனத் திரட்டலுக்கும் மூலதனத்தின் ஏற்றத்தாழ்வான வளர்ச்சிக்கும் அடிப்படையாகவும் உள்ளது. சமூக உற்பத்தியின் வளர்ச்சி, இலாபத்துக்கான உற்பத்தி என்ற அதன் முதலாளித்துவ வடிவத்தின் வரம்புகளை எதிர்கொள்கிறது. மூலதனத்தின் மிகைத் திரட்டல் என்ற போக்கு மிகைஉற்பத்தியின் பொதுமைப்படுத்தப்பட்ட நெருக்கடி உருவாகும்போது கவனத்தைக் கவரும் வடிவில் வெளிப்பட்டாலும், அது அத்தகைய கவனத்தைக் கவரும் நெருக்கடிகளின் அம்சமாக மட்டும் இல்லை, போட்டியின் அழுத்தம் வர்க்கப் போராட்டம் தீவிரப் படுதலுக்கும், பின்தங்கிய மூலதனங்கள் மதிப்பிழப்பதற்கும், உற்பத்தி கொள்ளளவின் அழிப்புக்கும் உழைப்பு இடமாற்றப்படுவதற்கும் இட்டுச் செல்கையில் அது மூலதனத் திரட்டலின் அன்றாட எதார்த்தத்தின் அம்சமாகவும் உள்ளது.

அரசுக்கும் மிகை-மூலதனத் திரட்டலின் முரண்படும் வடிவத்துக்கும் இடையிலான உறவு நேரடியாக நிறுவப்படவில்லை, அது அரசு வடிவத்தின் மூலம் ஊடாடப்படுகிறது. குடிமைச் சமூகத்திலிருந்து அரசு பிரிக்கப்படுவதாலும், அதற்கு இணையாக அரசும் குடிமைச் சமூகமும் பணத்தின் ஆட்சிக்கும் சட்டத்தின் ஆட்சிக்கும் கீழ்ப் படுத்தப்படுவதாலும் முதலாளித்துவ அரசின் வர்க்கத் தன்மை, தீர்மானிக்கப்படுகிறது. அரசு பணத்துக்கு கீழ்ப்படுத்தப்படுவது, மிகை மூலதனத் திரட்டல் நெருக்கடி அரசுக்கு தோற்றமளிக்கும் பொருளாதார வடிவத்தை வரையறுக்கவும் அத்தகைய நெருக்கடிக்கு எதிர்வினை ஆற்றுவதற்கு அரசின் அதிகாரத்துக்கு வரம்புகளை விதிக்கவும் செய்கிறது. அதே நேரம், மூலதனத் திரட்டலின் முரண்பாடான போக்குகள் அரசியல்ரீதியாக இணக்கப்படுத்தப்படும் அரசின் குறிப்பான அரசியல் வடிவத்தையோ அல்லது நெருக்கடியை எதிர்கொள்வதற்கான அரசின் குறிப்பான எதிர்வினையையோ தீர்மானிப்பதில்லை. அரசின் அரசியல் வடிவம் வர்க்கப் போராட்டத்தால், மிகவும் குறிப்பாக உழைக்கும் வர்க்கத்தின் போராட்டங்கள் மூலமாக தீர்மானிக்கப்படுகிறது. சமூக உற்பத்தி மூலதனத்துக்குக் கீழ்ப் படுத்தப்படுவது உழைக்கும் வர்க்கத்தின் சொந்த உடல்ரீதியான மறுவுற்பத்திக்கும் சமூக மறுவுற்பத்திக்கும் தடையாக எதிர்நிற்கும் போது உழைக்கும் வர்க்கத்தின் போராட்டங்கள் மூளுகின்றன.

அரசு அரசியல்ரீதியாக தேசிய அடிப்படையில் கட்டமைக்கப் பட்டாலும், அதன் வர்க்கத் தன்மை தேசிய அடிப்படையில் தீர்மானிக்கப்படுவதில்லை, சொத்துடைமை மற்றும் ஒப்பந்தம் தொடர்பான முதலாளித்துவச் சட்டம் தேசிய சட்ட அமைப்புகளைக் கடந்து நிற்கிறது, உலகப் பணம் தேசிய நாணயங்களை கடந்து நிற்கிறது. பணத்தின் ஆட்சிக்கும் சட்டத்தின் ஆட்சிக்கும் அரசு கீழ்ப்படுத்தப்படுவதன் மூலம், உலக அளவில் மூலதனத்தின் முரண்பாடான திரட்டல் வடிவம் சுமத்தும் வரம்புகளுக்குள் அரசு மட்டுப்படுத்தப்படுகிறது. எனினும், அரசை அரசியல்ரீதியாக நிலைப் படுத்துவது தேசிய அடிப்படையில் சாதிக்கப்பட வேண்டியுள்ளது; அது பொதுவாக, உள்நாட்டு திறனுடை மூலதனத்தின் விரிவாக்கப் பட்ட மறுவுற்பத்தியை அரசால் உறுதி செய்ய முடிவதை முன்னனுமானித்துக் கொள்கிறது. ஒரு புறம், ஒப்பீட்டு உபரி மக்கள் தொகையை இந்த அடிப்படையில் மட்டுமே உள்வாங்க முடியும், எனவே, உழைக்கும் வர்க்கம் உடல்ரீதியாகவும் சமூகரீதியாகவும் மறுவுற்பத்தி செய்யப்படுவதை மூலதனத்திற்கு அது கீழ்ப்படுத்தப் படுவதுடன் ஒத்திசைவாக்க முடியும். இன்னொரு பக்கம், இந்த அடிப்படையில் மட்டுமே அரசு தனது வருவாய்களை உறுதி செய்து

உலகளாவிய மூலதனத் திரட்டலும் முதலாளித்துவ அரசு வடிவத்தை...

கொள்ளவும் அதன் வளங்கள் மீது அதிகரிக்கும் கோரிக்கைகளை நிறைவேற்றவும் முடியும்.

இதன் விளைவாக, மிகவும் பொதுவான சொற்களில், முதலாளித்துவ மூலதனத் திரட்டலில் உள்ளார்ந்துள்ள முரண்பாடு, உலக அளவில் மூலதனத்தின் மிகைத் திரட்டல், உள்நாட்டில் நிலைப்புரு திறனுடை மூலதனத் திரட்டலுக்கான தடைகள் என்ற வடிவத்தில் அரசுக்கு தோற்றமளிக்கிறது. முதலாளித்துவ மூலதனத் திரட்டலில் உள்ளார்ந்துள்ள முரண்பாட்டை அரசு தீர்க்க முடியாது என்றாலும், அது உள்நாட்டு திறனுடை மூலதனத் திரட்டலை உலக அளவிலான மூலதனத் திரட்டலுடன் ஒருங்கிணைப்பதை உறுதி செய்வதன் மூலம் அந்த முரண்பாடுகளின் அரசியல் தாக்கங்களை கட்டுப்படுத்த முடியும். அதன் மூலம், தொழிலாளி வர்க்கத்தின் அரசியல்ரீதியான ஒருங்கிணைப்பை உறுதி செய்வதற்கான அடிப்படையை அது வழங்க முடிகிறது. இதைச் சாதிப்பதற்கான அரசின் திறன் மீதான வரம்புகள், தேசிய அரசு என்ற அரசின் வடிவத்தால் மட்டும் தீர்மானிக்கப் படவில்லை. மாறாக, மேலும் அடிப்படையாக அது ஒரு பகுதியாக உள்ள சர்வதேச அரசு அமைப்பின் வடிவத்தாலும், அதற்கு இணையான உலகளாவிய மூலதனத் திரட்டலின் ஒருங்கிணைப்பு முறைகளாலும் தீர்மானிக்கப்படுகிறது. உலகளாவிய மூலதனத் திரட்டல் ஒருங்கிணைக்கப்படும் முறைகளை காலவரிசைப்படுத்துவது, அதற்கு இணையாக முதலாளித்துவ அரசு வடிவங்களை காலவரிசைப் படுத்துவதற்கான அடிப்படையை வழங்குகிறது.

இவை எல்லாம் மிகவும் அரூபமாக உள்ளன, ஆனால், முதலாளித்துவ அரசு வடிவம் பற்றிய இன்னும் திட்டவட்டமான பகுப்பாய்வுக்கும் காலவரிசைப்படுத்தலுக்கும் அடிப்படையை இது வழங்குகிறது என்று நான் கருதுகிறேன். மூலதனத்தின் மிகைதிரட்டல் என்ற மேலே தரப்பட்ட கருத்துரு அரூபமாக இருந்த போதிலும், அது காலவரிசைப்படுத்தலுக்கான அடிப்படையை வழங்குகிறது. ஏனென்றால், மிகை மூலதனத் திரட்டல் என்ற போக்கும், மூலதனத்தின் ஏற்றத்தாழ்வான வளர்ச்சி என்ற போக்கும் இலாப வீதத்தின் நகர்வுகள் மூலம் தொகுக்கப்படும் அளவுரீதியான உறவுகளை மட்டுமின்றி துறைரீதியான மற்றும் புவியியல்ரீதியான மூலதனத் திரட்டலின் ஏற்றத்தாழ்வின் மாறும் வடிவங்களிலும், மிகைமூலதனத் திரட்டல் உருவாக்கும் வர்க்கப் போராட்டத்தின் மாறும் வடிவங்களிலும் பண்புரீதியான உறவுகளையும் வரையறுக்கின்றன.

இந்த ஆய்வுக்கட்டுரையின் பெரும்பகுதி நான்கரை கட்டங்களைக் கொண்ட காலவரிசைப்படுத்தலின் வரைவை முன் வைக்கிறது, இந்தக்

காலவரிசைப்படுத்தலில் ஒரு நிலையிலிருந்து இன்னொரு நிலைக்கு மாறிச் செல்வது மிகைமூலதனத் திரட்டல் என்ற நெருக்கடியை எதிர்கொள்ளும் போது வர்க்கப் போராட்டத்தின் வடிவத்தாலும் வளர்ச்சியாலும் முதன்மையாகத் தீர்மானிக்கப்படுகிறது. ஆனால், இந்த ஆய்வுக் கட்டுரையின் இறுதியில், கீனிசியனிசத்தின் நெருக்கடியும் பணவியல்வாதத்தின் எழுச்சியும் இந்த காலவரிசைப்படுத்தல் போலியானது என்று காட்டுவதாகவும் இன்னும் சில அடிப்படையான தொடர்ச்சிகளை அது மறைப்பதாகவும் பரிந்துரைப்பதன் மூலம் விஷயங்களை குழப்ப விரும்புகிறேன். இப்போதைக்கு அந்தக் கட்டங்கள் பின்வருமாறு:

வணிகவாதம்

இது வணிக மூலதனம் உலகளாவிய அளவில் விரிவடைந்ததை அடிப்படையாகக் கொண்ட பதினெட்டாம் நூற்றாண்டுக்கே உரிய அரசு வடிவத்தை வரையறுக்கிறது. வணிக மூலதனத்தின் மிகைத் திரட்டல், அதிகரித்த சர்வதேசப் போட்டிக்கும் செலவு பிடிக்கும் வணிகப் போர்களுக்கும் காலனிய போர்களுக்கும், உற்பத்திக்குள் மூலதனத்தின் ஊடுருவலுக்கும் வழி வகுத்தது, இது மூலதனத் திரட்டலின் உலகளாவிய ஒருங்கிணைப்பையும் வணிகவாத அரசு வடிவத்தின் பொருளாதார, அரசியல் மற்றும் சித்தாந்த அடித்தளங்களையும் பலவீனப்படுத்திய அதே நேரம், அடுத்த கட்டத்துக்கு மாறிச் செல்வதற்கான அடித்தளத்தை வழங்கியது.

தாராளவாதம்

பத்தொன்பதாம் நூற்றாண்டின் முதல் பாதியில் அரசு தாராளமயமாக்கப்படுவது முதன்மையாக பிரிட்டிஷ் ஆலை உற்பத்தியில் மூலதனத் திரட்டல் தீவிரமாவதற்கும் பிற இடங்களில் விவசாயத்தில் மூலதனத் திரட்டல் விரிவடைவதற்கும் இடையேயான சர்வதேச உழைப்புப் பிரிவினையை அடிப்படையாகக் கொண்டிருந்தது. பொருளாதார தாராளவாதத்துடன் கூடவே அரசியல் தாராளவாதம் வந்து விடவில்லை என்ற வகையில் தாராளவாத அரசு வடிவம், உருவாகி வந்த தொழிலாளர் வர்க்கத்தின் போராட்டத்தை கட்டுப் படுத்தி வைக்க முடியவில்லை என்றாலும் அடக்குமுறையையும் சீர்திருத்தத் தையும் தேவைக்கேற்ப பயன்படுத்தி தாராளவாத அரசு வடிவத்தை, 1870-களின் மிகை மூலதனத் திரட்டல் நெருக்கடி வரை நீடித்தது.

ஏகாதிபத்தியம்

சர்வதேச வர்த்தகத்தையும் முதலீட்டையும் கூடுதலாகவோ குறைவாகவோ செயலூக்கமாக ஒழுங்குபடுத்துவதன் மூலம் உள்நாட்டு

மூலதனத் திரட்டலை நிலைப்புருவாக்கவும், அமைப்பாக்கப்பட்ட தொழிலாளி வர்க்கத்தை இணக்கப்படுத்தவும் அரசு முயற்சித்தபோது ஏகாதிபத்தியமும் சமூக சீர்திருத்தமும் உருவெடுத்தன. சர்வதேச போட்டி தேசிய அளவில் அரசியல்மயமாக்கப்படுவதும், உலகளாவிய போரிலும் புரட்சியிலும் முடிந்த இராணுவவாதத்தின் எழுச்சியும் அத்தகைய முயற்சிகளின் விளைவாக இருந்தன.

சமூக ஜனநாயகம்

இரண்டு உலகப் போர்களுக்கு இடைப்பட்ட காலத்தில் தாராள வாதத்தை மீட்டமைப்பதற்கான பலனற்ற முயற்சி மேற்கொள்ளப் பட்டது. இந்தக் காலகட்டத்தில் சமூக ஜனநாயக அரசு வடிவத்தின் கூறுகளும் உருப்பெற்றன. அது இரண்டாம் உலகப் போருக்குப் பிந்தைய மறுகட்டமைப்பு காலகட்டத்தில் அமைப்புரீதியாக வளர்க்கப் பட்டது, அந்தக் காலகட்டத்தில், சர்வதேச வர்த்தகத்தையும் பணக் கொடுப்புகளையும் தாராளமயமாக்கும் சட்டகத்தினுள் உலக அளவில் மூலதனத் திரட்டலை நிலைப்புருவாக்கியது, தொழில்துறை உறவுகளை பரவலாக்குவதன் மூலமும் சமூக சீர்திருத்தத்தின் மூலமும் வர்க்கப் போராட்டத்தை கட்டுக்குள் வைத்திருப்பதை சாத்தியமாக்கியது. விரிவாக்கப்பட்ட பொதுநிதிக் கொள்கை மூலமும் பணவியல் கொள்கை மூலமும் மூலதனத் திரட்டலை நீடித்து அதிகரித்துவந்த வர்க்கப் போராட்டத்தை கட்டுக்குள் வைக்கும் முயற்சி, பணவீக்க நெருக்கடியை தூண்டியது, மூலதனத்தை எதிர்த்து அல்லாமல் அரசை எதிர்த்த வர்க்கப் போராட்டத்தின் புதிய வடிவங்களின் வளர்ச்சியைத் தூண்டி விட்டது.

பணவியல்வாதம்

அரசையும் குடிமைச் சமூகத்தையும் உலகளாவிய மூலதனத்தின் பண பலத்துக்குக் கீழ்ப்படுத்துவதை மீள்உறுதி செய்கிறது. எனினும், பணவியல்வாதம் முதலாளித்துவ அரசின் காலவரிசைப்படுத்தலில் புதிய கட்டத்தை குறிக்கிறதா அல்லது உலகப் போர்களுக்கு இடைப்பட்ட கட்டம் அரசின் ஏகாதிபத்திய வடிவத்தின் ஏற்பட்ட நெருக்கடியைக் குறித்தது போல அரசின் சமூக ஜனநாயக வடிவத்தின் நெருக்கடியில் ஒரு தருணத்தை மட்டுமே குறிக்கிறதா என்பது விடை காணப்படாத ஒரு கேள்வி.

இந்த காலவரிசைப்படுத்தலை இன்னும் நெருக்கமாக பரிசீலிப்போம்.

வணிகவாதத்தின் நெருக்கடியும் நவீனகால அரசின் தோற்றமும்

வணிக மூலதனத்தின் வளர்ச்சி, வணிகவாத அரசு வடிவம் உருவெடுப்பதற்கான அடித்தளத்தை வழங்கியது. நிலப்பிரபுத்துவ

அரசு என்பது பிரபுத்துவ நிலவுடைமை வர்க்கத்தின் அமைப்பாக்கப் பட்ட அதிகாரமாகவே இருந்தது. முடியரசுக்கான வருவாய் பிரபுத்துவ வாடகைகளில் இருந்தும் பிரபுத்துவ கட்டணங்களில் இருந்தும் பெறப்பட்டது, அரசின் அதிகாரம் முடியரசரின் பிரபுத்துவ அதிகாரத்தோடு பிணைந்திருந்தது. மத்திய காலத்தில் வர்த்தகத்தின் வளர்ச்சி முடியரசருக்கும் நிலவுடைமை வர்க்கத்துக்கும் வருவாய்க்கான புதிய ஆதாரங்களை வழங்கியது, குடிமை சமூகத்திலிருந்து அரசு பிரிக்கப்படுவதற்கான முதல் கட்டங்களுக்கு இது அடிப்படையாக இருந்தது. எனினும், இந்தப் பிரித்தல், அரசின் வடிவத்தின் மீது கவனத்தைக் குவித்த நீண்டகால வர்க்கப் போராட்டங்களையும், அரசியல் போராட்டங்களையும் தூண்டியது.

பதினெட்டாம் நூற்றாண்டுவாக்கில் பிரபுத்துவ நிலவுடைமைக்குக் கீழ்ப்படுத்தப்படுவதிலிருந்து வணிக மூலதனம் தன்னை பெரும்பாலும் விடுவித்துக் கொண்டது. அதே நேரம், வணிக நடவடிக்கைகள் மத்திய காலத்தின் சொகுசுப் பொருட்களையும் இராணுவ வழங்கல்களையும் தாண்டி விரிவடைந்தன. உற்பத்தி மேன்மேலும் மூலதனத்துக்குக் கீழ்ப்படுத்தப்பட்டாலும், இந்த உறவு புறநிலையாகவே இருந்தது, உற்பத்தியில் மூலதனத்தின் ஊடுருவல் வரம்புக்குட்பட்டிருந்தது. சரக்கு உற்பத்தி விரிவாக்கப்பட்டது உற்பத்திச் சக்திகள் தொடர்ந்து வளர்ச்சியடைவதோடு இணைந்திருந்தாலும் வணிக இலாபங்கள் உபரி-மதிப்பின் உற்பத்தியை விட, அரசால் வழங்கப்பட்டு அமல் படுத்தப்பட்ட ஏகபோக அதிகாரங்களை பயன்படுத்துவதையே இன்னமும் முதன்மையாக சார்ந்திருந்தன. உள்நாட்டு வர்த்தகம் நிலவுடைமையாளர்களின் உபரி உற்பத்தியையும் சரக்கு உற்பத்தியாளர் களின் உபரி உற்பத்தியையும் மறுவினியோகம் மட்டுமே செய்த அதே நேரத்தில், அன்னிய வர்த்தகம் அன்னிய உற்பத்தியாளர்களின் உபரி உற்பத்தியை கைப்பற்றுவதற்கான வாய்ப்பை வழங்கின.

வணிகவாத அரசு வடிவம் என்பது வணிக மூலதனத்தின் திரட்டலால் கட்டவிழ்த்து விடப்பட்ட வர்க்கப் போராட்டங்களை எதிர்கொள்வதற்கான முயற்சியின் விளைவு. அது அன்னியர்களுக்கு எதிராக ஏகபோக சக்திகளை பயன்படுத்துவதை உறுதி செய்ய முயற்சித்தது. அரசு குடிமைச் சமூகத்திலிருந்து முறையாக பிரிக்கப் பட்டிருந்தாலும், பொதுநிதியும் அரசு நிர்வாகமும் தனியார் அதிகாரங் களுக்கும் தனியுரிமைகளுக்கும் பொது அங்கீகாரம் வழங்குவதன் மூலமாகத்தான் முதன்மையாக சாதிக்கப்பட்டன. தாக்கும் தன்மையிலான வர்த்தகக் கொள்கைகள் மூலமும் காலனியக் கொள்கைகள் மூலமும் அரசு அன்னிய வர்த்தகத்தின் வளர்ச்சியை ஊக்குவித்தது, அதே நேரம்

பாதுகாக்கும் மற்றும் வரம்பிடும் சட்டப் பொறியமைவின் மூலம் உள்நாட்டு உற்பத்தியின் மீதும் வேலை வாய்ப்புகளின் மீதும் அதன் தாக்கத்தை கட்டுப்படுத்த முயற்சித்தது; ஒட்டுமொத்த மக்கள் திரளின் மீது நிலவுடைமை வர்க்கத்தின் அதிகாரத்தை பராமரித்தது.

வணிக மூலதனத்தின் மிகை திரட்டல், வர்த்தகப் போர்கள் மற்றும் காலனியப் போர்களின் வடிவத்திலும் வரிவிதிப்பு மற்றும் பொதுக் கடனின் அதிகரிக்கும் சுமையின் வடிவத்திலும் வெளிப்பட்ட அதிகரித்த போட்டிக்கு அடிப்படையை வழங்கியது. இலாபவீதம் குறைந்து செல்வது, இலாபத்துக்கான புதிய ஆதாரங்களை வளர்த்தெடுக்கும் முயற்சியின் மூலம் மூலதனம் உற்பத்திக்குள் ஊடுருவுவதை ஊக்குவித்தது. இது நிலைநாட்டப்பட்ட அதிகார வடிவங்களை அரித்தது. இதன் விளைவாக வர்க்கப் போராட்டம் தீவிரமடைந்தது; அது அரசின் ஒட்டுண்ணித்தனத்தின் மீதும் ஊழலின் மீதும் அரசியல் கவனத்தைக் குவித்தது. அது கவனத்தைக் கவரும் வகையில் அமெரிக்கப் புரட்சியிலும் பிரெஞ்சுப் புரட்சியிலும் வெடித்தது. பத்தொன்பதாம் நூற்றாண்டின் முதல் பாதியில் ஐரோப்பாவில் மக்கள்திரள் தீவிரவாதம் அதிகரிப்பதற்கும் அதே அளவு அடிப்படையை வழங்கியது.

உற்பத்திக்குள் மூலதனம் ஊடுருவியது வணிகவாத அரசு வடிவத்தை பலவீனப்படுத்தியது, அரசின் புதிய வடிவம் ஒன்று உருவாவதற்கான அடித்தளங்களை உருவாக்கியது. அதில் மூலதனத் திரட்டல் மூலதனம் உற்பத்திக்குள் ஊடுருவுவதையும் வர்த்தக தாராளமயமாக்கல் மூலம் உலகச் சந்தையை வளர்ப்பதையும் அடிப்படையாகக் கொண்டிருந்தது. இது, மூலதனத் திரட்டல் விருப்பு வெறுப்பற்ற பணத்தின் ஆட்சிக்கும் சட்டத்துக்கும் கீழ்ப்படுத்தப்படும் வகையில் வணிகவாத ஒழுங்காற்றல் பொறியமைவை கலைப்பதன் மூலம் அரசை குடிமைச் சமூகத்தில் இருந்து தீவிரமாக பிரிப்பதைக் கோரியது, இங்கிலாந்தில் வில்லியம் பிட் பிரதமராக இருந்த காலம் முதல் வில்லியம் கிளாட்ஸ்டோன் பிரதமராக இருந்த காலம் வரையில் அரசாங்கத்தில் அமைதியான புரட்சி மூலம் இது சாதிக்கப்பட்டது, கண்டத்து ஐரோப்பாவில் 1848 புரட்சிகளின் பின்விளைவாக அரசை மறுகட்டுவிப்பதன் மூலம் சாதிக்கப்பட்டது. அமெரிக்காவில் உள்நாட்டுப் போருக்குப் பிந்தைய காலத்தில் சாதிக்கப்பட்டது.

தாராளவாத அரசு வடிவம்

போட்டித்தன்மையிலாக இருப்பதை விட இட்டு நிரப்புவதாக இருந்த சர்வதேச உழைப்புப் பிரிவினையின் வளர்ச்சி தாராளவாத

அரசு வடிவத்தின் தோற்றத்துக்கான நிபந்தனையாக இருந்தது. உலகளாவிய அளவில் உற்பத்திக்குள் மூலதனம் ஊடுருவியது அதன் அடிப்படை; பத்தொன்பதாம் நூற்றாண்டின் இரண்டாம் கால் பகுதியில் வணிக விரிவாக்கக் கொள்கை மூலமும், வர்த்தக தாராளமயமாக்கல் மூலமும் ஊக்குவிக்கப்பட்டது. அதைத் தொடர்ந்து நூற்றாண்டின் மூன்றாம் கால் பகுதியில் ரயில்வேக்களின் வளர்ச்சி ஏற்பட்டது. பிரிட்டிஷ் ஆலை உற்பத்தித் தொழிலில் உற்பத்திச் சக்திகளில் ஏற்பட்ட துரித வளர்ச்சியானது கச்சாப் பொருட்களின் வழங்கலுடனும் உற்பத்திப் பொருட்களுக்கான சந்தைகளுடனும் ஒப்பிடும் போது ஆலை உற்பத்தித் தொழிலில் மிகை மூலதனத் திரட்டலை தூண்டியது, அது காலவட்டரீதியிலான நெருக்கடிகளாக வெடித்தது. எனினும், இதனால் மூலதனத் திரட்டலுக்கு ஏற்பட்ட தடைகளை, ஒருபுறம் உலக அளவில் விவசாயத்தை விரிவாக வளர்ப்பதன் மூலமும், மறுபுறம் சிறுவீத உற்பத்தியாளர்களை அழிப்பதன் மூலமும் மூலதனம் கடக்க முடிந்தது. இவ்வாறாக, காலவட்ட நெருக்கடிகள் முதன்மையாக வணிக மூலதனத்தை மதிப்பிழக்கச் செய்வதன் மூலமும், சிறுவீத உற்பத்தியாளர்களை அழிப்பதன் மூலமும் மேலும் புதுப்பிக்கப்பட்ட மூலதனத் திரட்டலுக்கான வழியை உருவாக்கவே செய்தன.

விவசாயத்திலும் ஆலை உற்பத்தித் தொழிலிலும் இட்டு நிரப்பும் வகையிலான மூலதனத் திரட்டல் உலகளாவிய அளவில் ஒழுங்காற்றலின் வணிகவாத வடிவங்களை பலவீனப்படுத்தியது; தாராளவாத அரசு வடிவத்தின் தோற்றத்துக்கு அடித்தளமாக அமைந்த வர்க்கப் போராட்டத்தை பரவலாக்கியது. எனினும், தடையில்லா மூலதனத் திரட்டலும், தாராளவாத அரசு வடிவம் மேலும் உறுதிப்படுத்தப்பட்டதும் போராட்டத்தின் புதிய அலைகளை கட்டவிழ்த்து விட்டது. ஒழிக்கப்பட்ட சிறுவீத உற்பத்தியாளர்களின் பெருந்திரள் தீவிரவாதம் வணிகச் சகடத்தின் போக்கைப் பின்பற்றியது; நெருக்கடி காலங்களில் வளர்ந்து கொண்டிருந்த தொழிலாளி வர்க்கப் போராட்டங்களால் வலுப்படுத்தப்பட்டது. ஒழுங்கு குலைவுக்கு எதிர்வினையாக அரசு சட்டத்தின் ஆட்சியை அடக்குமுறை மூலம் அமல்படுத்தியது. அதே நேரம், மக்கள்திரள் எதிர்ப்பும் தொழிலாளி வர்க்க அமைப்பாக்கத்தின் வளர்ச்சியும் மக்கள் பெருந்திரளை மூலதனத்தின் பண அதிகாரத்துக்கு கீழ்ப்படுத்தும் அரசின் முயற்சிக்கு தடை போட்டது, துயரத்துக்கு தொடர்ந்து வழங்கப்பட்ட நிவாரணத்துக்கும், நிலவுடைமை வர்க்கத்தின் சமூக அதிகாரத்தை

மீட்டமைப்பதற்கும் காப்புவாத தொழில்துறை சட்டமியற்றலின் தொடக்கத்துக்கும், தொழிலாளி வர்க்கத்தின் வரம்புக்குட்பட்ட தொழிற்சங்க உரிமைகளை தட்டுத்தடுமாறி அங்கீகரிப்பதற்கும் அடித்தளமாக இது அமைந்தது. இருந்தாலும், உள்நாட்டு திறனுடை மூலதனத் திரட்டல் ஒப்பீட்டு உபரி மக்கள் தொகையை உள்வாங்கவும், நல்ல இலாபங்கள் உபரி-மதிப்பின் உற்பத்தி தொடர்பான வர்க்கப் போராட்டத்தை மட்டுப்படுத்தவும் செய்தாலும் அத்தகைய தீர்வுகள் மாறிச்செல்வதன் உராய்வு பிரச்சினைகளுக்கும் காலவட்ட நெருக்கடிகளுக்கும் அவ்வப்போது செய்யப்படும் விதிவிலக்கான எதிர்வினைகளாக மட்டுமே தோன்ற முடியும்.

1873 உலக நெருக்கடி இந்த வடிவிலான உலகளாவிய மூலதனத் திரட்டலின் வரம்புகளைக் காட்டியது, அது ரயில்பாதைகளை மையமாகக் கொண்ட உலக தொழில்முனைவு குமிழி உடைந்ததில் வெளிப்பட்டது. அது போன்ற முந்தைய நெருக்கடிகளைப் போல இந்த நெருக்கடிக்குப் பின்னர் விரிவாக்க அலை புதுப்பிக்கப்பட வில்லை, மாறாக, பொதுமைப்படுத்தப்பட்ட மிகைஉற்பத்தியின் உருவாக்கத்துக்கும், மூலதனத் திரட்டல் துறைரீதியாகவும் புவியியல் ரீதியாகவும் குலைவதற்கும் வழி வகுத்தது. மூலதனத்துக்கு, தீவிரமடைந்த சர்வதேசப் போட்டி, இலாபமீட்டும் திறன் மீதான அழுத்தம், மூலதனத்தின் மதிப்பிறக்கம், திறனுடை கொள்ளளவு அழிக்கப்படுவது என்ற வடிவில் இந்த நெருக்கடி வெளிப்பட்டது. தொழிலாளி வர்க்கத்துக்கு, உழைப்பை தீவிரமாக்குவதற்கும், பணக் கூலிகளை குறைப்பதற்கும் முதலாளிகளின் முயற்சி, பரவலான வேலையிழப்பும் வேலையின்மையும் என்ற வடிவத்தில் தோற்றமளித்தது. அரசுக்கு, பொதுநிதி நெருக்கடி, நிதித்துறை நெருக்கடி, பணவியல் நெருக்கடி ஆகியவை அதிகரிப்பது என்ற வடிவத்திலும் அதிகரிக்கும் மக்கள்திரள் கிளர்ச்சியின் வடிவிலும் தோற்றமளித்தது, வீழ்ச்சியடைந்த வருவாய்கள் பொது நிதியை சீர்குலைத்தன, மூலதனத் திரட்டலின் குலைவு சர்வதேச பணக்கொடுப்புகளையும் உள்நாட்டு பணக் கொடுப்புகளையும் சீர்குலைத்தது. சுதந்திர வர்த்தகம், தங்க நியமம் என்ற சட்டகத்துக்குள் மரபுத்தூய்மை பணச்சுருக்க வழிகளில் பொருளாதார நெருக்கடியை தீர்ப்பதற்கான முயற்சி வெகுமக்கள் கிளர்ச்சியை தீவிரப்படுத்தவே முடிந்தது. இவ்வாறாக, மிகை மூலதனத் திரட்டல் நெருக்கடி அரசில் ஒரு நெருக்கடியை ஏற்படுத்தியது, அரசின் வடிவம் தொடர்பாக வர்க்கப் போராட்டத்தின் புதிய அலையை கட்டவிழ்த்து விட்டது, அதன் விளைவாக உருவானதுதான் ‘ஏகாதிபத்திய’ அரசு வடிவம்.[6]

ஏகாதிபத்திய அரசு வடிவம்

வளர்ந்து வந்த சோசலிச இயக்கம் உற்பத்தியை சமூகமயமாக்குவதைக் கோரிய நேரத்தில், கற்பனையான பழமைவாதம் முதலாளித்துவத்துக்கு முந்தைய ஒழுங்காற்றல் வடிவங்களை மீட்க வேண்டும் என்று கோரிய நேரத்தில், அரசு அதன் முதலாளித்துவ வடிவத்தின் வரம்புக்குள்ளாகவே நெருக்கடிக்கு எதிர்வினையாற்றியது. அரசின் முதலாளித்துவ வடிவத்தில் அரசும் குடிமைச் சமூகமும் ஒரே வகையில் மூலதனத்தின் அதிகாரத்துக்குக் கீழ்ப்படுத்தப்பட்டன, அது தாராளவாத கட்டத்தின் போது உறுதி செய்யப்பட்டிருந்தது. அரசு குடிமைச் சமூகத்திலிருந்து பிரிக்கப்படுவது, அது பணத்தின் ஆட்சிக்கும் சட்டத்தின் ஆட்சிக்கும் கீழ்ப்படுத்தப்படுவது, நீதித்துறையின் சுயேச்சையும் மத்திய வங்கியின் சுயேச்சையும் என்ற வடிவத்திலும் அரசாங்கத்தின் நிர்வாகக் கிளையை சட்டமியற்றும் கிளைக்கு முறையாகக் கீழ்ப்படியச் செய்வது என்ற வடிவத்திலும், பொதுக் கணக்கியல் முறையையும் நிதித்துறை அமைப்பையும் கரணியமாக்குவது என்ற வடிவத்திலும் சமன் செய்யப்பட்ட அரசு நிதித் திட்டமும் தங்க நியமமும் என்ற வடிவத்திலும் நிறுவனமயமாக்கப்பட்டது. தாராளவாத அரசு வடிவத்தின் அரசியல்சட்ட கட்டுவிப்புரீதியான வரம்புகள், நெருக்கடிக்கான அரசின் அரசியல் எதிர்வினையை மூலதனத்தின் வரம்புகளுக்குள் மட்டுப்படுத்தியது.

அமைப்பாக்கப்பட்ட தொழிலாளி வர்க்கத்தின் சவாலுக்கு தன் வடிவத்தின் வரம்புகளுக்குள்ளாகவே அரசு எதிர்வினை ஆற்றியது. உருவாகி வந்த 'தொழில்துறை உறவுகள்' சட்டகத்துக்குள்ளாக தொழிற்சங்கங்களுக்கு வரம்புக்குட்பட்ட அங்கீகாரத்தை வழங்குவதன் மூலம் துறைரீதியான பிளவுகளை நிறுவனப்படுத்தவும் உறுதிப்படுத்தவும் முயற்சிப்பதன் மூலமும், வரம்புக்குட்பட்ட சமூக சீர்திருத்தை அறிமுகப்படுத்துவதன் மூலமும், அதே நேரத்தில் வாக்குரிமையை விரிவுபடுத்துவதன் மூலம் உழைக்கும் வர்க்கத்தை அரசியல்ரீதியாக தேசிய அளவில் மறுகட்டமைப்பு செய்வதன் மூலமும் எதிர்வினை ஆற்றியது. இத்தகைய திட்டப்பணியின் வெற்றிக்கான நிபந்தனை, உள்நாட்டு திறனுடை மூலதனத்தின் நிலைப்புரு திரட்டல் மூலம் ஒப்பீட்டு உபரி மக்கள் தொகையை உள்வாங்குவதும், சமூகச் சீர்திருத்தத்துக்கான செலவுகளை கட்டுப்படுத்துவதும், தொழில்துறை உறவுகள் அமைப்பை நிறுவனப்படுத்துவதும் ஆகும். அரசு ஒரே நேரத்தில், உடனடி பொதுநிதி, நிதித்துறை மற்றும் பணவியல் அழுத்தங்களை தீர்ப்பதற்கு முயற்சி செய்வதற்கான, தொழிலாளி

வர்க்கத்தின் தேசிய அடையாளத்தை உறுதி செய்வதற்கான, ஒருபுறம் உற்பத்திச் சாதனங்களும் வாழ்வுச் சாதனங்களும் வரம்புக்குட்பட்ட அளவிலேயே கிடைப்பதாலும், மறுபுறம் உபரி உற்பத்திப் பொருளுக்கான வரம்புக்குட்பட்ட சந்தையாலும் ஏற்பட்ட மூலதனத் திரட்டலுக்கான தடைகளை நீக்குவதன் மூலம் உள்நாட்டு திறனுடை மூலதனத் திரட்டலை புதுப்பிப்பதை உறுதிசெய்யவும் தேவையான சாதனங்களை காப்புவாதமும் (protectionism) ஏகாதிபத்தியமும் வழங்கியன.

ஏகாதிபத்தியமும் காப்புவாதமும் உலகளாவிய மூலதனத் திரட்டலை *1880*-கள் முழுவதிலும் நீடிக்கச் செய்து, *1890*-களில் புதிய உயரங்களுக்கு முடுக்குவதற்கான அடிப்படையை வழங்கின. பிரிட்டன் தொடர்ந்து சுதந்திர வர்த்தகத்தை கடைப்பிடித்ததாலும், சர்வதேச கொடுப்பு அமைப்பை நிர்வகிப்பதற்கான அதன் திறனாலும், அதில் துறைவாரியாக புவியியல்ரீதியாக சமச்சீரற்ற மூலதனத் திரட்டல் உருவாக்கிய வர்த்தக சமச்சீரின்மைகளுக்கு நிதி வழங்கிய பெருமளவு மூலதன ஓட்டங்களுக்கான சர்வதேச கொடுப்பு முறையை நிர்வகிக்கும் அதன் திறனாலும் காப்புவாதம் வரம்பிடப்பட்டது. எனவே, இறக்குமதி வரிகள், உலகளாவிய மூலதனத் திரட்டலுக்கு வரம்புக்குட்பட்ட தடையைத்தான் ஏற்படுத்தின. ஏனென்றால், முன்னேறிய ஆலை உற்பத்தி மூலதனம், குறிப்பாக ஜெர்மனியிலும் அமெரிக்காவிலும், அதன் உபரி உற்பத்தியை உலகச் சந்தைகளில் விற்பதற்கான வாய்ப்பை இதன்மூலம் பெற முடிந்தது. அதே நேரம் உணவுப் பொருட்களுக்கும் கச்சாப் பொருட்களுக்கும் வேண்டல் பெருகியதால் விவசாயத்துக்குள் மூலதனம் துரிதமாக ஊடுருவுவது தூண்டப்பட்டது, இரயில்பாதைகளும் கப்பல் போக்குவரத்தும் புதிதாக விரிவடைவதைத் தூண்டி விட்டது, அது பிரிட்டிஷ் மூலதனத்தின் பாரம்பரிய உற்பத்திப் பொருட்களை விற்பதற்கும் அதன் உபரி மூலதனத்தை முதலீடு செய்வதற்கும் வாய்ப்புகளை வழங்கியது. இவ்வாறாக, கொழிப்பின் ஆரம்ப கட்டங்களில் சர்வதேச உழைப்புப் பிரிவினையில் புதுப்பிக்கப்பட்ட இட்டு நிரப்பல் அடிப்படையாக இருந்தது. அது மேன்மேலும் அதிக சிக்கலான சர்வதேச வர்த்தக மற்றும் கொடுப்புகளின் அமைப்பால் செயல்படுத்தப்பட்டது. எனினும், கொழிப்பு வேகம் பிடிக்க ஆரம்பித்ததும், இதுவரை இல்லாத அளவு மிகை மூலதனத் திரட்டலை தூண்டியது, சர்வதேசப் போட்டியும் உள்நாட்டு மோதலும் அதிகரித்துச் சென்றதால் தாராளமயமாக்கலை நோக்கிய போக்குகள் பலவீனமாயின.

தேசிய அரசுகள் உள்நாட்டு திறனுடை மூலதனத்தின் திரட்டலை நிலைப்புருவாக்க, உள்ளீட்டு பொருட்களுக்கான ஆதாரமாகவும் உபரி

உற்பத்திப் பொருளுக்கான சந்தையாகவும் உலகச் சந்தைகளை திறந்து விடுவதற்காக தூதரக, அரசியல், இராணுவ ஆயுதங்களை அதிகமாக பயன்படுத்த ஆரம்பித்த போது அதிகரித்த போட்டியிடும் அழுத்தத்தை ஏகாதிபத்திய அரசு வடிவம் அரசியல்படுத்தியது. பிரிட்டனின் நோக்கங்கள் மீதும் கடலில் பிரிட்டனின் ஆதிக்கத்தின் மீதும் உலகளாவிய பிரிட்டிஷ் நிதிமூலதனத்தின் ஆதிக்கத்தின் மீதும் (இவற்றின் மூலம் பிரிட்டிஷ் அரசு அதன் போட்டியாளர்கள் மீது, எல்லாவற்றுக்கும் மேலாக ஜெர்மனிக்கு சொல்ல முடியாத அளவு பாதிப்புகளை ஏற்படுத்த முடிந்தது) மேன்மேலும் கவனத்தைக் குவித்திருந்த போது நெருக்கடி தாக்கியது. கொழிப்பு முடிந்து விட்டது என்பதைக் காட்டும் அறிகுறிகளை எதிர்கொண்ட போது பதற்றம் அதிகரித்து, ஏகாதிபத்தியங்களுக்கு இடையேயான போரில் முடிந்தது.

ஏகாதிபத்தியத்தின் முரண்பாடுகளும், சமூக ஜனநாயக அரசு வடிவம் உருவெடுத்தலும்

உலகப் போர்களுக்கு இடைப்பட்ட காலத்தில், தாராளவாத உலக ஒழுங்கை மறுகட்டமைப்பு செய்வதன் மூலம் ஏகாதிபத்திய முரண்பாடுகளை தீர்த்து விடுவதற்கான முயற்சி தோல்வியடைந்தது. சுதந்திர வர்த்தகமும் தங்க நியமும் தேசிய அரசை உலகளாவிய மூலதனத் திரட்டலுக்கும் பணத்தின் உலகளாவிய சக்திக்கும் கீழ்ப்படுத்துவதற்கான சாதனங்கள் என்று பார்க்கப்பட்டன. இதன் மூலம் பொருளாதார தேசியவாதத்தின் எழுச்சியை அது தடுக்கும், அதுதான் போருக்கு இட்டுச் சென்றதற்கு அடிப்படையாக இருந்தது, மேலும் அது ஏகாதிபத்தியப் போரின் செலவுகளை எதிர்த்த மக்கள் திரள் எதிர்ப்பில் இருந்து வளர்ச்சியடைந்த, மேன்மேலும் முதலாளித்துவ எதிர்ப்பு வடிவத்தை எடுத்த தொழிலாளி வர்க்கத்தின் புரட்சிகர சவாலை கட்டுப்படுத்தும். அது போரின் தேவைகளால் சுமத்தப்பட்ட, அரசை குடிமைச் சமூகத்தில் இருந்து பிரிப்பதை ரத்து செய்வதன் விளைவு. ஆனால், தாராளவாத அரசு வடிவத்தை மறுகட்டமைப்பு செய்வது மூலதனத் திரட்டலின் போக்கில் உள்ளார்ந்துள்ள மிகை மூலதனத்திரட்டலும் நெருக்கடியும் என்ற வடிவத்திலான முரண்பாடு களை முறியடிக்க முடியவில்லை.

வர்த்தக மற்றும் பணவியல் தாராளமயமாக்கம் பெருமளவு மூலதன நகர்வுகள் மூலம், குறிப்பாக அமெரிக்காவில் இருந்து ஐரோப்பாவுக்கு நகர்வதன் மூலம், சாத்தியப்படுத்தப்பட்டது. அது போருக்குப் பிந்தைய பொருளாதார தேக்கத்தில் இருந்து மீட்சியைத் தூண்டியது. ரசியாவுக்கு வெளியே தொழிலாளி வர்க்கத்தின் புரட்சிகர சவால் அடக்கு முறை மூலம் மட்டுப்படுத்தப்பட்டது, அதே நேரம்

வர்க்கப் போராட்டம் தொழில்துறை உறவுகளின் உருவாகி வந்த அமைப்புகள், சமூகச் சீர்திருத்தம், வாக்குரிமை ஆகியவற்றின் மூலம் மட்டுப்படுத்தப்பட்டது, போரின் போதும் போருக்குப் பிந்தைய காலகட்டத்திலும் பெருந்திரள் அழுத்தத்தை எதிர்கொண்ட போது வாக்குரிமை விரிவுபடுத்தப்பட்டது. 1920-களின் கொழிப்பு மிகைமூலதனத் திரட்டலையும் மூலதனத்தின் ஏற்றத்தாழ்வான வளர்ச்சியையும் தீவிரப்படுத்தியது. இது பெரும்பாலும் போருக்கு முந்தைய காலகட்டத்தின் மரபுரிமையாக இருந்தது, போரினால் வலுப்படுத்தப்பட்டது, 1929 தகர்விலும் அதைத் தொடர்ந்த பொருளாதார மந்தத்திலும் உச்சத்தை அடைந்தது.

தகர்வு சுமத்திய பொதுநிதி, நிதித்துறை மற்றும் பணவியல் அழுத்தங்களுக்கு உடனடி எதிர்வினையாக, மூலதனத் திரட்டலை சந்தையின் வரம்புகளுக்குள்ளாக கொண்டு வருவதற்காக வரம்பிடும் பொதுநிதி மற்றும் பணவியல் கொள்கைகளை அரசு பின்பற்றியது. ஆனால், தகர்வின் மூலம் வெளிப்படுத்தப்பட்ட தீவிரமான மூலதன மிகைத் திரட்டலின் காரணமாக, வரம்பிடும் கொள்கைகள், மூலதனத் திரட்டலை புதுப்பிப்பதற்கான நிலைமைகளை மீட்பதற்கு மாறாக, விலைவீழ்ச்சி சுழல்வட்டத்தை உருவாக்கியது, அது நெருக்கடியை இன்னும் தீவிரப்படுத்தியது, வர்க்கப் போராட்டம் மேலும் தீவிர மடையப் போவதாக அச்சுறுத்தியது. அத்தகைய அழுத்தங்களின் விளைவாக காப்புவாதக் கொள்கைகளும் ஏகாதிபத்தியக் கொள்கைகளும் மறுபடியும் பின்பற்றப்பட்டன, அதன் மூலம் மூலதனத் திரட்டலை மறுஒருங்கிணைப்பது ஒப்பீட்டளவில் மூடப்பட்ட முகாம்களுக்குள் சாதிக்கப்பட்டது. ஜெர்மனியிலும் இத்தாலியிலும் தொழிலாளி வர்க்கம் முழுமையாக தோற்கடிக்கப்பட்டது, காப்புவாதத்தை இட்டு நிரப்புவதாக உள்நாட்டு திறனுடை மூலதனத்தை மறுகட்டமைப்பதில் விரிவான அரசு தலையீட்டுக்கும், இராணுவவாத தேசியவாத கார்ப்பரேட் பொறியமைவுக்குள் தொழிலாளி வர்க்கம் அரசியல் ரீதியாக ஒருங்கிணைக்கப்பட்டதற்கும் அடித்தளத்தை வழங்கியது. பிற இடங்களில், அத்தகைய கார்ப்பரேட்டிச போக்குகளை மூலதனமும் அரசும் தவிர்க்கும் அளவுக்கு தொழிலாளி வர்க்கத்தின் தொடரும் அரசியல் வலிமை இருந்தது, இறுதியில் ஏகாதிபத்தியங்களுக்கு இடையேயான பதற்றங்கள் மீண்டும் ஒரு முறை போரில் முடிந்தன. ஃபாசிச நாடுகளுக்கு வெளியில் தொழிலாளி வர்க்கத்தின் அரசியல்ரீதியான ஒருங்கிணைவு தொழில்துறை உறவுகள், சமூகச் சீர்திருத்தம், வாக்குரிமை போன்ற அமைப்புகள் அவ்வப்போது மேலும் வளர்ச்சியடைவதன் மூலம் சாதிக்கப்பட்டது, ஆனால்

அத்தகைய ஒருங்கிணைத்தலின் வீச்சுக்கு பொதுநிதியின் வரம்புகளும் இலாபமீட்டும் திறனின் தளைகளும் வரம்பிபட்டன.

இரண்டாம் உலகப் போரைத் தொடர்ந்து உலகப் பொருளாதாரத் தையும் சர்வதேச அரசு அமைப்பையும் மறுகட்டமைப்பது, முதல் உலகப் போருக்குப் பின்னர் மறுகட்டமைப்புக்கு வழிகாட்டிய அதேபோன்ற கொள்கைகளை அடிப்படையாகக் கொண்டிருந்தது. போர்களுக்கு இடையேயான காலகட்டத்தின் பாடங்களையும் கற்றுக் கொண்டிருந்தனர். தொழிலாளி வர்க்கத்தை தொழில்துறை உறவுகள் மூலமாகவும், சமூகச் சீர்திருத்தம் மூலமாகவும், வாக்குரிமை மூலமாகவும் அமைப்புரீதியாக சமூகரீதியாகவும் அரசியல்ரீதியாகவும் ஒருங்கிணைப்பது அரசியல்ரீதியான நிலைப்படுத்தலுக்கு அவசியமாக இருந்தது. அத்தகைய ஒருங்கிணைப்புக்கான நிபந்தனை உலக அளவில் மூலதனத்தின் நிலைப்புரு திரட்டலின் பின்புலத்துக்குள் உள்நாட்டு திறனுடை மூலதனத்தின் நிலைப்புரு திரட்டல். ஆனால், பணமும் மூலதனமும் சரக்குகளும் சர்வதேசரீதியில் சுதந்திரமாக நகர்வது, அவற்றளவில் மூலதனத்தின் மிகைதிரட்டலும் ஏற்றத் தாழ்வான வளர்ச்சியும் முன்வைக்கும் தடைகளை முறியடிக்கப் போவதில்லை, அது கடந்த காலத்தில் நெருக்கடிகளுக்கும் பொருளாதார தேசியவாதத்துக்கும் ஃபாசிசத்துக்கும் சோசலிசத்துக்கும் இட்டுச் சென்றது. அத்தகைய தாராளமாக்கலுக்கான நிபந்தனையாக, போரின் விளைவாக ஏற்பட்ட உற்பத்திச் சக்திகளின் ஏற்றத்தாழ்வான வளர்ச்சியால் முன் வைக்கப்படும் நேரடித் தடைகளை கடக்கும் வகையில் திட்டமிட்ட மறுகட்டமைப்பு முயற்சியும் சர்வதேச கொடுப்புகளின் சமநிலை குலைவுகளுக்கு நிதி வழங்குவதன் மூலம் தங்க நியமத்தின் வரம்புகளை கடந்த சர்வதேச கடன் அமைப்பின் வளர்ச்சியும் ஆகும். அதன் மூலம் நீடித்த கொடுத்தல் பற்றாக்குறையை எதிர்கொள்ளும் போது தேசிய அரசுகள் விலைவீழ்ச்சியை அல்லது காப்புவாதக் கொள்கையை பின்பற்றுவதைத் தவிர்க்க முடிந்தது. அத்தகைய சட்டகத்தினுள் தேசிய அரசுகள், புறநிலை கட்டுப்பாடுகளில் இருந்து சுயேச்சையான விரிவாக்க உள்நாட்டு கொள்கைகளை பின்பற்ற முடிந்தது.

போருக்குப் பிந்தைய கொழிப்புகால கீனிசியம், மூலதனத்தின் மிகை திரட்டலையும் ஏற்றத்தாழ்வான வளர்ச்சிப் போக்கையும் முறியடிக்க முடியாதது மட்டுமின்றி அத்தகைய போக்குக்கு சுதந்திர ஆட்சியை வழங்கியது, உள்நாட்டு மற்றும் சர்வதேசக் கடனின் வெடிப்பின் மூலம் மூலதனத்தின் மிகைதிரட்டலை இணக்கப்படுத்தியது. 1960-

களில் இருந்து மூலதனத்தின் மிகை திரட்டல் சந்தை என்ற தடையை எதிர்கொண்ட போது, சர்வதேச போட்டி இலாபமீட்டும் திறனை பலவீனப்படுத்தியது, திறனுடை முதலீடு வீழ்ச்சியடைய ஆரம்பித்தது, முதலாளிகள் கூலியை உயர்த்தாமல் உழைப்பை தீவிரப்படுத்த முயற்சிக்கும் போதும் ஆலைகளை மூடி தொழிலாளர் களை வேலைநீக்கம் செய்த போதும் வர்க்கப் போராட்டம் தீவிரமடைந்தது. தொழிலாளி வர்க்க ஒருங்கிணைப்பின் சமூக ஜனநாயக வடிவங்களின் அமைப்புரீதியான வளர்ச்சி, அதிகரிக்கும் வாழ்க்கைத் தரங்கள், போதுமான நலவாழ்வு பலன்கள், உத்தரவாதமான வேலைவாய்ப்பு பற்றிய பரவலான எதிர்பார்ப்பை உருவாக்கியிருந்தன. இது பொதுநிதி மற்றும் பணவியல் விரிவாக்கத்தின் மூலம் மூலதனத் திரட்டலை நீடிக்க வைக்கும்படி அரசை கட்டாயப்படுத்தியது. அதன் விளைவு, மூலதனத்தின் மிகை மூலதனத் திரட்டலையும் ஏற்றத் தாழ்வான வளர்ச்சியையும் தீவிரப்படுத்தியதே, அது மூலதனத்தை மேன்மேலும் ஊக வணிக மற்றும் பணவீக்க திசைகளில் செலுத்தியது, தவிர்க்க முடியாத நெருக்கடியை மேலும் தீவிரப்படுத்தியது.

கீனிசியனிசத்தின் நெருக்கடியும் பணவியல்வாதத்தின் எழுச்சியும்

கீனிசிய நலவாழ்வு அரசு தொழிலாளி வர்க்கத்தின் எதிர்கால விருப்பார்வங்களுக்கு இடம் கொடுத்தது, ஆனால், அதற்கு அதிகரிக்கும் பணவீக்க அழுத்தம் என்ற விலையையும் பொதுச் செலவினங்களின் அதிகரிக்கும் சுமை என்ற விலையையும் கொடுக்க வேண்டியிருந்தது. அத்தகைய ஒருங்கிணைப்பு நிலைகள் பணவீக்க வரம்புகளையும் அரசின் பொதுநிதி நெருக்கடியையும் எதிர்கொண்ட போது கீனிசியனிசத்தின் நெருக்கடி ஏற்பட்டது. ஆனால், இந்த நெருக்கடியின் விளைவாக வர்க்க முனைவாக்கம் அதிகரித்து தொழிலாளி வர்க்கம் முதலாளித்துவ அரசை எதிர்த்து புரட்சிகரமாக போராடுவது நடக்கவில்லை. மாறாக, அது சமூக ஜனநாயக அரசு வடிவத்தினுள் நிறுவனமாக்கப்பட்ட தொழிலாளி வர்க்கத்தினுள் இருந்த பிளவுகளை தீவிரப்படுத்தியது, அதன் இறுதி விளைவாக, தொழிலாளி வர்க்க அணிதிரட்டல் சிதறிப் போனது, தொழிலாளி வர்க்கம் ஊக்கமிழந்தது. மறுபக்கம், உருவாகி வந்த புதிய வலது (New Right) சக்திகள், முதலாளித்துவ அரசு அதிகாரத்தின் அன்னியமாக்கப் பட்ட வடிவங்கள் மீது வெகுமக்களின் கோபம் அதிகரித்ததைப் பயன்படுத்த முடிந்தது, பணவீக்கம், வரி விதிப்பு ஆகிய பிரச்சினைகளை முன்வைத்து அது வெளிப்படையாக வெடித்தது, அதனை புதிய வலதின் பணவியல்வாதம் பணத்துக்கும் அரசுக்கும் இடையேயான

உறவின் அடிப்படையில் விளக்கியது. புதிய வலதின் நவ-தாராளவாத செயல் திட்டம் அரசையும் குடிமைச் சமூகத்தையும் உலகப் பணத்தின் தடையற்ற ஆட்சிக்கு ஒரே வகையில் கீழ்ப்படுத்த முயற்சித்தது.

பணவியல்வாதத்தின் நவ-தாராளவாத செயல்திட்டம், பத்தொன்பதாம் நூற்றாண்டின் தாராளவாத அரசு வடிவத்தை மறுகட்டமைப்பு செய்வதற்கானது. புதிய வலது அரசின் ஆட்சியில் செலவினங்கள் தொடர்ந்து அதிகரித்தன, அரசின் அதிகாரம் வலுப்படுத்தப்பட்டது, அதன் ஒடுக்கும் கருவிகள் விரிவுபடுத்தப் பட்டன என்ற உண்மை இந்த தாராளவாத பகட்டுரையை மீறுவதாகத் தோன்றியது. ஆனால், அரசின் செயல்பாடுகளில் அடிப்படையான மாற்றங்கள் இல்லை என்ற உண்மை, அரசியல் உறவுகளையும் சமூக உறவுகளையும் பணத்தின் ஆட்சிக்கும் சட்டத்தின் ஆட்சிக்கும் கீழ்ப்படிய வைப்பதன் மூலம், அதன் வடிவத்தில் அடிப்படையான மாற்றங்களை சுமத்துவதற்கு, குறிப்பாக அரசையும் குடிமைச் சமூகத்தையும், அமைப்புரீதியாக மூலதனத்தின் பணபலத்துக்கு கீழ்ப்படிய வைப்பதை உறுதி செய்ய நவ-தாராளவாதம் முயற்சித்தது என்ற உண்மையை மறைத்து விடக் கூடாது.

பணவியல்வாத திட்டப்பணி ஈட்டிய ஒப்பீட்டளவிலான வெற்றிக்கான நிலைமைகளாக ஒருபுறம் கீனிசியனிசத்தின் நெருக்கடியால் உருவாக்கப்பட்ட போராட்டங்களில் அமைப்பாக்கப்பட்ட தொழிலாளி வர்க்கத்தின் தோல்வியும், மறுபுறம் உலகளாவிய தாராளமயமாக்கலால் கட்டவிழ்த்து விடப்பட்டு சர்வதேச கடன் வெடித்து அதிகரிப்பதால் நிலைப்புருவாக்கப்பட்ட 1980-களின் மத்தியில் ஏற்பட்ட நீடிக்கப்பட்ட உலகக் கொழிப்பும் இருந்தன. ஆனால், இந்த நிலைமைகள் நிலைத்து நீடிக்கவில்லை. பத்தொன்பதாம் நூற்றாண்டு தாராளவாதம் சர்வதேச உழைப்புப் பிரிவினையின் இட்டுநிரப்பும் தன்மையால் உலகளாவிய மூலதனத்தின் நீடித்தத் திரட்டலை உறுதி செய்ய முடிந்தது. 1873 முதல் மூலதனத் திரட்டலின் முரண்பாடுகளை, முதலாளித்துவ அரசு வடிவத்துடன் அரசியல்ரீதியாக ஊடாடிய தாராளமயமாக்கல் மூலமாக (1890-களில், 1920-களில், 1950-களில்) தீர்ப்பதற்கான முயற்சிகள் விரைவிலேயே நெருக்கடியை எதிர்கொண்டன. ஏனென்றால், தாராளவாதம் புதுப்பிக்கப்பட்ட மிகைமூலதனத் திரட்டலையும் மூலதனத்தின் ஏற்றத்தாழ்வான வளர்ச்சியையும் தூண்டி விட்டது, அது அதிகரிக்கும் சர்வதேசப் போட்டி என்ற வடிவில் தோன்றி உலகளாவிய நெருக்கடியில் முடிந்தது. 1987 தகர்வைத் தொடர்ந்த நிலையின்மை, 1980-களின் நவ-தாராளவாத திட்டப்பணி அதே கதியைத்தான் அடையும் என்பதைத் தெளிவுபடுத்தியது.

வரப்போகும் நெருக்கடியின் விளைவை எந்த வகையிலும் கணிக்க முடியாது. ஏனென்றால், நெருக்கடியின் போக்கு பொருளாதார தர்க்கத்தால் தீர்மானிக்கப்படவில்லை, மாறாக, தேசிய அளவிலும் உலகளாவிய அளவிலும் வர்க்கப் போராட்டத்தின் வளர்ச்சியால் தீர்மானிக்கப்படுகிறது. 1914-ல் மிகை மூலதனத் திரட்டல் நெருக்கடி மூள்வதற்கு முன்னர் ஏகாதிபத்தியங்களுக்கு இடையேயான போருக்கு வழி வகுத்தது. 1929-ல் நெருக்கடி பெருமந்தத்துக்கும் ஏகாதிபத்திய முகாம்கள் அமைக்கப்படுவதற்கும், ஏகாதிபத்தியங்களுக்கு இடையேயான போருக்கும் வழி வகுத்தது, 1960-களின் இறுதியில் அத்தகைய நிலைமை தவிர்க்கப்பட்டது. ஏனென்றால், பணவீக்க சாதனங்களின் மூலம் நெருக்கடி ஒத்தி வைக்கப்பட்டது, பெருமந்தம் தவிர்க்கப்பட்டது, மூலதனமும் உழைக்கும் வர்க்கமும் தேக்கவீக்க சட்டகத்தினுள் மறுகட்டமைக்கப்பட்டன. அது 1980-களின் தொடக்கத்தில் கூர்மையான தேக்கத்துக்கு இட்டுச் சென்றது, அது சமீபத்திய கொழிப்புக்கு வழி வகுத்தது.

கடனை தொடர்ந்து குவிப்பதன் மூலம் இப்போதைய கொழிப்பை இன்னும் சிறிது காலம் நீட்டிக்க முடியும். ஆனால், அது நீட்டிக்கப்படும் காலம் நீள நீள, அதற்கு அடிப்படையாக இருக்கும் பெயரளவு மூலதனம் இன்னும் அதிகமாக குவிக்கப்பட, பேரழிவான நெருக்கடி, அழிவை ஏற்படுத்தும் பெருமந்தம் ஆகியவற்றின் அபாயம் அதிகமாகிறது. அத்தகைய நெருக்கடி ஏற்படும் போது, அரசின் ஆதரவிலான தேசிய மற்றும் சர்வதேச மறுகட்டமைப்புதான் பெருமந்தத்தை தவிர்ப்பதற்கான ஒரே வழி, சோவியத் முகாம் மூலதன ஊடுருவலுக்கு திறந்து விடப்பட்டது தேவைப்படும் மூலதனத் திரட்டலை உலகளாவிய அளவில் மறுகட்டமைப்பதற்கான எச்சில் ஊற வைக்கும் வாய்ப்புகளை வழங்குகிறது. ஆனால், அத்தகைய உலகளாவிய மறுகட்டமைப்பு சர்வதேச போட்டித்தன்மையிலான போராட்டத்தை அரசியல்படுத்தி, போட்டியிடும் சர்வதேச முகாம்கள் உருவாவதற்கு வழி வகுப்பதாக அச்சுறுத்தும் வகையில் சக்தி வாய்ந்த தேசிய-வெறி சக்திகளையும் ஏகாதிபத்திய சக்திகளையும் கட்டவிழ்த்து விடுவதற்கான சாத்தியங்கள் உள்ளன.

ஒரு விமர்சனரீதியான தொகுப்புரை

கீனிசியனிசத்தின் நெருக்கடியும் பணவியல்வாதத்தின் எழுச்சியும் மேலே தரப்பட்ட காலவரிசைப்படுத்தலை கேள்விக்குள்ளாக்குகிறது. நவ-தாராளவாத திட்டப்பணியை 'பின்-கீனிசிய' அல்லது 'பின்-ஃபோர்டிச' அரசு வடிவத்தை கட்டமைப்பதாக பார்ப்பது கடினம். நவ-தாராளவாதத்தை, கீனிசிய இயல்புநிலைக்கு இட்டுச் செல்லும்

ஏதோ ஒரு பிறழ்ச்சியாக பார்ப்பதும், ஏதோ ஒரு வகை புதிய 'பின்-நவீனத்துவ' அரசு வடிவத்துக்கு வழிவகுக்கும் மாறிச் செல்லும் கட்டமாக பார்ப்பதும் இனிமேலும் சாத்தியமில்லை. நவ-தாராளவாதம் பத்தொன்பதாம் நூற்றாண்டுக்கு பின்நோக்கி கொண்டு சென்றதாக இருந்தால், அரசியல் பார்வை எல்லைக்குள் இருக்கும் ஒரே மாற்று, பொருளாதார தேசியவாதத்தின் புத்தெழுச்சியும், ஏகாதிபத்தியங்களுக்கு இடையேயான மோதலின் புத்தெழுச்சியும் அதே அளவுக்கு பத்தொன்பதாம் நூற்றாண்டுக்கு பின்நோக்கிக் கொண்டு செல்கின்றன.

இந்த ஒளியில், மேலே தந்த காலவரிசைப்படுத்தலுக்கு வேறுமாதிரியாக பொருள் கூறுவது இன்னும் பொருத்தமாகத் தெரிகிறது. சாராம்சத்தில் அது பகுப்பாய்வின் மூன்று மட்டங்களை சேர்த்துக் குழப்புகிறது. முதலாவதாக, மிகவும் சாரமான மட்டத்தில் முதலாளித்துவ அரசின் வர்க்கத் தன்மை அதன் இருத்தலின் ஒவ்வொரு கட்டத்திலும், அரசு குடிமைச் சமூகத்தில் இருந்து பிரிக்கப்பட்டிருப்பதையும் அவை இரண்டும் பணத்தின் அதிகாரத்துக்கு கீழ்ப்படுத்தப்பட்டிருப்பதையும் அடிப்படையாகக் கொண்ட அதன் தாராளவாத வடிவத்தால் வரையறுக்கப்படுகிறது.[7] இதுதான் இணையாக, அரசின் வடிவம் தொடர்பாக வர்க்கப் போராட்டத்தின் மிகவும் அடிப்படையான மட்டமாகும். மூலதனத்தின் அதிகாரத்தை எதிர்த்த தொழிலாளி வர்க்கத்தின் சவால், குடிமைச் சமூகத்துடனான உறவில் அரசின் அரசியல் சட்ட அதிகாரத்துக்கு சவாலாக நீளும் போது அரசு வடிவத்தின் நெருக்கடி ஏற்படுகிறது.

இரண்டாவதாக, முதலாளித்துவ அரசு வடிவத்தின் இருத்தலின் ஒவ்வொரு கட்டத்திலும், அரசு அதன் தாராளவாத வடிவத்தினுள்ளாக தொழிலாளி வர்க்கத்தின் சவாலுக்கு எதிர்வினை ஆற்றும் போது ஒரு முன்னோக்கிய போக்கு அதற்கு அடித்தளமாக அமைந்துள்ளது. முதலாளித்துவ உற்பத்தியிலும் மறுவுற்பத்தியிலும் முரண்படும் வளர்ச்சி வர்க்கப் போராட்டத்தின் மாறும் வடிவங்களுக்கு அடிப்படையாக உள்ளது, அது அதனளவில் தொழிலாளி வர்க்கத்தின் மறுவுற்பத்தியை சமூகமயமாக்கும் போக்குக்கு அடிப்படையாக அமைந்துள்ளது, அது தொழில்துறை உறவுகள், சமூக நலம், சமூக நிர்வாகம் ஆகிய அமைப்புகளின் அன்னியமாக்கப்பட்ட வடிவில் உள்ளது. இது அரசின் செயல்பாடுகள் அதிகரித்துச் செல்வதற்கும், அரசு செலவினங்களின் வளர்ச்சிக்கும் வழி வகுக்கிறது.

மூன்றாவதாக, உலகளாவிய மூலதனத் திரட்டலின் ஒருங்கிணைப்பு நிலைகளுக்கான, தாராளவாத, ஏகாதிபத்திய, கீனிசிய என்ற பொது

வகையியல் உள்ளது. அது உலக அளவில் முதலாளித்துவ போட்டியின் வடிவங்களை வரையறுக்கிறது, அதன் மூலம் குறிப்பிட்ட மூலதனங் களுக்கு இடையேயான உறவை கட்டமைக்கிறது. ஆனாலும், இது கட்டங்களின் அவசியமான அடுத்தடுத்த வரிசையையோ, அரசு தலையீட்டின் முன்னேறிச் செல்லும் வளர்ச்சியையோ வரையறுக்கிறதா என்பதில் தெளிவில்லை. பொதுவகையியல் கூட அவ்வளவு தெளிவாக இல்லை, தேசிய அரசுகளின் அரசியல் முன்னுரிமைகள் பணத்தின் உலகளாவிய சக்தியுடன் மோதும் போது ஏகாதிபத்தியமும் கீனிசியமும் இரண்டுமே நெருக்கடியில் உள்ள தாராளவாதத்தின் பரிமாணங்களாக இருக்கின்றன, அது பணத்துக்கும் அரசுக்கும் இடையேயான உலகளாவிய உறவை தாராள அரசு வடிவத்தின் வரம்புகளுக்குள் மறுசீரமைப்பதற்கு வழி வகுக்கிறது.

நான்காவதாக, உள்நாட்டுப் போட்டியை கட்டமைக்கும் மூலதனத் திரட்டலின் உள்நாட்டு ஒழுங்காற்றலில் அரசு தலையீடு முறைகளின் பொதுவகையியலை நாம் சேர்க்க முடியும் : பொதுநிதி ஊக்கங்கள், முதலீட்டை வழிநடத்துவது, உழைப்பை வழிநடத்துவது ஆகியவை. அது தாராளவாத அரசு வடிவத்தின் வரம்புகளுக்குள்ளாக திறனுடைய மூலதனத்திரட்டலில் மூலதனங்களுக்கு இடையேயான உறவை கட்டமைக்கிறது. உள்நாட்டு திறனுடை மூலதனங்களுக்கு இடையேயான உறவுகளை ஒழுங்குபடுத்துவதில் தலையிடுவது நெருக்கடியில் உள்ள தாராளவாதத்தின் இன்றியமையாத ஒரு அம்சமாக மீண்டும் உள்ளது. அது அவசியான முன்னோக்கியப் போக்கைக் கொண்டிருக்கவில்லை. அத்தகைய தலையீட்டின் வடிவமும் வீச்சும் வர்க்க சக்திகளின் சமநிலையால் முதன்மையாக தீர்மானிக்கப்படுகின்றன.

அப்படியானால் நாம் எங்கு நிற்கிறோம்? இந்த ஆய்வுக் கட்டுரையில் எனது நோக்கம் விடைகளைத் தருவதில்லை, விவாதத்துக்கான கேள்விகளை எழுப்புவதே. மிகவும் பொதுவான முடிவு வர்க்கப் போராட்டத்தின் மாறும் வடிவங்களும், அரசின் மாறும் வடிவங்களும் ஒன்றை ஒன்று வெட்டும் வரலாற்றுப் போக்குகளின் தொகுதியின் விளைவு, இது வரலாற்றை கட்டமைப்புரீதியான தனித்த கால கட்டங்களாக தெளிவாக பொதிய முடியாது என்பதை உணர்த்துகிறது. இதன் மூலம் வெவ்வேறு வரலாற்று சகாப்தங்கள் தனித்தனியானவை என்பதை மறுக்கவில்லை, முற்போக்கான போக்குகள் செயல்படுகின்றன என்பதையும் மறுக்கவில்லை, ஒரு சகாப்தத்தின் தனித்தன்மை பல மட்டங்களில் தீர்மானிக்கப்படுகிறது என்கிறோம். அடுத்தடுத்த சகாப்தங்களை ஒப்பிடுவதற்கான அடிப்படை, முதலாளித்துவ

உற்பத்தியின் சமூக உறவுகளின் முரண்படும் வடிவத்தில் அவற்றின் முரண்பாடான அடித்தளங்களின் நிரந்தரத் தன்மை. அடுத்தடுத்த சகாப்தங்களுக்கு இடையேயான முற்போக்கான உறவு உற்பத்திச் சக்திகளும் உற்பத்தி உறவுகளும் முற்போக்காக வளர்ச்சியடைவதால் தீர்மானிக்கப்படுகின்றன. குறிப்பிட்ட சகாப்தங்களின் தனித்த தன்மைகள், இந்தப் பொது அடித்தளத்தில், முதன்மையாக வர்க்கப் போராட்டத்தின் சக்திகளின் சமநிலையாக வரையறுக்கப்படுகிறது, இரண்டாவதாக எதேச்சையான மற்றும் குறிப்பான காரணிகளால் வரையறுக்கப்படுகிறது. இதன் விளைவு, முதலாளித்துவ உற்பத்தி முறையை ஒரு சிக்கலான மொத்தத்தன்மை யாகத்தான் புரிந்து கொள்ள முடியும். ஆனால், இது கட்டமைப்பு ரீதியான சார்புநிலை உறவுகளின் சிக்கல்நிலை இல்லை, இது முரண்பாடான வரலாற்று அடித்தளங்களின் அடிப்படையில் வளர்ச்சியடையும் வரலாற்று நிகழ்முறையின், வர்க்கப் போராட்ட நிகழ்முறையின் சிக்கல்நிலை. காலவரிசைப்படுத்தல் அதற்கு வழிவகுத்த பிரச்சினையை, அதாவது சாமான்ய 'சாராம்சவாத' கட்டமைப்புவாதத்தின் நிலையான மாய்மாலத்தைத் தாண்டிச் செல்வது என்ற பிரச்சினையை தீர்க்கவில்லை, ஏனென்றால் அது எஞ்சியிருக்கும் கட்டமைப்புகளை வெறுமனே அதிகரிக்கிறது. அவை ஒவ்வொன்றும் சம அளவில் நிலைத்தவையாகவும் மாய்மாலமாகவும் உள்ளன. தவிர்க்கமுடியாத சாராம்சவாதத்துக்கும் அரசியல் சந்தர்ப்பவாதத்துக்கும் இடையேயான மைய வழியை வழங்குவதற்கு மாறாக, முதலாளித்துவ உற்பத்தி முறையை காலவரிசைப்படுத்தல் வரலாற்று குறித்ததன்மையை வரலாற்று எதேச்சைத்தன்மை மற்றும் கட்டமைப்புரீதியான தவிர்க்கவியலாத் தன்மை ஆகியவற்றின் பரஸ்பரம் ஒதுக்கி வைக்கும் வடிவங்களில்தான் ஏற்றுக் கொள்ள முடியும். இரண்டுமே சூழல் இணைவின் திறந்தநிலை அல்லது தீர்மானவாதத்தின் பெயரில் அரசியல் சந்தர்ப்பவாதத்தை நியாயப்படுத்துகிறது, இரண்டுமே நிகழ்காலத்தை கடந்த காலத்திலிருந்து பிரித்து விடுகின்றன, எனவே, நாம் வரலாற்றிலிருந்து பாடங்களைக் கற்றுக் கொள்வதைத் தடுத்து விடுகின்றன.

குறிப்புகள்

1. நிராகரிப்பதற்காகவே ஒரு காலவரிசைப்படுத்தலை முன் வைப்பது மோசடியானது என்று வாசகர் நினைத்து விடக் கூடாது என்பதற்காக, இங்கு முன்வைக்கும் வரிசைக்கிரமம் ஆய்வின் வரிசைக்கிரமத்தை பிரதிபலிக்கிறது என்று நான் தெளிவுபடுத்த விரும்புகிறேன். அந்த ஆய்வின் முடிவுகளை இன்னும் முழுமையாக, எனது கீனிசியனிசம், மானிடரிசம் அண்ட் த கிரைசிஸ் ஆஃப் த ஸ்டேட், ஆல்டர்ஷாட், எட்வர்ட் எல்கர், *1988* (Keynesianism, Monetarism and the Crisis of the State, (Aldershot, Edward Elgar, 1988)) என்ற நூலில் விளக்கியுள்ளேன். அந்த

ஆய்வு இங்கு முன் வைக்கப்பட்டது போன்ற காலவரிசைப்படுத்தல் ஒன்றை உருவாக்குவதற்கான முயற்சியாக தொடங்கியது.

2. ஜோக்கிம் ஹிர்ஷ், 'டுவேர்ட்ஸ் எ மெட்டீரியலிஸ்ட் தியரி ஆஃப் த ஸ்டேட்', (Joachim Hirsch, 'Towards a Materialist Theory of the State') ஜான் ஹாலவே, சோல் பிக்கியோட்டோ (தொகுப்பு)-ல், *ஸ்டேட் அண்ட் கேபிடல்*, இலண்டன், எட்வர்ட் அர்னால்ட், *1978.* (John Holloway and Sol Picciotto (eds), State and Capital, (London, Edward Arnold, 1978)).

3. ஜான் ஹாலவே, சோல் பிக்கியோட்டோ, 'கேபிடல், கிரைசிஸ், அண்ட் த ஸ்டேட்' *கேபிடல் எண்ட் கிளாஸ் எண் 2,* (John Holloway and Sol Picciotto, 'Capital, Crisis and the State', Capital and Class, no. 2), 1977.

4. அரசு பற்றிய எந்த ஒரு கட்டமைப்புவாத கோட்பாட்டுக்கும் முற்றதிகார அரசு தடுக்கி விடும் பிரச்சினையாக உள்ளது. ஏனென்றால், முதலாளித்துவ உற்பத்தி முறையை மறுவுற்பத்தி செய்வதற்கான புறநிலை நிலைமைகளை நிறுவுவதில் இன்றியமையாத பாத்திரம் ஆற்றுகிறது என்ற வகையில் அது முதலாளித் துவத்துக்கு முந்தைய முதலாளித்துவ வடிவிலான அரசாக தோற்றமளிக்கிறது.

5. ஒழுங்காற்றல் அணுகுமுறையை வேறொரு இடத்தில் நான் விரிவாக விமர்சித்திருக்கிறேன்: சைமன் கிளார்க், 'ஓவர் அக்குமுலேஷன், கிளாஸ் ஸ்ட்ரகிள் அண்ட் த ரெகுலேஷன் அப்ரோச்', *கேபிடல் அண்ட் கிளாஸ் எண் 36* (Simon Clarke, 'Overaccumulation, Class Struggle and the Regulation Approach', Capital and Class, no. 36) , *1988.* வெர்னர் போன்ஃபெல்ட் அரசு கோட்பாட்டை ஹிர்ஷ் மறுவரையறுப்பதை ரீ ஃபார்முலேஷன் ஆஃப் ஸ்டேட் தியரி, *கேபிடல் அண்ட் கிளாஸ், எண். 33 (1987)*-ல் விமர்சித்துள்ளார்.

6. பிரிட்டனில் நேரடி நெருக்கடியின் தீவிரம் குறைவாக இருந்தாலும், அது ஏற்படுத்தும் தாக்கம் பிற இடங்களைப் போலவே உள்ளது.

7. 'நடுத்தர வர்க்கங்கள் பணத்தில் மட்டுமே வலுவாக இருப்பதால்.... கடந்த காலத்தின் எல்லா பிரபுத்துவ தனியுரிமைகளையும், எல்லா அரசியல் ஏகபோகங்களையும், ஒரு மிகப்பெரிய தனியுரிமையும் ஏகபோகமுமான பணத்தில் இணைக்க வேண்டும். நடுத்தர வர்க்கத்தின் அரசியல் ஆதிக்கம், சாராம்சத்தில், தாராளவாத தோற்றத்தைக் கொண்டுள்ளது. *மார்க்ஸ் எங்கெல்ஸ் தொகுதி நூல்கள், தொகுதி 6, பக்கம் 28* (Marx and Engels, Collected Works, vol. 6 p. 28. (London, Lawrence and Wishart, 1975)).

5. முதலாளித்துவ அரசு வடிவம் பற்றிய மீளாய்வு

ஹெய்டெ கெர்ஸ்டன்பெர்கர்

வர்க்கங்கள், நலன்கள், சமூகச் சொல்லாடல் பற்றி

மார்க்சியக் கோட்பாட்டு மரபுகளில் அரசு பற்றிய பகுப்பாய்வு அவ்வளவு முக்கியமானதாக கருதப்படவில்லை. ஆளும் வர்க்கத்தின் (வர்க்கங்களின்) அடக்குமுறை கருவியாக அரசு என சோசலிஸ்டுகளின் அரசியல் அனுபவத்தை தொகுத்துச் சொல்ல முடிவது வரை, தொழிலாளர்கள் (ஒருவேளை பெண்களும் கூட) அரசியல் அதிகாரத்தைப் பெறும் போது அரசு அதிகாரத்தை நல்ல வகையில் தாம் பயன்படுத்த முடியும் என்பதில் பல மார்க்சிஸ்டுகள் நம்பிக்கை கொண்டிருந்தது வரை, அத்தகைய பகுப்பாய்வுக்கு தேவை ஏற்படவில்லை. வளர்ச்சியடைந்த முதலாளித்துவ நாடுகளில் மக்கள் திரளில் பெரும்பாலானவர்களுக்கு (ஒருபோதும் எல்லோருக்கும் இல்லை) சமத்துவ அரசியல் உரிமைகள் நிறுவனமாக்கப்பட்ட பிறகுதான், முதலாளித்துவத்தின் நெருக்கடிகளைக் கடந்து விட முடியும் என்ற சாத்தியத்தை நிரூபிப்பதாகத் தோன்றிய வரலாற்று நிலைமைகளில்தான் 'அரசியலின்' கட்டமைப்புரீதியான வரம்புகளை பகுத்தாய்வதற்கான கோட்பாட்டுத் தேவை உணரப்பட்டது.

அப்போது முதலே, மார்க்ஸ் ஹெகலிடமிருந்து எடுத்துக் கொண்ட, குடிமைச் சமூகத்தில் இருந்து அரசு பிரிக்கப்பட்டிருப்பது என்ற பகுப்பாய்வுரீதியான கருத்துநிலைக்கு மார்க்சிஸ்டுகள் பல்வேறு வழிகளில் திரும்பிச் சென்றனர். முதலாளித்துவ சுரண்டல் வடிவங்கள் ஆதிக்கம் செலுத்தும் சமூகங்களின் அடிப்படைத் தன்மைகளில் ஒன்றாக இதை அங்கீகரித்த மார்க்சிஸ்டுகள் இந்தப் பிரித்தல் வரலாற்றுரீதியாக வளர்ச்சியடைவதை பின்நோக்கிப் பார்த்து, 'முதலாளித்துவத்தின்' வளர்ச்சியில் இருந்து எழும் வரலாற்று அவசியம் என்று அதற்குப் பெயர்சூட்டினர். இந்தப் பொருள்கூறல் 'முதலாளித்துவப் புரட்சி' என்ற கருத்துநிலையில் உள்ளடக்கப்பட்டது. அதுதான் சமீபகாலம் வரை மார்க்சிய வரலாற்றியலின் ஆதாரத்தானங்களில் ஒன்றாக இருந்தது.

அரசு பற்றிய மார்க்சிய பகுப்பாய்வில் ஈடுபடும் பெரும்பாலானவர்கள், (உதாரணமாக) கம்யூனிஸ்ட் கட்சி அறிக்கையில் விளக்கப்பட்டிருக்கும் 'முதலாளிவர்க்கப் புரட்சி' பற்றிய வரலாற்றுரீதியான மாதிரி,

வரலாற்றுரீதியாக ஏறக்குறைய சரியானது எனக் கேள்வியின்றி ஏற்றுக் கொண்டனர் என்று அனுமானித்துக் கொண்டால் தவறில்லை என்று நான் கருதுகிறேன். கூடுதலாக, இந்த மாதிரி ஏதோ ஒரு வகையில் குறைபாடுடையதாக இருந்தால் கூட, நிறுவப்பட்ட முதலாளித்துவ சமூகங்களில் வர்க்கப் பகைநிலைகளின் இயக்க ஆற்றல் பற்றிய பகுப்பாய்வுக்கு அந்தக் குறைபாடு எந்த முக்கியத்துவத்தையும் கொண்டிருக்காது என்றும் ஏற்றுக் கொள்ளப்படுகிறது. இந்த இரண்டு கருத்துக்களையும் கைவிட வேண்டும் என்று எனது கற்பனையான சக ஆய்வாளர்களை ஏற்றுக் கொள்ள வைக்க இந்தக் கட்டுரையில் நான் முயற்சிக்கிறேன். ஏனென்றால், முதலாளித்துவ சமூகங்களில் உள்ள வர்க்கங்கள் ‘முதலாளித்துவத்தால்’ எப்படியோ கட்டமைக்கப் பட்டதாக அனுமானிக்கப்படும் வரை, ‘முதலாளி வர்க்கப் புரட்சி’ என்பது ‘முதலாளித்துவ வளர்ச்சியின்’ திட்டமான மட்டத்தின் விளைவு என எடுத்துக் கொள்ளப்படும் வரை, வரலாற்றுப் பொருள்முதல்வாத அரசு பற்றிய பகுப்பாய்வு, உற்பத்தி முறைகள் அல்லது சமூகப் படிவங்கள் பற்றிய கட்டமைப்புவாத கருத்தாக்கங்களில் உள்ளார்ந்துள்ள கோட்பாட்டு வரம்பை கடந்து செல்ல முடியாது. விஷயம் நேர்மாறானது: முதலாளித்துவ வர்க்க உறவுகள் கட்டுவிக்கப்பட்டு ஆதிக்கம் செலுத்துபவையாக மாற்றப்பட்ட வரலாற்று நிகழ்முறைகளின் விளைவுதான் முதலாளித்துவம்.

மார்க்ஸ், ஆதித் திரட்டல் பற்றிய தனது கோட்பாட்டில், இந்த நிகழ்முறைக்கான கட்டமைப்புரீதியான நிபந்தனைகளை பகுப்பாய்வு செய்ய முயற்சித்தார். இங்கிலாந்தில் வரலாற்று வளர்ச்சி பற்றிய அவரது பகுப்பாய்வு பல வழிகளில் தவறு என்று பின்னர் நிரூபிக்கப்பட்டு விட்டாலும், அந்தக் கோட்பாட்டு திட்டப்பணி தொடர்ந்து பொருந்துகிறது. முதலாளித்துவம் உள்நாட்டிலேயே வளர்ச்சியடைந்த சமூகங்களில் முதலாளித்துவ வர்க்க உறவுகளின் ஆதிக்கத்துக்கு வழிவகுத்த வரலாற்று நிகழ்முறைகள் பெருமளவு வேறுபடுகின்றன. காலனிய அல்லது ஏகாதிபத்திய ஆதிக்க வடிவங்களின் கீழ் முதலாளித்துவம் புகுத்தப்பட்ட சமூகங்களுக்கு இது இன்னும் உண்மை. ஒரு புறம் பணத்தின் குவிப்பையும், மறுபுறம் உற்பத்தியாளர்களிடம் இருந்து அவர்களது மறுவுற்பத்திக்கான சாதனங்களை பறித்து விடுவதையும் விளக்குவதாக மட்டும் தனது வரலாற்று விவரிப்புக்கு மார்க்ஸ் வரம்பிட்டுக் கொண்டார் என்பதைப் புரிந்து கொள்ள வேண்டும். முதலாளித்துவ சமூக உறவுகளுக்கு வடிவம் கொடுத்த சமூகச் செயல்பாடுகளை மேற்கொண்ட சமூகக் குழுக்களின் வளர்ச்சி பற்றிய வரலாற்றுரீதியான பகுப்பாய்வோடு அதைக் குழப்பிக் கொள்ளக் கூடாது. மறுவுற்பத்திக்கான பொருளாயத

நிலைமைகள், அதாவது உற்பத்திச் சாதனங்களை சொந்தமாக வைத்திருப்பது அல்லது சொந்தமாக வைத்திருக்காதது, வர்க்க உறவுகளை கட்டுவித்தாலும், சமூகப் போராட்டங்களின் வரலாற்று ரீதியான வடிவத்தை கட்டுவிப்பதில்லை.

மனிதர்கள், தமக்கு இருப்பதாக புரிந்து கொள்ளும் தேவைகள் அவர்களது பொருளாயத உடைமைகளின் 'விளைவுகள்' இல்லை: அவை அத்தகைய நிலைமைகளைப் பற்றிய மதிப்பீட்டால் ஆனவை, இந்த மதிப்பீடு, அதாவது கடவுளைப் பற்றியும் உலகத்தைப் பற்றியும் அதில் அவர்களது சொந்த இடத்தைப் பற்றியும் தனிநபர்கள் கொண்டிருக்கும் கருத்து சமூக உறவாடலின் விளைவு. நலன்களின் கட்டுவிப்பு சுரண்டல்-ரீதியான உறவுகளின் விளைவு இல்லை, மாறாக இந்த உறவுகள் பற்றிய பொது விவாதத்தின் விளைவு.

நலன்கள் என்ற கருத்துநிலையை (மறுவுற்பத்திக்கான பொருளாயத நிலைமைகளில் இருந்து தோன்றும்) செயல்பாட்டுக்கான மனத்தூண்டுதல் என்று வரலாறற்ற முறையில் வரையறுத்தால் அதற்கு பகுப்பாய்வு ரீதியான மதிப்பு குறைவாகவே இருக்கும். மாறாக, நலன்கள் என்ற கருத்துநிலையை கட்டமைப்புரீதியான - எனவே, வரலாற்றுரீதியான- முன்நிபந்தனைகளுக்கு மட்டுமாக வரம்பிட்டுக் கொள்கிறேன். இவற்றில் முதலாவது தனிநபராக்க நிகழ்முறை. முதலாளித்துவத்துக்கு முந்தைய சமூகங்களில், குடும்பக் கட்டமைப்புகளை மாற்றி அமைப்பதன் மூலம் இது சாதிக்கப்பட்டது. 'சமூகத்தின்' மேல் தட்டுகளில், கையகப்படுத்தலையும் சமூக முன்னேற்றத்தையும் செயல்படுத்தும் ஆதிக்க அலகாக வாரிசுரிமை நீண்ட காலம் நீடித்தது என்றால், அதே நேரம், விவசாயிகளின் தனிக்குடும்பம் (nuclear family) (குடும்ப அமைப்பு என்பதற்கு இணையாக ஆகாமலேயே) சுரண்டலின் குவிமையமாக தொடக்கத்திலேயே மாற்றப்பட்டு விட்டது. வாரிசுரிமை என்ற சாதகமான அலகை கலைத்து விடுவதன் மூலமாகத்தான், அல்லது கரணியமாக்கப்பட்ட சார்புநிலை அமைப்பில் அதாவது தனியுரிமைகள் பெறப்பட்டு பாதுகாக்கப்படும் தனியாள் தொடர்புகளின் வலையமைப்பில் அதனை ஒருங்கிணைப்பதன் மூலமாகத்தான், மேலும் சுரண்டலின் பிரபுத்துவ வடிவங்களை போராடி ஒழித்துக் கட்டுவதன் மூலமாகத்தான் மனிதர்கள் தங்களை தனிநபர்களாக உணர முடியும். உரிமைகளையும் கடமைகளையும் கொண்டவர்கள் என்ற உணர்வில் மட்டுமின்றி, விருப்பங்கள் தேவைகள் திட்டங்கள் ஆகியவற்றின் ஊற்றுக் கண்ணாக தங்களை உணர முடியும். மனிதர்கள் தம்மை ஒரு சமூக வர்க்கத்தின் உறுப்பினர்களாக கருத முடிவதற்கான வரலாற்றுரீதியான முன் நிபந்தனைகளாக இந்த தனிநபராக்க நிகழ்முறைகள் உள்ளன.

இரண்டாவதாக, நலன்கள் என்ற கருத்துருவை பயன்படுத்துவதை சமூகச் செயல்பாட்டின் காரணங்களை பகுப்பாய்வதற்கு மட்டுமாக வரம்பிட்டுக் கொள்ள வேண்டும். இந்தக் கருத்தினம் தேவைகளின் மிகவும் தனிப்பட்ட (தனியார்) சாயலில் இருந்து குறிப்பிட்ட அளவு பிரிக்கப்பட்டுள்ளது என்று இது உணர்த்துகிறது. இந்தப் பிரித்தெடுத்தல், தம்மை தனிநபர்களாக கருதிக் கொள்ளும் மனிதர்களின் சமூகச் செயல்பாடுகளின் விளைவாகும். இந்தப் பிரித்தெடுத்தல் செயல்களிலும், மொழியிலும், சைகைகளிலும், அவற்றின் நிறுவனமாக்கப்பட்ட பொருள்வடிவாக்கப்பட்ட முன் நிபந்தனைகளிலும் அடங்கியுள்ளது மற்றும் உருவாகிறது. எனவே, வர்க்க உறவுகள் ஒருபோதும் வெறும் 'பொருளாதார' உறவுகள் இல்லை, அவை அரசியல், கலாச்சார உறவுகளாகவும் உள்ளன.

முதலாளித்துவத்துக்கு முந்தைய ஆதிக்க வடிவங்களை எதிர்த்த போராட்டத்திற்கு தலைமை வகித்தவர்களின் நலன்கள் - வழக்கமாக அனுமானிக்கப்படுவது போல - முதலாளித்துவத்துக்கு கட்டமைப்பு ரீதியாக அவசியமானது பற்றிய முன்னுணர்வால் வரையறுக்கப் படாமல், அந்தச் சமூகங்களிலேயே நிகழ்ந்த சமூகச் சொல்லாடல் மூலமாகவே கட்டுவிக்கப்பட்டன என்றால், முதலாளித்துவத்துக்கு முந்தைய சமூகப் படிவ நிகழ்முறைகளை 'முதலாளிவர்க்க அரசுக்கான' காரணிகளை கட்டுவிப்பதாக பார்க்க வேண்டும்.

இந்தக் கட்டுரையில் விளக்கப்படவுள்ள பகுப்பாய்வுரீதியான கருத்தாக்கம், எஸ்டேட்டுகள் என்ற வடிவத்தில் பொதுமைப்படுத்தப் பட்ட ஆதிக்க வடிவங்களுக்கு எதிரான போராட்டங்களில் இருந்து முதலாளிவர்க்க அரசு வடிவம் உருவாகியது என்ற உண்மையை வலியுறுத்துகிறது. *முற்றதிகார அரசுக் கட்டமைப்பு வகை சமூகங்களாக* பிரபுத்துவ சமூகங்களை மாற்றி அமைத்த நிகழ்முறையின் காரணிகளில் ஒன்றாக எஸ்டேட்டுகளின் கட்டுவிப்பை எடுத்துக் கொள்ள வேண்டும். இந்த நிகழ்முறைகள் எடுத்த வடிவங்கள், பொதுவாக முதலாளித்துவத்துக்கு முந்தைய சமூகங்கள் அனைத்தின் (அதாவது, உள்நாட்டில் முதலாளித்துவம் வளர்ச்சியடைந்த சமூகங்களின்) தன்மையாக இருந்த போதிலும், அவை ஒன்றிலிருந்து ஒன்று பெருமளவு வேறுபட்டன. வர்க்கப் போராட்டத்தின் அடிப்படையில் விளக்க முடியாத சமூக இயங்காற்றலால் இந்த வேறுபாடுகள் ஏற்பட்டன. இன்னொரு பக்கம், *முற்றதிகார அரசு வகை* சமூகங்களில் தனிநபர் மீதான ஆதிக்கம் விரிவாக்கப்படுவதன் குறிப்பான வரலாற்று வடிவம், ஆதிக்கத்தின் இந்த வடிவத்துக்கே எதிரான போராட்டங் களுக்கு கட்டமைப்புரீதியான மிகத் தீர்மானகரமான முன்நிபந்தனையாக

அமைந்தது. எஸ்டேட்டுகளை கட்டுவிக்கும் மற்றும் மீட்டுருவாக்கும் திட்டவட்டமான வரலாற்று நிபந்தனைகள்தான், ஆதிக்கத்தின் தனிப்பட்ட வடிவங்களை பொதுமுறையான அதிகாரமாக முதலாளி வர்க்க அரசாக மாற்றி அமைப்பதற்கான கட்டமைப்புரீதியான நிபந்தனையாக வேறு வகையில் இருந்தன. அது மட்டுமில்லை, முதலாளித்துவ வர்க்க உறவுகளை கட்டுவிப்பதில் உட்புகுத்தப்பட்ட திட்டவட்டமான வரலாற்று நிலைமைகள் முதலாளித்துவத்தின் தாக்கத்தால் தாமாக தேய்ந்து மறைந்து விடவில்லை. மரபு, கலாச்சார மேலாதிக்கம், நிறுவனம், இனரீதியான அல்லது பாலினரீதியான பிரிவினை தொடர்பாக தனியான வரலாறு எதுவும் இல்லை என்பது உறுதி. சமூக உறவாடலின் இந்த வடிவங்கள் சமூகச் செயல்பாட்டின் மூலமாக மறுவுற்பத்தி செய்யப்படுகின்றன (சில சமயங்களில் மீட்டுருவாக்கப்படுகின்றன) - அல்லது அவ்வாறு செய்யப் படுவதில்லை. மார்க்சிய அரசு பகுப்பாய்வில், இந்த வகையான பகுப்பாய்வு கருத்தாக்கம் பல முறை வரலாறற்று கருத்தாக்கம் செய்யப்பட்ட சுரண்டல் வடிவத்தில் இருந்து தருவிக்கப்பட்ட கட்டமைப்புரீதியான உருவரைகளை விளக்குவதற்காக வரலாற்று உண்மைகளை பொருத்துவதற்கான கருவியாக பயன்படுத்தப்படுகிறது. ஆனால், முதலாளிவர்க்க அரசு வடிவத்தின் வளர்ச்சி என்பது முதலாளித்துவம் வளர்ச்சியடைந்ததும் தொடங்கி வைக்கப்பட்ட நிகழ்முறையாக மட்டும் இல்லை. மாறாக, அது முதலாளித்துவத்துக்கு முந்தைய சமூகங்களில் நிகழ்ந்த போராட்டங்களின் வரலாற்று விளைவாகவும் முதலாளித்துவ சுரண்டல் வடிவங்கள் ஆதிக்கம் செலுத்துபவையாக ஆவதற்கான சாத்தியத்தின் வரலாற்று முன்-நிபந்தனையாகவும் உள்ளது. இந்தப் பகுப்பாய்வு கருத்தாக்கத்தை தெளிவுபடுத்துவதற்கு, பிரபுத்துவ ஆதிக்கம் என்ற கருத்துநிலைக்குத் திரும்பிச் சென்று, முற்றாதிக்க அரசு ஆதிக்க வடிவத்தின் பொதுவான தன்மைகளை வளர்த்தெடுக்க வேண்டியுள்ளது. இறுதியாக, முதலாளி வர்க்க அரசு என்ற பகுப்பாய்வு கருத்துநிலையை, முதலாளித்துவ அரசு என்ற பகுப்பாய்வு கருத்துநிலைக்கு ஒத்ததாக கருதக் கூடாது என்று நான் பரிந்துரைக்கிறேன்.

சமூக மாற்றத்துக்கான துடிப்பான சக்திகளின் வரலாற்றுரீதியான குறிப்பானதன்மை பற்றி

இந்த வகையான 'வரலாறாக்கும்' பொருள்முதல்வாத பகுப்பாய்வு, வரலாற்றின் முன்-தீர்மானிக்கப்பட்ட பாதையைப் பற்றிய எந்தவொரு மீ-பொருண்மைவாதத்துடனும் பொருந்தாதது என்பதில் சந்தேக மில்லை. தீர்மானவாதம் பற்றிய விமர்சன பகுப்பாய்வை ஏற்றுக்

கொள்வதற்கு இப்போதெல்லாம் மார்க்சிஸ்டுகள் பழகி விட்டாலும், அவர்களில் பலர் இன்னும் கூட, மனிதர்களின் செயல்பாடுகள் எப்போதுமே பொருளாதார கரணியத்தால் வழிநடத்தப்பட்டன என்ற அடிப்படையில் வரலாற்று வளர்ச்சிகளை தொடர்ந்து பகுப்பாய்வு செய்கின்றனர். அந்தப் பொருளாதார கரணியம் மனித உழைப்புச் சக்தி சரக்காக மாற்றப்பட்டது முதலே, பொருளாயத மறுவுற்பத்தி நிலைமைகள் சந்தைப் போட்டியின் கட்டமைப்புக்கு உட்படுத்தப் பட்டது முதலே சமூக நடத்தையை தீர்மானிக்கும் வலுவான காரணியாக ஆகியுள்ளது. முதலாளித்துவத்துக்கு முந்தைய சமூகங்களில் பொருளாயத மறுவுற்பத்தி கட்டமைப்புகள் ஒரு தனியான களத்தில் இருந்தது போலவும் அவற்றுக்கு சொந்தமான இயக்க ஆற்றலை பெற்றிருந்தது போலவும் காலத்தில் பின்நோக்கி சமூக விஞ்ஞானிகள் அவற்றை ஆய்வு செய்வதை, முதலாளித்துவம் என்ற வரலாற்று வடிவம் சாத்தியமாக்கியது. இந்தச் சமூகங்களில் பொருளாயத மறுவுற்பத்தியில் ஏற்பட்ட நெருக்கடிகளுக்கான (சில) நிலைமைகளை அடையாளம் காண நமக்கு உதவிய அதே நேரத்தில், இந்தச் சமூகங்களில் ஆண்களும் பெண்களும், வயதானவர்களும் இளைஞர்களும் எதார்த்தத்தில் நடந்து கொண்டதன் மீது தாக்கம் செலுத்திய நிலைமைகளை பகுப்பாய்வு செய்வதோடு இந்த அணுகுமுறையை குழப்பிக் கொள்ளக் கூடாது. முதலாளித்துவத்துக்கு முந்தைய சமூகங்களில் பொருளாயத உற்பத்தியை ஒழுங்கமைப்பதற்கான (வெறும் தாக்கம் செலுத்துவதற்கானதாக இல்லை) சமூகச் செயல்பாடுகளாக ஆதிக்கத்தையும் மதத்தையும் புரிந்து கொள்ளா விட்டால் பொருளாதாரத்துறை தனியாக இருப்பது வரலாற்றுரீதியாக கட்டுவிக்கப்பட்டது பற்றிய பகுப்பாய்வு, ஆரம்பத்திலேயே குலையத் தான் போகிறது, ஏனென்றால், 'பொருளாதாரரீதியானது' என்பது எப்போதுமே தனியாகவே இருந்ததாக அனுமானிக்கப்படுகிறது. பிரபுத்துவ சுரண்டல் முறையை விவரிக்க மார்க்ஸ் பயன்படுத்திய 'பொருளாதாரமற்ற வன்முறை' என்ற சொல்லே, வரலாற்றுப் பொருள்முதல்வாதத்தின் பெரும்பகுதியில் உள்ளார்ந்திருந்த வரலாறற்ற கருத்தாக்கத்தின் வெளிப்பாடாக உள்ளது.[1]

திட்டவட்டமான வரலாற்று நிகழ்முறைகளை பகுப்பாய்வு செய்வதற்கு பயன்படுத்தியபோது இந்தக் கருத்தாக்கங்களின் போதாமை வெளிப்பட்டதால், பொதுவான வரலாற்று 'விதி'யின் இறுதி மிச்சங்களையும் உடைத்தெறிய வேண்டும் என்பது அங்கீகரிக்கப்பட்டது: வர்க்க உறவுகளைக் காண முடியும் எல்லா சமூகங்களிலும் வர்க்கப் போராட்டம்தான் தீர்மானகரமான

இயங்காற்றல் காரணியாக உள்ளது என்ற அனுமானத்தை உடைக்க வேண்டும். சமூக மறுவுற்பத்தியின் வடிவங்களில் ஒரு காரணியாக வர்க்க உறவுகள் எங்கெல்லாம் அமைகின்றனவோ அங்கெல்லாம் வர்க்கப் போராட்டத்தின் வரலாறு உள்ளது. இருப்பினும், இந்தச் சமூகங்களின் வரலாற்றை வர்க்கப் போராட்டத்தின் அடிப்படையில் போதுமான அளவில் விளக்கிவிட முடியும் என்று இதற்குப் பொருள் இல்லை.

இங்கு பயன்படுத்தப்படும் வகையில், வர்க்கம் என்ற கருத்துநிலை சமூகக் குழுக்களை குறிக்கவில்லை, மாறாக, 'உபரியை' உற்பத்தி செய்பவர்களுக்கும் அதை கையகப்படுத்துபவர்களுக்கும் இடையேயான முரண்படும் சமூக உறவுகளைக் குறிக்கிறது. அது அதிகாரத்தை செலுத்துவதன் விளைவும் அதை எதிர்ப்பதன் விளைவும் வரையறுக்கப் படுகிறது. உபரியை தமக்குள் பங்கிட்டுக் கொள்பவர்களுக்கு இடையே நிலவும் போட்டி உறவுகளை வர்க்கம் என்ற கருத்துநிலைக்குள் சேர்ப்பது பகுப்பாய்வுரீதியாக பலனளிக்காது என்று நான் கருதுகிறேன். இதை ஏற்றுக் கொண்டால், முதலாளித்துவத்துக்கு முந்தைய சமூகங்களில் பிரபுத்துவ வர்க்கத்துக்கும் முதலாளி வர்க்கத்துக்கும் இடையிலான வர்க்கப் போராட்டத்தின் அடிப்படையில் முதலாளித் துவத்துக்கு முந்தைய சமூகங்களின் இயக்க ஆற்றலை விளக்குவது ஒரேயடியாக நிராகரிக்கப்படுகிறது.

வர்க்க உறவுகள் (வர்க்கங்களுக்கு இடையேயான உறவுகள் இல்லை), முதலாளி வர்க்கத்துக்கு முந்தைய சமூகங்களின் (முதலாளித்துவத்துக்கு முந்தைய பிற சமூகங்களிலும் கூட) கட்டமைப்புரீதியான காரணிகள். ஆனால், அவை முதலாளித்துவ சமூகங்களில் இருப்பது போன்ற அதே வழியில் இந்தச் சமூகங்களின் இயங்காற்றலை கட்டுவிக்கவில்லை. முதலாளித்துவ சமூகங்களில் வர்க்கங்கள் சமூகப் போராட்டங்களின் கூட்டுத்துவ செயல்பாட்டாளர்களை கட்டுவிக்கும் சமூகக் குழுக்களாக வளர்ச்சியடைந்து விட்டன என்று சொல்ல வரவில்லை. ஆனால், தனியாள் மீதான ஆதிக்கத்தின் (பெரும்பாலான) வடிவங்கள் ஒழித்துக் கட்டப்படுவதும் உழைப்புச் சக்தி சரக்காக்கப்படுவதும் வர்க்க உறவுகளை சமூக மாற்றத்துக்கான அடிப்படை நிபந்தனையாக மாற்றி விட்டன. எனவே, முதலாளித்துவத்துக்கு முந்தைய சமூகங்களில், கூட்டுத்துவ செயல்பாடு பெரும்பாலும் வர்க்க உறவுகளின் அடிப்படையில் கட்டமைக்கப்படவில்லை என்ற வாதம், வர்க்க வடிவிலான சுரண்டலைக் கொண்ட எல்லாச் சமூகங்களின் வரலாற்று இயங்காற்றலை வர்க்க உறவுகள் அதே அளவு தீர்மானிப்பதாக பார்க்க

வேண்டும் என்ற கருத்தாக்கத்தின் கோட்பாட்டுரீதியான பொருத்தப் பாட்டின் மீது கேள்வி எழுப்புவதற்கு அதனளவில் போதுமானதாக இருக்காது. மாறாக, முதலாளித்துவத்துக்கு முந்தைய சமூகங்களில் சமூக மாற்றத்தின் இயங்காற்றல் ஆதிக்கத்துக்கான (எனவே, கையகப் படுத்தலுக்கான) சாதனங்களுக்கான போட்டியால் தீர்மானகரமாகக் கட்டமைக்கப்பட்டது என்ற கருதுகோள் இந்தக் கருத்தாக்கத்தின் மீதான விமர்சன பகுப்பாய்வுக்கு அடிப்படை. மார்க்சிஸ்டுகள் மத்தியில் வழக்கமாக இருப்பதைப் போல முதலாளித்துவத்துக்கு முந்தைய சமூகங்களின் அனைத்து வடிவங்களும் கையகப்படுத்தலின் எல்லா வடிவங்களும் வர்க்க உறவுகள் என்ற பகுப்பாய்வு கருத்தாக்கத்தின் கீழ் கொண்டு வரப்பட்டால், முதலாளித்துவத்துக்கு மாறிச்செல்வதன் மூலம் கொண்டு வரப்பட்ட சமூக மாற்றத்தின் இயங்காற்றலையே புரட்சிகரமாக மாற்றி அமைப்பதை பகுப்பாய்வு ரீதியாக புரிந்து கொள்ளக்கூட முடியாது, விளக்குவதைப் பற்றிக் கேட்கவே வேண்டாம். இந்த மாற்றத்தை பகுப்பாய்வு செய்வதற்கு முதலாளித்துவத்துக்கு முந்தைய சமூகங்களில் சமூக மாற்றத்தின் இயங்காற்றலில் வேறுபாட்டை கட்டுவித்த காரணிகளை - சுருக்கமாக என்றாலும் - கணக்கில் எடுத்துக் கொள்ள வேண்டும்.

பிரபுத்துவ ஆதிக்க வடிவங்கள் பற்றி

பிரபுத்துவ 'சமூகங்களில்' போர் என்பது இருத்தலின் சமூக வடிவம் மட்டுமில்லை, அது வழக்கமான கைப்பற்றல் வடிவமாகவும் இருந்தது. பிரபுத்துவ போர்களை ஏதோ பிரபுத்துவ பிரபுக்களின் விருப்பமான பொழுதுபோக்காக கையாளும் போக்கு மார்க்சிஸ்டு களிடம் உள்ளது. (பெர்ரி ஆண்டர்சனும் அலைய் குவெரோவும் இதற்கு அரிதான விதிவிலக்குகள்).[2] நிலப்பிரபுத்துவத்தை கிட்டத்தட்ட முழுவதுமே குடியாண்மை கீழ்ப்படிதல் அமைப்பாக விளக்கும் பகுப்பாய்வு கருத்தாக்கங்கள் மீதான மார்க்சிய விமர்சன பகுப்பாய்வில், ஆதிக்கத்துக்கான நிலப்பிரபுத்துவ வடிவங்களை நிலப்பிரபுக்களுக்கும் விவசாயிகளுக்கும் இடையேயான வர்க்க உறவாக கிட்டத்தட்ட முழுமையாக விளக்குவதன் மூலம் உமியோடு அரிசியையும் (காயோடு கனியையும்) தூக்கி எறிந்து விடுகின்றனர். (throw the baby out with the bath-water). தனிநபர்மீதான ஆதிக்கம் மையப்படுத்தப் படுவதை வர்க்கப் போராட்டங்களின் விளைவாக விளக்குவது இந்த வகையான தர்க்கத்துக்கே உரியது. 'பிரபுத்துவ அரசு' வலுப்படுத்தப் படுவது[3] (அதாவது, சிற்றரசர்களின் மற்றும் முடியரசர்களின் பொதுமைப்படுத்தப்பட்ட தனியாள் அதிகாரம்), நிலப்பிரபுத்துவ

உற்பத்தி முறையில் ஏற்பட்ட நெருக்கடியின் பக்க-விளைவாக புரிந்து கொள்ளப்படுகிறது. சமூகக் குழப்பத்தை ஒடுக்குவதற்கு நிலவும் முடியாட்சி அதிகாரம் பயன்படுத்தப்பட்டது என்ற மெய்ம்மை அத்தகைய வினைவிளைவுத் தொடருக்கு போதுமான சான்றாக எடுத்துக் கொள்ளப்படுகிறது.

இந்த வகையான தர்க்கத்துக்கு எதிராக, இராணுவ அதிகாரம் மையப்படுத்தப்படுவது முக்கியமாக, கௌரவத்தையும் செல்வத்தையும் வெற்றி கொள்ளும் ஆதிக்க சமூக செயல்பாட்டின் மூலமாக, வேறு ஒருவரின் விவசாயிகளின் உழைப்பை அல்லது வேறு ஒருவரின் ஆதிக்க அதிகாரங்களை கைப்பற்ற முயற்சிப்பதன் மூலம் சாதிக்கப்பட்டது இரண்டாம் நிலை முக்கியத்துவம் கொண்டதில்லை என்று நான் வலியுறுத்துவேன் (அது மட்டுமே பொதுமைப் படுத்தப்பட்ட முடியாட்சி அல்லது சிற்றரசாட்சி அதிகாரத்தின் உரிமை கோரல்களை, எதார்த்தத்தில் சட்ட ஆட்சியை அமல்படுத்துவதற்கும் நிதியை கைப்பற்றுவதற்கும் இன்னபிறவற்றுக்குமான சாத்தியமாக மாற்றியமைத்தது). பிரபுத்துவச் சுரண்டலின் இந்த வழக்கமான வடிவத்தை, எப்போதும் இல்லை என்றாலும், தனது சொந்த ஆதிக்க எல்லைக்கு அப்பால் கடைப்பிடிப்பது விரும்பப்பட்டது, அதனை கையகப்படுத்தலின் வர்க்கமற்ற வடிவம் என்று வகைப்படுத்தலாம். (இந்த வகைப்படுத்தல் வர்க்கம் என்ற கருத்துநிலைக்கு, வழக்கத்தின் மூலம் ஒழுங்குபடுத்தப்பட்ட சமூகச் செயல்பாடுகள் என வரம்பிடுகிறது. எனவே, வன்முறையை நேரடியாக பயன்படுத்துவது அவற்றை பாதுகாப்பதற்கு அல்லது மாற்றுவதற்கான சாதனமாக ஆகிறது).

'வர்க்கம் அல்லாத' கையகப்படுத்தலின் போட்டி நிலைமைகளில் குறிப்பான ஒரு இயக்க ஆற்றல் உள்ளார்ந்துள்ளது. ஆயுதங்களை உருவாக்குவதும், இன்னும் முக்கியமாக போரிடுதலின் புதிய (சமூக!) வடிவங்களை உருவாக்குவதும், தனியான குதிரைவீரரின் இராணுவ முக்கியத்துவத்தை குறைத்தது மட்டுமின்றி, பெரும் எண்ணிக்கையிலான காலாட்படையினரை பயன்படுத்துவதை தவிர்க்க முடியாததாக்கியதும், மையப்படுத்தும் உத்திகளின் வெற்றிக்கு கட்டமைப்புரீதியான முன்நிபந்தனைகளாக இருந்தன.

'வர்க்கம்-அல்லாத' கையகப்படுத்தல் வடிவங்களின் போட்டியிடும் கட்டமைப்புகளை, பகுப்பாய்வுரீதியாக (காம்னினல் குறிப்பது போல) முதலாளிகளுக்கு இடையிலான போட்டியுடன சமப்படுத்தக் கூடாது.[4] ஏனென்றால், அதன் இயக்க ஆற்றல்கள் வேறுமாதிரியாக கட்டுவிக்கப் பட்டது மட்டுமின்றி, மேலும் முக்கியமாக - அதன் விளைவு சுரண்டலின் வர்க்க வடிவத்துடன் தற்செயலான (எதேச்சையான) தொடர்பையே

கொண்டுள்ளது. எந்தப் பிரபுவும் தனியாக படை நடத்திச் செல்ல முடியும் அல்லது எந்த சிற்றரசரும் ஒன்று திரட்ட முடியும் இராணுவ அதிகாரத்துக்கான பொருளாயத வரம்புகளை சுரண்டலின் வீச்சு வரையறுத்தது என்பதில் ஐயமில்லை. இருந்தாலும், போர்களின் விளைவுகள் நிலப்பிரபுத்துவ கையகப்படுத்தலின் இராணுவம் அல்லாத வடிவங்களுடன் செயல்ரீதியாக தொடர்பற்றவை. இருப்பினும், ஆதிக்கத்துக்கான சாதனங்களின் உட்புற வினியோகத்துக்கு அவை முக்கியமானவை. இதிலிருந்துதான், இந்த வாதத்தின் கோட்பாட்டு முக்கியத்துவம் உருவாகிறது.⁵ இதைப் புரிந்து கொள்வதற்கு : ஏற்கனவே மிக விரிவான, ஆங்கிலோ-சாக்சன் (மற்றும் டேனிஷ்) மன்னர்களின் ஆதிக்க அதிகாரங்களை (வெற்றியாளர்) வில்லியம் கைப்பற்றியது என்ற போர் நடவடிக்கையின் ஒற்றை விளைவை பரிசீலிக்கும்படி கேட்டுக் கொள்கிறேன். இந்த வெற்றியின் மூலமாக நார்மன்-அன்ஜிவினியன் மன்னர்கள் மையப்படுத்தப்பட்ட தனிப்பட்ட ஆதிக்கத்தை கைப்பற்றி, பாதுகாத்து, விரிவாக்க முடிந்தது, அதன் மூலம் அவர்களுக்கு உட்பட்ட பிரபுக்களின் ஆதிக்க அதிகாரங்களை (கிட்டத்தட்ட) விவசாய உழைப்பை நேரடியாக சுரண்டுவதாக வரம்பிட முடிந்தது. வேறு சொற்களில், ஆங்கிலேய (நார்மன்) நிலப்பிரபுக்களின் ஆதிக்கம், (மற்ற 'நிலப்பிரபுத்துவ' சமூகங்களுடன் ஒப்பிடும் போது), பெரும்பாலும் 'பொருளாதார' வலுவந்த சாதனங்களாகவே குறுக்கப்பட்டு விட்டது.

ஆங்கிலேய பண்ணை வீட்டின் (manor) ஆதிக்க முறைக்கும், இராணுவ பண்ணை ஆதிக்கத்துக்கும் (seigneurie banale) (கண்டத்து ஐரோப்பாவில் நிலப்பிரபுத்துவ நேரடி சுரண்டல் வடிவங்களில் இதுதான் வழக்கமாக இருந்தது) இடையேயான வேறுபாடு, நேரடி சுரண்டலாளர்களுக்கும் பிரபுத்துவ ஆட்சியாளருக்கும் இடையிலான உறவில் உள்ள வேறுபாட்டால் ஏற்பட்டது.⁶ விவசாயிகளின் வாழ்க்கை நிலைமைகளை இது அவசியமாக - குறைந்தபட்சம் தொடக்கத்தில் - மாற்றி விடவில்லை. ஆனால் நீண்டகால நோக்கில், சுதந்திரமானவர்களுக்கும் பிரபுக்களுக்கும் இடையே அந்தஸ்துக்கான போட்டி நடக்கும் நிலைமைகளில் உள்ள வேறுபாடுகள், விவசாயிகளின் போராட்ட வடிவங்களிலும் சாத்தியமான விளைவுகளிலும் வேறுபாடுகளை ஏற்படுத்தின. ஒரு அம்சத்தை சிறப்பாகக் குறிப்பிடுவதென்றால் : நிலப்பிரபுத்துவ பிரபுக்களுக்கு இடையிலான உறவு பொதுநிதிமயமாக்கப்பட்டு ஒழுங்குபடுத்தப்பட்ட அளவில், (அதாவது கரணியமாக்கப்பட்ட அளவில்), அது நேரடி சுரண்டலை கரணியமாக்குவதற்கு இட்டுச் சென்றது; எனவே, *முற்றதிகார அரசு* வகையிலான ஆதிக்கம் உருவாக்கப்பட்டது.

ஆதிக்கத்தின் முற்றதிகார அரசு வடிவங்கள் பற்றி

இதுவரை விவாதித்ததில் தெளிவானதுபோல, *முற்றதிகார அரசு* வகையிலான சமூகம் என்ற கருத்துநிலையை நான் முன்மொழிகிறேன். மார்க்சியத்தில் முன்பு பரவலாக இருந்த உற்பத்தி முறைகளுக்கான வரம்புக்குட்பட்ட பகுப்பியல் (taxonomy)[7] நீண்ட காலமாக விமர்சிக்கப் பட்டு வருகிறது. அதன் இடத்தில் முதலாளித்துவம் வருவது வரை சுரண்டலின் நிலப்பிரபுத்துவ வடிவம் நீடித்தது என்று அனுமானித்துக் கொள்ளும் பகுப்பாய்வு முறை இன்னும் தொடர்கிறது. வன்முறை அதிகாரங்களை அமைப்பாக்குவதில் ஏற்பட்ட கருத்தைக் கவரும் மாற்றங்களுக்கு, கெடுவாய்ப்பாக 'முற்றதிகாரம்' என்று பெயரிடப் பட்டது, அவை பழைய மற்றும் புதிய ஆளும் வர்க்கங்களுக்கு இடையிலான போட்டியில் இருந்து வளர்ச்சியடைந்ததாகவோ அல்லது முதலாளித்துவத்தை வளர்ப்பதற்கு அதன் நிதித்துறை சார்புநிலையால் கட்டாயப்படுத்தப்பட்ட நிலப்பிரபுத்துவ ஆளும் வர்க்கத்தின் தற்காப்பு அரணாகவோ புரிந்து கொள்ளப்பட்டன. அதன் மூலம் அதன் சொந்த வர்க்க அடிப்படையை ஒழித்துக் கட்டியது. பெர்ரி ஆண்டர்சன் விளக்கிய முற்றதிகாரம் பற்றிய இந்தப் பொருள்கூறலில்,[8] மாறிச் செல்வது பற்றிய ஒரு 'அரசியல்' கோட்பாடு உள்ளது. பிரபுத்துவ ஆதிக்கத்தை மாற்றி அமைத்ததே அதன் இறுதி அழிவுக்கான காரணமாக எடுத்துக் கொள்ளப்பட்டது. 'அரசின்' துறைக்கு மட்டுமாக வரம்பிடப்பட்ட ஒரு 'இடைநிலை' வரலாற்றுப் படிவத்தை ஆண்டர்சன் பரிந்துரைக்கிறார். அதே நேரம், முற்றதிகார அரசின் காலத்தில், 'பிரபுத்துவ வர்க்கமும்' 'முதலாளி வர்க்கமும்' முறையே நிலப்பிரபுத்துவ வர்க்கமாகவும் முதலாளித்துவ வர்க்கமாகவும் இருந்தன என்ற கருத்துநிலையை தக்க வைத்துக் கொள்கிறார். இதற்கு மாறாக, மற்றவர்கள், 'பிரபுத்துவம்' என்பதே அதனளவில் பரந்து விரிந்த பகுப்பாய்வு கருத்தாக்கமாக இருந்த போதிலும் (மேற்கத்திய) மார்க்சிஸ்ட் அல்லாதவர்கள் 'நவீனகால சமூகத்தின்' தொடக்கம் என்று அழைக்கும் காலகட்டத்தில் நிலப்பிரபுத்துவ 'சமூகங்கள்' எதிர்கொண்ட கட்டமைப்புரீதியான மாற்றங்களை உள்ளடக்கும் போது அது பகுப்பாய்வுக்கான மதிப்பை இழக்கிறது என்ற மெய்ம்மையை கையாள்வதற்கான பகுப்பாய்வு பரிந்துரைகளை செய்துள்ளனர்.

இந்தப் பரிந்துரைகளில் சிலவற்றை எளிதாக விமர்சிக்கலாம்: அவை தனியாள் ஆதிக்கம் பண மயமாக்கப்படுவதை அது ஒழிக்கப்படுவதாக தவறாகப் புரிந்து கொள்கின்றன (ஸ்வீசி) அல்லது வணிக மூலதனத்தின் வளர்ச்சியை முதலாளித்துவத்தின் வளர்ச்சியாக

தவறாகப் புரிந்து கொள்கின்றன (வால்லர்ஸ்டெய்ன்). இதற்கு மாறாக, ஹெர்பர்ட் கின்டிஸ் (Herbert Gintis), சாமுவேல் பவ்வல்ஸ் (Samuel Bowels), வேறு ஒரு விஷயத்தை தீர்மானமானதாகக் கருதுகின்றனர்.[9] அவர்கள் 'அரசு வணிக சமூக படிவம்' என்ற பகுப்பாய்வு கருத்து நிலையை முன்மொழிகின்றனர். (அது வரலாற்றுரீதியாக பெர்ரி ஆண்டர்சனின் முற்றதிகார அரசுடன் தோராயமாக பொருந்துகிறது). பிரபுத்துவமாகவோ, முதலாளித்துவமாகவோ இல்லாத இந்தச் சமூகங்களில் - கின்டிஸ், பவ்வல்சின் கருத்துப்படி, நிலப்பிரபுத்துவத்தில் மறைமுகச் சுரண்டலுக்கான சாதனமாக இருந்த அரசு நேரடிச் சுரண்டலுக்கான சாதனமாக மாற்றி அமைக்கப்பட்டது. அரசு கறத்தலின் பொருளாயத பலன்களை பகிர்ந்து கொண்ட, 'மேல்தட்டு வர்க்கத்தினர்' அரசை வலுப்படுத்தினர். இது, நிலப்பிரபுக்கள் தமது ஆதிக்கத்தை உறுதி செய்வதற்கான பாரம்பரிய சாதனங்களை பறித்து விட்டது. இவ்வாறாக, சுரண்டலின் சமூக நிலையில் ஏற்பட்ட மாற்றத்தை வெறுமனே பிரதிபலிப்பதாக மட்டும் 'அரசு' புரிந்து கொள்ளப்படவில்லை. கீழே தெளிவாகவிருப்பதைப் போல, மையப்படுத்தப்பட்ட சுரண்டலின் கட்டமைப்புரீதியான பொருத்தப் பாட்டில் நான் கின்டிஸ், பவ்வல்சுடன் உடன்படுகிறேன். ஆனால், அவர்களது கருத்தாக்கத்தின் அடிப்படையான கட்டமைப்புவாதத் துடன் நான் உடன்படவில்லை. 'அரசும்', 'பொருளாதாரமும்' நிலப் பிரபுத்துவத்திலும், அரசு வணிகவாதத்திலும் முதலாளித்துவத்திலும் இருக்கும் கட்டமைப்புரீதியான நேர்வுகளாக புரிந்து கொள்ளப் படுகின்றன. இரண்டுக்கும் இடையேயான உறவில் மட்டும்தான் வேறுபாடு உள்ளது.[10] பகுப்பாய்வுக்கான இந்த வரலாறற்ற முறை, 'அரசு வணிக சமூகப் படிவமாக' அவர்கள் பகுப்பாய்வு செய்ய முயற்சிக்கும் வரலாற்று காலகட்டத்தில், எப்படியானாலும் பிரபுக்களும் பிரபுக்கள் இல்லாதவர்களும் இருந்தனர் என்பதை கணக்கில் எடுத்துக் கொள்ளா விட்டால் 'வர்த்தக வர்க்கங்கள்', 'நிலவுடைமை வர்க்கங்கள்' போன்ற சொற்களிலும் உள்ளார்ந்துள்ளது. எஸ்டேட்டுகள் (மார்க்சிய கோட்பாட்டு பாரம்பரியத்தை பின்பற்றி பெர்ரி ஆண்டர்சன் அனுமானிப்பது போல) வர்க்க-எல்லைகளுடன் ஒத்திசையவில்லை. மாறாக, சமூக அந்தஸ்துக்கும் வருவாய்க்கான ஆதாரத்துக்கும் இடையேயான விலகிச் செல்லல், சமூக மாற்றத்துக்கான இயக்க ஆற்றலின் ஒரு பகுதியாக அமைந்தது, எனவே, அதனை முதலாளித்துவத்துக்கு முந்தைய சமூகங்கள் பற்றிய எந்த பகுப்பாய்வும் புறக்கணிக்க முடியாது.

நிலப்பிரபுத்துவத்துடனோ அல்லது முதலாளித்துவத்துடனோ பொருந்தாத வரலாற்று எதார்த்தங்களை கையாண்ட பல மார்க்சிஸ்டுகள்,

ஒரு சமூகப் படிவத்தில் வெவ்வேறு உற்பத்தி முறைகளை விரித்துரைப்பது பற்றிய நிகொஸ் புலண்ட்ஸசின் கோட்பாட்டுக்கு கடன்பட்டுள்ளனர். 'உற்பத்தி முறைகள்' அடுத்தடுத்து வருவதற்குள் எளிதாகப் பொருத்த முடியாத வரலாற்று ஆராய்ச்சிகளின் முடிவுகளைப் புரிந்து கொள்வதற்கு புலண்ட்ஸசின் பகுப்பாய்வு கருத்தாக்கம் வழி வகுத்தது.

ஃபிரான்சில் *முற்றதிகார அரசு* (Ancien Regime) பற்றிய ரெஜின் ராபினின் பகுப்பாய்வும் (Regine Robin), ஜான் ஈ மார்ட்டினின் (John E Martin) 'நிலப்பிரபுத்துவத்திலிருந்து முதலாளித்துவத்துக்கு' என்ற நூலும் ஒரே நேரத்தில் நிலவும் உற்பத்தி முறைகளை விரித்துரைப்பதாக திட்டவட்டமான வரலாற்று நிகழ்முறைகளுக்கு பொருள் கூறுவதற்கான தலைசிறந்த உதாரணங்கள்.[11] எனினும், புலண்ட்ஸசின் கருத்தாக்கம், பிரச்சினையை தீர்க்கவில்லை, ஏனென்றால், 'முதலாளித்துவம்' நிலப்பிரபுத்துவத்துக்குள் எப்படியோ உள்ளார்ந்திருந்தது என்று அனுமானிப்பதோடு மட்டுமின்றி,[12] கூடுதலாக, முதலாளித்துவம் அல்லாத சமூக உறவாடலுக்கு மத்தியில், அவர்களது சமூக விழுமியங்களும், அருநோக்கங்களும் முதலாளித்துவ சமூகங்களின் பின்புலத்தில் உருவானது போல நடந்து கொள்ளும் மனித கதாபாத்திரங்களை தேடிச் செல்லும்படி வரலாற்றாசிரியர்களை அது கட்டாயப்படுத்தியது. முதலாளித்துவத்துக்கு முந்தைய ஆதிக்க வடிவங்களுக்கான எதிர்ப்பை அந்த வரலாற்று வடிவங்களிலேயே உள்ளார்ந்த நெருக்கடிகளின் அடிப்படையில் விளக்க வேண்டும். மார்க்சிய மானுடவியலாளர்கள் மத்தியிலும் வரலாற்றாசிரியர்கள் மத்தியிலும் பிரபலமாகி விட்ட உற்பத்தி முறைகளின் இணை ஆட்டம் (pas de deux), கட்டமைப்புரீதியான தீர்மானவாதத்தை சிறிதளவு திருத்துவதைத் தவிர வேறெதையும் செய்யவில்லை.

ஃபிரெஞ்சு புரட்சியை கையாளும் மார்க்சிய வரலாற்றியல் மீதான தனது மார்க்சிய விமர்சன பகுப்பாய்வில் ஜார்ஜ் சி காம்னினலும் (George C. Comninel) நிலப்பிரபுத்துவமாகவோ முதலாளித்துவமாகவோ இல்லாத சமூகம் என்ற பகுப்பாய்வு கருத்துநிலையை வந்தடைகிறார். இடையில் வரும் சுரண்டல் முறையை காம்னினல் 'முதலாளிவர்க்க சமூகம்' என்று அழைத்தார், அதன் தனிச்சிறப்பாக அரசு விவசாயிகளை நேரடியாக சுரண்டுவது என்ற மெய்ம்மை இருந்தது. காம்னினலின் கருத்துப்படி, இந்த வடிவிலான சுரண்டலை கைப்பற்றுவதற்காக சொத்துடைமையாளர்கள் நடத்திய போராட்டம்தான் ஃபிரெஞ்சுப் புரட்சி. விவசாயிகளுக்கும் நிலவுடைமையாளர்களுக்கும் இடையேயான வர்க்கப் போராட்டத்தால் இது இன்னும் தீவிரமாக்கப்பட்டது. 1871-ம் ஆண்டில் அரசியல் இறுதியில் பொருளாதாரத்தில் இருந்து

பிரிக்கப்பட்டு, அரசு கறத்தலின் இடத்தில் முதலாளித்துவ கறத்தல் வடிவங்கள் வருவது வரை சுரண்டலின் இந்த முதலாளிவர்க்க வடிவம் நீடித்ததாக அவர் அனுமானிக்கிறார். 'முதலாளிவர்க்க சமூகத்தை' உள்நாட்டிலேயே முதலாளித்துவத்தை நோக்கிய வளர்ச்சி ஏற்பட்ட எல்லா முன்னாள் நிலப்பிரபுத்துவ சமூகங்களிலும் இடையில் வரும் படிவமாக புரிந்து கொள்ளவில்லை என்ற காம்னினலின் பகுப்பாய்வுரீதியான கருத்தாக்கம் முக்கியமாக கவனிக்க வேண்டியது. இங்கிலாந்தின் விஷயத்தில் அவர் இதை வெளிப்படையாகவே மறுக்கிறார். வளர்ச்சிப் பாதைகளில் உள்ள பெரிய கட்டமைப்புரீதியான வேறுபாடுகள் மீதான இந்த அழுத்தம்தான் ராபர்ட் பிரென்னர் தொடங்கி வைத்த மாறிச் செல்வது பற்றிய விவாதத்திற்கு அவரது பங்களிப்பை தனிச்சிறப்பாக்குகிறது என்று நான் கருதுகிறேன்.[13] இங்கிலாந்தில் உபரியை கைப்பற்றும் 'பொருளாதார' முறை மேன்மேலும் அதிக முக்கியத்துவம் கொண்டதாக வளர்ச்சியடைந்தது என்ற, 'அரசு' மூலம் கைப்பற்றப்படுவது பொருளாயத மறுவுற்பத்தி கட்டமைப்புகளின் ஆதிக்கம் செலுத்தும் பண்பாக இருக்கவில்லை என்ற மெய்ம்மையை காம்னினல் வலியுறுத்துகிறார். காம்னினலின் பகுப்பாய்வில், மாறிச் செல்லும் நிகழ்முறையில் உள்ள கட்டமைப்பு ரீதியான வேறுபாடுகளுடன், நான் பெருமளவு உடன்பட்டாலும், பரவலாக்கப்பட்ட கரணியமாக்கப்பட்ட தனியாள் ஆதிக்க வடிவங்களைக் கொண்ட முதலாளி வர்க்கத்துக்கு முந்தைய எல்லா முதலாளித்துவ சமூகங்களின் பண்புகளை வெளிப்படுத்துவதாக முற்றதிகார அரசு (Ancien Regime) என்ற கருத்துநிலையை நான் முன் மொழிகிறேன். கூடவே, முதலாளிவர்க்க முதலாளித்துவ சமூகங்களுக்கும் முதலாளி-வர்க்கம் அல்லாத முதலாளித்துவ சமூகங்களுக்கும் இடையே வேறுபடுத்தும் எனது பரிந்துரை முதலாளிவர்க்க சமூகம் என்ற அவரது கருத்தாக்கத்தில் இருந்து வேறுபடுகிறது.

'பிரபுத்துவ' சமூகமாக வரையறுக்கப்படக் கூடிய சமூகங்களில் இருப்பதைப் போலவே, *முற்றதிகார அரசு வகையிலான சமூகங்களிலும், இயக்கத்தின் வடிவம் தனியாள் ஆதிக்கத்தை செயல்படுத்துவதே ஆகும்.* இங்கு பயன்படுத்தப்பட்ட வகையில் ஆதிக்கம் என்பது எப்போதுமே கையகப்படுத்தலையும் உள்ளடக்கியது. வரலாற்று வளர்ச்சிகளை ஆதிக்க முறைகளின் அடிப்படையில் அல்லது உற்பத்தி முறைகளின் அடிப்படையில் பகுப்பாய்வு செய்ய வேண்டும், இந்த இரண்டில் ஒன்றை தேர்ந்தெடுக்க வேண்டும் என்று வலியுறுத்தும், பிந்தையதை தேர்ந்தெடுத்தவர்களுக்கு மார்க்சியம் என்ற மகுடத்தை சூட்டும் மார்க்சிஸ்டுகளுக்கு எதிராக, முதலாளித்துவத்துக்கு முந்தைய சமூகங்களின் வரலாற்று இயக்காற்றலை உற்பத்தி முறை பற்றிய

கருத்தாக்கம் எதனாலும் போதுமான அளவு புரிந்து கொள்ள முடியாது என்று நான் வாதிடுகிறேன். முதலாளித்துவத்துக்கு முந்தைய சமூகங்களில் கையகப்படுத்துதல் தனியாள் ஆதிக்கக் களத்துக்கு வெளியில் செயல்படவில்லை; வர்க்கப் போராட்டங்கள் வர்க்கப் போராட்டங்களாக நடக்கவில்லை, மாறாக தனியாள் ஆதிக்கத்தை அமல்படுத்துவது தொடர்பான அதன் வடிங்கள், வீச்சு தொடர்பான (பிந்தையதில் சுரண்டலின் அளவும் உள்ளடங்கியது) போராட்டங்களாக நடந்தன, தனியாள் ஆதிக்கத்தில் இருந்து பிரிக்கப்பட்ட பொருளாதாரத் துறை எதுவும் இருக்கவில்லை, ஆதிக்கத்துக்கான தனியாளற்ற வடிவங்களும் இருக்கவில்லை. 'முடியரசர்' தனது சிறப்புரிமையை பயன்படுத்துவது கூட, நிலப்பிரபுத்துவ பகுதி மீதான சட்ட அதிகாரம் அதன் உடைமையாளரின் வசம் (அவர் பிரபுவாக இருந்தாலும் சரி பிரபுவாக இல்லா விட்டாலும் சரி) இருப்பது போல, ஒரு தனிநபரின் உடைமைதான். அதை வளைக்காமல் இருப்பது புத்திசாலித்தனம் என்று அரசிகளும் அரசர்களும் தீர்மானிக்கும் நிலைமைகள் இருந்த போதிலும், முடியரசின் சட்டம் இன்னும் மன்னரின் அதிகார வீச்சிலிருந்து விடுவிக்கப்படவில்லை. எனவே, முடியரசரின் (சிற்றரசரின்) அதிகாரத்தை செயல்படுத்தும் நிறுவனங்களையும் ஊழியர்களையும் 'அரசு' என்று அழைப்பது காலப்பொருத்தமற்றதே. இந்த பகுப்பாய்வு துல்லியமின்மையிலிருந்து வழக்கமாக எழும் தவறான புரிதலை வைத்துப் பார்க்கும் போது இந்தப் பழக்கத்தை முற்றிலும் தவிர்க்க வேண்டும் என்று நான் பரிந்துரைக்கிறேன்.

நிலப்பிரபுத்துவ 'சமூகங்களை' விட முற்றதிகார அரசு வகை சமூகங்களில் சமூக மாற்றத்துக்கான கட்டமைப்புரீதியான முன் நிபந்தனைகளை வேறுபடுத்திக் காட்டுவது, ஒரு பக்கம் சந்தையின் பொருள்வடிவாக்கப்பட்ட கட்டமைப்புகளில் தனியார் ஆதிக்கம் ஒருங்கிணைக்கப்பட்டிருப்பதும், மறுபக்கம் சிற்றரசு அல்லது முடியரசின் அதிகாரம் பரவலாக்கப்படுவதும் (அதன் மூலம் பிராந்திய மாக்கப்படுவது), வழக்கம், சட்டம் மற்றும் குறியீட்டுரீதியான அதிகாரங்களின் மதரீதியான ஒப்புதலால் ஒழுங்குபடுத்தப்பட்டாலும், நிலப்பிரபுத்துவத்தில் சமூக உறவுகளின் எதார்த்தமான உள்ளடக்கம், யாரொருவரும் திரட்ட முடிகிற (இராணுவப்) படையின் அளவால் வரையறுக்கப்படுகிறது. செயல்படுத்தப்படுவது 'மோதலின் மூலம் முடிவுசெய்வதன்'[14] சாத்தியத்தின் மூலம் தரப்பட்ட எந்த உரிமைக்கும்- முற்றதிகார அரசு என்று நான் குறிப்பிடும் சமூகங்களில் - நேரடி கட்டமைப்புரீதியான பொருத்தப்பாட்டின் இடத்தில் மையப்படுத்தப் பட்ட தனியாள் ஆதிக்கம் பொதுமைப்படுத்தப்படுகிறது.

அரசாங்க உத்திகளை எந்த அளவுக்கு அமல்படுத்த முடியும் என்பதிலிருந்து சுயேச்சையாக, மத்தியப்படுத்தப்பட்ட தனிநபர் ஆதிக்கம் விரிவாக்கப்படுவது தனியாள் ஆதிக்கத்தின் கீழ்மட்ட உடைமையாளர்களின் அதிகாரத்தை மாற்றி அமைத்தது. முடியரசரின் பதவியை வரையறுக்கும் அதிகாரத்தால் மட்டுமே 'பிரபுத்துவம்' ஆட்சியின் ஒரு எஸ்டேட்டாக கட்டுவிக்கப்பட்டது. கூடுதலாக, ஆதிக்கத்தின் 'தனியார்' தனியாள் அதிகாரத்தின் வடிவங்களே (கையகப் படுத்தல் உள்ளிட்டு) தனியாள் ஆதிக்கத்துக்கான பொதுமைப்படுத்தப் பட்ட வடிவங்களின் காரணிகளாக மாற்றி அமைக்கப்பட்டன. (தெளிவுக்காக, இதனை தன்னாட்சியை தனியுரிமையாக மாற்றியது என்று மிகைப்படுத்தி அழைக்கலாம், அல்லது குறைவான தீவிரத்துடன், ஆதிக்கத்தை கைவசப்படுத்தியிருப்பதை சொத்துடைமையாக மாற்றி அமைத்தது என்று அழைக்கலாம்). பதினெட்டாம் நூற்றாண்டு பிரான்சின் நிலவுடைமையாளர்கள் பிரபுத்துவ நீதி அதிகாரத்தை (அதில் எஞ்சியிருந்ததை) செலுத்தினார்கள், 'பிரபுத்துவ' கட்டணங்களைக் கறந்தார்கள் என்றால், எனவே அவை இனிமேலும் ஆதிக்கத்தின் 'பிரபுத்துவ' வடிவங்கள் இல்லை.[15] அவை பொதுமைப்படுத்தப்பட்ட ஆதிக்கத்தின் நிறுவனமாக்கப்பட்ட வடிவங்களில் ஒருங்கிணைக்கப் பட்டதன் காரணமாக தனியாள் ஆதிக்கத்தை செலுத்துவதற்கான நிலைமைகளாக மாறி விட்டன. இந்த மாற்றத்தின் தாக்கங்களில் ஒன்று, நிலத்தின் உடைமையாளரின் மற்றும் பானுசின் நேரடி சுரண்டலுக்கு எதிராக விவசாயிகளின் கலவரம் முடியரசின் (சிற்றரசின் அல்லது மாகாணத்தின்) சட்டத்துக்கு எதிரான தண்டனைக்குரிய குற்றங்களாக மாறியதில் வெளிப்படையாக உள்ளது. வலுவந்தத்துக்கான அதிகாரங்களை மையப்படுத்துவது, வரலாற்றுரீதியானது, சுரண்டலின் வர்க்க வடிவங்களுக்கு ஒப்புதல் கொடுக்கும் சாதனமாக அது கொண்டு வரப்படவில்லை. கிளர்ச்சியை ஒடுக்குவதற்கான தேவை, நிலப் பிரபுக்களின் அதிகாரங்களை (பிராந்தியரீதியாக) ஒன்றுபடுத்துவதை தூண்டி விட்ட அதே நேரம், வர்க்க ஆட்சிக்கான மையப்படுத்தப்பட்ட முகமையின் நிலையான கட்டமைப்பை வளர்க்கவில்லை. எனினும், கட்டுவிக்கப்பட்டதும் (ஆதிக்கரீதியான கையகப்படுத்தலில் இருந்தும், ஆதிக்கத்தை கைவசப்படுத்துவதற்கான போட்டியில் இருந்தும்), தனியாள் ஆதிக்கத்துக்கான வலுவந்த அதிகாரங்களுக்கு அரசாங்கத்தின் மையப்படுத்தப்பட்ட சாதனங்கள் மூலம் அங்கீகாரம் வழங்கப்பட்டது. இந்த மாற்றங்கள், தனியாள் ஆதிக்கத்தின் தன்னாட்சியை (சுதந்திரத்தை) பாதுகாப்பதை பிரதிநிதித்துவத்துக்கான கோரிக்கையாக, அதாவது பொதுமைப்படுத்தப்பட்ட தனியாள் ஆதிக்கத்தின்

உள்ளடக்கம் தொடர்பாகவும் வடிவங்கள் தொடர்பாகவும் முடிவுகள் எடுப்பதில் பங்கேற்பதற்கான கோரிக்கையாக மாற்றின.

முடியாட்சியின் (சிற்றரசின்) ஆதிக்கத்தை பொதுமைப்படுத்துவது அதன் செயல்பாடுகளை முறைப்படுத்தும் - அதன் மூலம் கரணியமாக்கும் - நிகழ்முறை. ஆனால், அதன் மூலம் அது அதன் தனியாள் பண்பை இழக்கவும் இல்லை, கையகப்படுத்தும் செயல்பாடு ஆதிக்கத்தின் செயல்பாட்டில் இருந்து பிரிக்கப்படவும் இல்லை. இதற்கு மாறாக, முற்றதிகார ஆட்சியில் சமூகப் படிநிலையின் உயர் வரிசையை பொருளாயத ரீதியில் மறுவுற்பத்தி செய்வதன் முக்கிய அம்சமாக, மையப்படுத்தப்பட்ட ஆதிக்கத்தின் கையகப்படுத்தும் அதிகாரத்தில் அல்லது அவற்றைச் செயல்படுத்துவதன் பொருளாயத பலன்களில் பங்கேற்பது இருந்தது. இந்த பங்கேற்பு பல வகையான வடிவங்களை எடுத்தது. அரசவையில் சாதகமானவர்களுக்கு பரிசுகளிலும் அலங்காரப் பதவியிலும் தொடங்கி வர்த்தக நிறுவனங்களுக்கு வழங்கப்பட்ட ஏகபோகங்கள், ஒதுக்கப்பட்ட பதவியை பெறுவது, வாரிசுரிமையாக பெறுவது அல்லது பயன்படுத்துவது (bene placida), வரியிலிருந்து விலக்கு முதல் கைவினைச்சங்க ஆண்டைகளின் தனியுரிமைகள் வரையிலான வடிவங்களை அது எடுத்தது.[16] ஏற்கனவே அதிகாரம் படைத்தவர்களும் பிரபுக்களும் மிகவும் இலாபகரமான பதவிகளை தமது சொந்தக் குடும்பங்களின் உறுப்பினர்களுக்கும் நண்பர்களுக்கும் கைப்பற்றினர் என்பது உண்மை. எனினும், மையப்படுத்தப்பட்ட ஆதிக்கம் உடைமை மாற்றம் செய்யப்படுவதன் மூலம் தனிநபர்கள் பெற்றுக் கொண்ட பொருளாயத ஆதாயங்கள் (பதவிக்கான சொத்து வடிவத்தில் அல்லது பொருளாதார போட்டியை விலக்கி வைத்த அல்லது வரம்பிட்ட தனியுரிமைகளின் வடிவில்), பிரபுக்கள் மட்டும் பெறுவதாக இருக்கவில்லை. 'சொத்துடைமையாளர்கள்' தான் (முற்றதிகார அரசில் பொருளாதார ரீதியில் ஆளும் வர்க்கமாக இருந்தவர்களுக்கு காம்னினல் பயன் படுத்திய சொல்) மையப்படுத்தப்பட்ட ஆதிக்கத்தின் கையகப்படுத்தும் அதிகாரத்தில் பங்கேற்றனர் அல்லது பங்கேற்க முயற்சித்தனர்.

தவறான முடிவுகளில் இருந்து காத்துக் கொள்வதற்காக இரண்டு அம்சங்களை குறிப்பிட வேண்டும். இந்த ஆய்வுக் கட்டுரை அவசியமாகவே தன்னை வரம்பிட்டுக் கொள்ள வேண்டிய மிகவும் சாரமான மட்டத்தில் என்றாலும் அவற்றைக் குறிப்பிட வேண்டும். முதலாவது, முற்றதிகார அரசு நீடித்தவரை செல்வம் சமூக அந்தஸ்தை வரையறுக்கவில்லை என்ற உண்மையுடன் தொடர்புடையது, செல்வம்

என்பது வழக்கமாக உயர் பதவிக்கான முன் நிபந்தனையாகவும் பல இடங்களில் (எல்லா இடங்களிலுமோ எப்போதுமே இல்லை) அதன் கூறாகவும் இருந்தது. எனினும், புதிய குடும்பங்கள் தங்களுக்கு மத்தியில் நுழைவதைத் தடுக்க முடியவில்லை என்றாலும் உயர் எஸ்டேட்டுகளின் உறுப்பினர்கள், செல்வத்துக்கான குறிப்பிட்ட ஆதாரங்களை பிரபுத்துவ அந்தஸ்துடன் பொருந்தாததாக வரையறுப்பதிலாவது வெற்றியடைய முடிந்தது (இந்த ஒதுக்கி வைத்தல் உத்தியின் இறுகிய தன்மை அது சட்டமாக மாற்றப்படுவதை சார்ந்திருக்கவில்லை). முடியாட்சிக்கு செய்யும் சேவைகள் ஒருவரது சமூக அந்தஸ்தை உயர்த்தும் அல்லது உத்தரவாதப்படுத்தும் சாதனமாக பார்க்கப்பட்டன. எனவே, பதவிகள் சமூக அந்தஸ்துக்கான முதலீடுகள். வேறு இடங்களில் எதிர்பார்க்கப்படும் ஆதாயங்கள் அதிகமாக இருக்கும் என்று எதிர்பார்க்கப்பட்டாலும் பதவிகள் விரும்பத்தக்கவையாக தோன்றலாம், விரும்பத்தக்கவையாக இருந்தன. எனவே, முற்றதிகார ஆட்சி வகையிலான சமூகங்களில் 'அரசின்' முதன்மையான செயல்பாடு மையப்படுத்தப்பட்ட சுரண்டலின் பலன்களை வினியோகிப்பதுதான் என்று பார்ப்பது சரியில்லை (அல்லது குறைந்த பட்சம் போதுமானதில்லை). அரசு அதிகாரிகளின் எண்ணிக்கை அதிகரித்ததை, 'அரசின் செயல்பாடுகள் அதிகரித்ததன்' அடிப்படையில் விளக்குவதும் அதே அளவு தவறானது. உதாரணமாக, கோல்பெர்ட் தலைமை அமைச்சராக இருந்த போது, வணிகத்தின் மீதும் உற்பத்தியின் மீதும் ஒழுங்காற்றல்கள் அதிகரித்தன, பல டஜன் புதிய பதவிகள் உருவாக்கப்பட்டன. அவை தனிநபர்களுக்கு சமூகரீதியான உயர்வையும் வருமானத்தையும் உத்தரவாதப்படுத்தின, (பதவிகளையும் தனியுரிமைகளையும் விற்பதன் மூலம்) முடியாட்சியின் கடன்களைக் குறைத்தன என்பது உண்மை. ஆனால், அவை 'கொல்பர்டிசம்' என்ற எதார்த்தத்தை உருவாக்கவில்லை, 'வணிகவாதம்' பற்றிய புத்தகங்களில் அது கேள்வியின்றி நீண்ட காலமாகவே ஏற்றுக் கொள்ளப்பட்டது.[17] அதே போல, இங்கிலாந்து பதினாறாம் நூற்றாண்டின் இரண்டாவது பாதியில் அமைதிக்கான ஆணையங்களில் (Commissions of Peace) செயல்படும் உறுப்பினர்களின் அதிகரிப்பு முதன்மையாக இன்னும் அதிக எண்ணிக்கையிலான குடும்பங்கள் பிரபுத்துவ தகுதிக்கு முயற்சிக்க முடியும் என்பதன் தெரிவிப்பாகவே இருந்தது. (அமைதிக்கான ஆணையங்களுக்கு நியமிக்கப்படுவது அத்தகைய விருப்பார்வங்களின் வெற்றியை நிரூபிக்கிறது).[18]

அரசு அதிகாரத்தைப் பயன்படுத்துவது, இந்த அதிகாரங்களை வைத்திருப்பவர்களின் சிறப்பு நலன்களுக்கு சேவை செய்யும் வகையில் வளைக்கப்பட்டது என்ற மெய்ம்மை, 'முற்றாதிக்க அரசு' பற்றி

கோட்பாடாக்கம் செய்யும் போது கணக்கில் எடுத்துக் கொள்ளப்பட வேண்டிய இரண்டாவது *அம்சம். முறையான* ஊதியம் அரிதாகவே இருந்தது. ஒரு பதவியின் கையகப்படுத்தும் அதிகாரங்களை பயன்படுத்தும் சட்டபூர்வமான பயன்பாடு அது மட்டுமே என்று விதிவிலக்கான நேர்வுகளில் மட்டுமே கருதப்பட்டது. இதன் அர்த்தம், பதவியில் இருப்பவர்களுக்கு வழங்கப்பட்டுள்ள அதிகாரங்களை நிர்வகிப்பது, கட்டணங்களை அதிகபட்சமாக்குவதாக கட்டமைக்கப் படலாம். அல்லது அதிகார சொத்தை சொந்தமாக வைத்திருப்பவர்கள், அதன் அதிகார சாத்தியத்தைப் பயன்படுத்தாமல் இருக்க முடிவு செய்து, தமது அதிகாரபூர்வ பணிகளை, தாமே நியமித்த குறைந்த சம்பளம் பெறும் எழுத்தர்களிடம் கொடுத்து விடலாம். அந்தஸ்தில் உயர்வதற்கான உத்திகள் முடியாட்சியின் அதிகாரங்களை விரிவுபடுத்தும் உத்தியுடன் இயைந்து இருந்தால், முடியரசர் அல்லது அரசியின் ஊழியர்கள் இந்த உத்திகளுக்கான 'கருவிகளாக' செயல்பட்டனர். '*முற்றதிகார அரசு*' என்ற சொல் உணர்த்தும் அளவுக்கு அவர்கள் ஒரு போதும் செயல்படவில்லை. ஒரு சில நேரங்களிலும் ஒரு சில பதவியில் இருந்தவர்கள் மத்தியிலும், கடும் முயற்சி செய்பவர்களையும் ஆர்வக்கோளாறானவர்களையும் கூட பார்க்க முடிந்தாலும், *முற்றதிகார அரசு* வகையிலான சமூகங்களின் மத்திய ஆதிக்கத்தின் ஊழியர்கள் அதிகார வர்க்கமாக இருக்கவில்லை.[19]

முற்றதிகார அரசு வடிவிலான ஆதிக்கத்தின் இந்த பகுப்பாய்வு ரீதியான அம்சத்தை (வழக்கமாக புறக்கணிக்கப்படும்) வலியுறுத்துவது முடியாட்சி (சிற்றரசு) அதிகாரத்தை பொதுமைப்படுத்துவது, தீவிரப்படுத்துவது இரண்டும் கொண்டுள்ள கட்டமைப்புரீதியான பொருத்தப்பாட்டுக்குக் கொடுக்கும் தனிக்கவனத்துடன் முரண்பட வில்லை, ஏனென்றால், அதன் உள்ளுறை முரண்பாடுகள், அமைப்பு ரீதியான வரம்புகள், எல்லாவற்றுக்கும் மேலாக உள்ளூர் அளவில் ஆதிக்கம் செலுத்தும் குடும்பங்களின் ஆதரவையும் அதிகாரிகளின் ஆதரவையும் சார்ந்திருந்திருப்பது அனைத்தையும் தாண்டி, மத்தியத்துவப்படுத்தப்பட்ட ஆதிக்கத்தின் தாக்கம், அதன் மதரீதியான கொள்கை, போர் நடத்துவது, வரிவிதிப்புக் கொள்கைகள், ஏகபோகங் களை வழங்குவது, (விவசாயம்-அல்லாத) உற்பத்தியை ஒழுங்குபடுத்துவது முதலானவை தொடர்பான வேண்டல்களையும் எதிர்ப்பையும் (நலன்களையும்) பொதுமைப்படுத்துவதைத் தூண்டும் அளவுக்கு திறன்மிக்கதாக இருந்தது. *முற்றதிகார அரசு* காலம் முழுவதிலும் 'அரசியல்' என்பது ஏறக்குறைய வட்டார விவகாரமாக இருந்தது, ஆனால் உள்ளூர் அரசியல் உள்ளூர் அரசுக்கும் மத்திய அரசுக்கும் இடையேயான உறவால் மாற்றியமைக்கப்பட்டது. கூடுதலாக,

பொதுமைப்படுத்தப்பட்ட பொது விவாதம் என்ற அரிதான நேர்வுகளில் (மதச்செயல்பாடுகள் தொடர்பான போராட்டங்கள் முக்கியமான விதிவிலக்கு), வட்டாரச் சொல்லாடல் முடியரசின் (சிற்றரசின்) ஆதிக்கத்தின் பொதுவான வடிவங்களுடன் தொடர்பற்றது என்பதற்கான அடையாளமாக இருக்கவில்லை.[20]

இந்தத் தர்க்கத்தின் பொருத்தப்பாடு, வரலாற்றுப் பொருள்முதல் வாதம் மீதான அந்தோனி கிட்டன்ஸின் விமர்சன பகுப்பாய்வுடன் தொடர்புபடுத்தி விளக்கப்படுகிறது.[21] நவீன சமூகங்களை வரலாற்று ரீதியாக கட்டுவிப்பதில், தேசிய அரசுகளின் வளர்ச்சி, முதலாளித்துவத்தின் வளர்ச்சி என்ற இரண்டு இயக்க ஆற்றல்கள் ஒன்று கலக்கப்பட்டுள்ளன என்று கிட்டன்ஸ் மீண்டும் மீண்டும் வலியுறுத்தினார். கிட்டன்ஸின் கருத்துப்படி முதலாளித்துவம் தேசிய அரசின் வடிவில் ஒழுங்கமைக்கப் பட வேண்டும் என கட்டமைப்புரீதியான அவசியம் எதுவுமில்லை. தேசிய அரசின் கட்டுவிப்புகள் முதலாளித்துவ வளர்ச்சியின் பக்கவிளைவுகள் இல்லை, மாறாக முதலாளித்துவத்துக்கு முன்பே இருந்த ஆதிக்கம் செலுத்தும் போட்டியின் விளைவுகள் என்று அவர் வலியுறுத்துகிறார். கிட்டன்ஸ் சொல்வது முற்றிலும் சரி. பிராந்தியமயமான (தேசிய) ஆதிக்கத்தின் மூலம் ஒருங்கிணைக்கப் பட்ட சமூகங்களில் முதலாளித்துவம் உருவானது என்ற மெய்ம்மையை மார்க்சிஸ்டுகள் இதுவரை போதுமான அளவு (அப்படி எடுத்துக் கொண்டிருந்தால்!) கவனத்தில் எடுத்துக் கொள்ளவில்லை. எனினும், முதலாளித்துவத்தின் வளர்ச்சியையும் அரசின் வளர்ச்சியையும் ஒன்றிலிருந்து ஒன்று சுயேச்சையாக புரிந்து கொள்ள வேண்டும் என்ற தேற்றத்தை நிரூபிக்க அது போதுமானதில்லை. ஏனென்றால், பொதுமைப்படுத்தப்பட்ட பிராந்திய ஆதிக்கத்தின் வடிவமே முதலாளித்துவ சுரண்டல் வடிவங்கள் ஆதிக்கம் செலுத்துபவையாக ஆவதற்கான சாத்தியத்துக்கான கட்டமைப்புரீதியான முன்நிபந்தனையாக இருந்தது. (முதலாளித்துவம் நிலப்பிரபுத்துவத்தில் இருந்து வளர்ச்சியடையவில்லை, மாறாக முற்றதிகார அரசு வகையிலான கட்டமைப்புகளில் இருந்து வளர்ச்சியடைந்தது). ஏற்கனவே பொதுமைப்படுத்தப்பட்ட ஆதிக்க வடிவங்களை தனிப்பட்ட முறையில் வைத்திருப்பவர்களிடம் இருந்து அதனை கைப்பற்றுவதன் மூலம் ஆதிக்கத்தின் களத்திலிருந்து 'பொருளாதாரரீதியானதை' விடுவிக்க முடியும் சமூகங்களில் ஒருவரது சொந்த சொத்தை சுதந்திரமாக பயன்படுத்துவதற்கான தனியார் உரிமைக்கான (தமது உழைக்கும் சக்தியை விற்பதற்கு ஒப்பந்தம் போட்டுக் கொண்டவர்கள் மீது ஆதிக்கம் செலுத்துவதை உள்ளடக்கினாலும்) போராட்டம் வளர்ச்சி யடைந்தது. உற்பத்தியின் முதலாளித்துவ வடிவம் கட்டமைப்புரீதியாக

ஆதிக்கம் செலுத்துவதாக மாறுவதற்கு ஏற்கனவே நிறுவப்பட்ட ஆதிக்கத்தின் ஏகபோகத்தில் இருந்து விலக்கு தேவைப்பட்டது. இந்த நிகழ்முறையை, ஒரு முதலாளி பல முதலாளிகளுக்கு வழிவகுத்த ஏதோ ஒருவகை பொருளாதாரரீதியான புற்றீசல் பெருகுவது போல புரிந்து கொள்ளக் கூடாது.

தனியாள் ஆதிக்கத்தின் பொதுமைப்படுத்தல்(தேசிய அரசுகளின் வளர்ச்சி) மாட்சிமைக்கும், கடவுளின் கருணைக்கும், செல்வங்களுக்கும் நிலத்துக்கும் (பொருத்தப்பாட்டின் வரிசை வழக்கமாக, ஆனால் எப்போதும் இல்லை, பின்னிருந்து முன் செல்கிறது) வன்முறைரீதியாக மோதுவதில் இருந்து வளர்ச்சியடைந்தது. பத்தொன்பதாம் நூற்றாண்டு வரையிலும் நிதித்துறை மற்றும் நிர்வாகச் செயல்பாடுகளை திறன்மிகுந்த முறையில் மாற்றி அமைப்பது பல நேரங்களில் போரின் 'தேவைகளால்' தூண்டப்பட்டது என்று அரசாங்க செயல்பாடுகள் பற்றிய வரலாற்றாசிரியர்கள் நீண்டகாலமாகவே வாதிட்டு வந்திருக் கின்றனர். எனினும், இங்கும், *முற்றதிகார அரசு* வகை சமூகங்களை பிரபுத்துவ *'சமூகங்களில்'* இருந்து வேறுபடுத்துவதுடன் தொடர்புடைய கட்டமைப்பு ரீதியான மாற்றங்களை நாம் எதிர்கொள்கிறோம். இந்த மாற்றங்களை, பொதுமைப்படுத்தப்பட்ட தனியாள் ஆதிக்கத்தை பிராந்தியமாக்கலும் ஒப்புதல்மயமாக்குதலும் (confessionalisation) என்று தொகுத்துச் சொல்லலாம். இந்த இரண்டு நிகழ்முறைகளும் ஒன்றோடொன்று தொடர்புடையவை. பேரழிவான சர்வதேசப் போர்களின் போதுதான் - ஆதிக்கத்தை (அல்லது குறைந்தது அரசியல் செல்வாக்கை) உறுதி செய்வதற்காக மதரீதியான செயல்பாடுகளை வலுவந்தமாக ஒன்றுபடுத்துவதற்கான முயற்சிகளில் - இறையாண்மையை பரஸ்பரம் ஏற்றுக் கொள்வது என்ற கருத்தாக்கம் வளர்ச்சியடைந்தது.

முற்றதிகார அரசு என்பது சமயச் சீர்திருத்தத்தின் வரலாற்று சகாப்தம். பொதுமைப்படுத்தப்பட்ட தனியாள் ஆதிக்கத்தின் வளர்ச்சிக்கு, இந்தப் பதத்தில் தொகுத்துச் சொல்லப்படும் கட்டமைப்பு ரீதியான மாற்றம், கையகப்படுத்தலின் பிரபுத்துவ வடிவங்களை பின்பற்றுவதற்கு நிலப்பிரபுக்கள் எதிர்கொண்ட சிரமங்கள் அளவுக்கு முக்கியமானது. ஏனென்றால், அது மையப்படுத்தப்பட்ட கையகப் படுத்தலில் இருந்து ஆதாயமீட்டுபவர்களின் (அல்லது எதிர்காலத்தில் ஆதாயமீட்ட விரும்பும்) மற்றும் கையகப்படுத்தலின் தனியார் சாதனங்களின் உத்தரவாதத்திலிருந்தும் ஆதாயமீட்டுபவர்களின் பொதுமைப்படுத்தப்பட்ட நலன்களும் பொதுமைப்படுத்தப்பட்ட அதிகாரத்தை மதரீதியாக உறுதிப்படுத்துவதும் சேர்ந்து பொதுமைப் படுத்தப்பட்ட ஆதிக்கத்தை ('அரசு') மீட்டுருவாக்கியது (அதன் மூலம்

வலுப்படுத்தியது). நிலப்பிரபுத்துவத்தின் ஊடாக திருச்சபை உருவாக்க முடிந்த ஆசீர்வாதத்துக்கான சாதனங்கள் மீதான ஏகபோகம், மதரீதியான உறுதிப்படுத்தலின் தனித்தனி ஏகபோகங்களாக பிரிக்கப் பட்டபோது, இது அரசியல்ரீதியான விவாதத்தை சார்பற்றதாக்குவதற்கு மாறாக, அதை மதத்தின் தனியான துறையாகக் கட்டுவித்தது. மதரீதியான செயல்பாடுகள் மீது ஆதிக்கம் செலுத்துவது இனிமேலும் கலாச்சார ஒருங்கிணைப்புக்கான (பிரபுத்துவத்தில் சமூக ஒருங்கிணைப்புக் கானதும் கூட) முக்கிய வடிவமாக இல்லை. பதினாறு, பதினேழாம் நூற்றாண்டுகளில், மதத்தின் பேராலும் கடவுளின் கட்டளைகளின்படி சமூக ஒழுங்கை வலுக்கட்டாயமாக நிறுவுவதற்கான கடுந்தூய்மைவாத 'புனிதர்களின்' முயற்சிகளாலும் நடத்தப்பட்ட போர்களின்போது, நம்பிக்கையின் செயல்பாடு சமூகச் சொல்லாடலை நிலைப்படுத்துவ தற்கான தனது வலிமையை இழந்தது. முற்றதிகார அரசின் போது மட்டுமின்றி, முதலாளிவர்க்க சமூகங்களின் வரலாற்று சகாப்தத்தின் போதும், அரசியல் சொல்லாடல் வழக்கமாகவும் தீவிரமாகவும் மதத்தின் மொழிக்குள் பொறிக்கப்பட்டிருந்தது. எனினும், சமூக விழுமியங்களையும் அரசியலையும் திருச்சபை இனிமேலும் வரையறுக்கவில்லை, மாறாக சட்டசம்மதமாக்க மட்டும் செய்தது. மதத்தை பொதுவில் பழகுவது மதிப்புடைமையின் தன்மையாக வளர்ச்சியடைந்தது. நிலைப்படுத்தலின் முந்தைய செயல்பாடுகள் ஆட்டம் கண்ட நிலையில், பொதுமைப்படுத்தப்பட்ட ஆதிக்கத்தின் உடைமையாளர்கள் நாட்டை எதார்த்தமாகவே ஆட்சி செய்ய முயற்சிக்கும்படி கட்டாயப்படுத்தப்பட்டது மட்டுமின்றி; அவர்களது ஆதிக்கம், அப்போது அறத்தை கட்டுவிப்பதற்கான நகர்வின் வடிவமாகவும் வளர்ச்சியடைந்தது. வரலாற்றுரீதியாக பொதுமைப் படுத்தப்பட்ட ஆதிக்கத்திலிருந்து விலக்கி வைக்கப்பட்ட தனியார் களத்துக்கான முதல் உரிமைகோரலாக மதவுரிமைக்கான கோரிக்கை இருந்ததோடு மட்டுமின்றி, மன்னராட்சி அதிகாரங்கள் பொதுமைப் படுத்தப்படுவதே, அதாவது ஒழுங்காற்றல் மூலமாக சமூகத்தின் 'மொத்தத்தன்மையை' கட்டமைப்பது, வரலாற்றுரீதியாக, தனியாள் ஆதிக்கத்தின் வடிவங்கள் அனைத்தின் அடிமுதுகின் காரணிகள் உலக விவகாரங்களில் ஆதிக்கத்தின் களத்துக்கும் மதரீதியான ஆதிக்கத்தின் களத்துக்கும் இடையேயான உறவாக மாற்றி அமைக்கப்படுகின்றன. இந்த இரண்டு நிகழ்முறைகளும், தனியாள் ஆதிக்கத்தை பொதுமைப் படுத்துவதும், மதரீதியாக உறுதிப்படுத்தும் நிகழ்முறையில் உள்ளார்ந்துள்ள சார்பற்றதாக்குதலும் இரண்டும், முதலாளிவர்க்க அரசு வடிவம் வரலாற்றுரீதியாக சாத்தியமாவதற்கான கட்டமைப்புரீதியான முன்நிபந்தனைகளாகும்.

[புரோட்டஸ்டன்ட் சீர்திருத்த (Protestant Reformation) வரலாற்றில், மதரீதியாக உறுதிப்படுத்தல் (confessionalization), ஐரோப்பாவில் அவுஸ்பர்க் சமாதான உடன்படிக்கைக்கும் (Peace of Augsburg - 1555) முப்பது ஆண்டுகள் போருக்கும் *(1618-1648)* இடையே நடந்த 'ஒப்புதல்-கட்டமைப்பு' இணை நிகழ்முறை. முப்பது ஆண்டுகள் போருக்கு முந்தைய இந்தக் காலகட்டத்தில், புரோட்டஸ்டன்ட் ஒப்புதல்களுக்கும் கத்தோலிக்க ஒப்புதல்களுக்கும் இடையே பெயரளவு சமாதானம் நிலவியது. அவை இரண்டும் தத்தமது பகுதிகளில் மக்கள் மத்தியில் நம்பிக்கையை மேலும் உறுதியாக நிறுவ போட்டியிட்டனர். ஒப்புதல் கட்டமைப்பு, 'சமூக ஒழுங்குபடுத்தல்' மூலம் நடந்தது. புரோட்டஸ்டன்ட் பகுதிகளிலும் கத்தோலிக்க பகுதிகளிலும் இரண்டிலுமே வாழ்வின் எல்லா அம்சங்கள் மீதும் திருச்சபைகள் தமது குறிப்பிட்ட விதிகளை கறாராக அமல்படுத்தின. இது தனித்த ஒப்புதல் அடையாளங்களை உருவாக்கியது, அது திருச்சபை வறட்டுவாதத்தையும், நம்பிக்கை உருவாக்கத்தையும், வழிபாட்டு முறைகளையும் பல்கலைக் கழகங்களின் வளர்ச்சியையும் உருவாக்கியது-மொ.பெ)

பிரபுத்துவம் என்ற பகுப்பாய்வு கருத்தாக்கத்தினுள் சுரண்டல் அதிகாரங்களை பொதுமைப்படுத்துவது, கரணியப்படுத்துவது, சார்பற்றதாக்குவது மற்றும் தனியுரிமைகளாக மாற்றியமைப்பது, சுருக்கமாக *முற்றதிகார-அரசு* வகையிலான சமூகங்களின் கட்டமைப்பு ரீதியான காரணிகளை ஒருங்கிணைப்பது சாத்தியம் என்பது உறுதி. அப்போது, இந்தக் கருத்தாக்கத்தின் உள்ளடக்கத்தை பொருளாதாரமற்ற வலுவந்தத்தைப் பயன்படுத்துவதால் தனித்துக் காட்டப்படும் உற்பத்தி அமைப்பாக குறைக்க வேண்டியிருக்கும். அப்போது *முற்றதிகார அரசு* வகையிலான சமூகங்களை, வில்லியம் பெய்க் (Willian Beik) பரிந்துரைப்பது போல, 'உற்பத்தியின் இந்த 'மைய' அமைப்பில் இருந்து தருவிக்கப்படும் பிணைக்கப்பட்டுள்ள உறவுகள், கலாச்சார கருப்பொருட்கள் ஆகியவற்றின் முழு தொகுதியாக விளக்க வேண்டும்'.[22] என்னுடைய சொந்த புரிதல் பெய்க் மற்றும் பெரும்பாலான பிற மார்க்சிஸ்டுகளின் புரிதலில் இருந்து வேறுபடுகிறது. *முற்றதிகார அரசு* வகையிலான சமூகங்களில் தனிச்சிறப்பாக இருந்த உறவுகள் பிரபுத்துவ உற்பத்தியின் 'மையத்தில்' இருந்து பெறப்படுவதை நான் மறுப்பது அதற்குக் காரணம் இல்லை. மாறாக, நிலப்பிரபுத்துவம் முதலாளித்துவமாக மாற்றப்படுவதை, நிலப்பிரபுத்துவம் வளர்ச்சி யடைவதன் ஏதோ ஒரு கட்டமைப்புரீதியான சாத்தியமான *(!)*

வளர்ச்சியாக மட்டுமின்றி, மாறாக இந்த மாறிச்செல்வதை வரலாற்று ரீதியாக சாத்தியமாக்கிய மிகவும் குறிப்பான பிணைக்கப்பட்ட உறவுகள்தான் என்பதை கணக்கில் எடுத்துக் கொண்டால் மட்டுமே விளக்க முடியும் என்று நான் வலியுறுத்துவேன். இந்தக் குறிப்பான வரலாற்றுரீதியான முன்நிபந்தனைகளுக்கான கட்டமைப்புரீதியான முன்நிபந்தனைகளை நாம் புரிந்து கொள்ள வேண்டுமானால், 'பொருளாதாரம்-அற்ற வலுவந்த' வடிவங்களின் உள்ளார்ந்த இயக்க ஆற்றலை பயன்படுத்துவது கோட்பாட்டுரீதியாக போதுமானதில்லை. இதை ஏற்றுக் கொண்டதுமே, முதலாளித்துவ மற்றும் முதலாளிவர்க்க சமூக உறவுகளின் வடிவங்கள் வளர்ச்சியடைவதற்கான கட்டமைப்பு ரீதியான முன்நிபந்தனைகளான அந்த குறிப்பிட்ட ஆதிக்க வடிவங்களைக் குறிப்பிடுவதற்கான சிறப்பான பதம் தன்னைத்தானே பரிந்துரைத்துக் கொள்கிறது. எனினும், *முற்றதிகார அரசு* என்ற சொல்லோ, அல்லது உண்மையில் எந்த வகையிலான சொல்லியல் வேறுபடுத்தலோ இன்றியமையாதது இல்லை. பொருளாதாரமற்ற வலுவந்தம் 'உபரியை' கறப்பதற்கு பயன்படுத்தும் உற்பத்தி உறவுகளில் உள்ளார்ந்த கட்டமைப்புரீதியான இயக்க ஆற்றலின் விளைவாக முதலாளித்துவத்துக்கும் முதலாளிவர்க்க சமூகத்துக்கும் மாறிச் செல்வதை, 'விளக்கினால்' 'கோட்பாடு' எதுவும் இனிமேலும் மிஞ்சவில்லை என்ற புரிதல்தான் இன்றியமையாதது.

முதலாளிவர்க்கப் புரட்சிகள் பற்றி

முடியாட்சி அதிகாரமாக இருந்தாலும் சரி, பண்ணை நீதிநெறியாக இருந்தாலும் சரி, பிரபுத்துவ தனியுரிமையாக இருந்தாலும் சரி, கைவினைச் சங்க ஆண்டையின் அதிகாரமாக இருந்தாலும் சரி தனியாள் ஆதிக்கத்தை பறிப்பது முதலாளிவர்க்கப் புரட்சி ஆகும். இந்தப் போக்கில், ஆதிக்கம் தனியாளை நீக்கம் செய்வதாகிறது. அரசை தனியாள் அல்லாத, எனவே பொதுவான அதிகாரமாக இவ்வாறு கட்டுவிப்பதுதான் அரசியல்ரீதியானதை பொருளாதாரரீதியானதில் இருந்து பிரிப்பதாக அமைகிறது.[23]

பொது அதிகாரத்தின் பொதுமைப்படுத்தப்பட்ட சாதனங்களை தனியார் கைப்பற்ற முடியும் என்பது உறுதி. அவை தனி நபர்களின் அரசியல்ரீதியான செல்வாக்கின் கீழ் வரவும் முடியும். இது நடந்தால்- முதல் முறையாக முதலாம் நெப்போலியனின் கீழ் நடந்தது போல - இந்த நபர்கள் 'முற்றதிகார' அரசர் யாரும் எப்போதும் இருந்ததை விட அதிக அதிகாரம் கொண்டிருப்பார்கள். ஏனென்றால், இப்போது

அவர்கள் ஆணையிடும் அதிகாரம் அவர்களது அரசியல் திட்டங்களுக்கு எதார்த்தத்திலேயே துணைபுரிவதாக உள்ளது. முதலாளிவர்க்கப் புரட்சிகள் அதிகாரவர்க்கங்களையும் தேசிய இராணுவங்களையும் கட்டுவித்தன,[24] அதிகாரத்துக்கான பொதுமைப்படுத்தப்பட்ட சாதனங்களை பயன்படுத்துவதில் சுயநலம் கொண்ட தனியாள் நலன்களின் இடத்தில் அரசியலை நியாயப்படுத்துவதற்கான தேவையை வைத்தன.

வரலாற்றுரீதியாக, அரசியலை பொருளாதாரத்தில் இருந்து பிரிப்பது என்பது (கையகப்படுத்துவது உள்ளிட்ட) பொதுமைப் படுத்தப்பட்ட ஆதிக்கச் சாதனங்களை - மரபுரிமையாக பெற்ற அல்லது கையகப்படுத்திய - தனியாள் ('தனியார்') வைத்திருப்பதை ஒழித்துக் கட்டுவதாகும். எஸ்டேட்டுகளை (தனியாள் ஆதிக்கத்தை பொதுமைப் படுத்துவதன் ஏறக்குறைய நிறுவனப்படுத்தப்பட்ட வடிவம்) ஒழித்துக் கட்டுவதன் மூலம், வர்க்க உறவுகள் கட்டமைப்புரீதியாக விடுவிக்கப்படுகின்றன என்று சொல்லலாம். வர்க்கப் போராட்டம் இவ்வாறாக சமூக இயக்கத்தின் வடிவமாக ஆனது.

முற்றதிகார அரசு வகையிலான சமூகங்கள் முதலாளிவர்க்க சமூக வடிவங்களாக புரட்சிகரமாக மாற்றியமைக்கப்பட்ட நிகழ்முறைகள் முதலாளித்துவ வளர்ச்சியின் குறிப்பிட்ட மட்டத்தால் ஏற்படவில்லை. இந்தப் புரட்சிகரமான மாற்றி அமைத்தல் மூலதனமாக்கலின் போக்கை அவசியமாக துரிதப்படுத்தவும் செய்யவில்லை. (அரசியல்ரீதியானதும் பொருளாதாரரீதியானதும் பிரிக்கப்பட்ட நிகழ்முறை சுரண்டல் முறையை மூலதனமாக்குவதோடு இசைந்திருந்தது என்ற மரபுரீதியான மார்க்சிய அனுமானம், முதலாளித்துவத்துக்கு முந்தைய சமூகங்களை உற்பத்தி முறைகளாக வரலாறற்று குறைப்பதில் இருந்து உருவானது). முதலாளிவர்க்கப் புரட்சிகளுக்கான கட்டமைப்புரீதியான சாத்தியங்கள் முற்றதிகார அரசின் நெருக்கடிகளில் இருந்து உருவானவை, அவை அதன் சிறப்பான ஆதிக்க வடிவங்களுக்குள் உள்ளார்ந்திருந்தன: மேட்டிமை உரிமையின் கையகப்படுத்தும் தன்மைகளில், மையப் படுத்தப்பட்ட கையகப்படுத்தலின் வீச்சு (அதுவே தன்னளவில் கையகப்படுத்தலின் பிற வடிவங்களின் வளர்ச்சிக்கு மாற்றாக கட்டமைந்தது), சமூகரீதியான முன்னேற்றத்துக்கான சாத்தியங்களிலும், தனியுரிமைகளில் இருந்து ஒதுக்கி வைத்தல் செயல்படுத்தப்படும் வடிவங்களிலும்.[25] நேரடி சுரண்டல், மையப்படுத்தப்பட்ட ஆதிக்கம் ஆகிவற்றின் வீச்சு மற்றும் வடிவங்கள் தொடர்பான போராட்டங்களில்,

'தனியார்' (உடைக்கப்பட்ட) தனியாள் ஆதிக்கம் - முற்றதிகார அரசின் போது-சொத்துடைமையுடன் தனியுரிமையாக வளர்ந்து கொண்டிருந்தது.

முதலாளிவர்க்க அரசு வடிவம் என்பது மேட்டிமை உரிமை இல்லாத சொத்துடைமையாளர்கள் ஒருவழியாக தலைமையை கைப்பற்றிய சமூகப் போராட்டங்களின் விளைவு. மேட்டிமை உரிமை படைத்த எஸ்டேட்டுகளைச் சேர்ந்தவர்களின் மேட்டிமை உரிமைகளை அவர்கள் பறித்தனர், ஆனால் - ஒட்டுமொத்தத்தில் - அவர்களது சொத்துடைமையை பறிக்கவில்லை. சுரண்டப்பட்டவர்கள் சொத்துடைமையையே கூட்டுத்துவ (புரட்சிகர) செயல்பாட்டின் இலக்காகக் கொண்டிருந்தார்கள் என்றால், அவர்கள், மேட்டிமை உரிமை பெற்ற சொத்துடைமையாளர்களுக்கும் மேட்டிமை உரிமை இல்லாத சொத்துடைமையாளர்களுக்கும் இடையேயான வேறுபாட்டை புறக்கணிக்கும் போக்கைக் கொண்டிருந்தது புரிந்து கொள்ளக் கூடியதே.

வேறு சொற்களில், அது மேட்டிமை உரிமைகளின் வடிவத்திலான தனியாள் ஆதிக்கத்தை - அதை வைத்திருப்பது மையப்படுத்தப்பட்ட ஆதிக்கத்தால் அங்கீகரிக்கப்பட்டிருந்தது - பொதுமைப்படுத்துவது சம உரிமைகளுக்கான கோரிக்கையை எழுப்பியது. இயற்கை சமத்துவம் என்ற கருத்தாக்கம் முற்றதிகார அரசு வகையான சமூகங்களின் ஆதிக்க வடிவத்திலிருந்து எழுந்தது. இந்தக் கருத்தாக்கம் மையப்படுத்தப்பட்ட ஆதிக்கத்தில் சொத்துடைமையை ('சுயநல நலன்கள்' உள்ளிட்டு) ஒழித்துக் கட்டுவதற்கான கோரிக்கையாக மாற்றி அமைக்கப்படவும் திட்டவட்டமாக்கப்படவும் செய்தது. மையப்படுத்தப்பட்ட கையகப்படுத்தலில் தனியார் பங்கேற்பின் வீச்சும், முற்றதிகார அரசின் போக்கில் மேட்டிமை உரிமை பெற்ற எஸ்டேட்டுகள் கட்டுவிக்கப் பட்டு மறுவுற்பத்தி செய்யப்பட்ட வடிவங்களும் தனியாள் ஆதிக்க வடிவங்களை ஒழித்துக் கட்டுவதை சாதிக்க முடிகிற அரசியல் வடிவங்களுக்கான தீர்மானகரமான முன்னிபந்தனைகளாக வளர்ச்சி யடைந்தன. பொதுமைப்படுத்தப்பட்ட தனியாள் ஆதிக்கத்தின் திட்டவட்டமான கட்டமைப்புகள் நிலப்பிரபுத்துவத்தின் போது ஆதிக்கத்துக்கான வல்லாதிக்கரீதியான போட்டியும் மேட்டிமை உரிமை பெற்ற எஸ்டேட்டுகளின் வரிசையில் கட்டமைப்பு ரீதியாக இடம் பெறுவதற்கான போராட்டங்களும் இரண்டின் விளைவு. ராபர்ட் பிரென்னரின் அனுமானங்களுக்கு மாறாக, தனியாள் ஆதிக்கத்தின் பொதுமைப்படுத்தல் வளர்ச்சியடைந்த திட்டவட்டமான வடிவங்களை

நேரடி சுரண்டல் தொடர்பான போராட்டங்களின் விளைவாக அல்லாமல், மாறாக அத்தகைய போராட்டங்கள் நடத்தப்பட வேண்டிய மிகவும் தீர்மானகரமான நிலைமைகளில் ஒன்றாக மறுபொருள் கூற வேண்டும் என்று இது உணர்த்துகிறது.

தனியாள் ஆதிக்கத்துக்கான மையப்படுத்தப்பட்ட வடிவம் தனியாள் அல்லாத அதிகாரமாக மாற்றி அமைக்கப்பட்டதும் தனியுரிமையை ஒழித்துக் கட்டுவதற்கான ஏறக்குறைய படிப்படியான நிகழ்முறைக்கான வரலாற்று சாத்தியத்தை அவை உருவாக்கின அல்லது ஒதுக்கி வைத்தன என்ற வகையில் தனியாள் ஆதிக்கத்தை பொதுமைப்படுத்துவது கட்டமைக்கப்பட்ட ஒத்திராத வடிவங்கள் முக்கியமானவை. 'முதலாளி வர்க்கப் புரட்சி' கட்டாயச் சீர்திருத்தத்தின் மூலமாக சாதிக்கப்பட்டிருந்தால், *முற்றதிகார அரசு* வகையிலான சமூகங்களின் சமூகப் படிநிலை வரிசைகளை ஆக்கிரமித்த இந்தக் குழுக்களின் பொருளாதாரரீதியான, கலாச்சாரரீதியான மற்றும் அரசியல்ரீதியான மேலாதிக்கம், முதலாளித்துவ சுரண்டல் வடிவம் ஆதிக்கம் பெற்ற நீண்ட காலத்துக்குப் பிறகும் நீடிக்க முடியும். அத்தகைய நீடித்தல் நலன்களையும் சமூகப் போராட்டங்களையும் கட்டுவிப்பதன் மீது தாக்கம் செலுத்தியதோடு மட்டுமின்றி, "முதலாளி வர்க்க" அரசு அதிகாரத்தின் வளர்ச்சியின் மீதும் தாக்கம் செலுத்தியது.[26] இதனைத் திட்டவட்டமான வரலாற்று பகுப்பாய்வில் நிரூபிக்க முடியுமானால்- அதைச் செய்து விட முடியும் என்று நான் கருதுகிறேன் - அப்போது மார்க்சிய பகுப்பாய்வு உண்மையிலேயே *வரலாற்றுப் பொருள் முதல்வாதமாக* வளர்ச்சியடைவதற்கு துணிய முடியும். வர்க்கம் அல்லாத கையகப்படுத்தல் வடிவங்களால் வடிவமைக்கப்பட்ட - கணிசமான அளவுக்கு - கட்டமைப்பாக்க நிகழ்முறைகள் முதலாளித்துவ வர்க்க உறவுகள் வளர்ச்சியடைந்த அந்த நிலைமைகளின் பகுதியாக ஆனது என்பதை இது கணக்கில் எடுத்துக் கொள்ள வேண்டும்.

இங்கு, *முற்றதிகார அரசின்* ஆதிக்க வடிவ வேறுபாடுகளை விவரிப்பதை நான் தவிர்க்க வேண்டியுள்ளது, அவற்றை விளக்குவதைப் பற்றிக் கேட்கவே வேண்டாம். அது தனியாள் ஆதிக்கம் ஒழித்துக் கட்டப்பட வேண்டிய அரசியல் வடிவங்களுக்கான முன்னிபந்தனைகளாக ஆனது. மாறாக, தொகுத்துக் கூறும் வகையில், *முற்றதிகார அரசு* கட்டமைப்பு வகையிலான சமூகங்களில் இருந்து உருவான முதலாளித்துவ அரசுகளின் பொதுவான அம்சங்களின் வரலாற்று ரீதியான குறிப்பான தன்மையின் அந்தக் காரணிகளை சுட்டுகிறேன்.

முதலாளிவர்க்க அரசு வடிவத்தின் வரலாற்றுரீதியான குறிப்பிட்டதன்மை பற்றி

ஆதித்திரட்டல் பற்றிய அவரது பகுப்பாய்வில் மார்க்ஸ் முதலாளித்துவத்துக்கான இரண்டு கட்டமைப்பு முன்னிபந்தனைகளை வளர்த்தெடுத்தார் : தமது பொருள்வகை மறுவுற்பத்திக்குத் தேவையான சாதனங்கள் பறிக்கப்பட்ட, தமது உழைக்கும் சக்தியை விற்பதற்கான சுதந்திரம் கொண்ட மனிதர்களின் வர்க்கம், உற்பத்திச் சாதனங்களை ஏற்கனவே கையகப்படுத்தி விட்ட அல்லது அவர்கள் திரட்டிய செல்வத்தின் மூலமாக அதைச் செய்ய முடிகிற மனிதர்களின் வர்க்கம். மிகவும் சாரமான மட்டத்தில் கூட, ஏழை ஆண்களையும் பெண்களையும் முதலாளித்துவ உழைப்பாளர்களாகவும் பணக் காரர்களை முதலாளித்துவ தொழில்முனைவர்களாகவும் ஆக்குவதற்குத் தேவையான கலாச்சார மாற்றி அமைத்தல்களை ஒதுக்கி வைத்து விட்டால் கூட, நாம் இன்னும் ஒரு கட்டமைப்புரீதியான முன்னிபந்தனையை - அரசியல்ரீதியானதை பொருளாதாரரீதியானதில் இருந்து பிரித்தல் - சேர்க்க வேண்டியுள்ளது. முதலாளித்துவச் சுரண்டல் வடிவங்கள் உருவாகி விட்டாலும், இந்தப் பிரித்தல் சாதிக்கப்படாத நிலைமைகளில் அவை ஆதிக்கம் செலுத்துபவையாக ஆக முடியாது. ஏனென்றால், முதலாளித்துவ உற்பத்தி முறைக்கு ஒரு அடிப்படை முரண்பாடு அவசியமாகிறது : முதலாளித்துவ சமூகங்களில் அரசுதான் பொதுவான பொதுமைப் படுத்தப்பட்ட ஆதிக்கத்தின் நிறுவனப்படுத்தப்பட்ட வடிவம். முதலாளித்துவ சமூகங்களில் உள்ளார்ந்துள்ள மிகவும் அடிப்படையான ஆதிக்க வடிவம் அரசின் ஆதிக்கத்தில் இருந்து ஒதுக்கி வைக்கப் படுகிறது.[27] தனது சொந்தச் சொத்துடைமையை பயன்படுத்துவதற்கான தனியார் உரிமை, உழைப்பு நிகழ்முறையை ஒழுங்கமைப்பதில் உள்ளார்ந்துள்ள தனிமனிதர்களின் மீதான ஆதிக்கத்தின் வடிவங்களையும்(!) உள்ளடக்கியது. உழைப்புச் சக்தியை ஒப்பந்தம் மூலம் விற்பதற்கான நிபந்தனைகளில் சிலவற்றை சட்டம் ஒழுங்குபடுத்துகிறது, அது அதனை பயன்படுத்துவதில் உள்ள சுதந்திரத்துக்கு வரம்புகளை விதிக்கத்தான் செய்கிறது. ஆனால் முதலாளித்துவ உற்பத்தி வடிவங்கள் ஆதிக்கம் செலுத்துவது வரை உழைப்புச் சக்தியை சரக்காக விற்பவர்களை அவர்களது விருப்பங்களைப் பற்றி ஆலோசிக்காமல், அவர்கள் உழைக்கும் இடத்தில் செய்யப்படும் மாற்றங்கள் பற்றி முடிவெடுக்கும் உரிமைகள் இன்றி விருப்பத்தோடும் கவனமாகவும் வேலை செய்யும்படி வைக்க முடிந்தால்தான் உழைக்கும் சக்தியை

இலாபகரமாக பயன்படுத்த முடியும் என்ற மெய்ம்மை நிலவுகிறது. ஆதிக்கம் செலுத்தப்படும் மனிதர்கள் உழைப்பதற்கான தமது சொந்த சக்தியை சட்டரீதியாக உடைமையாகக் கொண்டிருக்காத காலத்தில் தான் இந்த ஆதிக்கம் பயன்படுத்தப்படுகிறது என்பதால், இந்தத் தனியார் ஆதிக்கத்தின் புதிய வரலாற்று வடிவம் ஆதிக்கத்தின் பொதுத் தன்மைக்கு, அதாவது, அரசியல்ரீதியானதற்கு, ஒரு விதிவிலக்காக எடுத்துக் கொள்ளப்படவில்லை.

முற்றதிகார அரசு வகையிலான சமூகங்களில் ஒருவர் தனது சொந்த சொத்துடைமையை பயன்படுத்துவதற்கான சுதந்திரம் இன்னும் சாதிக்கப்படவில்லை என்றாலும் மிகவும் வளர்ச்சியடைந்திருந்தது. இந்த வடிவங்களில் ஒன்று, முரண்நிலையாக - மேட்டிமை உரிமையின் வடிவம். மேட்டிமை உரிமைகள் விவசாயம் அல்லாத சுற்றோட்டத்தின் திறனுடை நிகழ்முறையை ஒழுங்குபடுத்தும் தனியுரிமைக்கு வரம்பிடுவதன் மூலம் அவற்றை தனியார் முடிவெடுத்தலின் களமாக மாற்றுவதைக் குறிக்க முடியும்.

முற்றதிகார அரசு வகையிலான சமூகங்களில் இருந்து உருவான முதலாளித்துவ சமூகங்களில் தனியாள் ஆதிக்கத்தை ஒழித்துக் கட்டுவதன் மூலம் பொருளாதாரரீதியானதில் இருந்து அரசியல் ரீதியானது பிரிக்கப்படுகிறது. அதுமுதலே, பொது அதிகாரத்தை தனியார் ஆதாயத்துக்கு பயன்படுத்துவது ஊழல் என்று முத்திரை குத்தப்பட்டது.[28] முற்றதிகார அரசின் ஆதிக்க வடிவங்களின் வரலாற்று ரீதியான குறிப்பானதன்மைதான் முதலாளித்துவச் சுரண்டலுக்கான கட்டமைப்புரீதியான முன்நிபந்தனையாக சட்டரீதியான மற்றும் அரசியல்ரீதியான சமத்துவத்துக்கான உரிமை கோரலை ஆதிக்கம் செலுத்துவதாக்கியது. இந்த உரிமை கோரல், மேட்டிமை உரிமைகளை நடைமுறைரீதியாகவும் கோட்பாட்டு ரீதியாகவும் விமர்சன பகுப்பாய்வு செய்வதற்கு அவசியமான காரணியாக அமைந்தது.

இந்த வரலாற்றுப் பின்புலத்துக்கு வெளியே, குடிமக்களின் சமத்துவ உரிமைகள் முதலாளித்துவச் சுரண்டலுக்கான செயல்பாட்டு அவசியமாக அமையவில்லை.[29] முதலாளிவர்க்கப் புரட்சியில் உள்ளார்ந்த இயக்க ஆற்றல், எந்த ஒரு கட்டமைப்புவாத முதலாளித்துவ சுரண்டல் முறைக்கான காரணியாகவும் இல்லை. தன்னளவில் செல்வம், மதம், இனம் அல்லது பாலினம் அடிப்படையிலான அரசியல் சமத்துவமின்மைகளை அவசியமாகவே கரைத்து விடும் முதலாளித்துவ வர்க்க உறவுகளின் இயக்க ஆற்றல் எதுவும் இல்லை. கூட்டுத்துவ

சமூகச் செயல்பாடு மட்டுமே அத்தகைய சமத்துவமின்மைகளை ஒழித்துக் கட்டுவதை முதலாளித்துவ வர்க்க உறவுகளை மறுவுற்பத்தி செய்வதற்கு செயல்பாட்டு ரீதியான அவசியமாக மாற்ற முடியும். *முற்றதிகார அரசு* வகை சமூகங்களில் இருந்து - 'முதலாளி வர்க்கப்' புரட்சி என்ற கருத்து நிலையில் தொகுத்துச் சொல்லக் கூடிய நிகழ்முறைகளின் ஊடாக - தோன்றிய முதலாளித்துவச் சமூகங்களில் தனிநபராக்க நிகழ்முறைகளாலும் மதத்தை தனியார்மயமாக்குவது மட்டுமின்றி நீண்ட காலமாக சட்டரீதியான சமத்துவத்துக்கும் அரசியல்ரீதியான சமத்துவத்துக்கும் உரிமைகோருவதும் ஆதிக்கம் செலுத்திய சமூக சொல்லாடல் ஆதிக்கம் செலுத்தியது. குறுகலாக புரிந்து கொள்ளப்பட்ட வர்க்கப் பகுப்பாய்வின்படி, எல்லாவற்றுக்கும் மேலாக உரிமைகளை விட கூடுதல் இறைச்சியை விரும்ப வேண்டியிருந்த மனிதர்களின் நலன்களாக இந்தச் சொல்லாடல், அமைந்தது.[30]

இன்றைக்கு முதலாளிவர்க்க அரசுகளின் அரசியலமைப்பு வடிவங்களும், *முற்றதிகார அரசு* வகையிலான சமூகங்களின் வரலாற்று விளைபொருளாக இருக்கும் தனியார் ஆளப்படுபவர்கள் பற்றிய சட்டரீதியான வரையறையை மட்டுமின்றி, அரசியல் சமத்துவத்துக்கான உரிமை கோரலையும் உலகெங்கிலும் உள்ள முதலாளித்துவ சமூகங்களில் காண முடிகிறது. முதலாளிவர்க்கப் புரட்சிகளின் போது உருவான சமூக சொல்லாடல்களின் உள்ளடக்கமும் வடிவங்களும் அதன் மூலம் பதியனிடப்பட்டன என்று அனுமானித்துக் கொள்வது தவறானதாக இருக்கும்.[31] சரக்காக்கப்பட்ட உழைப்பை இலாபகரமாக பயன்படுத்துவது, - அதனளவில் - இந்த மரபுகளை இறக்குமதி செய்வதற்கான எந்தத் தேவையையும் உருவாக்குவதில்லை. கலாச்சார ஏகாதிபத்தியம், பேரழிவு ஏற்படுத்துவதாக இருந்த போதிலும், உள்நாட்டிலேயே முதலாளித்துவத்தை நோக்கிய வளர்ச்சி ஏற்படாத சமூகங்களில் வரலாற்றுரீதியான சமூக உருவாக்க நடைமுறைகளை நேரடியாக அரித்து விடுவதில்லை.

இந்தப் பரிசீலனை பின்வரும் கருதுகோளுக்கு வழிவகுக்கிறது: *முற்றதிகார அரசு* என்ற கட்டமைப்புரீதியான கருத்துநிலையுடன் பொருந்தி வரும் சமூகங்களுக்கு இடையே தெளிவான நிலைப்புரு வேறுபாடுகள் இருந்த போதிலும், *முற்றதிகார அரசு* வகையிலான சமூகங்களை புரட்சிகரமாக மாற்றி அமைப்பதன் மூலம் உருவான முதலாளித்துவ சமூகங்களில் நலன்கள் கட்டுவிக்கப்படுவதற்கான நிபந்தனைகள் - ஒன்றாக எடுத்துக் கொள்ளும் போது - காலனிய/

ஏகாதிபத்திய ஆதிக்கத்தினால் முதலாளித்துவம் புகுத்தப்பட்ட சமூகங்களில் இருப்பதை விட மிகவும் வேறுபட்டவை. (இந்த முக்கியமான வேறுபாட்டுடன் இணைத்துதான் இரண்டாவதாக சொல்லப்பட்டவற்றை 'சார்புநிலை சமூகங்களில் அரசு' என்ற தலைப்பில் தொகுத்துச் சொல்ல முடியும்). வரலாற்றுப் பொருள்முதல்வாதம் பற்றிய கோட்பாட்டு திட்டப்பணியை இன்னும் வளர்த்தெடுக்க, 'முதலாளிவர்க்க அரசு வடிவம்' என்ற கருத்துநிலையை முற்றதிகார அரசு என்ற கட்டமைப்புரீதியான வகையிலான சமூகங்களில் இருந்து (அல்லது, வேறு சொற்களில், சமூகத்தின் முதலாளித்துவத்துக்கு முந்தைய வடிவங்களில் இருந்து) பரிணாம வளர்ச்சியடைந்த சமூகங்களுக்கு மட்டும் வரம்பிடுவதாக நான் முன் வைக்கிறேன். அவை நலனை-கட்டுவிக்கும் இயக்க ஆற்றலின் திட்டமான காரணிகளை தனிச்சிறப்பாகக் கொண்ட முதலாளித்துவ சமூகங்கள். அவற்றை முதலாளித்துவ வர்க்க உறவுகள் பற்றிய எந்த ஒரு பொதுவான தர்க்கத்தில் இருந்தும் தருவிக்க முடியாது.

வடிவ பகுப்பாய்வு மீதான தாக்கங்கள்

கட்டமைப்புவாத கருத்துநிலைகள் - தருவித்தல் விவாதம் என்று அழைக்கப்பட்டவையாக இருந்தாலும் சரி புலண்ட்ஸசிய பொருள்கூறல் மாதிரிகளாக இருந்தாலும் சரி - விமர்சன பகுப்பாய்வுக்கு உட்படுத்தப்பட்டதிலிருந்தே, வரலாற்றுரீதியான பகுப்பாய்வை தர்க்கரீதியான பகுப்பாய்வுடன் இணைப்பதன் அவசியத்தை வலியுறுத்துவது மார்க்சிஸ்டுகளின் வழக்கமாகியிருக்கிறது. இந்தக் கட்டுரை, வரலாற்று பகுப்பாய்விலிருந்து தர்க்கரீதியான பகுப்பாய்வை தனித்ததாக புரிந்து கொள்ளும் சாத்தியத்தை, எனவே இரண்டு வடிவிலான பகுப்பாய்வுகளையும் 'ஒன்று சேர்க்கும்' சாத்தியத்தை முன்னனுமானித்த பகுப்பாய்வு கருத்தாக்கங்களின் பலவீனங்களை நிரூபிப்பதை நோக்கமாகக் கொண்டுள்ளது. அத்தகைய முன்னனு மானங்கள் குறிப்பான வரலாற்றுரீதியானதை பொதுவான உற்பத்தி முறைகளாக மாற்றி விடுகின்றன. அல்லது அவற்றை வெவ்வேறு உற்பத்தி முறைகளின் குறிப்பான சேர்க்கையாக விளக்குகின்றன. பொருள்முதல்வாத பகுப்பாய்வில் இருந்து சமூகச் செயல்பாட்டை விலக்கி வைக்காத வடிவ பகுப்பாய்வு மட்டுமே சமூகப் படிவமாக்கலின் வரலாற்று நிகழ்முறைகளை பகுப்பாய்வதாகப் புரிந்து கொள்ள முடியும். மார்க்சிய வடிவ பகுப்பாய்வில் எவ்வளவு 'வரலாறு' சேர்க்கப்பட வேண்டும் என்பதற்கு பொதுவாக பொருந்தும் விதிகளை வகுப்பது சாத்தியமில்லை என்று நான் நினைக்கிறேன்.

சமூக படிவமாக்கலின் மிகக்குறிப்பான நிகழ்முறைகளை உற்பத்தி முறைகளின் பொதுவான வடிவங்களாக வரையறுப்பதற்கு நம்மை இட்டுச் செல்லும், அதன் மூலம் பொருள்முதல்வாத பகுப்பாய்வை வரலாற்றின் தத்துவமாக மாற்றி விடும் வரலாற்று முன்முடிவுகளை அடையாளம் காண்பதன் சாத்தியம்தான் எப்போதுமே முக்கியமான அளவையாக இருக்கும்.

குறிப்புகள்

1. மவுரிஸ் கோடலியர் (Maurice Godelier), 'The ideal and the real' in Raphael Samuel & Gareth Stedman Jones (eds.), *Culture, Ideology and Politics* (London Routledge & Kegan Paul 1983), pp. 12-37.

2. பெர்ரி ஆண்டர்சன் (Perry Anderson), *Lineages of the Absolutist State* (London New Left Books 1974); Alain Guerreau. *Le F odalism* (Paris 1980).

3. வழக்கமாக, தவறாக அல்லது வேண்டுமென்றே காலப்பொருத்தமற்று ஒரு சொற்றொடரை பயன்படுத்துவதை சுட்டிக் காட்ட நான் மேற்கோள் குறிகளை பயன்படுத்துகிறேன்.

4. ஜார்ஜ் சி காம்னினல் (George C Comninel), *Rethinking the French Revolution* (London Verso, 1987). காம்னினலைப் பொறுத்தவரை ஆளும் வர்க்கத்துக்கு உள்ளேயே போட்டி என்பது எல்லா சுரண்டல் வடிவங்களிலும் ஒரு காரணி. இது சரி என்றாலும், சுரண்டுபவர்கள் மத்தியில் போட்டி நிலைமைகளில் உள்ள அடிப்படை வேறுபாடுகளை அது புறக்கணிக்கிறது.

5. இந்தக் கட்டுரையில் முன்வைக்கப்படும் கருதுகோள்கள் இங்கிலாந்திலும் பிரான்சிலும் ஆதிக்க வடிவங்களின் வளர்ச்சி பற்றிய விரிவான ஒப்பீட்டு வரலாற்று பகுப்பாய்வையும் இங்கு சுருக்கமாக மட்டுமே விளக்க முடிகிற கோட்பாட்டு கருத்தாக்கத்தின் விரித்துரைப்பையும் அடிப்படையாகக் கொண்டவை. வாதங்களை விரிவாக வளர்த்தெடுப்பதற்கும் கூடுதல் நூல் பட்டியலுக்கும் பார்க்கவும் : ஹெய்டெ கெர்ஸ்டன்பெர்கர் (Heide Gerstenberger), *Die subjektlose Gewalt. Theorie der Entstehung bürgerlicher Staatsgewalt* (Münster Westfälisches Dampfboot, 1990).

6. இந்த வேறுபாடு Marc Bloch, La société féodale (1939) (Paris, 1968), 3rd Book, 'Chapter 2 Frederick Pollock & Frederic Maitland, *The History of English Law before the time of Edward* I, 2nd ed. (Cambridge,1898) Vol I, esp pp. 66-235.

7. இந்தச் சொல்லை Laclau; Brnesto Laclau, "The Specifity of the Political" in *Economy and Society*, No.1 (1975) பயன்படுத்தினார்; மீண்டும் in Ernesto Laclau, *Politics and Ideology in Marxist Theory* (London 1977), pp. 51-79 லும் பயன்படுத்தப்பட்டது.

8. குறிப்பு 2-ஐப் பார்க்கவும்

9. Herbert Gintis & Samuel Bowles 'State and Class in European Feudalism' in Charles Bright and Susan Harding (eds.), *Statemaking and Social Movements* (University of Michigan Press 1984), pp. 19-51.

10. இந்தக் கோட்பாட்டு கருத்தாக்கங்கள் பற்றிய மிகச் சிறந்த விமர்சன பகுப்பாய்வு, எனக்குத் தெரிந்து, எடியன் பலிபார் தனது சொந்த முந்தைய கோட்பாட்டு கட்டமைப்புவாதத்தை விமர்சன பகுப்பாய்வு செய்தது ஆகும்.

Etienne Balibar in Urs Jaeggi and Axel Honneth, (eds.), *Theorien des Historischen Marterialismus* (Suhrkamp, 1977), pp. 293-343, *Cing etudes du materialisme historique* (Paris, 1974), pp. 205-245. என்பதிலிருந்து மொழிபெயர்க்கப்பட்டது.

11. Regine Robin, 'La nature de l'etat a la fin de l'ancien regime: Formation sociale, Etat et Transition' in Dialectiques, vol. 1-2, pp. 31-54; John E. Martin, *Feudalism to Capitalism. Peasant and Landlords in English Agrarian Development* (Macmillan, 1983).

12. புலண்ட்ஸசிய பகுப்பாய்வு பற்றிய மிகச்சிறந்த விமர்சன பகுப்பாய்வுக்கு பார்க்கவும் ஜி.டி காம்னினல் *(1987)*, பகுதி *4*.

13. ராபர்ட் பிரென்னர் (Robert Brenner), 'Agrarian Class Structure and Economic Development in Pre-Industrial Europe' in *Past & Present* no. 70 (1976) pp. 30-75; Robert Brenner, 'Agrarian Class Structure and Economic Development in Pre-Industrial Europe: The Agrarian Roots of European Capitalism' in *Past & Present* no. 97 (1982), pp. 16-113.

14. இந்தச் சொல் உருவகமாக பயன்படுத்தப்படுகிறது. மோதலின் மூலம் வழக்காடுவது என்பது ஒரு வழக்கை தீர்மானிப்பதற்கான வடிவம் (இங்கிலாந்தில் அது *1819* வரை நீடித்தது). இங்கு அது (ஆதிக்கம்) சட்டரீதியாக்கப்படுவது தொடர்பான கேள்விகளைக் குறிப்பிடுவதற்கு பயன்படுத்தப்படுகிறது.

15. இந்தக் கூற்று மரபுத்தூய்மை மார்க்சிய பொருள்கூறல் (இதற்கு சோபோல்சின் படைப்பு மிகவும் செல்வாக்கு மிகுந்ததாகியது) பற்றிய விமர்சன பகுப்பாய்வை உணர்த்துகிறது. ஏனென்றால், இது புரட்சிக்கு முந்தைய பிரான்சில் 'நிலப்பிரபுத்துவத்தை' தேடிக் கொண்டிருந்தது. ('நிலப்பிரபுத்துவத்தை ஒழிப்பது') என்ற புரட்சிகர மொழியை சுரண்டலுக்கான நிலப்பிரபுத்துவ வடிவம் ஆதிக்கம் செலுத்துவதற்கான ஆதாரமாக எடுத்துக் கொண்டது.

16. இந்தப் பட்டியலின் கோட்பாட்டு உள்ளடக்கத்தை குறிப்பிடுவது பலனளிப்பதாக இருக்கும். இது முழுமையானதாக முன்வைக்கப்படவில்லை, நிலப்பிரபுத்துவ சகாப்தத்தின் போதும் முற்றதிகார அரசிலும் 'நகரத்தாரும்' பிற பிரபுக்கள்-அல்லாதவர்களும் பயன்படுத்திய பல கையகப்படுத்தல் சாதனங்களும் கையகப்படுத்தலின் ஆதிக்க வடிவத்தின் ஒன்றிணைந்த பகுதியாக இருந்தன, கட்டமைப்புரீதியாக முரண்படும் காரணிகளாக இருக்கவில்லை என்பதை சுட்டுவதாக முன்வைக்கப்படுகிறது. கையகப்படுத்தலின் இந்த வடிவங்கள் மீதான தாக்குதலை, ஏகபோகம் அல்லது உயர் பதவியை கைப்பற்றியவர்கள் வழிநடத்தவில்லை, மாறாக அவ்வாறு கைப்பற்ற முடியும் என்ற நம்பிக்கையை இழந்தவர்களால் அது வழிநடத்தப்பட்டது.

17. அரசாங்க கொள்கையை விவரிப்பதாக கோல்பர்டிசத்தின் கருத்தாக்கத்தின் மீதான விமர்சன பகுப்பாய்வுக்கு : Fernand Braudel and Ernest Labrousse (eds.), *Histore Economique et Sociale de la France*, vol. II (Paris-Presses Univ. de France, 1970). (Pierre Gaubert; 'Le "Tragique) XVII, Siecle', pp. 351-9

18. Norma Landau, *The Justices of the Peace 1679-1760* (University of California Press, 1984), part II.

19. பதவி வகித்தலுக்கும் அதிகார வர்க்கத்துக்கும் இடையேயான வேறுபாடுகள் பற்றிய முழுமையான பகுப்பாய்வுக்கு பார்க்கவும் George E. Aylmer, 'From Office-Holding to Civil Service: the Genesis of Modern Bureaucracy' in *Transactions of the Royal Historical Society*, vol. 30 (1980), pp. 91-108.

20. (இந்த வரலாற்றுச் சகாப்தத்தில்) உள்ளூர் வரலாற்றுக்கு உள்ளூர் அரசியலுக்கும் மைய அரசியலுக்கும் இடையிலான உறவின் அடிப்படையில் பொருள்கூறும் பகுப்பாய்வுரீதியான கருத்தாக்கம், வரலாற்று ஆராய்ச்சியில் 'உள்ளூர்வாதம்' பற்றிய விமர்சன பகுப்பாய்வில் ஏற்கும்படி விளக்கப்பட்டுள்ளது : David Harry Sacks, 'The Corporate Town and the English State: Bristol's Little Business' 1625-1641' in *Past & Present* no. 110 (1986), pp.69-75.

21. அந்தோனி கிட்டன்ஸ் (Anthony Giddens), *A Contemporary Critique of Historical Materialism*, (Lendon, Macmillan, 1981), Chapter 8, Anthony Giddens, *The Nation-State and Violence*, (London, Polity Press, 1985), passim.

22. வில்லியம் பெய்க் (William Beik), *Absolutism and Society in Seventeenth Century France* (Cambridge Univ. Press, 1985), p. 30.

23. கட்டமைப்புரீதியான புரட்சியானது புரட்சிகர நிகழ்வுகளின் 'நாடக' வடிவில் (1641, 1789) நடந்தே தீர வேண்டும் என்று அனுமானித்தால் 'முதலாளிவர்க்கப் புரட்சி என்ற கருத்துநிலை' அதன் பகுப்பாய்வு மதிப்பை இழக்கிறது. முற்றதிகார அரசு சமூகங்களை முதலாளிவர்க்க சமூகங்களாக புரட்சிகரமாக்கிய கட்டமைப்புரீதியான மாற்றி அமைத்தலை குறிப்பதற்கு அதனை பயன்படுத்த வேண்டும். குறிப்பிட்ட நாளில் இந்தப் புரட்சிகர மாற்றத்தில் எவ்வளவு நடந்தது என்பதை தெளிவுபடுத்துவதை திட்டவட்டமான பகுப்பாய்விற்கு விட்டு விட வேண்டும்.

24. அதிகாரவர்க்கங்கள் தூண்டி விடுவதாக இருப்பது குறித்த மேக்ஸ் வேபரின் பகுப்பாய்வு விமர்சிக்கப்பட்டிருக்கிறது, அது விமர்சிக்கப்பட வேண்டும். இந்த விமர்சன பகுப்பாய்வு, அதிகார வர்க்கங்கள் - பதவி வைத்திருப்பவர்களுடன் ஒப்பிடும் போது - பெருமளவு தூண்டுவதாக இருந்திருக்கின்றன என்பதை மறுக்கவில்லை. தூண்டி விடுதல் என்ற கருத்தாக்கம் பற்றிய விமர்சன பகுப்பாய்வுக்கு பார்க்கவும் Heide Gersterberger, 'Altagsforschung und Faschismustheorie' in Heide Gerstenberger & Dorothea Schmidt (eds), Normalitat oer Normalisierung? (Munster Westfalishes Dampfboot, 1987), pp. 35-49; பதவி-வகிப்பதுடன் உள்ள வேறுபாட்டுக்குப் பார்க்கவும் J. F. Bosher, French Finances 1770-1795. From Business to Bureeauracy, (Cambridge, 1970)

25. தர்க்கத்தின் பொது மட்டத்தில் இதைவிட இன்னும் துல்லியமாக சொல்வது சாத்தியமில்லை என்று நினைக்கிறேன். ஏனென்றால் ஆதிக்கத்தின் வடிவங்கள் (மறுவுற்பத்திக்கான நிபந்தனைகளும் உயர்வான படிநிலைக்குள் அனுமதிக்கப் படுவதும்) அவை உற்பத்தி ஒழுங்கமைக்கப்படுவதன் மீது கொண்ட தாக்கங்களும் மிகவும் வேறுபட்டவை. இது கட்டமைப்புரீதியான நெருக்கடிகளுக்கான வெவ்வேறு நிலைமைகளாகவும் அமைந்தது. இங்கிலாந்து, பிரான்ஸ் ஆகியவற்றின் ஒப்பீட்டு பகுப்பாய்வுக்கு பார்க்கவும் Heide Gerstenberger, (note 5 above).

26. வேறு எந்த இடத்தையும் விட இது இங்கிலாந்துக்கு உண்மையாக உள்ளது.

27. ஆண் ஆதிக்கத்தில் தனியாள் ஆதிக்க வடிவங்கள் உள்ளார்ந்துள்ளன. ஆனால், அவற்றை முதலாளித்துவ சுரண்டலுக்கான கட்டமைப்புரீதியான முன்னிபந்தனைகளாக விளக்க முடியாது.

28. இங்கிலாந்தில் முதலாளித்துவப் புரட்சி சாதிக்கப்பட்ட வடிவங்களில் ஒன்று, அரசில் உள்ள சுயநலன் நாடும் நலன்கள் அதிகாரத்தை கைப்பற்றுவதை 'ஊழல்'

என்று முத்திரை குத்தும் உத்தி, see W.D. Rubinstein. 'The End-of 'Old Corruption' in Britain 1780-1860 in *Past & Present* no. 101 (1983), pp. 55-86.

29. முதலாளித்துவத்தின் பொது கட்டமைப்பில் இருந்து அரசு வடிவத்தை தருவிப்பதற்கான கோட்பாட்டு திட்டப்பணி மீதான எனது விமர்சன பகுப்பாய்வை இது தொகுத்துச் சொல்கிறது. பார்க்கவும் John Holloway & Sol Picciotto. (eds:·.) , *State and Capital : AGerman Debate* (London, 1978).

30. இந்தக் கருத்தாக்கங்கள் பற்றிய விமர்சன பகுப்பாய்வுக்கு பார்க்கவும் Gareth Stedman Jones, *Language of Class* (Cambridge Univ. Press, 1983) esp. pp. 90-8.

31. இந்த தர்க்கத்தில் ரேயின் கோட்பாட்டு கருத்தாக்கம் மீதான பொது விமர்சன பகுப்பாய்வு உள்ளார்ந்துள்ளது. சமூகக் குழுக்களை ரே (உதாரணமாக, பழங்குடி சமூகங்களில் கையகப்படுத்தும் முதியவர்கள்) மார்க்சின் ஆதித் திரட்டல் பற்றிய விளக்க மாதிரியுடன் பொருந்தும் வர்க்கங்களின் அடிப்படையில் 'வரையறுக்கிறார்'. இங்கிலாந்தில் மாறிச் செல்வதை சமூக படிவம் பற்றிய புலண்ட்ஸசிய கருத்தாக்கத்தை பயன்படுத்தி விளக்க முடியும் என்று கருதுகிறார். Pierre Philippe Rey, *Les alliances des classes*, (Paris, 1978).

❀ ❀ ❀